THE HUNDRED-YEAR MARATHON
CHINA'S SECRET STRATEGY
TO REPLACE AMERICA AS THE GLOBAL SUPERPOWER
MICHAEL PILLSBURY

TRẦN LƯƠNG NGỌC
CHUYỂN NGỮ VÀ GHI CHÚ

CUỘC ĐUA MARATHON 100 NĂM
SÁCH LƯỢC BÍ MẬT CỦA TRUNG QUỐC
NHẰM TRANH NGÔI BÁ CHỦ THẾ GIỚI CỦA HOA KỲ

PHONG TRÀO VIỆT HƯNG PHÁT HÀNH
NHÀ XUẤT BẢN NHÂN ẢNH
2019

Copyright © 2019 by Phong trào Việt Hưng, PTVH
(Việt-Hưng Movement for the Renaissance of Vietnam, MRVN)

All rights reserved, including the rights of reproduction in whole or in part in any form.
Cấm sử dụng dưới bất cứ hình thức nào nếu không có sự đồng ý trực tiếp của PTVH / MRVN

Published in the United States of America by PTVH / MRVN

Printed in the United States of America
by
Nhân Ảnh Publisher\
375 Destino Circle, San Jose, CA 95133, USA

THE HUNDRED-YEAR MARATHON. Copyright © 2015, 2016 by Michael Pillsbury. All rights reserved. Printed in the United States of America. For information, address St. Martin's Press, 175 Fifth Avenue, New York, N.Y. 10010.

www.stmartins.com

Designed by Kelly S. Too

The Library of Congress has cataloged the Henry Holt edition as follows:

Pillsbury, Michael.
 The hundred-year marathon : China's secret strategy to replace America as the global superpower / Michael Pillsbury.
  p. cm.
 Includes bibliographical references and index.
 ISBN 978-1-62779-010-9 (hardcover)
 ISBN 978-1-62779-011-6 (e-book)
 1. Strategic planning—China. 2. China—History. 3. National security—China. 4. China—Politics and government. 5. China—Foreign relations. 6. United States—Foreign relations—China. 7. China—Foreign relations—United States. I. Title.
 JZ1734.P55 2014
 327.1'120951—dc23
                                                        2014012015

ISBN 978-1-250-08134-6 (trade paperback)

Our books may be purchased in bulk for promotional, educational, or business use. Please contact your local bookseller or the Macmillan Corporate and Premium Sales Department at 1-800-221-7945, extension 5442, or by e-mail at MacmillanSpecialMarkets@macmillan.com.

First published by Henry Holt and Company, LLC

First St. Martin's Griffin Edition: March 2016

10 9 8 7 6 5 4 3

Lời cảm tạ

Dịch phẩm này được hoàn thành là do Nhóm Phiên dịch gồm có dịch giả Trần Lương Ngọc và các vị Dương Thị Huệ, Nguyễn Thị Ngọc Liên, Trần Thị Phượng đã góp phần trong công tác dịch, đánh máy đọc lại bản thảo và góp ý vào bản dịch.

Phong trào Việt Hưng xin trân trọng tri ân sự đóng góp của các vị trên.

INTRODUCTION

The Movement for the Renaissance of Vietnam has the pleasure of publishing the Vietnamese translation of the book *The Hundred-Year Marathon: China's Secret Strategy to Replace America as the Global Superpower* by Michael Pillsbury. This book was on the best-seller list in 2014 and has been translated into Korean, Japanese, Taiwanese Mandarin, Mongolian and Hindi.

Dr. Pillsbury's point of view and observations are very astute and perceptive. *The Hundred-Year Marathon* reveals the secret strategy of Communist China to replace America as a superpower in 2049, the Hundredth-Year Anniversary of the foundation of the People's Republic of China.

In this book Pillsbury shares with us his professional experiences gathered over more than 40 years working in the administration of eight American presidents and through his contacts with people in the political and military circle of Communist China. He considers the strategy of Communist China the biggest challenge in the 21st century and appeals to the world to see clearly this strategy; he also proposes an overall strategy and suggests policy measures to meet the challenge.

For a long time the Vietnamese Communist authority has surreptitiously ceded land, and sold off territorial waters to Communist China. Recently, the Vietnamese Communist authority conspired to pass the Special Economic Zone draft law to legalize their sneaky scheme of "putting the fox in charge of the henhouse", but their scheme has met with viogorous protest of the entire people.

Dear compatriots in Vietnam and overseas,

The tragedy of the demise of the nation has come. Let's not wait! Let's not hesitate! Stand up! Together we shall "Rout the Chinese, Save the Country."

Now is the time we must close ranks against the enemy to drive away the invaders. "Rout the Chinese, Save the Country" is the obligation of every citizen. Dodging this obligation is an impiety towards our ancestors.

To the Vietnamese all over the world,

The danger of losing the country is imminent. Let us join hands, pool forces to save our ancestral heritage. The Movement for the Renaissance of Vietnam pledges to march with you to defend and preserve our national sovereignty. Specifically, the Movement has appealed to all governments and peoples of the free and democratic world to support the Vietnamese people in their struggle under the righteous banner "Rout the Chinese, Save the Country".

The will of the people is like the waves in the ocean. High waves will sink the boat. With the ardent patriotic spirit manifested by the people in the recent demonstrations, the Movement firmly believes we shall repulse the Chinese scheme to annex Vietnam, we shall expel the Chinese invaders from our territory as our ancestors have done more than 10 times in the past.

Let us remember and respond to the appeal of Grand Prince Hưng Đạo Tran Quoc Tuan:

The Mongolian Tartars are our archenemy and yet you choose to remain indifferent in ignonimy, preferring not to wash away your shame, neglecting training the soldiers. This amounts to nothing but turning down the spear as a sign of subjugation and surrender. If so, then when comes the day that the enemy will have been expelled, you will forever remain in disgrace. How will you ever be able to stand tall and proud in heaven and earth?

With the heroic tradition in our history of thousands of years fighting the invaders, preserving the sovereignty and territorial integrity of our land, together we shall persevere in our legititmate struggle. We shall overcome!

Dr. Nguyễn Võ Long
Chairman, Movement for the Renaissance of Vietnam
www.viet-hung.org

Giới Thiệu Sách

Phong Trào Việt Hưng (PTVH) rất hân hạnh xuất bản bản dịch tiếng Việt của tác phẩm *The Hundred-Year Marathon: China's Secret Strategy to Replace America as the Global Superpower* của Michael Pillsbury. Đây là cuốn sách bán chạy nhất trong năm 2014 và đã được dịch ra các tiếng Đại Hàn, Nhật, Trung Hoa-Đài Loan, Mông Cổ và Hindi (Ấn Độ).

Lập trường và nhận xét của tác giả rất sắc bén và phong phú. *Cuộc đua Marathon 100 Năm* đã lột trần sách lược bí mật của Trung Quốc nhằm tranh ngôi bá chủ thế giới của Hoa Kỳ vào năm 2049 - thời điểm kỷ niệm 100 năm thành lập Cộng hòa Nhân dân Trung Quốc. Trong cuốn sách này, Michael Pillsbury đã chia sẻ với chúng ta những kinh nghiệm nghề nghiệp thâu thập được trong suốt 40 năm làm việc qua các nhiệm kỳ của 8 tổng thống Mỹ và qua các cuộc tiếp xúc với giới chính trị và quân sự Trung Cộng. Ông coi sách lược của Trung Cộng là sự thử thách lớn nhất của thế kỷ 21; ông kêu gọi thế giới nhận rõ sách lược đó và ông phác họa những đường lối chính sách để đối phó.

PTVH đã xin tác quyền và đã được nhà xuất bản Henry Holt & Company chấp thuận bản dịch ra tiếng Việt và xuất bản bởi Nhân Ảnh Publishing. Người dịch tác phẩm này là ông Trần Lương Ngọc, chuyên viên về kinh tế và xã hội, và đã từng dịch những tác phẩm liên quan tới các khoa kinh tế, quản trị và chính trị.

Hiện nay, Trung Cộng đã công khai tuyên bố tham vọng ngự trị toàn thế giới. Chúng ta cần phải tích cực tham gia chống giấc mộng bành trướng bá quyền đó.

Từ bấy lâu nay, nhà cầm quyền Cộng sản Việt Nam đã âm thầm dâng đất, bán biển cho Trung Cộng. Gần đây âm mưu đưa ra dự luật Đặc Khu để hợp pháp hóa chiêu bài "cõng rắn cắn gà nhà" đã gặp phải sự phản đối mãnh liệt của toàn dân.

Hỡi đồng bào trong và ngoài nước,

Thảm họa diệt vong đã đến, xin đừng chần chờ, xin đừng ngần ngại. Toàn dân hãy cùng đứng lên "Đuổi Tàu, Cứu Nước".

Đây là lúc toàn dân phải chung lòng đoàn kết tận diệt ngoại xâm. "Đuổi Tàu, Cứu Nước" là bổn phận của mỗi con dân nước Việt, trốn tránh nhiệm vụ này là có tội với Tổ Tiên.

Hỡi toàn thể dân Việt trên toàn thế giới,

Hiểm họa mất nước đã hết sức gần kề, xin hãy chung tay, góp sức cứu lấy cơ đồ của Cha Ông để lại. Phong Trào Việt Hưng xin đồng hành cùng quý đồng bào trong công cuộc giữ vững chủ quyền dân tộc.

Cụ thể, Phong trào Việt Hưng đã, đang và sẽ kêu gọi Chính phủ và người dân của các nước Tự do, Dân chủ hỗ trợ cho dân tộc Việt Nam đấu tranh dưới ngọn cờ chính nghĩa: "Đuổi Tàu Cứu Nước".

Lòng dân là sóng, sóng có mạnh thì thuyền mới chìm. Với lòng yêu nước bừng bừng khí thế trong các cuộc biểu tình vừa qua, Phong Trào Việt Hưng tin chắc chắn rằng toàn dân Việt sẽ đánh bại âm mưu xâm chiếm Việt Nam của Trung Cộng, đuổi giặc Tàu ra khỏi lãnh thổ Việt Nam như Tổ tiên ta đã hơn 10 lần đánh đuổi quân Bắc phương.

Chúng ta hãy ghi nhớ và hưởng ứng lời hiệu triệu của Hưng Đạo Vương Trần Quốc Tuấn:

"Giặc Mông Thác với ta là kẻ thù không đội trời chung mà các người cứ điềm nhiên không muốn rửa nhục, không lo trừ hung, lại không dạy quân sĩ, chẳng khác nào quay mũi giáo mà xin đầu hàng, giơ tay không mà chịu thua giặc. Nếu vậy, rồi đây, sau khi dẹp yên nghịch tặc, để thẹn muôn đời, há còn mặt mũi nào đứng trong cõi trời che, đất chở này nữa?" *

Với truyền thống hào hùng chống xâm lăng, bảo vệ chủ quyền và sự toàn vẹn lãnh thổ của dân tộc trong lịch sử ngàn năm cùng với sự kiên trì đấu tranh có chính nghĩa, chúng ta nhất định sẽ thắng.

TS. **Nguyễn Võ Long**
Chủ tịch PhongTrào Việt Hưng
www.viet-hung.org

---

* Trích "Hịch tướng sĩ của Hưng Đạo Vương Trần Quốc Tuấn", bản dịch của dịch giả Huệ Chi.

TÁC GIẢ: Michael Pillsbury

Tiến sĩ Michael Pillsbury là Giám đốc tại Center for Chinese Strategy của Hudson Institute và đã từng phục vụ trong cơ quan hành chính của 8 tổng thống. Ông tốt nghiệp tại trường Stanford University (B.A. in History with Honors in Social Thought) và Columbia University (M.A., Ph.D.). Ông đã từng là chuyên gia phân tích của RAND Corporation và chuyên gia nghiên cứu tại Center for Science and International Affairs tại Harvard University.

Dưới thời tổng thống Reagan, Tiến sĩ Pillsbury làm Phụ tá Thứ trưởng Quốc phòng phụ trách Hoạch định Chính sách. Ông đã từng phục vụ trong bốn tiểu ban Thượng viện trong thời gian 1978-1984 và 1986-1991. Ông là hội viên của Council on Foreign Relations và Institute for Strategic Studies. Hiện nay ông cư ngụ tại Washington D.C

LỜI KHEN NGỢI TÁC PHẨM
CUỘC ĐUA MARATHON 100 NĂM

"[Pillsbury] là người [tổng thống] Trump coi là "the Leading Authority on China" [người có thẩm quyền hàng đầu về Trung Quốc]

— David Tweed trong báo Bloomberg (ngày 27 tháng 9, 2018)

"Tham vọng của Trung Quốc để trở thành một cường quốc bá chủ, vẫn có từ xưa. Tham vọng đó đã khắc sâu vào trong DNA văn hóa của dân tộc, nhưng vẫn thấy rõ, như Pillsbury nói... Tác giả đã nhận định đúng khi nói rằng Trung Quốc là cuộc thử thách có tầm mức quốc gia lớn nhất đối với Hoa Kỳ từ trước đến nay."

— The Wall Street Journal

"Đây là một tác phẩm rất hấp dẫn khiến người đọc phải suy nghĩ. Tác phẩm này được trình bầy một cách khéo léo hiếm thấy, vừa có tính cách học thuật, vừa đề nghị chính sách nhưng được viết như một hồi ký với một văn phong vừa giản dị vừa súc tích. Pillsbury đã rút từ kiến thức phong phú của ông về lịch sử và lý thuyết quân sự Trung Quốc cũng như từ các cuộc tiếp xúc của ông với các người đào tỵ và các sĩ quan cao cấp Trung Quốc để đưa ra một lập luận phân tích rất vững chắc. Kết quả là, dù ta có đồng ý hay không đồng ý với tác giả thì cuốn sách này cũng rất nên đọc."

- Elizabeth Economy, Council on Foreign Relations

"Tuy bàn về một vấn đề rất lớn, nhưng Pillsbury cũng đã nói được tất cả những điều muốn nói ... trong cuốn sách rất dễ đọc này. Nó xứng đáng được nhiều người đọc và tranh luận."

- Christian Science Monitor

"Kiến thức của Pillsbury được củng cố bởi một số lượng rất ngạc nhiên về các tài liệu đã được giải mật. ... Lập luận then chốt của Pillsbury là Trung Quốc tiến hành một cách có phương pháp 'sách lược marathon một trăm năm' để chiếm tư thế bá quyền toàn cầu của Hoa Kỳ... Đã đến lúc phải xét lại quan hệ của Hoa Kỳ với nền kinh tế lớn thứ nhì thế giới trong cuộc đua marathon chưa kết thúc."

- The Weekly Standard

"Sau chiến thắng của Trung Cộng trong cuộc nội chiến tại Trung Quốc, người Mỹ đã băn khoăn không biết ai đã làm mất Trung Quốc. Nếu chúng ta không nhận thấy chế độ đảng trị Trung Quốc bản chất là một con thú săn mồi thì 20 năm nữa chúng ta sẽ tự hỏi "Ai đã làm mất thế giới?". Câu trả lời sẽ là 'Chính chúng ta'."

- The Washington Times

"Cuốn sách phơi bầy ý đồ của Trung Quốc dựa trên kinh nghiệm lâu dài làm việc với bộ Quốc phòng Hoa Kỳ ... Tài liệu bổ ích cho những giới quan tâm."

- *Kirkus Review*

"Cuốn sách này chắc chắn là tác phẩm quan trọng nhất về chiến lược và chính sách ngoại giao của Trung Quốc trong nhiều năm. Trong hơn 40 năm làm việc cho lầu Năm Góc và CIA, Michael Pillsbury nói chuyện với phe diều hâu Trung Quốc và tìm hiểu thành phần nòng cốt của phe này, có lẽ là lực lượng chủ chốt về chính sách ngoại giao của Trung Quốc dưới thời Tập Cận Bình. Dựa vào học thức tỉ mỉ và với văn phong linh hoạt và lôi cuốn, cuốn sách đưa ra một nhận định đúng đắn, sửa lại đường lối đối thoại từ lâu chủ yếu có tính cách đấu dịu trong quan hệ hợp tác giữa Hoa Kỳ và Trung Quốc."

- *Robert Kagan, tác giả* The World America Made *và* Of Paradise and Power

"Một công trình gây thảo luận sôi nổi, tìm hiểu về nguồn gốc lịch sử của đại sách lược Trung Quốc để trở thành #1."

- *Graham Allison, Giám đốc của Harvard Kennedy School's Belfer Center for Science and International Affairs*

"Michael Pillsbury đã từng gặp, nói chuyện và nghiên cứu phe diều hâu trong guồng máy quân sự và tình báo Trung Quốc trong hơn 40 năm, từ khi Hoa Kỳ và Trung Quốc còn hợp tác để chống Liên Xô. Trong cuốn sách mới, lôi cuốn và gây tranh luận sôi nổi này, ông trình bầy quan điểm của phe diều hâu Trung Quốc về Hoa Kỳ và các sách lược dài hạn của họ để lấn át thế lực của Hoa Kỳ vào giữa thế kỷ này. Trong khi trình bầy, cuốn sách cũng thách thức các giả định sai lầm tại Washington là sẽ dần dần cải hóa Trung Quốc. Trước đường hướng của Trung Quốc trong mấy năm vừa qua, cuốn sách của Pillsbury đã thích hợp ngay đúng lúc."

- James Mann, tác giả A History of America's Curious Relationship with China, from Nixon to Clinton; The China Fantasy; và Beijing Jeep

"*Cuộc Đua Marathon 100 Năm* căn cứ vào quá trình làm việc của Michael Pillsbury cho CIA và ông đã được giải thưởng *Thành tích Xuất sắc* của Giám đốc CIA. Đó là một tài liệu rất lôi cuốn, ghi lại cuộc hành trình của ông từ trong hàng ngũ những người 'ôm panda" [thân Trung Quốc] sang một người ngay thẳng, rất hiểu biết, có lập trường, đơn độc báo động cho chúng ta biết về sách lược dài hạn thống trị toàn cầu của Trung Quốc. Ông cho thấy chúng ta đang trực diện một đối tượng có tiềm năng thù nghịch, khôn ngoan, kiên cường, thấm nhuần sự tinh khôn của Tôn Tử, và đối tượng đó đang quyết tâm tìm phương cách tốt nhất để đánh vào yếu huyệt của chúng ta. Chúng ta phải khẩn cấp hành động để sinh tồn."

- R. James Woolsey, nguyên Giám đốc Cơ quan Tình báo [CIA] và Chủ tịch Foundation for Defense of Democracies Leadership Council

TÓM LƯỢC NỘI DUNG CUỐN SÁCH

Tác giả Michael Pillsbury đã đặt vấn đề như sau: Trong hơn 40 năm Hoa Kỳ đã giúp Trung Quốc tiến tới một nền kinh tế phát triển có một vị thế trên thế giới, vì tin rằng sự phục hưng của Trung Quốc sẽ đem lại cho chúng ta [Hoa Kỳ] sự hợp tác, quan hệ ngoại giao và tự do mậu dịch. Nhưng nếu suốt trong thời gian đó Trung Quốc đã có một kế hoạch khác hẳn thì sao?

Cuộc đua Marathon 100 Năm đã lột trần sách lược bí mật của Trung Quốc nhằm tranh quyền chế ngự thế giới của Hoa Kỳ vào năm 2049, là năm kỷ niệm 100 năm thành lập Cộng hòa Nhân dân Trung Quốc. Michael Pillsbury, chuyên gia an ninh cao cấp trong chính quyền Hoa Kỳ từ thời tổng thống Nixon và Henry Kissinger, đã rút kinh nghiệm từ hàng chục năm tiếp xúc với "phe diều hâu" trong các cơ quan quân sự và tình báo của Trung Quốc, dịch các tài liệu, diễn văn và sách của họ, và cho chúng ta thấy sách lược của Trung Quốc đã dựa trên nền tảng của các chủ trương cổ truyền về thuật trị nước của Trung Hoa như thế nào. Ông cũng giải thích tại sao Hoa Kỳ đã vô tình giúp "Giấc mơ Trung Quốc" trở thành hiện thực.

Trong phần bạt của lần tái bản năm 2016, *Cuộc đua Marathon 100 Năm* kêu gọi chúng ta hãy thức tỉnh để nhận ra chúng ta đã ngộ nhận như thế nào về sự thử thách lớn nhất của thế kỷ 21.

Tác phẩm này là cuốn sách bán chạy nhất trong năm 2014 theo danh sách của báo *Washington Post* (số ngày 15 tháng 02 năm 2015). Báo *Christian Science Monitor* cho là một trong số 10 sách tài liệu hay nhất trong năm 2016. Cuốn sách đã được dịch ra các tiếng Hàn Quốc, Nhật, Trung Hoa-Đài loan, tiếng Mông cổ và Hindi (Ấn độ). Đặc biệt là *Cuộc Đua Marathon 100 Năm* được Đại học Quốc phòng Trung Quốc dịch và xuất bản bằng tiếng Phổ thông và cũng được Bộ Chỉ huy United States Special Operations Command (USSOCOM or SOCOM) ghi vào danh sách các sách các cấp chỉ huy cần phải đọc 'The Commander, US Special Operations Command for Commanders Reading List, 2017'

NGỘ NHẬN CỦA HOA KỲ ĐỐI VỚI TRUNG QUỐC.

Pillsbury đã nêu ra những điều ngộ nhận của Hoa Kỳ đối với Trung Quốc.

Giả định sai lầm 1: Giao kết sẽ đưa đến hợp tác.
Giả định sai lầm 2: Trung Quốc đang trên đường tiến tới dân chủ.
Giả định sai lầm 3: Trung Quốc, bông hoa mảnh dẻ.

Tình hình nội bộ Trung Quốc rất mong manh. Nếu Hoa Kỳ áp lực quá mạnh, đòi hỏi Trung Quốc phải có bầu cử tự do, phóng thích các nhà bất đồng chính kiến, mở rộng chế độ pháp trị, công bằng hơn đối với các dân tộc thiểu số thì chế độ của Trung Quốc có thể bị sụp đổ, gây xáo trộn tới các vùng khác tại châu Á.

Giả định sai lầm 4: Trung Quốc muốn - và đang - giống như Hoa Kỳ

Giả định sai lầm 5: phe diều hâu Trung Quốc yếu thế

Trong những năm qua, phe diều hâu đã khuyên cấp lãnh đạo Trung Quốc đánh lừa và thao túng các nhà làm chính sách Hoa Kỳ để có được các tài liệu về tình báo, quân sự, kỹ thuật và viện trợ kinh tế. Theo Pillsbury mục đích của *Chiến lược 100 Năm* (1949) là "để rửa sạch nỗi nhục do ngoại nhân gây ra trong quá khứ." Sau đó Trung Quốc sẽ lập lại một trật tự thế giới mới thuận lợi hơn cho Trung Quốc và không có thế lực thống trị của Hoa Kỳ.

Pillsbury cũng thú nhận là chính ông cũng đã từng có những ngộ nhận đó trong mấy chục năm và đã tự hào mình đứng về phe 'ôm panda'.

SÁCH LƯỢC CỦA TRUNG QUỐC

Chín yếu tố chính của Chiến lược Marathon 100 Năm:

1. *Khiến cho [đối phương] tự mãn, tự đại để tránh làm cho đối phương lo ngại.* Sách lược của Trung Quốc cho rằng với một đối phương mạnh như Hoa kỳ ngày nay, không nên khiêu khích họ quá sớm. Thay vào đó cần phải che dấu ý kiến thực sự của mình cho tới thời điểm lý tưởng để ra tay.

2. *Thao túng các cố vấn của đối phương.* Sách lược của Trung Quốc nhấn mạnh phải gây sự ly gián trong đối phương bằng cách mua chuộc những cố vấn có ảnh hưởng trong guồng máy lãnh đạo của đối phương. Nỗ lực đó từ lâu vẫn là một dấu ấn trong quan hệ giữa Trung Quốc và Hoa Kỳ.

3. *Ẩn nhẫn - trong hàng chục năm hay có thể lâu hơn - để giành thắng lợi.* Trong thời Chiến quốc, không bao giờ nhanh chóng có thắng lợi hoàn toàn. Thắng lợi đôi khi chỉ đạt được sau hàng mấy chục năm kế hoạch thận trọng và chờ đợi có tính toán. Ngày nay các nhà lãnh đạo Trung Quốc rất sẵn sàng để kéo dài thêm trò chơi kiên nhẫn chờ đợi đó.

CUỘC ĐUA MARATHON 100 NĂM   17

4. *Lấy cắp những ý tưởng và kỹ thuật của đối phương để dùng vào mục đích chiến lược.* Trung Quốc không bao giờ bận tâm về những điều ngăn cấm theo luật pháp và nguyên tắc trong hiến pháp của Tây phương nên Trung Quốc đã ngang nhiên ủng hộ việc lấy cắp các tài liệu để có lợi về chiến lược. Lấy cắp như vậy là một hình thức ít tốn kém và tương đối dễ dàng mà một nước yếu hơn có thể dùng để giành lấy quyền lực của một đối phương hùng mạnh hơn.

5. *Sức mạnh về quân sự không phải là một yếu tố then chốt để chiến thắng trong một cuộc đua tranh dài hạn.* Điều này giải thích một phần tại sao Trung Quốc đã không dành nhiều nguồn lực để xây dựng một lực lượng quân sự lớn hơn và hùng mạnh hơn. Thay vì tăng cường và củng cố võ lực thì chiến lược của Trung Quốc chủ trương là chờ thời và tấn công quân địch ở những nhược điểm của nó.

6. *Nhận định rằng bá quyền có thể có những hành động cực đoan liều lĩnh để duy trì tư thế thống trị.* Chiến lược của Trung quốc cho rằng bá quyền – tức là Hoa kỳ ngày nay – sẽ không âm thầm từ bỏ vị trí của mình khi thế lực của nó đã suy tàn so với các thế lực khác. Hơn nữa, chiến lược Trung Quốc cho rằng thế lực bá quyền chắc chắn sẽ tìm mọi cách để loại bỏ các thế lực thực sự hay có thể thách thức nó.

7. Không bao giờ bỏ qua cái *thế*. Hai yếu tố then chốt của *thế* trong chiến lược của Trung Quốc là: đánh lừa để khiến đối phương làm những điểm có lợi cho mình và chờ đợi cho tới khi thời cơ thuận tiện nhất để ra tay.

8. *Thiết lập và sử dụng những thước đo để đo lường tình trạng hiện tại của mình so với những đối thủ tiềm tàng khác.* Sách lược của Trung Quốc đặt một giá trị rất cao trong việc đánh giá sức mạnh tương đối của Trung Quốc trong hòa bình cũng như khi có chiến tranh qua vô số những khía cạnh vượt ra ngoài những yếu tố quân sự. Ngược lại, Hoa kỳ chưa bao giờ làm như vậy.

9. Luôn luôn cảnh giác để tránh bị bao vây hay bị kẻ khác lừa dối. Với bản chất đa nghi cố hữu, các nhà lãnh đạo Trung Quốc tin rằng vì tất cả các thế lực đua tranh đang lừa dối họ cho nên Trung Quốc phải chống lại bằng những mưu mẹo lừa dối của mình. Trong thời kỳ Chiến quốc tàn bạo, các lãnh đạo cả tin, ngây thơ, không những bị thất bại trên chiến trường mà còn bị hoàn toàn tiêu diệt. Có lẽ mối lo sợ chiến lược lớn nhất của Trung Quốc là bị bao vây.

Năm 1991, các nhà lãnh đạo Trung Quốc bí mật dùng câu thành ngữ của thời Chiến quốc "Thao quang dưỡng hối"[A]. Khi tài liệu có câu này được tiết lộ ra bên ngoài thì Bắc kinh đã dịch câu đó một cách bí ẩn và đại khái là "chờ thời và xây dựng khả năng." Nhưng trong văn mạch thực sự của nó thì câu ngạn ngữ này thực ra đã nói tới việc lật đổ phe bá quyền cũ và phục thù, nhưng chỉ khi nào thế lực quật khởi có đủ khả năng hành động. Có nhiều chuyên gia tại Mỹ mới đầu không tin điều đó vì nó đi ngược với định kiến của họ cho rằng các chứng cớ về chiến lược gây hấn của Trung quốc cần phải gạt sang một bên, nếu nó chỉ xuất phát từ miệng và ngòi bút của phe diều hâu theo dân tộc chủ nghĩa ở Trung quốc mà người ta thường coi đó chỉ là những thành phần bên lề.

ĐỀ NGHỊ CỦA TÁC GIẢ

Trong cuộc Chiến tranh Lạnh trước đây, Hoa Kỳ đã đánh lui sự đe dọa của một cường quốc khác [Liên Xô] cũng có ý định chế ngự thế giới. Hoa Kỳ đã thắng bằng một số chương trình và chiến thuật được sự ủng hộ của cả hai đảng. Một phương thức như vậy cũng có thể được hình thành để làm cốt lõi cho một chiến lược nhằm đánh bại hay ít ra kìm hãm những tham vọng lớn của Trung Quốc.

Không cần phải là một người Đức mới áp dụng các tư

A. "Náu mình chờ thời" [ND]

tưởng của Clausewitz trên chiến trường. Cũng như vậy, Hoa Kỳ có thể thích nghi một vài khái niệm của Trung Quốc rút ra từ thời Chiến quốc để thắng Trung Quốc trên ván cờ mà Trung Quốc đã tự đặt ra.

Giai đoạn 1: Nhận định vấn đề

Các nhà lãnh đạo chính trị và dư luận của Hoa Kỳ cần phải phân biệt giữa cái "thông điệp" mà Trung Quốc muốn chúng ta nhận với hiện trạng ở dưới những thông điệp đó. Tôn tử và Khổng tử đều đồng ý là cần phải phân biệt giữa hiện tượng và hiện thực.

Điều này có nghĩa là nhận ra rằng Trung Quốc là một đối thủ cạnh tranh chứ không phải là một nước yếu kém cần phải nâng đỡ. Điều đó cũng có nghĩa là phải nghiên cứu *thế* để tìm hiểu xem các nhà lãnh đạo Trung Quốc suy nghĩ như thế nào.

Giai đoạn 2: Phải theo dõi các chương trình viện trợ

Cho tới nay vẫn chưa có báo cáo chi tiết về tất cả những hoạt động do chính phủ tài trợ để giúp Trung Quốc. Không những Hoa Kỳ đã viện trợ cho đối thủ chính của Hoa Kỳ mà Hoa Kỳ lại còn không theo dõi chặt chẽ đã chi tiêu cho sự giúp đỡ đó bao nhiêu.

Giai đoạn 3: Đo lường khả năng cạnh tranh

Toà Bạch Ốc cần phải cung cấp cho Quốc hội báo cáo thường niên bao gồm các chiều hướng và dự báo về các hoạt động của Hoa Kỳ và thứ bậc của Hoa Kỳ so với các đối tượng cạnh tranh của mình. Nhiều bộ trong chính quyền Hoa Kỳ, kể cả giới tình báo, phải tham gia vào công việc này. Không cần phải nghiên cứu mức độ cạnh tranh với tất cả mọi nước, chỉ cần chú ý tới 10 nước đứng đầu — bắt đầu bằng Trung Quốc.

Giai đoạn 4: Đặt ra một chiến lược đua tranh

Chiến Quốc Sách thường mô tả cách các lãnh tụ đã đua tranh với nhau bằng cách thực hiện những cải cách khiến cho thế lực của họ phát triển nhanh hơn thế lực của đối thủ. Điểm cần ghi nhận là phải có cái nhìn cởi mở đủ để nhận ra và hành động khi sách lược cần phải thay đổi và sau đó áp dụng những kỹ thuật mới để đạt được những kết quả mong muốn.

Giai đoạn 5: Tìm ra những lập trường chung trong nước

Các nhà lãnh đạo thời Chiến quốc thường giữ cho liên minh của họ được chặt chẽ và xây dựng những liên minh luôn luôn thay đổi để đoàn kết nhằm một mục đích chung. Chia rẽ là nguy hiểm. Có nhiều người — trong hay ngoài chính phủ — chủ trương cải tổ chính sách của Hoa Kỳ đối với Trung Quốc, nhưng họ đã phân tán thành những phe phái và không coi nhau là những đồng minh. Từ ít ra là năm 1995 các học giả tại Bắc Kinh đã vui mừng nói cho tôi biết những câu chuyện về những người Hoa Kỳ chỉ trích chính sách của Hoa Kỳ đối với Trung Quốc đã bị phân tán về các quan điểm chính trị đến nỗi họ không thể nào cộng tác với nhau được.

Đã đến lúc phải tạo ra sự hợp tác trong số những người muốn tìm sự thay đổi tại Trung Quốc.

Giai đoạn 6: Xây dựng một liên minh hàng dọc gồm các quốc gia

Trung Quốc sợ là các nước láng giềng của Trung Quốc sẽ hợp thành một liên minh như vậy. Và đó là điều Hoa Kỳ cần phải khuyến khích đối với các nước như Mông Cổ, Đại Hàn, Nhật và Phillipines. Ngay cả sự đe dọa của một liên minh như vậy — qua một phong trào tiến tới việc thành lập liên minh — cũng khiến cho Bắc Kinh phải ngừng lại và giảm bớt chính sách hiếu chiến của họ.

Giai đoạn 7: Che chở các nhân vật bất đồng chính kiến

Chính quyền Hoa Kỳ không nên làm suy yếu những nỗ lực của các nhóm có thể là những đồng minh rất hữu hiệu trong việc chống lại chiến lược Marathon 100 năm.

Giai đoạn 8: Đứng lên chống lại những hành động cạnh tranh chống Mỹ

Trung Quốc không chỉ là một nguồn của những hành động gián điệp trên mạng chống lại Hoa Kỳ mà Trung Quốc là một nguồn chính của các hành động đó. Theo một vài sự ước tính, hơn 90% của các vụ gián điệp trên mạng chống Hoa Kỳ xuất phát từ Trung Quốc. Điều rất cần thiết là phải bảo vệ các tích sản kỹ thuật của Hoa Kỳ chống sự lấy cắp của Trung Quốc và để cải thiện tình trạng nhân quyền, chống lại nạn lấy cắp kỹ thuật nhạy cảm và các bí mật quân sự cũng như các sở hữu trí tuệ.

Giai đoạn 9: Nhận diện và khiến cho những kẻ gây ô nhiễm cảm thấy hổ thẹn

Hoa Kỳ cần phải đòi hỏi Trung Quốc hành động một cách có trách nhiệm về vấn đề môi trường và nhấn mạnh Trung Quốc phải làm như vậy dù rằng biện pháp này có nghĩa là chúng ta phải có những đòn bẩy mạnh hơn các biện pháp chính quyền trước đã thi hành. Nếu không thì Trung Quốc sẽ có lợi thế cạnh tranh kinh tế.

Giai đoạn 10: Phanh phui nạn tham nhũng và kiểm duyệt

Chính phủ Hoa Kỳ cũng phải gia tăng nỗ lực tiếp cận với nhân dân Trung Quốc—bằng tiếng Phổ thông— qua đài phát thanh Á Châu Tự Do. Trong thời gian Chiến tranh Lạnh, đài phát thanh Âu Châu Tự Do là một ốc đảo cho các nhân vật bất đồng chính kiến chống Cộng trong một sa mạc kiểm soát và tuyên truyền của Liên Xô. Không có lý do tại sao đài Á Châu Tự Do lại không thể phục hồi một mục đích tương tự như vậy trong cuộc đua Marathon 100 năm, nhưng ngân khoản của đài phát thanh này cần phải được gia tăng ít ra gấp 3 lần.

Giai đoạn 11: Ủng hộ các nhà cải cách dân chủ

Bài học từ thời kỳ Chiến tranh Lạnh mà Hoa Kỳ cần phải để ý tới là khởi động lại sự hỗ trợ cho các nhóm dân chủ và xã hội dân sự ở trong Trung Quốc. Làm sống lại những chương trình ở trong thời kỳ Chiến tranh Lạnh phá Liên Xô từ bên trong, bằng cách dùng sức mạnh của tư tưởng.

Giai đoạn 12: Theo dõi và ảnh hưởng các cuộc tranh luận giữa phe diều hâu và phe cải cách tại Trung Quốc

Ngày nay trong khi Trung Quốc theo đuổi chiến lược Chiến tranh Lạnh riêng của họ chống Hoa Kỳ thì Trung Quốc cũng theo dõi rất kỹ các phe phái khác nhau tại Washington, DC— phe ủng hộ Bắc Kinh, phe hoài nghi, phe có thể thao túng và phe đã nhận ra chiến lược Marathon. Trước kia Hoa Kỳ cũng có những thành tích rất tốt trong các công việc này. Trong Chiến tranh Lạnh, Hoa Kỳ đã đầu tư thời gian, kỹ thuật và nhân viên để phân biệt các hoạt động của những thành viên trong bộ Chính trị Liên Xô để nhận ra ai là người chủ trương một quan hệ hoà hợp hơn với Hoa Kỳ và ai là người coi Hoa Kỳ là đối thủ nguy hiểm cần phải vượt qua. Tuy nhiên, khác hẳn với những hoạt động của chúng ta chống lại Liên Xô, hiện nay Hoa Kỳ đang thụt lùi khi đối phó với Trung Quốc. Điều then chốt là Hoa Kỳ cần phải tìm hiểu về các phe phái khác nhau trong những cuộc tranh luận nội bộ nhậy cảm tại Trung Quốc.

Lời nói đầu
Ý NGHĨ VIỄN VÔNG

Giấu trời qua biển[B]
Tam thập lục kế

Vào trưa ngày 30 tháng 11 năm 2012 dưới một bầu trời cuối thu trong sáng Wayne Clough người tổng thơ ký râu bạc phơ đáng mến của viện Smithsonian đã xuất hiện trước một dàn các máy quay phim và máy vi âm. Trong khi ông ta nói một cơn gió lạnh đã thổi qua quảng trường National Mall. Cử tọa đứng mặc áo lạnh, trong khi đó thì một người đại diện của bộ trưởng ngoại giao Hillary Clinton giơ cao một huy chương vàng, nét mặt trông có vẻ bí mật. Khách danh dự của viện Smithsonian ngày hôm đó là nghệ sĩ nổi tiếng Trung Quốc Cai Guo Qiang [Thái Quốc Cường.] Trước đó ông đã được chiêu đãi ở một bữa tiệc rất quan trọng trong phòng triển lãm Sackler của viện Bảo tàng Nghệ thuật Á Châu tại Smithsonian. Đó là một buổi lễ trong đó hiền nội của tôi là Susan cũng là người cùng chiêu đãi. Có khoảng 400 tân khách, trong đó có Nancy Pelosi, người đứng đầu phe dân biểu thiểu số tại Hạ viện, Hoàng phi Michael of Kent và bà góa phụ 74 tuổi của vua Iran. Mọi người đã nâng ly để chúc mừng quan hệ Trung Quốc và Hoa Kỳ và để có dịp thấy ông Thái là người đã được quốc tế

B. Man thiên quá hải (Giấu trời qua biển, lợi dụng sương mù để lẩn trốn)
http://ngocchinh.com/36-ke-sach-binh-phap-ton-tu/

ca tụng vì các nghệ thuật pháo bông ngoạn mục của ông đã được trình diễn trong buổi khai mạc Thế Vận Hội Quốc tế ở Bắc kinh năm 2008. Ông Thái đã được nổi tiếng là người ca tụng những biểu tượng của Trung Quốc bằng nghệ thuật trình diễn; và có lần ông ta đã đốt những đống lửa để kéo dài Vạn Lý Trường Thành thêm 10 cây số để có thể được nhìn thấy rõ hơn từ trên không gian. Buổi dạ hội buổi tối hôm đó đã gây quỹ được hơn một triệu đồng cho viện Smithsonian và đã được đăng tải rất nhiều trong các trang báo và tạp chí về các cuộc yến tiệc.[1]

Ngày hôm sau khi ông Thái được đưa ra giới thiệu thì ông ta mặc một bộ đồ kiểu Tây phương, áo khoác mầu xám và khăn quàng cổ mầu da cam tươi. Dáng người thon gọn và đẹp trai, tóc hoa râm, ông đã nhìn ra phía quảng trường Mall nơi có tác phẩm nghệ thuật mới nhất của ông là một cây Giáng Sinh cao bốn tầng lầu trên đó có trang trí bằng hai ngàn ngòi nổ.

Ông Thái vặn một một bộ phận khai hỏa cầm trong tay và cử tọa thấy cây thông nổ ngay trước mắt họ, khói đen bốc lên từ các cành cây. Ông Thái lại nhấn nút một lần nữa, và cái cây lại nổ một lần nữa, rồi sau đó lại nổ thêm một lần thứ ba. Trong năm phút trình diễn, lá thông bay khắp trên sân cỏ và làn khói đen đậm — tượng trưng cho phát minh ra thuốc súng của Trung Quốc — đã bốc lên trước căn nhà làm bằng đá đỏ biểu tượng của viện Smithsonian[2]. Sau đó phải mất hai tháng mới dọn sạch được các mảnh vỡ và các vật còn lại sau vụ nổ đó. Tôi không biết trong số các khách tham dự có ai suy nghĩ gì về việc tại sao họ lại đến xem một nghệ sĩ Trung Quốc làm nổ tung một biểu tượng của tín ngưỡng đạo Thiên Chúa ngay trung tâm của thủ đô chúng ta chưa đầy một tháng trước Giáng Sinh. Chính tôi cũng không biết chắc rằng tôi cũng thấy điều gì hay trong cái ẩn ý của hành động đó, và tôi cũng vỗ tay cùng với các khán giả khác. Có lẽ cảm thấy sự kiện này có thể gây ra tranh cãi nên một phát ngôn viên của viện bảo tàng đã nói với tờ *Washington Post* là "Tác phẩm này tự nó không nhất thiết có liên quan gì tới lễ Giáng Sinh."[3] Thực vậy viện bảo tàng đã coi sự trình diễn của ông Thái là một "Vụ Nổ" mà nếu ta nghĩ kỹ thì cũng không có ý nghĩa gì khác cách mô tả của ông Thái ở trên trang mạng của ông, đặt tên cho sự kiện đó là: "Cây Giáng Sinh Đen."[4]

Người phụ tá của ngoại trưởng Clinton giơ cái huy chương vàng lên để cho báo chí trông thấy trong khi đó thì ông Thái mỉm cười khiêm tốn. Ông vừa được bà Clinton đích thân trao tặng huy chương đầu tiên về nghệ thuật của bộ Ngoại Giao cùng với món tiền là $250 ngàn, bằng tiền đóng thuế của dân chúng Mỹ. Bà Clinton nói huy chương này đã được trao tặng cho nghệ sĩ vì "sự đóng góp của ông trong công cuộc đẩy mạnh sự tìm hiểu và ngoại giao."[5] Hình như ông Thái cũng có những cảm nghĩ như vậy. Ông nói "Tất cả các nghệ sĩ đều là các nhà ngoại giao, đôi khi nghệ thuật có thể thực hiện được những điều mà chính trị không thể thực hiện được."[6]

Tôi cũng hơi nghi nghi một chút. Ngày hôm sau tôi đã nói tới ông Thái trong một buổi gặp mặt kín với một nhân viên cao cấp của chính quyền Trung Quốc đã đào ty. Ông này không thể tin được là đã trao giải thưởng trong vụ nổ đó. Chúng tôi tìm trên mạng để tìm hiểu kỹ hơn về ông Thái và những tác phẩm nghệ thuật của ông. Tôi không chú ý đến những bài viết bằng tiếng Anh ca tụng ông Thái là thiên tài nhưng tôi đọc để xem những người Trung Quốc đã nói gì trong những trang mạng bằng tiếng Phổ thông về một trong những người công dân đã được hoan nghênh nhất của họ.

Hóa ra ông Thái được nhiều người hâm mộ tại Trung Quốc. Ông ta đã và chắc chắn hãy còn là một nghệ sĩ được nhiều người ưa chuộng nhất trong nước, ngoại trừ ông Ai Wei We [Ngải Vị Vị.] Nhiều người hâm mộ ông Thái là những người theo chủ nghĩa dân tộc và đã hoan nghênh ông vì đã làm nổ những biểu tượng của Tây phương ngay trước mắt khán giả

Tây phương. Những người Trung Quốc theo chủ nghĩa dân tộc tự nhận là diều hâu. Rất nhiều người trong phái diều hâu này là tướng, đô đốc, và những nhân vật chủ trương cứng rắn trong chính quyền. Rất ít người Mỹ đã có dịp được gặp họ, họ là những viên chức, là các tác giả Trung Quốc mà tôi biết rõ nhất bởi vì từ năm 1973 chính phủ Mỹ đã chỉ thị cho tôi làm việc với họ. Có một vài người đồng nghiệp của tôi đã nhầm lẫn coi những người trong phái diều hâu là những người dở hơi. Nhưng đối với tôi họ là tiếng nói thật sự của Trung Quốc.[7]

Ông Thái và các người trong phe diều hâu có vẻ ủng hộ lập luận là Hoa kỳ đang suy vong và Trung Quốc nổi lên thành một cường quốc. (Có sự trùng hợp ngẫu nhiên, tên của ông ta là Quốc Cường có nghĩa là "nước mạnh" trong tiếng Phổ thông.) Các cuộc triển lãm nghệ thuật của ông Thái trước đây cũng là những biến thái của chủ đề này. Chẳng hạn trong khi quân lính Mỹ đang bị tấn công ráo riết bởi các thiết bị nổ tự chế (IED) ở Afghanistan và Iraq thì ông nghệ sĩ này lại làm một tác phẩm phỏng theo một vụ đặt chất nổ bằng xe hơi để "các người xem được thưởng thức cái đẹp bao hàm trong những cuộc tấn công của quân khủng bố và trong chiến tranh."[8] Ông Thái đã khiến cho nhiều người phải ngạc nhiên khi ông nói rằng sự tấn công của khủng bố vào ngày 11 tháng 9 năm 2001 là một "cảnh ngoạn mục" cho khán giả thế giới, y như là ông có một ý nghĩa méo mó coi đó là một tác phẩm nghệ thuật. Ngay sau khi xảy ra các cuộc khủng bố đó một giáo sư ở Oxford University đã nói rằng ông Thái Quốc Cường tuyên bố là cuốn sách[9] mà ông yêu chuộng là cuốn *Unrestricted Warfare: War and Strategy in the Globalization Era*[C] (Siêu hạn chiến: Chiến tranh và Chiến lược trong Thời đại Toàn cầu hóa[D]), là một tác phẩm phân tích về quân sự trong đó hai đại tá Trung Quốc đã khuyến cáo Bắc Kinh "dùng kỹ thuật chiến tranh phi đối xứng

---

C. Tóm lược bằng tiếng Anh tại trang mạng của Federation of American Scientists [ND] https://fas.org/nuke/guide/china/doctrine/unresw1.htm

D. Unrestricted Warfare (siêu hạn chiến) https://en.wikipedia.org/wiki/Unrestricted_Warfare

[asymmetric warfare] kể cả khủng bố để tấn công Hoa Kỳ."[10] Ngay cả bây giờ các bloggers của Trung Quốc hãy còn cảm thấy thích thú được xem cảnh người anh hùng của họ phá hoại một biểu tượng của tín ngưỡng Thiên Chúa tại một nơi không xa điện Capitol của Mỹ. Sự khôi hài đó có vẻ như là một hành động chế diễu ngay chính chúng ta.

Mãi về sau tôi mới được biết là những viên chức Mỹ chịu trách nhiệm về số tiền thưởng cho ông Thái đã không biết gì về quá trình của ông ấy hoặc về chiến lược nghệ thuật đáng nghi ngờ của ông ấy. Tôi không thể nào không cảm thấy là hiền nội tôi và tôi đã vô tình không biết được chuyện đó – và chúng tôi là dân man di mọi rợ, vui vẻ không biết gì về sự trình diễn có ẩn ý sâu sắc diễn ra trước mặt chúng tôi. Điều này cũng không khác gì với chính sách của Mỹ đối với Trung Quốc nói chung. Các nhà lãnh đạo Trung Quốc đã khiến cho nhiều người ở Tây Phương tin rằng sự phục hưng của Trung Quốc sẽ hòa bình và không làm hại ai hết, trong khi đó họ đã theo đuổi một chiến lược mà về cơ bản đã hoàn toàn ngược lại.

***

Người Mỹ chúng ta vẫn còn không nhìn Trung Quốc như là họ nhìn chúng ta. Tình trạng này đã kéo dài hàng mấy chục năm, nếu không thì làm sao giải thích được lý do viện Smithsonian và bộ Ngoại giao đã thưởng cho một nghệ sĩ Trung Quốc nổi tiếng $250,000 để ông ta làm nổ một cây Giáng Sinh ngay tại quảng trường National Mall của Mỹ. Lời giải thích sự kiện này ít ra là một phần nằm trong một câu ngạn ngữ cổ của Trung Quốc "Man thiên quá hải" hay nói một cách giản dị hơn là che giấu một cách công khai. Đó là một trong 36 kế trong tác phẩm *Tam Thập Lục kế* trong truyền thuyết dân gian thời xưa của Trung Quốc.[11] Tất cả những kế đó đều được đặt ra với mục đích đánh bại một đối thủ mạnh hơn bằng cách dùng ngay chính những lực của đối thủ để chống lại đối thủ mà đối thủ không biết là chính mình đang tham dự vào một cuộc đua tranh. Có lẽ một cách vô tình mà ông Thái đã nói tới ý tưởng này trong những nhận xét mà ông ta tuyên bố trước mặt khán giả tại bộ Ngoại Giao Hoa Kỳ. Ông ta nói: "Mỗi người đều có những mánh khóe riêng của mình."[12]

Nói chung người ta hiểu rằng những người mà chúng ta gọi là các chuyên gia về Trung Quốc đều cho rằng công việc làm của chúng ta phải tập trung vào việc giảm bớt sự hiểu lầm giữa Hoa Kỳ và Trung Quốc. Chúng ta đã tự đặt cho chúng ta nhiệm vụ đó. Nhưng người Mỹ đã nhận xét sai lầm nhiều lần đối với Trung Quốc và sự kiện này đã gây ra những hậu quả sâu sắc. Năm 1950 giới lãnh đạo Trung Quốc tin rằng họ đã cảnh báo rõ ràng Hoa Kỳ là quân đội Hoa Kỳ không được tới gần biên giới Trung Quốc trong cuộc chiến tranh Triều Tiên, nếu không Trung Quốc bắt buộc sẽ phải phản ứng tương xứng. Không có ai tại Washington hiểu được thông điệp đó và vào tháng 11 của năm đó quân đội Trung Quốc đã tràn qua sông Áp Lục vào Bắc Triều Tiên, giao chiến với quân đội Hoa kỳ trong nhiều trận cho tới khi có hòa ước đình chiến vào năm 1953, và sau khi hơn 30.000 binh sĩ Mỹ đã bị thiệt mạng. Hoa Kỳ cũng hiểu lầm quan hệ của Trung Quốc với Liên Xô, hiểu lầm lý do tại sao Trung Quốc lại muốn kết thân với chính quyền của Tổng thống Nixon trong thập niên 1970, hiểu lầm ý định của Trung Quốc đối với phong trào sinh viên phản đối tại Quảng Trường Thiên An Môn năm 1989 và hiểu lầm quyết định của Trung Quốc đã coi vụ máy bay Mỹ ném bom lầm vào sứ quán Trung Quốc vào năm 1999 mà các nhà lãnh đạo Trung Quốc đã coi đó như chẳng khác gì những tội ác của Hitler, và còn nhiều vụ khác nữa.

Nhiều người trong chúng ta nghiên cứu về Trung Quốc đã được huấn luyện để nhìn Trung Quốc như một nạn nhân đáng thương của chế độ đế quốc Tây phương. Đây là một quan niệm mà các nhà lãnh đạo Trung Quốc không những chính họ tin mà họ lại còn tích cực khuyến khích những người khác cũng tin nữa. Khi tôi đang học để lấy bằng Ph.D. ở Đại Học Columbia vào năm 1967 các giáo sư về khoa chính trị của tôi đã nhấn mạnh lập luận là Tây Phương và Nhật đã ngược đãi Trung Quốc như thế nào và các giáo sư đã có ngụ ý là thế hệ của chúng tôi bằng cách nào cần phải chuộc lại cái lỗi đó. Rất nhiều sách giáo khoa của chúng ta cũng có những lập luận tương tự.

Quan điểm này — muốn giúp đỡ Trung Quốc bằng mọi giá và hầu như không nhìn thấy những điều đi ngược lại với quan điểm công nhận thiện chí của Trung Quốc, coi Trung Quốc là nạn nhân — ảnh hưởng tới cách thức mà chính quyền Hoa Kỳ giao dịch với Trung Quốc. Nó cũng ảnh hưởng tới những lời cố vấn mà các chuyên gia về Trung Quốc đã trình bầy cho các tổng thống và các người lãnh đạo khác.

Nó cũng ảnh hưởng tới các tài liệu phiên dịch nữa. Một trong những điều đầu tiên mà người học tiếng Trung Quốc thấy là tiếng Trung Quốc chủ yếu là mơ hồ. Không có mẫu tự a, b, c, và các từ trong tiếng Trung Hoa không được tạo thành bởi các mẫu tự, thay vào đó các từ này được hình thành bằng những từ nhỏ hơn. Thí dụ như từ size (kích thước) được viết bằng sự phối hợp của 2 chữ *đại* và *tiểu* [大小.] Từ chỉ chiều dài (length) gồm có 2 từ nhỏ là *trường* và *đoản*[E]. Người Trung Quốc dùng tự điển để sắp xếp hàng ngàn chữ và các chữ đó lại được phân loại trong khoảng 200 bộ và được sắp xếp trên căn bản có liên quan với nhau. Dưới mỗi một loại có liên quan với nhau thì các chữ đó lại được phân chia theo số nét cần có để viết chữ đó từ 1 nét cho tới con số tối đa là 17 nét.

Thêm vào sự phức tạp này là cách dùng dấu thanh và âm cao thấp để phân biệt các từ. Kết quả của dấu thanh là một từ có thể có bốn nghĩa khác nhau. Thí dụ điển hình thường được nói tới là từ *mā*: nếu dùng dấu thanh 1 [âm bình] mā 妈 thì

E. Từ 'kích thước' viết bằng sự phối hợp của 2 chữ đại và tiểu (大小). Từ chỉ 'chiều dài' gồm có 2 từ là *trường* và đoản (长短). [ND]

có nghĩa là *mẹ*, dấu giọng 2 [dương bình] má 麻 có nghĩa là làm cho tê đi, dấu thanh 3 (thượng thanh) *mã* 马 là con ngựa, và dấu thanh 4 [khứ thanh] là chữ *mà* 骂 có nghĩa là trách mắng.[F] Người Trung Quốc phải nói lớn để khiến cho các dấu giọng có thể được phân biệt rõ ràng hơn. Một sự mơ hồ khác là trong chữ Trung Quốc có rất ít âm thanh để dùng thay cho vần. Trong tiếng Anh có tới 10.000 vần [syllable] khác nhau, nhưng trong tiếng Trung Quốc chỉ có 400 vần. Do đó có nhiều từ khác nhau nhưng cách đọc như nhau, khiến cho có rất nhiều cách chơi chữ và nhiều sự hiểu lầm.

Sự phức tạp của tiếng Trung Quốc cũng giống như một mật mã. Một người ngoại quốc phải có những quyết định quan trọng khi dịch một ý niệm trong tiếng Trung Quốc mà tự nó có thể khiến cho hiểu lầm.[13] Tôi phải quyết định dịch như thế nào đối với những câu ẩn dụ nói lửng được dùng trong tiếng Trung Quốc của ông Đặng Tiểu Bình trong một cuộc thăm của phái đoàn Thượng Viện tại Bắc Kinh vào năm 1983, rồi tới những nhận xét mơ hồ của Zhu Rongji [Chu Dung Cơ] tại Washington vào năm 1987, và tới năm 2002 tôi lại phải tìm hiểu xem Hu Jintao [Hồ Cẩm Đào] muốn nói gì trong cuộc viếng thăm của ông tại lầu Năm Góc. Các bạn đồng nghiệp của tôi thường trao đổi với nhau những quyết định về dịch như thế nào. Điều không may là phần lớn những người tự coi là chuyên gia về Trung Quốc tại Hoa Kỳ chỉ nói được vài câu tiếng Trung Quốc — đủ để loè những người không thông thạo tiếng Trung Quốc. Sự kiện này khiến cho các nhà tự coi là chuyên gia về Trung Quốc có thể diễn giải một cách chủ quan theo những đường lối thích hợp với sự tin tưởng của họ. Điều mà tất cả chúng ta phải làm cho tốt hơn là không những chỉ căn cứ vào lời nói mà đồng thời phải dựa vào văn mạch của những lời nói đó; chúng ta phải để ý nhìn và tìm những ý nghĩa lớn hơn được che giấu. Trong hơn một nửa thế kỷ vừa qua các người Hoa Kỳ đã không

---

F. Theo cách giải thích thông thường của các sách giáo khoa tiếng Việt về chữ Hán [*ND*]

làm được như vậy. Cho tới gần đây, đôi khi có những câu diễn tả mơ hồ của phe diều hâu Trung Quốc dẫn chứng những điển tích trong lịch sử ít người biết tới. Do đó những đóng góp của họ vào chiến lược của Trung Quốc đã không được phần lớn các người ngoại quốc nhìn thấy.

Từ khi Tổng thống Nixon xích gần về phía Trung Quốc vào năm 1971, chính sách của Hoa Kỳ đối với nước Cộng Hòa Nhân Dân thường đã bị hướng dẫn bởi những người muốn có một sự "tham gia có tính cách xây dựng" với Trung Quốc để giúp cho Trung Quốc phục hưng. Chính sách này vẫn còn có hiệu lực và chỉ có những sự thay đổi rất nhỏ sau mấy chục năm vừa qua, qua tám nhiệm kỳ của các tổng thống. Tổng thống Dân Chủ cũng như Cộng Hòa có những quan điểm khác nhau về chính sách ngoại giao, nhưng các tổng thống đó đều đồng ý về tầm quan trọng cần phải liên kết với Trung Quốc và giúp cho Trung Quốc phục hưng. Số người chủ trương liên kết và phục hưng có rất đông trong số các giới kinh điển danh tiếng, các nhà ngoại giao, các nguyên tổng thống và nó đã ảnh hưởng tới các nhà làm chính sách và các nhà báo viết về Trung Quốc. Tôi biết như vậy, bởi vì tôi đã từng là một thành viên của nhóm này trong mấy chục năm. Thực vậy, tôi là một trong số những người đầu tiên đã cung cấp tin tình báo cho tòa Bạch Ốc để tạo ra sự thuận lợi thoải mái cho Trung Quốc vào năm 1969. Trong mấy chục năm, đôi khi tôi đã giữ một vai trò quan trọng trong việc khuyến khích chính quyền của hai đảng cung cấp những sự giúp đỡ về kỹ thuật và quân sự cho Trung Quốc. Phần lớn tôi chấp nhận giả định của những nhà ngoại giao cao cấp và những học giả. Những nhận định đó đã được nhắc đi nhắc lại nhiều lần trong những cuộc thảo luận về chiến lược của Hoa Kỳ, trong những lời bình luận và trong những sự phân tích của báo chí. Chúng ta tin rằng viện trợ của Hoa Kỳ đối với một nước Trung Quốc còn yếu kém, và các nhà lãnh đạo của họ cũng suy nghĩ như chúng ta, sẽ giúp Trung Quốc trở thành một lực lượng dân chủ, hòa bình và không có tham vọng bá chủ trong vùng hay tham vọng chế ngự toàn thế giới. Chúng ta đã đánh giá quá thấp ảnh hưởng của phe diều hâu của Trung Quốc.[14]

Tất cả những giả định đằng sau sự tin tưởng đó đều sai, và sai một cách nguy hiểm. Sự sai lầm của các giả định đó càng ngày càng trở nên rõ hơn qua những điều mà Trung Quốc đang làm và, không kém quan trọng, những điều Trung Quốc không làm.

GIẢ ĐỊNH SAI LẦM 1 – GIAO KẾT SẼ ĐƯA ĐẾN HỢP TÁC

Trong 40 năm vừa qua các đồng nghiệp của tôi và tôi đã tin rằng giao kết với Trung Quốc sẽ khiến cho Trung Quốc hợp tác với Tây phương trong một số lớn các vấn đề chính sách. Nhưng sự hợp tác đó chưa xẩy ra. Giao thương và kỹ thuật đáng lẽ giúp cho quan điểm của Trung Quốc và Tây Phương gần nhau hơn về những vấn đề liên hệ tới trật tự trong vùng và trên thế giới. Nhưng các điều này cũng vẫn chưa đến. Nói tóm lại Trung Quốc đã không đáp lại hầu hết tất cả những sự mong đợi lạc quan của chúng ta.[15]

Từ việc làm trở ngại các nỗ lực tái thiết và phát triển kinh tế tại Afghanistan, phần lớn bị tàn phá bởi chiến tranh, cho tới đưa ra những sự trợ giúp đối với các chính quyền Tây Phương đang gặp khó khăn tại Sudan và Bắc Triều Tiên, Trung Quốc đã chống lại các hành động và các mục tiêu của chính phủ Hoa Kỳ. Thực vậy Trung Quốc đang xây dựng những quan hệ riêng của họ đối với các đồng minh cũng tựa như địch thủ của Hoa kỳ. Và những quan hệ này đã đi ngược lại những ý định hòa bình và xây dựng của Trung Quốc.

Chẳng hạn như vấn đề võ khí hủy diệt tập thể. Không có một sự đe dọa an ninh nào lại lớn hơn đối với Hoa Kỳ và các đồng minh của chúng ta như sự phổ biến các loại võ khí đó. Nhưng— nói một cách nhẹ nhàng — Trung Quốc đã không giúp đỡ một chút nào cả về việc chặn đứng các tham vọng về võ khí hạt nhân của Bắc Triều Tiên và Iran. Sau vụ 9/11 có một vài nhà phê bình bầy tỏ sự tin tưởng rằng Mỹ và Trung Quốc từ đây sẽ đoàn kết với nhau hơn để chống lại sự đe dọa của nạn khủng bố, như hai nước trước kia đã làm trước ám ảnh của Liên Xô. Nhưng hy vọng hợp tác để đối diện với một "mối nguy hiểm chung" về nạn khủng bố, như tổng thống Georges W. Bush đã mô tả trong diễn văn về tình trạng liên bang vào tháng giêng năm 2002, khi nói về xóa bỏ những sự "tranh đua ngày trước"[16], đã không làm thay đổi thái độ của Trung Quốc. Sự hợp tác giữa Trung Quốc và Mỹ về vấn đề này đã hoàn toàn giới hạn về tầm mức cũng như về ý nghĩa.

GIẢ ĐỊNH SAI LẦM # 2: TRUNG QUỐC ĐANG TRÊN ĐƯỜNG TIẾN TỚI DÂN CHỦ

Chắc chắn là Trung Quốc đã thay đổi trong 30 năm vừa qua nhưng hệ thống chính trị của Trung Quốc đã không tiến hóa theo những điều mà những người chủ trương giao kết như chúng tôi đã hy vọng và dự đoán. Có một thiểu số càng ngày càng lớn của các chuyên gia về Trung Quốc bắt đầu nhận thấy như vậy. Aaron Friedberg của Đại học Princeton đã nhận xét rằng thay vì sắp sửa bị tiêu vong thì đảng Cộng sản Trung Quốc có thể còn sống được hàng vài chục năm nữa.[17] Tác giả James Mann người đã viết về Trung Quốc trong hơn 30 năm qua cho thấy rằng điều mà ông ta gọi là "diễn trình êm thắm" dự đoán Trung Quốc sẽ chuyển biến một cách êm thắm về phía dân chủ tự do bây giờ có thể là một sự viễn vông. Ông cảnh báo rằng trong 20 hoặc 30 năm nữa Trung Quốc có thể sẽ giầu hơn và mạnh hơn bây giờ nhưng có lẽ Trung Quốc lúc đó hãy còn bị cai trị bởi chế độ độc tài Cộng sản "thù nghịch đối với những người bất đồng chính kiến và các sự chống đối có tổ chức về chính trị," ủng hộ các chế độ áp chế khác trên thế giới, và bất đồng gay gắt với Hoa Kỳ.[18] Một sự đánh giá năm 2009 của Hội đồng Âu châu về các Vấn đề Đối ngoại, một think tank hàng đầu có lập trường trung tâm thiên tả, đã coi là một sự lỗi thời không thích hợp khi tin tưởng rằng tiếp xúc với Liên minh Âu Châu sẽ khiến cho Trung Quốc "cởi mở thêm về mặt kinh tế, cải thiện chế độ tôn trọng luật pháp và dân chủ hóa chế độ chính trị."[19] Các nhà học giả càng ngày càng nhận thấy thay vì có sự xuất hiện của một thị trường kinh tế tự do như của Hoa Kỳ, thì lại có sự xuất hiện của một hệ thống được gọi là "tư bản chuyên chế."[20] Andrew Nathan của đại học Columbia University, viết trong tập san *Journal of Democracy*, gọi sự chuyển biến đó là sự chuyển biến của "chế độ chuyên chế dai dẳng."[21]

Tuy nhiên ý tưởng cho rằng mầm mống của dân chủ đã được gieo rắc ở cấp xã đã trở thành một sự khôn ngoan thông lệ trong số những quan sát viên về Trung Quốc tại Mỹ. Họ lập luận rằng với sự kiên nhẫn và không có áp lực của Hoa Kỳ, các cuộc bầu cử địa phương trong các thành phố của Trung Quốc rốt cuộc sẽ chuyển hướng lan tràn lên các vùng và được áp dụng vào các cuộc bầu cử toàn quốc.

Cũng giống như nhiều người làm việc cho chánh phủ Hoa Kỳ, tôi đã nghe câu chuyện dân chủ đó trong hàng chục năm. Tôi đã đọc về câu chuyện đó trong biết bao nhiêu sách và các bài viết và tôi đã tin vào điều đó. Tôi *thật sự muốn tin* như vậy.

Nhưng lòng tin của tôi đã bị rung chuyển lần đầu tiên năm 1997 khi tôi ở trong số những người được khuyến khích tới Trung Quốc để quan sát sự xuất hiện của các cuộc bầu cử gọi là "dân chủ" trong một làng gần thành phố kỹ nghệ Dongguan [Đông Quản]. Trong khi viếng thăm tôi đã có dịp nói chuyện bằng tiếng Phổ thông với các ứng viên và đã được nhìn thấy các cuộc bầu cử đã diễn tiến ra sao. Tôi đã thấy ngay là có những qui định bất thành văn của cuộc chơi, đó là cấm hội họp công cộng, cấm tranh cử trên truyền hình, và cấm cả bích chương tranh cử. Các người tranh cử không được chỉ trích bất cứ một chính sách nào của đảng Cộng Sản và họ cũng không có quyền được chỉ trích các đối thủ của họ về bất cứ vấn đề gì. Sẽ không có những cuộc tranh luận như kiểu Hoa Kỳ về vấn đề thu thuế, chi tiêu hay tương lai của đất nước. Điều duy nhất mà các ứng viên có thể làm là so sánh những phẩm chất cá nhân của họ đối với người đối lập. Vi phạm các điều lệ này đều bị coi là những hành động tội phạm.

Một ứng viên mà tôi nói chuyện với hỏi tôi ở các nước Tây phương các cuộc bầu cử dân chủ có hoạt động như vậy không. Tôi không nỡ lòng nói cho ông ta biết sự thật. Phe diều hâu của Trung Quốc đã hoàn toàn gạt bỏ những cuộc bầu cử thật sự.

GIẢ ĐỊNH SAI LẦM # 3: TRUNG QUỐC, BÔNG HOA MẢNH DẺ.

Năm 1996, tôi ở trong một phái đoàn của Mỹ tới Trung Quốc — trong đó có Robert Ellsworth, cố vấn tối cao về chính sách ngoại giao cho ứng viên Cộng hoà được đề cử tranh cử tổng thống là ông Robert Dole. Khôn ngoan đón gió là nếu ông Dole thắng cử thì Ellsworth có thể được bổ nhiệm làm bộ trưởng ngoại giao, Trung Quốc đã cho chúng tôi được xem một sự việc có thể chưa từng có về các hoạt động nội bộ và các vấn đề nội bộ của Trung Quốc. Một vài viên chức tháp tùng chúng tôi là các sĩ quan tự nhận là phái diều hâu.

Trong một cuộc trao đổi có vẻ là ngay thẳng với các nhà học giả Trung Quốc, chúng tôi được nghe trình bầy là Trung Quốc đang phải đối diện với những sự khó khăn về kinh tế cũng như chính trị và rất có thể sẽ bị sụp đổ. Các nhà học giả lỗi lạc này đã vạch trần các vấn đề môi trường trầm trọng, sự bất mãn của các dân tộc thiểu số, lãnh đạo trong chính quyền tham nhũng và bất tài không có khả năng thực hiện những sự cải cách cần thiết. Bộ Chính trị Trung Quốc thường rất kín đáo, vì vậy tôi rất ngạc nhiên về sự ngay thật của các học giả và giật mình về những sự dự đoán của họ. Những điều này lại càng củng cố lập trường của tôi ủng hộ các nỗ lực của Hoa Kỳ để viện trợ cho Trung Quốc là một nước đang bị suy yếu.

Về sau tôi mới được biết rằng những người Trung Quốc tháp tùng các nhóm khác của Mỹ bao gồm các giáo sư đại học, giới doanh nghiệp và các chuyên gia về chính sách trong các cuộc viếng thăm "đặc biệt"; và các nhóm này cũng nhận được những thông điệp giống y như vậy về sự sắp suy vong của Trung Quốc. Có nhiều người trong các nhóm đã nhắc lại những sự phát hiện này trong các bài viết, trong các sách và trong các lời bình luận gởi về Hoa Kỳ. Chẳng hạn một tài liệu nghiên cứu được xuất bản bởi tổ chức rất có ảnh hưởng là RAND Corporation đã liệt kê 10 yếu tố có thể làm cho Trung Quốc bị chậm lại hay có thể sụp đổ trong tương lai rất gần.[22] Nhận xét này tiếp tục là khuynh hướng điển hình cho các cuộc tranh luận về Trung Quốc trong nhiều năm sau đó. Tựa của một bài viết đăng trong tập san *Commentary* vào năm 2003 đã nói tới "sự bệnh hoạn"[23] của Trung Quốc và một cuốn sách bán chạy nhất xuất bản năm 2001 đã nói tới sự "sắp sụp đổ"[24] của Trung Quốc. Nhiều người cũng bày tỏ quan niệm lo ngại là nếu Hoa Kỳ ép Trung Quốc phải có bầu cử, trả tự do cho các người bất đồng chính kiến, nói rộng sự cai trị bằng luật pháp và đối xử công bằng với các thành phần dân tộc thiểu số thì áp lực này sẽ dẫn tới sự sụp đổ của nhà nước Trung Quốc và gây ra một sự xáo trộn khắp Châu Á.

Trong mấy chục năm, tại khắp nước Mỹ chúng ta đã thấy những lập luận như vậy trong các bài bình luận độc lập ở trên các báo, các bản tin tức và các sách chi phối các cuộc thảo luận về Trung Quốc. Tuy nhiên sự kiện hiển nhiên là GDP rất mạnh của Trung Quốc đã được dự đoán là sẽ tiếp tục gia tăng ít ra từ 7 tới 8% và do đó có thể qua mặt Hoa Kỳ sớm nhất là vào năm 2018, theo các nhà kinh tế của Quỹ Tiền tệ Quốc tế, của Tổ chức Hợp tác và Phát triển Kinh tế (OECD), và của Liên Hiệp Quốc.[25] Điều không may là các chuyên gia về chính sách của Trung Quốc như tôi đều quá tin tưởng vào "sự sụp đổ của Trung Quốc"[26] nên rất ít người trong số chúng tôi tin vào những dự đoán đó. Trong khi chúng tôi lo lắng về tình trạng khó khăn của Trung Quốc thì nền kinh tế của Trung Quốc đã gia tăng hơn gấp đôi.

GIẢ ĐỊNH SAI LẦM # 4. TRUNG QUỐC MUỐN - VÀ ĐANG - GIỐNG NHƯ CHÚNG TA.

Với tinh thần tự cao tự đại, người Hoa Kỳ đều tin rằng những ước vọng của bất cứ nước nào cũng giống ước vọng của nước Mỹ. Trong những năm gần đây thái độ này đã chi phối cách thức chúng ta giải quyết vấn đề Iraq và Afghanistan. Đối với Trung Quốc chúng ta cũng vẫn giữ thái độ như vậy.

Vào những năm 1940 có một dự án được tài trợ bởi chính phủ Hoa Kỳ để tìm hiểu về cách suy nghĩ của người Trung Quốc. Dự án đó tích lũy rất nhiều tài liệu nghiên cứu trong đó có một cuộc nghiên cứu cho 150 người di dân Trung Quốc ở New York tại phố Tàu ở New York được thử bằng cách cho họ xem những những vết mực Rorschach.[G] Các nhà nghiên cứu, trong đó có các học giả như Nathan Leites, Ruth Benedict và Margaret Mead, cũng phân tích các chủ đề thường được ưa chuộng trong các sách vở và phim ảnh của Trung Quốc. Một kết luận của tài liệu nghiên cứu đó cho thấy người Trung Quốc không nhìn chiến lược như người Mỹ. Trong khi người Mỹ có khuynh hướng dùng những hành động trực tiếp thì những người có nguồn gốc Trung Quốc lại thích những cách hành động gián tiếp hơn là trực tiếp, thích sự mơ hồ và

G. Trắc nghiệm Rorschach là một trắc nghiệm tâm lý phân tích phản ứng của người được thử nghiệm đối với các vết mực để suy ra các đặc điểm tâm lý của người đó. [ND]

mưu mẹo hơn sự trong sáng và công khai. Một kết luận khác là các văn chương và văn học của Trung Quốc đều đề cao các mưu mẹo và lừa dối.[27]

Hai mươi năm sau, Nathan Leites, nổi tiếng về các công trình nghiên cứu văn hóa bằng phân tâm học đã nhận xét như sau:

Các tài liệu về chiến lược từ Tôn Tử cho tới Mao Trạch Đông đều nhấn mạnh mưu kế nhiều hơn là học thuyết quân sự. Mưu kế của Trung Quốc thường nhằm mục đích khiến cho quân địch hành động một cách sai lầm chứ không phải để bảo vệ sự toàn vẹn của các kế hoạch của quân mình. Trong các nền văn hóa khác, đặc biệt là văn hóa Tây Phương mưu mẹo chỉ dùng chủ yếu với mục đích để bảo đảm cho lực lượng của mình có thể thực hiện được khả năng tấn công tới mức tối đa... còn phần thưởng của lừa dối đối với người Trung Quốc là họ không cần phải dùng chính cái lực lượng của họ… Người Trung Quốc có khuynh hướng giữ bí mật cách hoạt động của họ và không phổ biến các hoạt động thường ngày của những người đang nắm quyền lực; bởi vì sự bất ngờ và mưu mẹo được coi là vấn đề sinh tử.[28]

Văn chương của Trung Quốc thường đề cao vai trò của các mưu mô và nhấn mạnh điều cần thiết là các "bậc thức giả" — những nhà lãnh tụ khôn ngoan — phải nhìn qua sự lừa dối chung quanh họ để tìm ra những những chỉ dấu ngầm trên thực tế. Trong nhiều tác phẩm cổ điển của Trung Quốc người ta đều nhấn mạnh sự việc các vai chính dùng mưu mô quỷ quyệt để lung lạc người khác. Các vai chính của rất nhiều tiểu thuyết, phim ảnh và truyền hình được nhiều người ưa chuộng đều là những người rất thông thạo trong vấn đề che giấu những chủ đích của mình, đánh lạc hướng của quân địch và giữ kín những ý định của mình. Những nghệ sĩ được coi là tài ba nhất là những người giỏi về đưa ra những dấu hiệu đánh lạc hướng khiến cho người đọc phải vận dụng nỗ lực và trí thông minh để lý giải và tìm hiểu trước khi cốt truyện đến hồi kết luận.[29]

Các kết quả cuộc nghiên cứu vào năm 1940 – với ý tưởng là các nhóm dân tộc khác nhau trên thế giới đều có những quan điểm khác nhau - gây tranh luận và không thích hợp về chính trị nên chưa bao giờ được công bố. Có một bản báo cáo duy nhất của cuộc nghiên cứu này đã bị bỏ quên ở trong thư viện của Quốc Hội.[30] Mãi tới năm 2000 tôi mới được các tướng của Trung Quốc cho biết là các kết luận của dự án nghiên cứu đó phần lớn là đúng. Người Trung Quốc đánh giá rất cao tầm quan trọng của các mưu kế để đánh lừa. Họ rất tự hào đó là nét độc đáo trong văn hóa của họ. Hai tướng Trung Quốc thuộc phái diều hâu đã thành lập một hội gọi là "Hội Phát huy Văn hóa Chiến lược Trung Quốc" để quảng bá quan điểm này. Ảnh hưởng của họ trong báo chí Trung Quốc đã gia tăng từ khi tôi được gặp họ 20 năm trước đây. Các bạn đồng nghiệp của tôi đã sai lầm, không để ý gì tới họ cho tới khi một vài những đề nghị của họ mới đây đã trở thành chính sách của Trung Quốc.

GIẢ ĐỊNH SAI LẦM THỨ 5: PHE DIỀU HÂU TRUNG QUỐC YẾU

Vào cuối thập niên năm 1990 trong nhiệm kỳ của Clinton, tôi được bộ Quốc Phòng và cơ quan CIA giao cho nhiệm vụ tiến hành một cuộc xem xét chưa từng có về khả năng của Trung Quốc đánh lừa Hoa Kỳ và những hành động thuộc loại này mà Trung Quốc đã làm. Căn cứ vào những tài liệu tình báo, các văn kiện chưa công bố, cuộc phỏng vấn với những nhân vật bất đồng chính kiến Trung Quốc và các học giả, và đọc những tài liệu gốc viết bằng tiếng Phổ thông, tôi bắt đầu nhận ra những bí mật mà Trung Quốc đã ngang nhiên dấu kín đối với những người như tôi.

Khi tôi tập hợp các chứng cớ ngược lại với những nhận định thông thường về Trung Quốc mà tôi vẫn tin tưởng, tôi bắt đầu phối hợp các mảnh thông tin ngoài lề trong khoảng 40 năm. Qua thời gian đó tôi phát hiện ra là các đề nghị của phe diều hâu Trung Quốc đối với lãnh đạo của Trung Quốc đều nhằm đánh lạc hướng và thao túng các nhà làm chính sách Hoa Kỳ để thu thập các tài liệu tình báo và quân sự, kỹ thuật và viện trợ kinh tế. Tôi được biết rằng phe diều hâu đã cố vấn các nhà lãnh đạo Trung Quốc, từ Mao Trạch Đông, để rửa cái hận 100 năm bị sỉ nhục và để tiến tới mục đích thay thế Hoa Kỳ trong vai trò lãnh đạo kinh tế, quân sự và chính trị trên thế giới vào năm 2049 (năm kỷ niệm 100 năm cuộc Cách mạng Cộng sản). Kế hoạch này được mệnh danh là "Cuộc đua Marathon 100 năm." Đó là một kế hoạch đã được thi hành bởi các lãnh đạo của đảng Cộng Sản ngay từ khi họ thiết lập mối quan hệ với Hoa Kỳ. Mục đích là để "rửa sạch", tiếng Trung Quốc là *xi xue* [tẩy tuyết], những sự nhục nhã đối với ngoại quốc trước đây. Và lúc đó Trung Quốc sẽ xây dựng nên một trật tự thế giới công bằng đối với Trung Quốc, một thế giới không có tư thế siêu việt của Hoa Kỳ, và để xét lại một trật tự thế giới không có sự thống trị về kinh tế và toàn cầu của Hoa Kỳ, được thành lập tại Bretton Woods và San Francisco vào cuối Thế chiến Thứ hai. Phe diều hâu nhận định là Trung Quốc chỉ có thể thành công trong công cuộc này bằng cách lừa dối, hay ít ra phủ nhận bất cứ một toan tính nào có vẻ đe dọa.

  Khi tôi trình bầy những điều tôi tìm thấy về những đề nghị của phe diều hâu Trung Quốc về tham vọng và chiến lược lừa dối của Trung Quốc, nhiều chuyên viên phân tích tình báo của Hoa Kỳ mới đầu đã đón nhận sự trình bầy đó một cách hoài nghi, không đáng tin cậy. Họ chưa thấy những chứng cớ mà tôi đã tìm ra. (Điều may mắn là George Tenet, giám đốc CIA, không ở trong số những người nghi ngờ như vậy, và năm 2001 ông đã trao tặng cho tôi Giải thưởng Thành tích Xuất sắc về công trình nghiên cứu này.) Tôi cũng hiểu được mối nghi ngờ của các bạn đồng nghiệp của tôi. Từ lâu chính quyền Trung Quốc đã tự đưa ra hình ảnh Trung Quốc là một quốc gia hậu tiến cần phải có sự giúp đỡ để tiến tới tình trạng "phục hưng hòa bình." Trung Quốc đã phủ nhận bất cứ một ý định nào muốn thực hiện vai trò lãnh đạo thế giới hay đối đầu với Hoa Kỳ. Thực vậy trong hiến pháp của Cộng Hòa Nhân Dân Trung Hoa có những lời lẽ ngăn cấm Trung Hoa trở thành một nước bá quyền.[31] Các nhà lãnh đạo Trung Quốc thường trấn an các quốc gia khác và nói rằng Trung Quốc "sẽ không bao giờ trở thành một nước bá quyền."[32] Nói một cách khác Trung Quốc sẽ là một nước hùng mạnh nhất nhưng sẽ không áp chế bất cứ ai hay muốn thay đổi bất cứ cái gì. Chúng ta không thấy bản kế hoạch đó. Thực vậy, Trung Quốc nói là không có một kế hoạch nào như vậy. Họ chỉ muốn phục hồi Trung Quốc trở lại vị trí thế giới mà Trung Quốc đã có 300 năm trước đây. Khi đó nền kinh tế của Trung Quốc lớn bằng 1/3 nền kinh tế thế giới. Hình như phe diều hâu nói nghĩa là sẽ trở thành hùng mạnh gấp đôi Hoa Kỳ vào năm 2049.

Các ý niệm về một sự quật khởi hòa bình và không có tinh thần của chủ nghĩa dân tộc của Trung Quốc đã được xác nhận bởi sự trình bầy của các đồng minh về ý thức hệ [của Trung Quốc] tại Tây Phương trong các đại học, các think tank, các định chế tài chánh, và trong chính quyền. Quan niệm cho rằng Trung Quốc quan tâm tới phát triển kinh tế nhiều hơn là chế ngự thế giới đã giúp đẩy mạnh quyền lợi riêng của họ hoặc dưới hình thức trở thành tổ chức quản lý các vốn cổ phần đầu tư trong các công ty của Trung Quốc hoặc làm học giả trong một think tank mà nguồn tài trợ, sự tiếp cận, và khả năng tạo sự dễ dàng cho các cuộc nghiên cứu và tổ chức các hội nghị cùng với các đối tác Trung Quốc tùy thuộc vào hoạt động cổ võ cho một đường lối lạc quan [về Trung Quốc]. Trường phái áp đảo về tư tưởng này trong số các chuyên gia về chính sách ngoại giao, các nhà kinh tế và các doanh nhân đều có thiện chí và không phải là không có chứng cớ. Tại Trung Quốc cũng có những người theo phái ôn hòa và những người thật sự muốn hợp tác với Hoa Kỳ. Thực vậy các viên chức của chính quyền Trung Quốc thường hưởng ứng những quan điểm đó đều mong muốn phổ biến các quan điểm đó như là một tiếng nói chân chính của Trung Quốc.[33]

Nhưng quan điểm hiền hòa hơn về Trung Quốc được duy trì bởi nhóm người mà người ta thường gọi một cách chế nhạo là "phe ôm gấu mèo"(panda huggers) — một nhãn hiệu mà tôi đã hãnh diện nhận trong mấy chục năm — đòi hỏi là phải che giấu biết bao nhiêu các tài liệu chứng cớ ngược lại và bác bỏ ra "ngoài lề" nhiều tiếng nói của phe chủ nghĩa dân tộc cực đoan ở Trung Quốc, từ cấp chính trị cao nhất và các định chế quân sự cho tới sự khôn ngoan bình thường của quần chúng. Những thành phần này được coi là "phe quá khích" "xa vời thực tế", tàn dư của một quá khứ mà ngày nay đã bị xóa bỏ trong thời đại toàn cầu hóa và kỹ thuật thông tin điện tử.

Bác bỏ luận điệu cho rằng chủ nghĩa dân tộc không phải là tư tưởng chính ở Trung Quốc là điều mà các chuyên gia Tây Phương về Trung Quốc đã làm trong mấy chục năm qua. Sự suy nghĩ lệch lạc và hão huyền đó đã tạo ra những điểm mù không cho ta nhìn thấy một sự thách thức gai góc nhất đối với an ninh của Hoa Kỳ trong vòng 25 năm sắp tới. Cũng có những người theo phái ôn hòa và theo phái cực đoan ở Trung Quốc — phái bồ câu và phái diều hâu — đang tranh luận rất gay gắt về sự hình thành tương lai của Trung Quốc, ngay trong giới lãnh đạo cao cấp ở Bắc Kinh và trong những cuộc hội nghị thường được nhóm họp. Nhưng càng ngày quan điểm thế giới của phe dân tộc cực đoan của Trung Quốc càng thắng thế và sẽ có nhiều ảnh hưởng hơn ở trong các giới thân cận của chủ tịch Tập Cận Bình. Tờ báo Hoàn Cầu Thời Báo của chính quyền do phe diều hâu chủ trương đã trở thành nguồn tin được nhiều người yêu thích hạng thứ nhì hay thứ ba và chủ bút Hu Xijin [Hồ Tích Chiến] đã công khai cho thấy phe diều hâu ở Trung Quốc coi phe bồ câu ôn hòa là "những tế bào ung thư sẽ gây ra sự suy vong của Trung Quốc."[34]

***

Trong ba mươi năm vừa qua với tư cách là một chuyên

gia về Trung Quốc đã làm việc tại Quốc Hội và cơ quan hành pháp trong nhiệm kỳ của các tổng thống từ Richchard Nixon, tôi có thể đã được tiếp cận với các tổ chức quân sự và tình báo của Trung Quốc nhiều hơn bất cứ một người Tây Phương nào khác. Các người đại diện cho Quân đội Nhân dân Trung Quốc và Bộ Công An đã cho tôi vào phần lớn những các cơ quan bí mật và cho tôi nhiều tài liệu mà không một người Tây Phương nào khác đã được đọc. Phe diều hâu tại Trung Quốc thấy tôi là một công cụ tốt để có thể phổ biến những quan điểm của họ, ngay cả khi tôi đã gây ra sự không yên tâm trong số những người tại Bắc Kinh và Washington tin tưởng vào một hình ảnh của một Trung Quốc hòa bình và dễ bảo. Năm 1998 và 2000, tôi đã xuất bản hai cuốn sách kinh điển tựa là *Chinese Views of Future Warfare*[35] [Quan điểm của Trung Quốc về Chiến tranh trong Tương lai] và *China Debates the Future Security Environment*[36] [Tranh luận tại Trung Quốc về Môi trường An ninh trong Tương lai], dịch rất nhiều tài liệu tôi đã thu thập được trong những chuyến thăm Bắc Kinh hoặc các tài liệu tôi đã được các nhà lãnh đạo quân sự cũng như những nhân vật đào tỵ Trung Quốc cho, bao gồm các tài liệu của cả hai phe trong cuộc tranh luận nội bộ Trung Quốc về vai trò của Trung Quốc trên thế giới. Hai phe có hai quan điểm mà tôi gọi là quan điểm "chính thống" (cứng rắn) và quan điểm "xét lại" (ôn hòa) vào lúc đó. Các tướng lãnh và các chuyên gia về chính sách ngoại giao mà tôi dẫn chứng ở trong hai cuốn sách của tôi đã cám ơn tôi và nói rằng quan điểm của họ đã được diễn dịch chính xác và đã được người ta chú ý tới, ít ra là trong một nhóm rất nhỏ những chuyên gia về an ninh quốc gia tại Washington, và họ tiếp tục cho tôi được phép tiếp cận nhiều hơn vào những năm sau đó.[37]

Sau mấy chục năm nghiên cứu tường tận Trung Quốc, tôi tin chắc rằng những quan điểm diều hâu này không phải là những quan điểm bên lề mà thực sự ở trong luồng chính của những tư tưởng của Trung Quốc về chiến lược địa lý toàn cầu.

Đó là những quan điểm rõ ràng của các nhà làm chính sách cao cấp đại diện cho hàng trăm triệu người muốn Trung Quốc trở thành một thế lực áp đảo toàn cầu. Bắt đầu từ cuộc Cách mạng Văn hóa, chắc chắn cũng đã có một số rất nhiều người có tư tưởng thông thoáng muốn hội nhập vào trong thị trường tự do của thế giới và tiến tới một hệ thống cai trị dân chủ hơn. Cũng như tại Hoa Kỳ cũng có phe diều hâu và phe bồ câu—được gọi là phe tân bảo thủ, phe can thiệp, phe thực tế, và phe chủ trương cô lập—các giới lãnh đạo của Trung Quốc cũng có những phe khác nhau như vậy. Lẽ dĩ nhiên sự khác biệt là những cuộc tranh luận đó ít khi được diễn ra công khai trước công chúng và báo chí Tây Phương. Không có một Quốc hội gồm các đại biểu dân cử hay những diễn đàn thật sự công khai để thảo luận về những vấn đề đó.

Thử thách cho các nhà làm chính sách của Tây phương cũng như các chuyên gia phân tích tình báo, các học giả trong những thập niên sắp tới là xâm nhập vào tấm màn bí mật đã che giấu các sự tranh luận đó và xác định tầm mức ảnh hưởng của những trường phái khác nhau này. Cho tới nay phần lớn các nhà lãnh đạo về chính sách và các nhà doanh nhân Tây Phương vẫn cho rằng Trung Quốc muốn tiến tới một mục tiêu phục hưng trong hòa bình và họ sẽ từ từ chuyển biến giống Hoa Kỳ nhiều hơn. Sự phát triển nhanh chóng tại Trung Quốc của các thương hiệu các hàng tiêu thụ như Starbucks, McDonald's và Apple đã giúp củng cố những quan điểm này. Chỉ gần đây mới có những dấu hiệu đáng ngại là trường phái quân phiệt tại Trung Quốc có vẻ đang thắng thế và tình trạng này đã khiến cho một số người đặt câu hỏi nghi ngờ về sự suy nghĩ viển vông đã được phổ biến trong hơn bốn mươi năm.[38]

Điều không chối cãi được, ngay cả đối với những người tiếp tục chủ trương quan hệ mật thiết hơn giữa Hoa Kỳ và Trung Quốc, là không những sự quật khởi của Trung Quốc đã xảy ra ngay trước mắt chúng ta, mà chính Hoa kỳ và Tây

Phương nói chung cũng đã giúp Trung Quốc thực hiện các mục đích đó ngay từ đầu. Một trong những nguồn then chốt đã giúp như vậy là Ngân Hàng Thế Giới. Trong cuộc tiếp xúc với Chủ tịch Đặng Tiểu Bình vào năm 1983, các cấp chỉ huy của Ngân Hàng Thế Giới đã bí mật thỏa thuận là một nhóm các nhà làm kế hoạch sẽ nghiên cứu kỹ lưỡng về Trung Quốc và, nhìn về tương lai trong hai mươi năm, đã đưa ra những khuyến cáo để giúp Trung Quốc có thể theo kịp Hoa Kỳ.[39] Nhưng đây không phải là một cách giúp đỡ duy nhất, trong hàng chục năm chính phủ Hoa Kỳ đã hào phóng chuyển sang Trung Quốc những thông tin có tính cách nhạy cảm, các kiến thức chuyên môn về quân sự, tình báo và các chuyên gia cố vấn cho Trung Quốc. Thật vậy, sự giúp đỡ này nhiều và kéo dài đến nỗi vào năm 2005 Quốc hội đã than phiền là không có một bản tường trình đầy đủ về các sự giúp đỡ này. Những gì mà chúng ta chưa đưa cho Trung Quốc thì Trung Quốc đã lấy cắp.

Tuy nhiên điểm mạnh của Sách lược Marathon 100 năm là nó đã được thực hiện một cách lén lút. Mượn ý của phim *Fight Club*, điều lệ đầu tiên của chiến lược Marathon là không được nói về Marathon. Thật vậy, hầu như không có một kế hoạch toàn diện mô tả những chi tiết đặc biệt của chiến lược này được giấu kín trong két bí mật tại Bắc Kinh. Chiến lược Marathon được các lãnh tụ Trung Quốc biết kỹ đến nỗi không cần viết thành văn, để cho khỏi bị tiết lộ. Nhưng các người Trung Quốc đã bắt đầu nói về ý niệm đó một cách công khai hơn, có lẽ bởi vì họ nhận thấy rằng đã đến lúc quá trễ để cho Hoa Kỳ có thể bắt kịp. Tôi nhận thấy có một sự chuyển biến về thái độ của người Trung Quốc trong ba cuộc thăm Trung Quốc vào năm 2012, 2013 và 2014. Như thường lệ tôi tiếp xúc với các học giả tại các cơ quan tham mưu chính tại Trung Quốc mà tôi đã biết rõ trong mấy chục năm qua. Tôi trực tiếp hỏi họ về đề tài "một trật tự thế giới dưới sự lãnh đạo của Trung Quốc"— trước đó vài năm có lẽ họ đã phủ nhận ngay đề tài này hay ít ra cũng không dám nói lớn tiếng. Tuy nhiên lần này có nhiều người đã công khai nói rằng trật tự mới, hay là cuộc phục hưng, đã đến và đến nhanh hơn sự mong đợi. Khi nền kinh tế Hoa Kỳ đang gặp khó khăn trong cuộc khủng hoảng tài chánh quốc tế vào năm 2008, các người Trung Quốc đã tin rằng sự suy vong không thể vãn hồi được của Mỹ —mà họ tiên đoán từ lâu — đã bắt đầu. Những người đó cũng là những người từ lâu vẫn đoan chắc với tôi là Trung Quốc chỉ quan tâm muốn có một sự lãnh đạo khiêm tốn trong một thế giới đa cực đang xuất hiện. Nhưng các người đó đã nói với tôi rằng đảng Cộng Sản đã thực hiện được các mục tiêu dài hạn của họ là phục hồi Trung Quốc trở lại cái vị trí "xứng đáng" trên thế giới. Thật vậy, họ nói với tôi rằng họ đã nói dối tôi và đã đánh lừa chính phủ Hoa Kỳ. Có lẽ với một luận điệu có vẻ tự hào không cần che giấu, họ đã tiết lộ một sự thất bại có hệ thống, đáng kể và nguy hiểm nhất về tình báo trong lịch sử Hoa Kỳ. Và bởi vì chúng ta không biết gì về chiến lược Marathon ngay cả khi nó đang diễn tiến, nên nước Mỹ đã đang thua.

CHÚ THÍCH – CHƯƠNG DẪN NHẬP

[1] Xem Susan Watters, "No Longer a Party Divided at Sackler Museum," *Women's Wear Daily*, December 3, 2012, có tại http:// www.wwd.com/ eye/ parties/ no-longer-a-party-divided-6517532; và Miguel Benavides, "Arthur M. Sackler Gallery Celebrates 25th Anniversary," Studio International, November 2012, tại http:// www.studiointernational.com/ index.php/ arthur-m-sackler-gallery-celebrates-25th-anniversary.

[2] Xem video "Black Christmas Tree" tại http:// www.youtube.com/ watch? v = UeZyGnxTWKY.

[3] Maura Judkis, "Sackler to Celebrate Anniversary with a Daytime Fireworks Display," Washington Post, November 29, 2012, tại http:// www.washingtonpost.com/ entertainment/ museums/ sackler-to-celebrate-anniversary-with-a-daytime-fireworks-display/ 2012/ 11/ 29/ 7fdf2104-3a35-11e2-8a97-363b0f9a0ab3_story.html.

[4] Ibid.

[5] Lời phát biểu của bộ trưởng ngoại giao Hillary Rodham Clinton tại Art in Embassies Fiftieth Anniversary Luncheon, November 30, 2012, tại http:// m.state.gov/ md201314.htm.

[6]" Medal of Arts Conversation," bộ ngoại giao Hoa kỳ , November 30, 2012 tại https://art.state.gov/anniversary.asp?tab=images&tid=106996.

[7] Xem quan điểm tương tự trong Yawei Liu và Justine Zheng Ren, "An Emerging Consensus on the US Threat: The United States According to PLA Officers," Journal of Contemporary China 23, no. 86 (2014): 255– 74. Quan điểm hoài nghi hơn về vai trò của phe diều hâu xem Andrew Chubb, "Are China's Hawks Really the PLA Elite After All? [Revised]," southseaconversations blog, đưa lên mạng December 5, 2013, đọc ngày April 7, 2014, tại http:// southseaconversations.wordpress.com/ 2013/ 12/ 05/ are-chinas-hawks-actually-the-pla-elite-after-all/. Chubb lập luận, "Tuy nhiên tôi cho rằng phe diều hâu có thể đại diện cho Quân đội Nhân dân nhưng họ chỉ *công khai* tuyên bố khi được chấp thuận ." (chữ in nghiêng trong bản gốc .)

[8] William A. Callahan, "Patriotic Cosmopolitanism: China's Non-official Intellectuals Dream of the Future," British Inter-University China Centre (BICC) Working Paper Series 13 (October 2009): 9, tại http:// www.bicc.ac.uk/ files/ 2012/ 06/ 13-Callahan.pdf.

[9] Ibid.

[10] Ibid. Trong trang 8– 9 Callahan nói cuốn sách này "có lời hai đại tá kêu gọi chính quyền Bắc kinh dùng chiến tranh bất cân xứng, kể cả khủng bố, để tấn công Hoa Kỳ." Cũng xem Qiao Liang và Wang Xianghui, Chaoxianzhan: Quanqiuhua Shidai Zhanzheng Yu Zhanfa [Unrestricted Warfare: War and Strategy in the Globalization Era] (Beijing: Social Sciences Press, 2005 [1999]).

[11] Xem bản tiếng Anh "*Tam Thập Lục Kế*"tại:// wengu.tartarie.com/ wg/ wengu.php? l = 36ji.

[12] " Medal of Arts Conversation."

[13] Xem, Lydia Liu, *Translingual Practice: Literature, National Culture, and Translated Modernity-China*, 1900– 1937 (Stanford, CA: Stanford University Press, 1995).

[14] Để thảo luận thêm về đề tài nói về ảnh hưởng của phe diều hâu của Trung Quốc,

xem Andrew Chubb, "PLA Hawks, Part One: Good Cop, Bad Cop with China's Generals," *Asia Times Online*, July 29, 2013, tại http:// www.atimes.com/ atimes/ China/ CHIN-01-290713. html; Andrew Chubb, "PLA Hawks, Part Two: Chinese Propaganda as Policy," *Asia Times Online*, August 15, 2013, tại http:// www.atimes.com/ atimes/ China/ CHIN-01-150813. html.

[15] Đọc Jacques deLisle, *Pressing Engagement: Uneven Human Rights Progress in China, Modest Successes of American Policy, and the Absence of Better Options* (Washington, DC: Carnegie Endowment, 2008); Sharon Hom, "Has U.S. Engagement with China Produced a Significant Improvement in Human Rights?," *Framing China Policy: The Carnegie Debate*, March 5, 2007.

[16] Diễn văn "Text of President Bush's 2002 State of the Union Address," *Washington Post*, January 29, 2002, tại http:// www.washingtonpost.com/ wp-srv/ onpolitics/ transcripts/ sou012902. htm.

Aaron L. Friedberg, *A Contest for Supremacy: China, America, and the Struggle for Mastery in Asia* (New York: W. W. Norton, 2011), 187– 88. Cũng đọc David Shambaugh, *China's Communist Party: Atrophy and Adaptation* (Washington, DC: Woodrow Wilson Center Press, 2008). Shambaugh viết "lực thay đổi đã có [tại Trung Quốc] và sẽ càng ngày càng mạnh hơn. Điều này cũng gần như là một 'định luật' phát triển chính trị — khi một nước đang phát triển trở thành một nước công nghiệp hóa mới, áp lực của xã hội đòi nhà nước phải cai trị hữu hiệu. Một khi diễn trình này bắt đầu, đảng cai trị chỉ có hai sự lựa chọn: bóp nghẹt *hay* đàn áp sự đòi hỏi hoặc mở rộng để đáp ứng sự đòi hỏi" (in nghiêng trong nguyên bản.), p. 180.

[17] James Mann, *The China Fantasy: Why Capitalism Will Not Bring Democracy to China* (New York: Viking, 2007), 27. Kellee S. Tsai, *Capitalism without Democracy: The Private Sector in Contemporary China* (Ithaca, NY: Cornell University Press, 2007), ghi nhận rằng "Doanh nhân Trung Quốc không đòi dân chủ. Phần lớn làm việc 18 tiếng đồng hồ một ngày để kinh doanh, hay để dành tiền cho con ăn học hoặc trù tính ra nước ngoài. Nhiều người là đảng viên Cộng sản. Sau nhiều năm nghiên cứu, hàng trăm cuộc phỏng vấn và thăm dò rộng lớn về các doanh nhân tác phẩm *Tư bản chủ nghĩa không Dân chủ* tìm hiểu sự khôn ngoan thông thường về quan hệ giữa tự do kinh tế và tự do chính trị." (Trích trên bìa sau) Xem Ann Florini, Hairong Lai, và Yeling Tan, *China Experiments: From Local Innovations to National Reform* (Washington, DC: Brookings Institution Press, 2012).

[18] John Fox and François Godement, *A Power Audit of EU-China Relations* (London: European Council on Foreign Relations, 2009), 1.

[19] Steven Levingston, "China's Authoritarian Capitalism Undermines Western Values, Argue Three New Books," *Washington Post*, May 30, 2010, tại http:// www.washingtonpost.com/ wp-dyn/ content/ article/ 2010/ 05/ 28/ AR2010052801859. html.

[20] Andrew J. Nathan, "China's Changing of the Guard: Authoritarian Resilience," *Journal of Democracy* 14, no. 1 (January 2003): 6– 17. See also Stephanie Kleine-Ahlbrandt and Andrew Small, "China's New Dictatorship Diplomacy," *Foreign Affairs* 87, no. 1 (January/ February 2008).

[21] Geoff A. Dyer, *The Contest of the Century: The New Era of Competition with China— and How America Can Win* (New York: Alfred A. Knopf, 2014).

[22] Arthur Waldron, "The China Sickness," *Commentary*, July 2003,

[23] tại http:// www.commentarymagazine.com/ article/ the-chinese-sickness/.

[24] Gordon G. Chang, *The Coming Collapse of China* (New York: Random House, 2001).

[25] Anna Yukhananov, "IMF Sees Higher Global Growth, Warns of Deflation Risks," *Reuters*, January 21, 2014, tại http:// www.reuters.com/ article/ 2014/ 01/ 21/ us-imf-economy-idUSBREA0K0X620140121; *OECD Economic Outlook* 2013, no. 2 (November 2013): 6; "World Economic Situation and Prospects 2014: Global Economic Outlook" (chapter 1), United Nations Department of Economic and Social Affairs, December 18, 2013, tại http:// www.un.org/ en/ development/ desa/ publications/ wesp2014-firstchapter.html.

[26] Chang, *Coming Collapse of China*.

[27] Báo cáo nguyên bản trong Ruth Bunzel, "Explorations in Chinese Culture," Research in Contemporary Cultures, Margaret Mead Papers, Division of Special Collections, Library of Congress; Ruth Bunzel, "Themes in Chinese Culture," Margaret Mead Papers, Library of Congress, March 18, 1948, G 23, vol. 8, chapter 686; Hu Hsien-chin, "The Romance of the Three Kingdoms," Margaret Mead Papers, Division of Special Collections, Library of Congress, G 21, vol. 2, chapter 33; Warner Muensterberger, "Some Notes on Chinese Stories," June 1, 1948, Margaret Mead Papers, G 23, vol. 7, chapter 348; Margaret Mead, "Minutes of the Chinese Political Character Group," Margaret Mead Papers, Division of Special Collections, Library of Congress, G63, January 16, 1951. Mead provides background on the study in Margaret Mead, "The Study of National Character," *The Policy Sciences: Recent Developments in Scope and Method*, ed. Daniel Lerner and Harold D. Lasswell (Stanford, CA: Stanford University Press, 1951), 70– 85; a few findings are in Weston La Barre, "Some Observations on Character Structure in the Orient: The Chinese, Part Two," *Psychiatry* 19, no. 4 (1946): 375– 95.

[28] Lucian W. Pye và Nathan Leites, "Nuances in Chinese Political Culture," RAND Corporation, 1970, Document Number P-4504, tại http:// www.rand.org/ pubs/ papers/ P4504. html.

[29] Dore J. Levy, *Ideal and Actual in the Story of the Stone* (New York: Columbia University Press, 1999); Andrew H. Plaks, *Archetype and Allegory in the Dream of the Red Chamber* (Princeton, NJ: Princeton University Press, 1976); Frederick W. Mote, *The Intellectual Foundations of China* (New York: Alfred A. Knopf, 1989); Peter K. Bol, "*This Culture of Ours*": *Intellectual Transitions in T'ang and Sung China* (Stanford, CA: Stanford University Press, 1992); Sarah Allan, *The Heir and the Sage: Dynastic Legend in Early China*, Asian Library Series, no. 24 (San Francisco: Chinese Materials Center, 1981); John B. Henderson, *Scripture, Canon, and Commentary: A Comparison of Confucian and Western Exegesis* (Princeton, NJ: Princeton University Press, 1991); Stephen Owen, *Readings in Chinese Literary Thought* (Cambridge, MA: Harvard University Press, 1996); David L. Rolston, *Chinese Fiction and Fiction Commentary: Reading and Writing Between the Lines* (Stanford, CA: Stanford University Press, 1997); and Victor H. Mair, ed., *The Columbia History of Chinese Literature* (New York: Columbia University Press, 2001).

[30] Tôi biết về tài liệu nghiên cứu không xuất bản dưới sự bảo trợ của Không quân và Hải quân Hoa kỳ qua giáo sư Ruth Bunzel, dậy một môn tôi theo học tại Columbia University năm 1968.

[31] Dai Bingguo, "Stick to the Path of Peaceful Development," *China Daily*, December 13, 2010, tại http:// www.chinadaily.com.cn/ opinion/ 2010-12/ 2010-12/ 13/ con-

tent_11690133. htm.

[32] Edward I-hsin Chen, "In the Aftermath of the U.S.-China S & E D and New Military Relations," Center for Security Studies in Taiwan, April 17, 2012, tại http:// www.mcsstw.org/ web/ content.php? PID = 5& Nid = 849.

[33] Suốt trong cuốn sách này "Tây phương" thường bao gồm cả các đồng minh của Tây phương tại Á châu như Nam Hàn, Nhật và Đài Loan.

[34] John Kennedy, "Diaoyu Dispute Unites Liberals and Nationalists Online," *South China Morning Post*, August 16, 2012, có tại http:// www.scmp.com/ comment/ blogs/ article/ 1015948/ diaoyu-dispute-unites-liberals-and-nationalists-online.

[35] Michael Pillsbury, ed., *Chinese Views of Future Warfare* (Washington, DC: National Defense University Press, 2002), tại http:// www.au.af.mil/ au/ awc/ awcgate/ ndu/ chinview/ chinacont.html.

[36] Michael Pillsbury, *China Debates the Future Security Environment* (Washington, DC: National Defense University Press, 2000), có tại http:// www.fas.org/ nuke/ guide/ china/ doctrine/ pills2/.

[37] Cuốn sách thứ hai được dịch ra tiếng Trung Quốc bởi Tân Hoa Xã (của nhà nước) năm 2003.

[38] Thí dụ, báo *Journal of Contemporary China* mới đây đăng sáu bài về các vấn đề này: Michael Yahuda, "China's New Assertiveness in the South China Sea," vol. 22, iss. 81 (2013): 446– 59; Yawei Liu and Justine Zheng Ren, "An Emerging Consensus of the U.S. Threat: The United States According to PLA Officers," vol. 23, iss. 86 (2014): 255– 74; Suisheng Zhao, "Foreign Policy Implications of Chinese Nationalism Revisited: The Strident Turn," vol. 22, iss. 82 (2013): 535– 53; Jianwei Wang and Xiaojie Wang, "Media and Chinese Foreign Policy," vol. 23, iss. 86 (2014): 216– 35; James Reilly, "A Wave to Worry About? Public Opinion, Foreign Policy and China's Anti-Japan Protests," vol. 23, iss. 86 (2014): 197– 215; và Hongping Annie Nie, "Gaming, Nationalism, and Ideological Work in Contemporary China: Online Games Based on the War of Resistance Against Japan," vol. 22, iss. 81 (2013): 499– 517.

[39] World Bank, "China— Long-Term Development Issues and Options" (Washington, DC: World Bank, October 31, 1985), 13364

Chương 1
GIẤC MỘNG TRUNG QUỐC

*"Trên trời không thể có hai mặt trời,
dưới đất không thể có hai vua."*

Khổng Tử

Khi chủ tịch Tập Cận Bình nhậm chức vào tháng 3, 2013 các nhà quan sát Trung Quốc tại Mỹ chưa biết nghĩ thế nào về ông ta. Phe diều hâu tại Trung Quốc ngưỡng mộ ông nhưng quan điểm chung của các nhà quan sát Tây Phương là ông Tập trông có vẻ một người hiền lành, 60 tuổi có bộ tóc rậm và có một nụ cười đôn hậu, là một người cải cách giống như Gorbachev, có ý định thay thế phe lãnh đạo già nua của Trung Quốc và sau đó ông Tập sẽ thực hiện được niềm tin đã có từ lâu của các nhà quan sát là Trung Quốc sẽ trở thành một nền dân chủ có kinh tế thị trường tự do như họ mơ ước. Nhưng chẳng bao lâu ông Tập đã cho thấy là ông có một giấc mộng riêng của ông, đó là giấc mộng một Trung Quốc phục hưng và sẽ lấy lại vị trí xứng đáng đứng đầu trên thế giới. Đây vẫn là một tham vọng của đảng Cộng sản Trung Quốc từ khi Mao nắm chính quyền năm 1949, năm mà các nhà lãnh đạo Trung Quốc thường coi là khởi điểm của cuộc đua Marathon 100 năm. Chủ tịch Tập đã lựa một khẩu hiệu của phe diều hâu *fuxing zhi lu* [phục hưng chi lộ], tạm dịch là con đường đi tới đổi mới. Khẩu hiệu đó trước kia chỉ có trong một nhóm theo chủ nghĩa dân tộc ở bên lề, nhưng bây giờ đã trở thành chủ đề mang dấu ấn đặc biệt của chủ tịch. Chẳng bao lâu những ý nghĩa bao hàm trong khẩu hiệu đó đã trở nên rõ hơn.

***

Ở bên lề của quảng trường Thiên An Môn có một cái tháp bút cao mười tầng được dựng lên năm 1949 theo lệnh của Mao. Các hướng dẫn viên du lịch chính thức, được cấp giấy phép và được chính quyền Trung Quốc theo dõi, có khuynh hướng không đưa các người ngoại quốc tới đó. Ngay cả khi các người Tây phương tự tìm đường tới tháp bút đó thì có lẽ họ cũng không hiểu tháp bút nói gì, bởi vì không có bản dịch tiếng Anh cho những chữ Trung Quốc được khắc trên đá hoa và đá hoa cương. Tuy vậy tháp bút đó đã nói rõ tư tưởng chỉ đạo cuộc chạy đua Marathon ngay từ lúc đầu. Ở trên mạng, cái kiến trúc khổng lồ đó được mô tả một cách tổng quát là tượng đài cho những "Anh hùng Nhân dân."[1] Trên thực tế tượng đài này có ý nghĩa là một kiến trúc nói lên sự uất hận của Trung Quốc được coi như gây ra bởi một "thế kỷ nhục nhã" dưới tay của các thế lực Tây Phương, bắt đầu từ năm 1839 với trận Chiến tranh Nha phiến thứ nhất khi Hải quân Hoàng gia Anh đã tàn phá các hải cảng của Trung Quốc vì có sự tranh chấp về buôn bán với triều đình nhà Thanh. Văn bản và những hình ảnh được khắc trên kiến trúc đó mô tả 100 năm sau đó trong lịch sử của Trung Quốc – ít ra là dưới quan điểm của nhà nước Cộng sản – là một thời gian toàn dân kháng chiến, sự chiếm đóng của Tây phương, và cuộc chiến tranh du kích đã đưa tới chiến thắng của chủ tịch Mao Trạch Đông năm 1949 và chấm dứt mối nhục nhã của Trung Quốc do Tây Phương gây ra. Khách du lịch Hoa Kỳ đi qua tháp bút đó hằng ngày thường chụp hình tháp bút từ xa nhưng không hiểu gì về cái thông điệp mà kiến trúc đó muốn truyền đạt. Đó là một thông điệp trực tiếp hướng vào họ. Sự kiện tháp bút đã trở nên một kiến trúc trung tâm cho lòng ái quốc của nhân dân Trung Quốc cũng đưa ra một tín hiệu khác mà chúng ta cũng không nhận thấy, đó là ngày công lý của Trung Quốc đang tới. Nói tóm lại tháp bút là một biểu tượng hoàn hảo cho quan hệ giữa Trung Quốc và Hoa Kỳ - nước kia thì ôm mối hận còn nước này thì hoàn toàn không biết gì hết.

Khái niệm về tư thế đặc biệt của Trung Quốc trong đẳng cấp của các quốc gia đã có từ lâu, trước khi có sự nổi dậy của đảng Cộng sản Trung Quốc.[2] Vào cuối thế kỷ thứ 19 các cường quốc Âu châu thường gán cho Trung Quốc cái nhãn hiệu là "người ốm yếu tại Đông Á" một câu tương tự như biệt hiệu "người ốm yếu tại Âu Châu" đã được gán cho đế quốc suy tàn Ottoman. Nhiều nhà trí thức Trung Quốc cảm thấy rất khó chịu về cái nhãn hiệu đó; và nó biện minh cho lòng uất hận đối với các cường quốc Tây Phương và các ngoại nhân khác. Năm 1903, nhà cách mạng Trung Quốc Chen Tianhua [Trần Thiên Hoa] đã viết bằng một luận điệu cay đắng "Người ngoại quốc gọi chúng ta là 'người ốm yếu tại Đông Á', một giống mọi rợ thấp hèn."[3] Vết lở loét này sẽ không bao giờ lành cho tới khi Trung Quốc lấy lại được tư thế đứng đầu trong đẳng cấp các quốc gia trên thế giới. Vào đầu thế kỷ thứ 20 các nhà văn và các nhà trí thức Trung Quốc rất say mê các tác phẩm của Charles Darwin và Thomas Huxley. Các quan niệm của Darwin về cạnh tranh và sinh tồn của kẻ mạnh nhất đã đánh đúng vào một ước vọng được coi là một cách để rửa hận, vì người Trung Quốc nghĩ rằng họ đã là nạn nhân của Tây Phương. Ông Yan Fu [Nghiêm Phục], một học giả và một nhà cải cách, được coi là người đầu tiên đã dịch tác phẩm *Evolution and Ethics* [Tiến hoá và Đạo đức] của Huxley ra tiếng Phổ thông. Nhưng ông Nghiêm đã có một lỗi then chốt, đó là dịch câu *natural selection* "chọn lọc tự nhiên" là *elimination* "tao tai" [đào thải], và quan điểm đó đã ảnh hưởng lớn tới sự hiểu biết của người Trung Quốc về tư tưởng của Darwin.[4] Như vậy, không những người đã bị thiệt thòi trong cuộc đua tranh bị coi là yếu hơn mà còn bị đào thải ra khỏi thế giới tự nhiên hay thế giới chính trị nữa. Ông Nghiêm Phục viết "Kẻ yếu bị xâu xé bởi kẻ mạnh và kẻ ngu xuẩn bị làm nô lệ cho kẻ khôn ngoan. Do đó kết cục những kẻ sống sót là những kẻ mạnh nhất trong thời đại đó, trong lúc đó và trong tư thế của nhân loại"[5]. Ông ta còn viết thêm rằng Tây phương cho rằng "tất cả các thành viên của một nòi giống thấp kém cần phải được xâu xé bởi giống cao hơn."[6] Năm 1911 ông Tôn Dật Tiên, người cha sáng lập ra Trung Quốc hiện đại, đã công khai đặt chương trình của ông trên căn bản là sự sống sót của nòi giống. Ông Tôn nghĩ rằng sự phấn đấu của Trung Quốc để chống lại các thế lực ngoại quốc là một hình thức kháng cự để chống lại hiểm họa "diệt chủng" bởi giống da trắng, vì giống da trắng đang cố gắng khuất phục và tiêu diệt cả giống da vàng.[7] Chủ đề này lại được chấp nhận năm 1949. Các bài viết của Mao Trạch Đông đều đầy những tư tưởng của Darwin. Một trong hai dịch giả đã cho ông Mao nhiều cảm hứng nhất kết luận rằng chỉ có hai giống là da vàng và da trắng sẽ lập thành cuộc tranh đấu trong tương lai, trong đó giống da trắng "chiếm được thế thượng phong" trừ phi giống da vàng có thể thay đổi chiến lược. Ngay cả trước khi họ tìm được các tác phẩm của Karl Marx thì Mao và các đồng chí của ông tin rằng sự sống còn của Trung Quốc tùy thuộc về lâu về dài vào một chiến lược cấp tiến đề cao những đặc điểm duy nhất của dân Trung Quốc.[8] Tư tưởng chiến lược của Cộng sản Trung Quốc đã được chi phối bởi ý tưởng là đấu tranh để sinh tồn trong một thế giới cạnh tranh kịck liệt. Trong cuộc Vạn lý Trường chinh nổi tiếng của Mao, trong đó Hồng Quân đã tránh né để không bị vây bắt bởi quân đội chính quyền vào những năm 1930, ông chỉ mang theo người độc nhất một quyển sách đó là một quyển chỉ nam về thuật cai trị dựa trên các bài học của lịch sử mà Tây Phương không có một tác phẩm nào tương tự. Phần quan trọng nhất của cuốn sách đã được dịch sang tiếng Anh với tựa là: *The General Mirror for the Aid of Government*"[*Tư trị thông giám* của Tư Mã Quang][H]. Tài liệu này tập trung vào những kế sách của thời kỳ Chiến quốc tại Trung Quốc bao gồm những câu chuyện và những châm ngôn đã có tới 4000 năm trước Công nguyên.[9] Một trong những câu châm ngôn đặc biệt, được coi như là của Khổng Tử, rất thích hợp đối với các quan điểm của Darwin mà người Trung Quốc rất thích đó là câu: "Trên trời không thể có hai mặt trời".[10] Bản chất của trật tự thế giới là đẳng cấp. Bao giờ cũng có một người cai trị đứng ở trên hết. Một trong những lỗi lầm lớn nhất của các chuyên gia Hoa Kỳ về Trung Quốc là đã không coi cuốn sách đó là quan trọng. Cuốn sách đó không bao giờ được dịch sang tiếng Anh, chỉ mãi tới năm 1992 chúng ta mới được Harrison Salisbury, một phóng viên *New York Times*, cho biết là không những Mao say mê những bài học trong cuốn sách này từ năm 1935 mà ông ta còn đọc đi đọc lại cuốn sách đó cho tới khi qua đời năm 1976.[11] Đặng Tiểu Bình và các nhà lãnh đạo khác cũng đọc cuốn sách đó. Các học sinh trung học tại Trung Quốc còn học viết từ những sách giáo khoa có những đoạn tuyển chọn từ cuốn *The General Mirror* trong đó có nhiều bài học từ thời Chiến quốc về cách làm sao dùng mưu mẹo, làm cách nào để tránh bị đối phương bao vây và làm cách nào để một thế lực đang lên có thể che mắt thế lực bá quyền cũ cho tới thời cơ nổi dậy. Tất cả người Mỹ chúng ta đã không hề biết đến những điều đó.

Rõ ràng là mượn một câu của Darwin, Mao Trạch Đông nói: "Trong công cuộc đấu tranh về ý thức hệ, chủ nghĩa xã hội bây giờ đã có tất cả những điều kiện để thành một lực lượng chiến thắng mạnh nhất."[12] Vào những năm 1950, Mao

---

H. Tư trị thông giám (chữ Hán: 資治通鑒;) là một cuốn biên niên sử quan trọng của Trung Quốc trong thời kỳ 403 BC-959 AD, tổng cộng 294 thiên và khoảng 3 triệu chữ. Tác giả chính của cuốn sử này là Tư Mã Quang – nhà sử học thời Bắc Tống, năm 1084. [ND]
http://vanhien.vn/news/tu-ma-quang-%E2%80%93-nha-su-hoc-noi-tieng-cua-trung-quoc-thoi-bac-tong-56301

và các người khác ở trong giới lãnh đạo Trung Quốc đã thường nói về vấn đề chế ngự thế giới, một câu mà nhiều người Tây Phương đã coi như là một sự hoang tưởng, tự cao tự đại, hay là những nỗ lực vô hại để khêu gợi tinh thần quốc gia, chẳng khác gì những lời kêu gọi tại Hoa Kỳ của Eisenhower, Kennedy, Truman hay Nixon đã mô tả Hoa Kỳ như là nước vĩ đại nhất trên thế giới. Trong khi đảng Cộng sản Trung Quốc đưa ra những khẩu hiệu tuyên bố là Trung Quốc sẽ qua mặt nước Anh và theo kịp nước Mỹ trong một giai đoạn ở Trung Quốc được gọi là "Giai đoạn Nhảy vọt"[13] thì ít người đã nhận ra tầm quan trọng của cái ý niệm đã được ôm ấp đó. Suốt trong thời gian Mao nắm chính quyền các viên chức tình báo Mỹ đã bị khuất phục bởi các ý nghĩ thiên lệch và thành kiến của chính họ. Phần lớn đã coi người Trung Quốc như là những người dân khép kín, sơ khai được lãnh đạo bởi một nhóm cấp tiến cực đoan. Đường phố Trung Quốc đầy những xe đạp thay vì là xe hơi. Các nhà sản xuất Trung Quốc không thể chế tạo được cái quạt điện. Có rất ít đầu tư ngoại quốc. Những chủ trương dân tộc kỳ lạ của Mao là một trò cười cho Tây Phương. Ông rút hết tất cả các đại sứ Trung Quốc về nước. Để giúp nông dân, Mao ra lệnh giết hết chim sẻ ăn hại mùa màng. Tuy nhiên, lãnh tụ vĩ đại hình như không nhận thấy được giá trị là chim sẻ cũng giúp trừ sâu bọ. Kết quả là Trung Quốc bị mất mùa vì lúa bị nạn sâu rầy. Các viên chức tình báo Mỹ có khó khăn để tin các báo cáo cho rằng Trung Quốc không hài lòng với tư thế đàn em đối với Liên Xô. Người Mỹ cho rằng đó là một ý tưởng khôi hài. Làm sao một nước hậu tiến như vậy lại có thể một ngày kia thi đua với Liên Xô chứ đừng nói là với Hoa Kỳ. Nhưng có một nhóm người không cho đó là một sự buồn cười, đó là các nhà lãnh đạo của Liên Xô. Họ đã trông thấy những mưu toan của Trung Quốc trước người Mỹ. Những dấu hiệu đầu tiên về kế hoạch Marathon đã được phát hiện từ Moscow.

***

Vào các năm 1950, Trung Quốc công khai công nhận Liên Xô là lãnh tụ của khối Cộng sản. Trung Quốc giả bộ yếu kém và trông mong vào sự viện trợ và giúp đỡ của Liên Xô là nước có kỹ thuật cao hơn. Nhưng giữ vai trò thứ yếu không thích hợp với Mao. Liên Xô biết như vậy và mặc dù Liên Xô sợ và không tin Trung Quốc nhưng Liên Xô còn sợ liên minh Trung Quốc và Hoa Kỳ hơn. Vì vậy, họ gởi cho Mỹ một thông điệp sai. Vào cuối năm 1961, một người tên là Anatoliy Golitsyn đã bắt liên lạc với viên chức đứng đầu văn phòng CIA tại Helsinki và ngỏ ý muốn đào tỵ ra khỏi Liên Xô. CIA giúp ông ta cùng với gia đình đi máy bay từ Helsinki tới Stockholm.[14] Golitsyn sanh tại Ukraine, 45 tuổi, là thiếu tá KGB làm việc trong phân bộ kế hoạch chiến lược trước khi được gửi sang sứ quán Liên Xô tại Finland với tên là Ivan Klinov. Từ Stockholm ông ta đi máy bay sang Hoa Kỳ, mang theo những hồ sơ tình báo về các hoạt động của Liên Xô tại Tây Phương. Được coi như là một "nhân viên đào tỵ đáng giá nhất từng đặt chân tới Tây phương"[15] và về sau trở thành mẫu người cho một vai trong một loạt phim truyền hình *"Mission: Impossible"*, Golitsyn cũng mang theo một sự hiểu biết về tương quan giữa Trung Quốc và Liên Xô và sự hiểu biết đó sẽ ảnh hưởng rất nhiều tới các tổ chức ngoại giao và tình báo của Mỹ trong nhiều năm sau đó. Ngay từ lúc đầu các viên chức tình báo của Mỹ có khuynh hướng tin Golitsyn. Ông ta tạo sự tin tưởng đó bằng cách cung cấp tên của một số những điệp viên Xô Viết đã được biết tới tại Tây Phương. Sự giúp đỡ then chốt nhất của ông là xác định là viên chức tình báo Anh Kim Philby thực ra là một gián điệp đôi cho KGB.

Golitsyn cũng là một người hay đưa ra những lý thuyết âm mưu và nói rằng thủ tướng Anh Harold Brown là một thông báo viên của KGB. Một trong lý thuyết âm mưu của ông có liên quan tới những lời đồn đại càng ngày càng nhiều về sự đổ vỡ quan trọng giữa Trung Cộng và bộ Chính trị của Liên Xô. Phe nào cũng muốn tranh giành quyền kiểm soát thế giới Cộng sản. Golitsyn đã xác nhận với người Hoa Kỳ là những lời đồn này không có căn cứ, và nói rằng đây là một tin thất thiệt do KGB đưa ra để đánh lạc hướng Hoa Kỳ và để cho Trung Quốc có thể lấy cắp những tài liệu tình báo giá trị. Golitsyn cũng đưa ra một lời cảnh báo nữa. Ông nói rằng tới một giai đoạn nào đó sẽ có một người đào ty Liên Xô khác tới Hoa Kỳ và đưa ra những chứng cớ về sự nứt rạn giữa Trung Quốc và Liên Xô. Ông ta nói là người đào ty này, khi anh ta tới thì đừng có tin anh ta. Hơn hai năm sau đó lời tiên đoán của Golitsyn đã thành sự thực. Vào tháng 1 năm 1964 một điệp viên KGB có tên là Yuri Nosenko đã bắt liên lạc với viên chức tình báo CIA tại Geneve và sau đó đã đào ty. Ông ta đã giữ một vai trò là điệp báo viên nhị trùng của Xô Viết cho Tây Phương, và sự lừa đảo của ông ta đã bị phát hiện. Nosenko bị gọi về Moscow, và người ta tin là sẽ bị bỏ tù hay là tệ hại hơn nữa. Vì vậy ông ta trốn sang Hoa Kỳ, tại Hoa Kỳ ông ta đã đưa ra những lời khai trái ngược hẳn những tin tức đã nhận được về quan hệ giữa Trung Quốc và Xô Viết. Ông ta báo tin là có một sự chia rẽ trầm trọng giữa Trung Quốc và Liên Xô, trái ngược với những lời đoan chắc của Golitsyn trước kia xác nhận rằng những lời đồn đãi về sự chia rẽ đó không có căn cứ. Thực vậy, sự chia rẽ đó đã trầm trọng đến nỗi dẫn tới có sự đụng độ tại biên giới và có sự đe dọa sẽ có một trận chiến tranh toàn diện giữa hai nước.[16] Ông ta nói rằng chính Golitsyn, chứ không phải ông ta, là do KGB cài vào và cố ý đưa ra những tin tức sai lầm cho Hoa Kỳ để làm cản trở sự liên minh giữa Trung Quốc và Hoa Kỳ . Sự liên minh đó Trung Quốc sẽ dùng để trở nên mạnh hơn. Có lẽ điều đáng lo ngại nhất là ông ta nói rằng Mao không những muốn chế ngự hệ thống Cộng sản thế giới mà còn chế ngự cả trật tự toàn cầu. Những quan điểm đối ngược với nhau của hai người đưa tin này khiến cho chính phủ Mỹ ở trong tình trạng khó nghĩ. Một mặt, ý tưởng có sự nứt rạn giữa hai nước Cộng sản hùng mạnh là một điều quá hấp dẫn không thể không tìm hiểu thêm và hy vọng để khai thác. Mặt khác người Mỹ tin rằng hai nước Cộng sản được gắn bó với nhau bằng một ý thức hệ thì sẽ ủng hộ lẫn nhau và họ sẽ cùng nhau chống lại bất cứ nỗ lực nào của Tây Phương để gây chia rẽ. Dần dần có một ý kiến chung hình thành trong giới tình báo của Mỹ và – cũng như thường xảy ra trong những sự việc liên quan tới Trung Quốc trong những năm sau đó – ý kiến chung đó đã sai. Do đó giới tình báo Mỹ quyết định không tin Nosenko. Nosenko được cách ly và được giữ tại đó cho tới khi ông ta rút lại lời nói của ông ta. Tuy nhiên, sau ba năm sống cách ly, ông ta vẫn không thay đổi những điều gì ông ta nói và vẫn khăng khăng tin tưởng. Rốt cục có một số phân tích gia người Mỹ đã dũng cảm hy vọng rằng Norenko đã nhử họ bằng một viễn tượng hấp dẫn là sự liên minh giữa Trung Quốc và Hoa Kỳ chống lại Liên Xô và điều này là sự thực. CIA và FBI bắt đầu một nỗ lực toàn cầu để lấy thêm tin tức tình báo và tìm hiểu vấn đề rõ hơn. Đó là lúc tôi bắt đầu tham gia.

***

Năm 1969 có hai điều mà giới tình báo Mỹ mong muốn có để có thể giải quyết cuộc tranh luận. Điểm đầu tiên là đặt một tình báo viên trong phân bộ phản gián của KGB. Điều thứ hai là có một người có thể tiếp cận với các giới cao cấp ở trong bộ Chính trị của Xô Viết, đáng tiếc là cả hai điều đó đều không có được. Vì vậy, thay vào đó, để tìm hiểu hơn về cái mớ bòng bong giữa Trung Quốc và Liên Xô, giới tình báo Mỹ đành phải dùng tới những gì có thể có. Vào lúc đó, điều có thể có là có một cậu sinh viên tầm thường, mới ra trường, tình cờ làm việc tại một tổ chức có nhiều nhân viên Xô Viết tại NewYork, đó là văn phòng Tổng Thư Ký Liên Hiệp Quốc. Lúc đó tôi mới 24 tuổi và làm việc với tư cách là một nhân viên phụ trách các công việc chính trị trong văn phòng của Tổng Thư Ký. Tôi kiếm được việc này nhờ sự giúp đỡ của các giáo sư tại Columbia University. Tuy là một công việc thừa hành cấp dưới, tôi là người Mỹ duy nhất được bổ nhiệm vào công việc đó ở trong phân bộ, bởi vì tôi đã được điều tra lý lịch về an ninh khi làm việc trong chính quyền trước đó và tôi thường có dịp gặp các viên chức cao cấp trên khắp thế giới. Tôi là một đối tượng tuyển mộ hiển nhiên của FBI và CIA. Lúc 8:35 sáng vào một ngày trời hơi u ám vào thứ hai trong tháng tư tôi đứng ở góc đường First Avenue và Forty Second Street để đợi hết xe cộ. Các xe limousine màu đen có bảng số ngoại giao đậu kín hết cả khu vực khiến cho dân New York bực mình. Tôi đã đi lại đường này nhiều lần từ khi là nhân viên phân tích chính trị của Văn phòng Thư ký Liên Hiệp Quốc từ hai tháng trước đó. Tuy nhiên vào ngày hôm đó công việc của tôi đã thay đổi. Tôi đã đồng ý làm gián điệp cho chánh phủ Mỹ. Hai người tiếp xúc với tôi là "Peter" của CIA và "Agent Smith" của FBI, được cố vấn an ninh quốc gia Hoa Kỳ Henry Kissinger giao cho nhiệm vụ thu thập tin tức tình báo từ bất cứ một nguồn Xô Viết nào về khả năng nứt rạn giữa Trung Hoa và Xô Viết. Họ rất ít quan tâm tới việc Trung Hoa sẽ là một đối tác như thế nào? Đáng tin cậy, hay thay đổi, hay có thể nguy hiểm. Điều duy nhất mà các bạn đồng nghiệp Mỹ của tôi chú trọng là chúng ta có thể dùng Bắc kinh như thế nào để làm đòn bẩy chống lại Moscow. Diễn trình này được gia tăng cho tới tháng 9 năm 1969 tại cuộc họp để thảo luận về tương lai của Á Châu do Tổng thống Nixon chủ tọa tại một địa điểm gọi là Nhà Trắng miền Tây tại San Clemente, California. Nếu làm gián điệp cho ta một ý niệm ở trong đầu về những truyện trinh thám hồi hộp của John LeCarré hay những truyện phim của James Bond thì ngay lập tức tôi bị va chạm với thực tế. Bí số của tôi không có gì là có vẻ hảo ngọt và bí hiểm như 007.[17] Về vấn đề tương quan giữa Trung Quốc và Liên Xô, những báo cáo kỹ nhất là các bản nghiên cứu dài của CIA gọi là ESAU và POLO.[18] Các chứng cớ trong đó đều không rõ rệt. Các nhân viên của Văn phòng An ninh Quốc gia của Kissinger cũng có hai trường phái không biết là có nên hay không nên cải thiện quan hệ với Trung Quốc. Đa số theo quan điểm của Tổng thống Nixon, như đã trình bày trong cuộc hội nghị hồi tháng 2 năm 1969, là Trung Quốc là một mối đe dọa lớn hơn Liên Xô và do đó chúng ta cần có những võ khí để chống lại hỏa tiễn của Trung Quốc. Vào tháng 11 năm 1969, ngày nay chúng ta được biết đó là thời điểm nổi tiếng về việc mở màn tiếp xúc với Trung Quốc, và vào lúc đó các cố vấn của Kissinger hãy còn chống đối trong những tờ trình cho Kissinger và cho Tổng thống. Có người nói với Kissinger là Nixon có thể viếng thăm Trung Quốc thì ông ta đã trả lời:"Fat chance."[19] [Đâu có phải dễ]. Tôi đã đọc các báo cáo này trong nhiều tiếng đồng hồ và những điều nói trong các báo cáo đó cho thấy các tham vọng của Trung Quốc rất đáng kinh ngạc. Tôi được biết là từ năm 1960 tới năm 1962 có hàng ngàn trang các tài liệu mật của Liên Xô đã được chụp hình bởi máy hình Minox trong một loạt các hoạt động mà CIA gọi là IRON BARK. Một điều không thể tin được là các tài liệu này cho thấy các nhà lãnh đạo quân sự của Moscow đã thấy Trung Quốc là một đe dọa quân sự nguy hiểm không kém gì liên minh NATO ở Âu Châu. Tôi cũng được biết rằng FBI tại NewYork cũng đã tiến hành ba hoạt động gián điệp có bí hiệu là SOLO, TOP HAT và FEDORA, cho thấy là các cuộc hoạt động đó đã tiếp xúc một cách đáng tin cậy ở mức cao cấp trong các hoạt động nội bộ của bộ chính trị Liên Xô.[20] Nhưng FBI và CIA muốn tôi khai triển tài liệu tình báo đó bằng cách hỏi các câu hỏi đưa ra từ văn phòng của Kissinger và cố vấn của ông ta. Văn phòng Tổng Thư Ký Liên Hiệp Quốc ở trên tầng lầu thứ 35 của tòa nhà Liên Hiệp Quốc. Viên chức Xô Viết đáng kể mà tôi đã được gặp là một ông người đẫy đà, tóc bạc, tính tình cởi mở tên là Arkady Shevchenko. Sau đó tôi đã được biết ông rõ hơn. Lúc đó Shevchenko 39 tuổi, là một người rất thích uống rượu – đặc biệt là rượu martini – và ông ta thường hay vãng lai tới quán rượu Pháp ở Manhattan tên là La Petite Marmite. Tôi cũng ăn trưa với ông nhiều lần và ông nói châm biếm về những nghi thức giả dối tại Liên Hiệp Quốc như không cho các nhân viên có vẻ thân mật với các viên chức của các quốc gia của họ. Ông cười và nói rằng tất cả các người Nga làm việc tại Liên Hiệp Quốc đều hằng ngày tới văn phòng của ông ta trong phái bộ của Liên Xô để trao đổi tin tức tình báo và để nhận chỉ thị. Tháng 4 năm 1969, khi tôi chiếm được lòng tin và sự thân thiết của ông, ông ta nói cho tôi biết chi tiết về những sự tàn bạo mà quân Trung Quốc đã vi phạm trong hai cuộc chạm súng tại biên giới Trung Quốc và Liên Xô xảy ra trước đó một tháng, nhưng phần lớn các viên chức tình báo Mỹ không biết. Ông ta nói Trung Quốc đã mưu mẹo đưa quân của Liên Xô vào một trận phục kích. Schevchenko cũng nói cho tôi biết rằng giới lãnh đạo Xô Viết ghét và sợ Trung Quốc vì họ tin rằng Trung Quốc toan tính nắm quyền kiểm soát trong thế giới Cộng sản và sau hết sẽ chế ngự toàn cầu. Trong mấy chục năm Trung Quốc đã khôn khéo giữ một vai trò tự nhận là một nước yếu đuối, lệ thuộc vào sự giúp đỡ của Liên Xô đến nỗi giới lãnh đạo Liên Xô rất lấy làm ngạc nhiên khi thấy Trung Quốc đã trực tiếp thách thức họ như vậy. Tôi đặc biệt nhớ một buổi uống cà phê với Shevchenko tại phòng khách của các đại biểu phía Bắc tòa nhà văn phòng Liên Hiệp Quốc. Có lẽ tôi cười quá lớn khi nghe Shevchenko kể một câu chuyện tiếu lâm về tương lai của Trung Quốc. Trong câu chuyện tiếu lâm đó nhà lãnh đạo Xô Viết là Leonid Brezhnev đã gọi điện thoại cho Tổng thống Nixon.

Brezhnev nói: "KGB nói với tôi là quý quốc có một cái máy điện toán loại siêu có thể tiên đoán được các biến cố vào năm 2000."

Nixon trả lời: "Vâng, chúng tôi có loại máy điện toán như vậy."

"Như vậy thì Tổng thống có thể cho chúng tôi biết tên của các người trong bộ Chính trị của chúng tôi vào năm đó được không?"

Đợi một hồi lâu không thấy Nixon trả lời.

Brezhnev nói với Nixon: "Ha! Ha! Hóa ra máy điện toán của tổng thống cũng không tinh vi là mấy".

64   CUỘC ĐUA MARATHON 100 NĂM

Nixon trả lời: "Không, thưa ông Tổng thư ký, máy điện toán có trả lời, nhưng tôi không đọc được."
Brezhnev hỏi lại: "Tại sao?".
Nixon nói: "Bởi vì các tên đều viết bằng tiếng Trung Quốc".

Câu chuyện đó khôi hài bởi vì rất là vô lý. Ý tưởng là tương lai sẽ thuộc về một nước Mác-xít hậu tiến, không có đủ lương thực để nuôi dân là một điều thật là lố bịch. Nhưng các người Nga tinh khôn đã nhìn thấy những điều mà người Mỹ không nhìn thấy. Tôi cũng đã có một số trao đổi với vài người Nga khác ở trong đơn vị làm việc của tôi – Yevgeny Kutovoy, Vladimir Petrovski, và Nikolai Fochine – họ đều nhắc lại chuyện khôi hài đó nhiều lần trong những dịp khác nhau. Tôi cũng cho là buồn cười nhưng tôi không hề nghĩ rằng nó bao hàm một thông điệp rất quan trọng.

Tôi có nhiều thì giờ cùng với Kutovoy, ông ấy làm trong một văn phòng cùng khu với tôi trong phân bộ Vụ Chính trị.[21] Ông Petrovski là xếp của chúng tôi, về sau làm phụ tá ngoại trưởng Xô Viết. Kutovoy trở thành đại sứ Liên Xô tại Yugoslavia. Cũng giống như Shevchenko, họ thích trả lời những câu hỏi của tôi. Cả hai người lúc đó ở trong tuổi 30. Họ còn vui vẻ chỉ dẫn cho tôi và nói cho tôi biết về lịch sử của sự tranh chấp giữa Trung Quốc và Liên Xô và bản chất lắt léo của Trung Quốc. Kutovoy nói với tôi là Liên Xô phần lớn đã giúp xây dựng quốc gia hiện đại của Trung Quốc ngày nay với những cố vấn của Liên Xô được đặt ở trong tất cả các văn phòng chính phủ. Việc chuyển giao các vũ khí, huấn luyện quân sự và cố vấn kỹ thuật cũng đã được cung cấp để hiện đại hóa đồng minh Trung Quốc của Liên Xô, nhưng năm 1953, khi Joseph Stalin qua đời thì quan hệ này đã bắt đầu suy sụp. Kutovoy nói là các lãnh tụ Xô Viết bây giờ tin rằng Trung Quốc mang một giấc mộng thầm kín vượt qua mặt Liên Xô, và Trung Quốc sẽ không ngừng tại đó. Mục tiêu sau đó sẽ là Hoa Kỳ. Trung

Quốc không muốn giữ một vai trò thứ yếu. Trung Quốc sẽ tự làm theo bài bản của mình, nghĩa là sẽ làm bất cứ cái gì để giữ vai trò ngự trị trên sân khấu toàn cầu. Kutovoy cảnh báo rằng Hoa Kỳ sẽ nhận những hậu quả bất lợi không ngờ nếu mắc mưu của Trung Quốc. Thông điệp chính của Liên Xô là Trung Quốc được hướng dẫn bởi những tham vọng lịch sử của mình để phục hồi vai trò lãnh đạo trong thứ bậc của các quốc gia trên thế giới. Kutovoy và các đồng nghiệp của ông ta nói cho tôi biết rằng những bài học lịch sử của Trung Quốc đã khuyến dụ Trung Quốc trở thành một quốc gia hùng mạnh nhất và Trung Quốc sẽ che giấu những dự định của nó để đợi thời cơ. Ông ta cảnh báo tôi là lỗi lầm tệ hại nhất mà Hoa Kỳ có thể mắc phải là viện trợ quân sự cho Trung Quốc. Ông ta cho tôi hai cuốn sách của các nhà học giả Nga về lịch sử cổ của Trung Quốc để làm rõ quan điểm của ông. Một báo cáo của CIA năm 1971 đã dẫn chứng một vài điều tìm hiểu của tôi, như là kết luận của tôi rằng Trung Quốc dự đoán là Tổng thống Nixon sẽ mở bang giao với Trung Quốc và Liên Xô sẽ không phản ứng mạnh gì nếu những bang giao đó chỉ có tính cách tiếp xúc ngoại giao.[22] Vào năm 1973 Moscow trực tiếp cảnh báo Nixon là Liên Xô sẽ dùng võ lực nếu Hoa Kỳ đi quá giai đoạn thuần tuý ngoại giao và thực sự thành lập một liên minh quân sự với Trung Quốc. Sau đó ban tư vấn của Kissinger tranh luận về tình huống này và tôi đã lập luận chủ trương viện trợ trực tiếp trong một tờ trình cho Ksssinger, và Kissinger đã bí mật thực hiện khuyến cáo đó.[23]

Tôi thích Kutovoy và thấy ông ta có vẻ đáng tin cậy. Nhưng đó là năm 1969 và tôi mới có 24 tuổi. Ông ta nói chuyện với tôi như là một ông bồ nói về cô bạn gái cũ của mình và cảnh báo là cô ấy sẽ cho tôi leo cây cũng giống như là cô ấy đã cho ông ta leo cây Vào lúc đó nền kinh tế Trung Quốc hãy còn hậu tiến và ở mức 10% của GNP của Hoa Kỳ.[24] Hầu như không có vẻ thực tế cho rằng Trung Quốc thực sự dám mơ mộng qua mặt Hoa Kỳ. Tất cả những điều mà Washington chính thức nghe được là Trung Quốc muốn có một đối tác khiêu vũ mới. Tổng thống Nixon sẽ phải quyết định là có đáp ứng sự mong muốn đó không. Do đó bắt đầu một quan hệ đưa tới những hậu quả sâu xa hơn bất cứ những người nào trong chúng tôi dám nghĩ tới. Người Trung Quốc dự định dùng Hoa Kỳ như đã dùng Liên Xô, làm một công cụ để tiến lên đồng thời hứa là sẽ hợp tác để chống lại một thế lực thứ ba. Đó là cách chiến lược Marathon đã được tiến hành suốt trong thời gian chiến tranh lạnh. Trung Quốc dùng sự đua tranh của Liên Xô với Hoa Kỳ để lấy viện trợ của Liên Xô và rồi khi tình trạng này bắt đầu suy giảm thì chuyển sang phía Hoa Kỳ bằng cách đề nghị muốn giúp Hoa Kỳ chống lại Liên Xô. Khi làm việc như vậy Trung Quốc đã phản ánh một chiến lược trong kế sách thời xưa. Đó là: "tá đao sát nhân"[25] – mượn tay người khác để giết địch thủ hay là nói một cách khác dùng sức mạnh của kẻ khác để tấn công.

***

Bốn mươi năm sau, ngay sau khi Tập Cận Bình nhậm chức Tổng thư ký của đảng Cộng sản Trung Quốc, (để dọn đường làm chủ tịch Trung Quốc) ông ta đã cho thấy một cái nhìn lớn hơn về ẩn ý của Trung Quốc. Trong diễn văn đầu tiên với tư cách là Tổng thư ký, ông Tập đã dùng một câu mà các nhà lãnh đạo chưa hề bao giờ dùng trong một diễn văn công khai:"*qiang zhonguo meng*"[Cường Trung Quốc mộng] hay giấc mơ một "quốc gia hùng cường ."[26] Nhận xét này rất đáng chú ý, các nhà lãnh đạo Trung Quốc thường rất thận trọng về lời nói nhất là trước công chúng. Họ thận trọng hơn các nhà chính trị Tây phương. Họ tránh dùng những từ như là "giấc mộng" hay" hy vọng" trong các lời nói trước công chúng. Những lời nói đầy tính cách cảm xúc như vậy được coi là những luận điệu trống rỗng huênh hoang của người Tây phương. Tuy nhiên từ đó đến nay, Tập đã nhắc đi nhắc lại nhiều lần cụm từ: "giấc mộng Trung Quốc" trong các diễn văn. Theo một bài báo trên trang đầu của *Wall Street Journal*, ông Tập đã nhắc tới năm 2049 là năm sẽ thực hiện được giấc mộng đó, 100 năm sau khi Mao Trạch Đông nổi lên ở Trung Quốc và thành lập nhà nước Cộng sản.[27] Lời nói đó của ông Tập không phải là tình cờ hoặc vô ý. Ông Tập là một cựu chiến binh của Quân đội Giải phóng Nhân dân và từng là thơ ký cho bộ trưởng quốc phòng. Ông ta có quan hệ mật thiết với phe "siêu diều hâu" theo chủ nghĩa quốc gia trong quân đội Trung Quốc. Như tôi nhận thấy trong những câu chuyện của tôi với một vài người tiếng mẹ đẻ là tiếng Trung Quốc trong số những người nghe diễn văn của ông Tập, những người này được đào tạo và huấn luyện trong các trường đại học của Trung Quốc và là thành viên của quân đội, đã hiểu ngay khi ông Tập nói về "giấc mộng một quốc gia hùng cường." Khi nhắc tới "giấc mộng một quốc gia hùng cường" Chủ tịch Tập đã nói về một cuốn sách ít người biết tới, ít ra là tại Tây Phương, được xuất bản tại Trung Quốc vào năm 2009 gọi là *Giấc mơ Trung Quốc*. Cuốn sách này được viết bởi một đại tá trong Quân đội Giải phóng Nhân dân tên là Liu Mingfu [Lưu Minh Phúc], lúc bấy giờ đang làm việc với tư cách là một học giả quan trọng trong trường Đại học Quốc Phòng Trung Quốc, nơi đào tạo và huấn luyện các tướng lãnh tương lai cho Quân đội Giải phóng Nhân dân. Chính tại trong cuốn đó mà lần đầu tiên tôi đã thấy nói tới "Cuộc đua Marathon 100 năm."[28] *Giấc mộng Trung Quốc* đã là một cuốn sách bán chạy nhất trong nước. Cuốn sách đó, mà mới chỉ có một vài phần được dịch sang tiếng Anh, đã phác thảo đường hướng Trung Quốc sẽ trở thành một thế lực đứng đầu như thế nào, vượt qua và thay thế Hoa Kỳ. Cuốn sách phân tách Liên Xô đã thất bại như thế nào trong vai trò thay thế Hoa Kỳ, và trong cuốn sách có cả một chương để trình bày 8 đường lối của nỗ lực của Trung Quốc sẽ khác như thế nào.[29] Câu: "Cuộc chạy đua Marathon 100 năm" mà ông Lưu nhận là của ông đã được nổi tiếng khắp Trung Quốc mặc dầu danh từ *Marathon* là một danh từ mượn từ tiếng Anh. Khái niệm này thường được nói tới trong tiếng Phổ thông là sự chấn hưng của Trung Quốc trong một thế giới công bằng để thích hợp với tựa của cuốn sách là "Giấc mộng Trung Quốc". Cụm từ 'chấn hưng' hay 'phục hưng' (*fuxing*) hình như đồng nghĩa với Marathon và được cho rằng sẽ kéo dài một thế kỷ bắt đầu từ năm 1949. Trung Quốc vừa kín đáo và vừa nhạy cảm về tình trạng cuối cùng của Marathon. Trung Quốc chưa bao giờ nói rõ ra tình trạng phục hưng cuối cùng sẽ như thế nào, ngoại trừ đó là một tình trạng tốt. Tác phẩm của Lưu chủ trương có một lực lượng quân sự đứng hàng đầu thế giới để đưa lên hình ảnh lãnh đạo toàn cầu của Trung Quốc. Ông Lưu nói: "Mục tiêu lớn của Trung Quốc vào thế kỷ thứ 21 là trở thành thế lực số một trên thế giới. Ông ta tiên đoán[30] là "sự đua tranh giữa Hoa Kỳ và Trung Quốc sẽ không giống như một cuộc đấu súng tay đôi hay một trận đấu quyền Anh nhưng nó giống một cuộc thi điền kinh nhiều hơn. Đó là một trận đấu Marathon trường kỳ". Và cuối cùng của cuộc Marathon đó, ông Lưu nói, thế lực ngự trị cuối cùng sẽ là một thế lực thánh thiện nhất trên thế giới. Đó là thế lực Trung Quốc[31]. Năm 2010, khi được một phóng viên của ABC News hỏi về tác phẩm có tính cách khiêu khích của ông, ông Lưu đã giữ vững những quan điểm trung tâm của tác phẩm nhưng ông nhấn mạnh rằng sự đua tranh của Trung Quốc và sự thắng lợi tối hậu của Trung Quốc đối với Tây phương sẽ hòa bình. Nhưng đối với những người như chúng ta có thể đọc được sách của ông trong bản gốc bằng tiếng Phổ thông thì đó không phải là luận điệu ông đã có ở trong cuốn sách. Ông đại tá nói tới tầm quan trọng phải nghiên cứu những nhược điểm của người Mỹ và chuẩn bị sẵn sàng để tấn công người Mỹ một khi người Mỹ biết rõ được cái trò chơi thực sự của Trung Quốc.[32] Ông Lưu cũng nói xa nói gần về việc có một sách lược chính thức về Marathon trong giới lãnh đạo của Trung Quốc. Ông ta ngợi khen Mao Trạch Đông bởi vì Mao Trạch Đông "đã dám phác họa một kế hoạch rộng lớn để qua mặt Hoa Kỳ và Mao Trạch Đông nói rằng đánh bại Hoa Kỳ là một cống hiến lớn nhất của Trung Quốc đối với nhân loại."[33] Như báo *Wall Street Journal* đã tiết lộ năm 2013, *Giấc mộng Trung Quốc* đã được ghi vào trong danh sách những tác phẩm cần phải đọc ở trong khu đặc biệt của các tiệm sách của nhà nước.[34] Thực ra Lưu là một người nói tới ý niệm Marathon khá trễ. Quan điểm về chiến lược Marathon đã được thảo luận trong những bản ghi nhận và những bài báo trước đó nữa. Chẳng hạn như tác phẩm *The Under-Heaven System: The Philosophy of the World Institution*:["Thiên hạ Thể hệ: Thế giới Chế độ Triết Học Đạo luận][1] của Zhao Tingyang [Triệu Đình Dương] đã được xuất bản năm 2005 và hiện nay đang được lưu hành càng ngày càng nhiều trong nguồn tư tưởng chính của Trung Quốc. Hệ thống của Triệu phác họa lại một cơ cấu toàn cầu dựa trên những lý tưởng cổ truyền của Trung Quốc. Cái thế giới mới được gọi là *tianxa*[35], [thiên hạ] ở trong tiếng Phổ thông dịch là "dưới vòm trời " hay là " đế quốc" và "Trung Quốc". Nhà học giả về Trung Quốc là William A. Callahan dịch *tianxa* là một hệ thống thống nhất toàn cầu đứng trên hết là nền văn minh siêu việt của Trung Quốc.[36] Các nền văn minh khác như Hoa Kỳ là một phần của cái "thế giới hoang vu, man di mọi rợ." Với tư cách là trung tâm số một của thế giới văn minh, Trung Quốc sẽ có trách nhiệm để làm cho các quốc gia và các dân tộc trên thế giới được cải thiện hơn nữa bằng cách hòa hợp họ và gieo rắc những giá trị ngôn ngữ và văn hoá của Trung Quốc để họ có thể thích hợp tốt hơn vào thế giới thiên hạ. Cái đế quốc này đặt trật tự trên tự do, đạo đức trên luật pháp và sự cai trị của giới ưu tú trên dân chủ và nhân quyền.[37]

Tôi gặp Triệu Đình Dương tại Bắc Kinh vào tháng 7, 2012 sau khi ông ta đã nổi tiếng trên thế giới. Tôi hỏi ông là hệ thống *thiên hạ* sẽ xử lý như thế nào đối với những sự chống đối trong trường hợp có những quốc gia từ chối đi theo kịch

---

I. Thiên Hạ Thể Hệ: Thế Giới Chế Độ Triết Học Đạo Luận》《天下体系:世界制度哲学 导论》-赵汀阳 *[ND]*

bản của Trung Quốc. Ông ta trả lời: "Rất dễ ". *Kinh Chu Lễ* [J] đã xác định là phải một có thế lực quân sự siêu đẳng mạnh gấp bốn lần để giúp cho hoàng đế có thể thi hành được hệ thống thiên hạ toàn cầu. Nói một cách khác, sau khi Trung Quốc đã thắng cuộc Marathon về kinh tế và phát triển một nền kinh tế lớn gấp đôi nước Mỹ, thì cái tư thế mới của Trung Quốc rất có thể sẽ phải cần được bảo vệ bằng lực lượng quân sự. Nền kinh tế lớn nhất thế giới sẽ cần phải có một lực lượng mạnh hơn bất cứ nước nào khác, một lực lượng mà sau rốt sẽ khiến cho sức mạnh quân sự của Hoa Kỳ trở thành lỗi thời. Chính Hoa Kỳ đã làm công việc này trong khoảng thời gian từ năm 1860 cho tới 1940. Các diều hâu Trung Quốc không những nghiên cứu chiến lược của Hoa Kỳ mà còn rút ra những bài học từ lịch sử cổ xưa của Trung Quốc trước đây nhiều thế kỷ. Các lời cảnh báo của các nhà ngoại giao Xô Viết tại Liên Hiệp Quốc đưa ra vào năm 1969 về những chiến thuật lừa dối của Bắc kinh và các tham vọng toàn cầu trong dài hạn bây giờ đã trở thành hiện thực.

J. Chu lễ (chữ Hán phồn thể: 周禮; giản thể: 周礼) còn gọi là Chu quan (周官) hoặc Chu quan kinh (周官经), là tên gọi của bộ sách xuất hiện vào thời Chiến Quốc ghi chép về chế độ quan lại cùng những tập tục lễ nghi của đời Chu, có thể coi là một lý tưởng về chế độ chính trị và chức trách của bách quan, tương truyền do Chu công chế định. Chu lễ cùng với Nghi lễ và Lễ ký là một trong tam lễ được liệt vào hàng kinh điển của Nho giáo. [ND]
https://vi.wikipedia.org/wiki/Chu_l%E1%BB%85

CHÚ THÍCH – CHƯƠNG 1

1. Xin xem "Monument to People's Heroes," TraVelChinaGuide.com tại https://www.travelchinaguide.com/attraction/beijing/tiananmen-square/people-heroes-monument.htm

2. James Reeves Pusey, *China and Charles Darwin* (Cambridge, MA: Harvard University Press 1983), chương 6; và Xiaosui Xiao,"China Encounters Darwinism: A Case of Intercultural Rhetoric," *Quarterly Journal of Speech 81*, no 1(1995).

3. Dẫn chứng trong Guoqi Xu, *Olympic Dreams: China and Sports 1895-2008* (Cambridge MA: Harvard University Press, 2008), 19

4. Pusey, *China and Charles Darwin*, 190-91. Pusey viết "Biện minh 'có tính cách khoa học' đầu tiên và quan trọng nhất cho cách mạng ... dựa trên "một sai lầm về phiên dịch của một trong những câu quan trọng nhất của Darwin .Cho tới bây giờ cũng không rõ do lỗi của ai" (209).

5. Riazat Butt, "Darwinism, Through a Chinese Lens," Guardian, November 16, 2009, xem tại https://www.theguardian.com/commentisfree/belief/2009/nov/16/darwin-evolution-china-politics

6. Pusey, *China and Charles Darwin*, 208.

7. Orville, Schell and John Delury, *Wealth and Power: China's Long March to the Twenty First Century* (London Little, Brown, 2013), 131. Muốn đọc thêm về quan niệm của Trung quốc về chủng tộc và quan hệ chủng tộc, xin đọc M. Dujon Johnson; *Race and Racism in the Chinas: Chinese Racial Attitudes Toward Africans and African-Americans* (Bloomington, IN: AuthorHouse, 2007); Frederick Hung, "Racial Superiority and Inferiority Complex," *China Critic* January 9, 1930, tại http://www.chinaheritagequarterly.org/030/features/pdf/Racial%20Superiority%20and%20Inferiority%20Complex.pdf ;

8. Nicholas. D. Kristof, "China's Racial Unrest Spreads to Beijing Campus," *New York Times*, January 4,1989, tại https://www.nytimes.com/1989/01/04/world/china-s-racial-unrest-spreads-to-beijing-campus.html; Frank Dikotter, *The Discourse of Race in Modern China* (Stanford, CA: Stanford University Press; 1992); and Frank Dikotter, *Imperfect Conceptions: Medical Knowledge, Birth Defects, and Eugenics in China* (New York: Columbia University Press, 1998).

9. Pusey, *China and Charles Darwin*, 208

Một vài đoạn trong tác phẩm *The General Mirror* đã được dịch bởi Peter K. Bol, *This Culture of Ours: Intellectual Transitions in Tang and Song China* (Stanford, CA: Stanford University Press, 1992), 233-46. Thí dụ, về giao dịch với dân man di, "Although their chi is of a different sort [from humans], they are the same as human beings in choosing profit over loss and preferring life to death. If one gets the tao for controlling them, they will accord and submit. If one loses that tao, they will revolt and invade" (244).[Tuy trí của chúng không giống người, nhưng chúng cũng giống người ở chỗ muốn lời hơn lỗ và thích sống hơn chết.Nếu ta lấy đạo mà trị chúng thì chúng cũng chịu khuất phục. Nếu ta không giữ được đạo thì chúng sẽ nổi loạn và xâm lấn – ND]

10. Carine Defoort, *The Pheasant Cap Master (He Guan Zi): A Rhetorical Reading* (New York: State University of New York Press, 1996), 206.

11. Salisbury nói là ông biết về đầu mối quan trọng này để hiểu về cách suy nghĩ

chiến lược của người Trung Quốc trong cuộc phỏng vấn với thư ký và người viết tiểu sử của Mao chủ tịch là Li Ru [Lý Duệ]. Xem Harrison E. Salisbury, *The New Emperors China in the Era of Mao and Deng* (New York: Harper Perennial, 1993), 480, n. 17. Salisbury viết, "Có một người khách ghé thăm Đặng vào đầu năm 1973.Ông ta thấy Đặng đang đọc *The General Mirror for the Aid of Government*" (325). Salisbury cũng thấy là khi Mao vào Bắc kinh năm 1949 để nắm quyền cai trị Trung Quốc ông ta cũng mang theo cuốn *The General Mirror for the Aid of Government*. "Nếu ông ta muốn trị vì đế quốc, ông ta phải theo lời dạy của các tiên đế"(9). Salisbury còn nói thêm là "không phải tất cả các người còn sống sau khi Mao qua đời tin rằng Mao đã đọc nhiều như vậy về lịch sử làm cách nào các tiểu vương chiếm được vương quốc và các đại đế mất đế quốc"(53).

12. Butt, "Darwinism, Through a Chinese Lens"

13. Xu Jianchu, Andy Wilkes, và Janet Sturgeon,. "Official and Vernacular Identifications in the Making of the Modern World: Case Study In Yunnan, S.W. China", Center for Biodiversity and Indigenous Knowledge (CBIK), October 2001, 4.

14. Jeanne Vertefeuille đi cùng với Golitsyn. Sandra Grimes và Jeanne Vertefeuille, *Circle of Treason: A CIA Account of Traitor Aldrich Ames and the Men He Betrayed* (Annapolis,MD: Naval Institute Press, 2013), 4. Cũng xem Elaine Shannon, "Death of the Perfect Spy," *Time*, June 24, 2001, tại http://content.time.com/time/magazine/article/0,9171,164863,00.html; và Tennent H, Bagley, Spymaster; *Startling Cold War Revelations of a Soviet KGB Chief* (New York: Skyhorse Publishing, 2013).

15. Robert Buchar, *And Reality Be Damned ... Undoing America: What Media Didn't Tell You About the End of the Cold War and the Fall of Communism in Europe* (Durham, CT: Eloquent nooks, 2010), 211, n. 9.

16. John Limond Hart, *The CIA's Russians* (Annapolis, MD: Naval Institute Press, 2003), 137.

17. Muốn đọc thêm về cách dùng bí danh và bí danh "007" của Ian Fleming xin đọc các tài liệu nghiên cứu lịch sử của: Donald McCormick *17F: The Life of Ian Fleming* (London: Peter Owen Publishers, 1994); Nicholas Rankin, *Ian Fleming's Commandos: The Story of the Legendary 30 Assault Unit* (New York: Oxford University Press, 2011); John Pearson, *The Life of Ian Fleming* (New York: Bloomsbury,2013); and và Cabell, *Ian Fleming's Secret War* (Barnsley,UK: Pen and Sword, 2008).

18. Xin đọc Hal Ford, "Soviet Thinking about the Danger of a Sino-US Rapprochement," CIA Intelligence Report, Directorate of Intelligence, Reference Title: ESAU LI, Fob. 1971, có tại http://www.foia.cia.gov/sites/default/files/document_conversions/14feau-50.pdf

19. H. R. Haldeman, *The Ends of Power* (New York: Dell, 1978), 91, Roger Morris Memorandum for Henry Kissinger; November 18, 1969, declassified memo, Subject: NSSM 63, Sino-Soviet Rivalry—A Dissenting View, Nixon Presidential Library; Helmut Sonnenfeldt Memorandum to Henry Kissinger, Secret, August 19, 1969, Nixon Presidential Library. Muốn đọc thêm về quan hệ của Kissinger với Haldernan, xin đọc Robert Dallek, *Nixon and Kissinger: Partners in Power* (New York: Harper Collins, 2007), chương 11.

20. Dự án SOLO được thành lập để nói về sự kiện có hai điệp viên, Morris Childs và anh/em là Jack. Chương trình SOLO tự tiết lộ sau khi hai anh em được tổng thống Reagan ban thưởng Huy chương Tự do năm 1983. Xem John Barron, *Operation*

Solo: The FBI's Man in the Kremlin (Washington, DC: Regnery History, 1997). Barron nói rằng một báo cáo bí mật chuyển ra khỏi Moscow năm 1965 nói về quan điểm của Liên Xô đối với Trung quốc, được CIA đánh giá là "một dữ kiện tình báo có ý nghĩa nhất được cung cấp về Liên Xô " (125). Kết quả là FBI quyết định "thu thập tất cả các báo cáo SOLO từ 1958 liên quan tới Trung quốc." Năm 1971, Barron báo cáo rằng SOLO tiết lộ là Mikhail Suslov, bí thư thứ nhì của đảng Cộng sản Liên Xô, đã cả quyết rằng "dù Nixon và Trung quốc có thỏa thuận với nhau thế nào thì chúng ta cũng vẫn tiếp tục thương lượng với Mỹ" (183). "FBI Records: The Vault - SOLO," US Federal Bureau of Investigation (accessed March 5, 2014), tại https://vault.fbi.gov/solo.

21. Kutovoy lại nói về đề tài này năm 2010 tại Viện Ngoại giao tại Moscow. Ông ta nói "Tôi đã nói với ông trước đây 40 năm."

22. Arthur Cohen, "Soviet Thinking about the Danger of a Sino-US Rapprochement," CIA Directorate of Intelligence, Intelligence Report, February 1971. Xem "Signs of Life in Chinese Foreign Policy," CIA Directorate of Intelligence, April 11, 1970, no. 0501/ 70. Một báo cáo quan trọng nữa là POLO 28; xem "Factionalism in the Central Committee: Mao's Opposition Since 1949," (Reference Title: POLO XXVIII),September 19, 1968, RSS no. 0031/ 68, giải mật May 2007.

23. Trong tờ trình ngày October 22 cho Kissinger, Fred Iklé, giám đốc cơ quan Arms Control and Disarmament Agency, đề nghị chia sẻ với Trung Quốc tài liệu tình báo về mối đe dọa của Liên Xô. Richard Solomon gửi tờ trình của Iklé tới Kissinger trong tờ trình có tựa là November 1 covering memorandum. National Archives, RG 59, Policy Planning Staff (S/ P), Director's Files (Winston Lord) 1969– 1977, Entry 5027, Box 370, Secretary Kissinger's Visit to Peking, October 1973, S/ PC, Mr. Lord, vol. II, National Archives, College Park, MD.

24. Central Intelligence Agency, Memorandum for Colonel T. C. Pinckney, Subject: GNP Data for the USSR, Communist China, North Korea, and North Vietnam, 1971, giải mật năm 1998, tại http:// www.foia.cia.gov/ sites/ default/ files/ document_conversions/ 89801/ DOC_0000307804. pdf; và U.S. Gross National Product (GNP)-10 Year Chart, ForecastChart.com, cập nhật ngày December 16, 2013, tại http:// www.forecast-chart.com/ chart-us-gnp.html.

25. Có nhiều tài liệu của phe diều hâu viết về *Tam Thập Lục Kế*. Tài liệu ngắn là các truyện cổ tích rút ngắn, về sau được minh họa bằng các tranh lịch sử. Hai cuốn bằng tiếng Trung Quốc được dịch và diễn giải ra tiếng Anh là Sun Haichen, *The Wiles of War: 36 Military Strategies from Ancient China* (Beijing: Foreign Languages Press, 1991); và Chinghua Tang, *A Treasury of China's Wisdom* (Beijing: Foreign Languages Press, 1996). Xem thêm Stefan H. Verstappen, *The Thirty-Six Stratagies of Ancient China* (San Francisco: China Books & Periodicals, 1999), tại http:// wengu.tartarie.com/ wg/ wengu.php? l = 36ji&& no = 3.

26. Jeremy Page, "For Xi, a 'China Dream' of Military Power," *Wall Street Journal*, March 13, 2013, tại http:// online.wsj.com/ news/ articles/ SB10001424127887324128504578348774040546346. Page còn nói thêm "Ông Tập tự tạo cho mình hình ảnh là một nhà lãnh đạo quân sự mạnh trong nước và có một viễn quan diều hâu hơn về thế giới do các tướng lãnh phác họa; họ cho rằng Hoa Kỳ đang đi xuống và Trung Quốc sẽ trở nên thế lực quân sự áp đảo tại châu Á vào giữa thế kỷ."

27. Ibid.

28. Ibid.

29. Giống như những người Tây phương chủ trương liên kết với Trung Quốc, Kissinger chỉ nói sơ qua về đại tá Lưu và coi ông ta như một người theo phái dân tộc chủ nghĩa bên lề, có quan điểm trái ngược với những người như chủ tịch Hồ [Cẩm Đào]. Henry Kissinger, On China (New York: Penguin Press, 2011), 505.

30. Erich Follath, "China: Troublemaker on the World Stage?," ABC News, February 23, 2010, tại http:// abcnews.go.com/ International/ china-troublemaker-world-stage/ story? id = 9918196#. UaT1goVc0SQ; và Chito Romana, "China: 'White Knight' or 'Angry Outsider'?," ABC News, April 1, 2009, tại http:// abcnews.go.com/ International/ story? id = 7229053& page = 1#. UaT1vYVc0SQ.

31. Dẫn chứng trong Chito Romana, "Does China Want to Be Top Superpower?," ABC News, March 2, 2010, tại http:// abcnews.go.com/ International/ china-replace-us-top-superpower/ story? id = 9986355.

32. William A. Callahan, China Dreams: 20 Visions of the Future (New York: Oxford University Press, 2013), 58– 62.

33. William A. Callahan, "China's Harmonious World and Post-Western World Orders: Official and Citizen Intellectual Perspectives," 33, trong China Across the Divide: The Domestic and Global in Politics and Society, ed. Rosemary Foot (New York: Oxford University Press, 2013).

34. Page, "For Xi, a 'China Dream' of Military Power."

35. Zhao Tingyang, "A Political World Philosophy in Terms of All-under-heaven (Tianxia)," Diogenes 56, no. 1 (February 2009): 5– 18, dẫn chứng trong Callahan, China Dreams: 20 Visions of the Future, 52.

36. William A. Callahan, "Chinese Visions of World Order: Post-hegemonic or a New Hegemony?," International Studies Review 10 (2008): 749–61, 757, tại http:// williamacallahan.com/ wp-content/ uploads/ 2010/ 10/ Callahan-TX-ISR-08. pdf.

37. Theo William A. Callahan, Hồ coi thế giới như là một giao điểm khoan dung giữa các nền văn minh ngang hàng với nhau. Tuy nhiên thiên hạ của Triệu có tính cách toàn diện và phân chia đẳng cấp trong đó có một nền văn minh toàn cầu duy nhất hòa hợp các dân tộc trên thế giới. Cũng tương tự như vậy, giấc mộng Trung Quốc của Lưu coi Trung Quốc là một thế lực cai trị duy nhất sau một cuộc cạnh tranh của các nền văn minh. Callahan, China Dreams, 63.

Chương 2
THỜI CHIẾN QUỐC

"Hỏi đỉnh của Hoàng đế nặng hay nhẹ quá sớm" [K]

Kinh Xuân Thu

Trong lịch sử Trung Quốc không có những niên biểu như 1492 hay 1776 [L]. Lịch sử phong phú của Trung Quốc dài hơn 3000 năm. Trung Quốc không có những huyền thoại lập quốc như câu truyện vùng đất hứa được trao cho Abraham hay một thời điểm lập quốc chính xác như ngày ban hành Tuyên ngôn Độc lập. Thay vào đó, lịch sử của Trung Quốc là một lịch sử chiến tranh và tranh giành trong những biên giới địa dư cố định—đại dương về phía Đông, sa mạc hoang vu ở phía Bắc và núi cao vòi vọi ở phía Tây. Các triều đại và các nhà cai trị đã đến và đi; và theo cách suy nghĩ của người Trung hoa, họ sẽ tiếp tục đến và đi trong hàng ngàn năm nữa. Như Henry Kissinger đã ghi nhận: "Ý niệm về thời gian của Trung Quốc có một nhịp điệu khác với của nước Mỹ". Khi một người Mỹ được hỏi về một thời điểm của một biến cố lịch sử, thì người đó sẽ nói rõ một ngày nào đó ở trên lịch, còn một người Trung

---

K. Vấn đỉnh chi khinh trọng. Cửu đỉnh (chữ Hán: 九鼎) là bộ gồm chín cái đỉnh (vạc) tượng trưng cho quyền lực thời phong kiến tại các nước Á Đông.[ND]

L. Trong lịch sử Hoa Kỳ, ngày 4 tháng 7 năm 1776 là ngày Tuyên ngôn Độc lập. Năm 1492 có nhiều thời điểm quan trọng trong lịch sử Tây phương trong đó có việc Christopher Columbus tìm ra đường biển tới châu Mỹ. [ND]

Quốc sẽ mô tả một biến cố và khi một người Trung Quốc mô tả về một biến cố thì họ đặt nó vào một triều đại. Trong 14 triều đại thì có 10 triều đại đã lâu hơn tất cả lịch sử của Hoa kỳ.[1] Phe diều hâu tại Trung quốc không cảm thấy lạc đường trong lịch sử dài và phức tạp như vậy, thay vào đó họ đã lựa ra những bài học rõ rệt từ những thành công và thất bại trong lịch sử mà họ có thể dùng để thắng cuộc trong chiến lược Marathon.

Phe diều hâu viết sách về những thời kỳ then chốt trong lịch sử, từ đó Trung Quốc đã được tôi luyện, đó là thời Xuân Thu và thời Chiến quốc[2] – năm thế kỷ gồm phần lớn những cuộc đấu tranh chính trị. Hai thế kỷ rưỡi cuối cùng bắt đầu từ khoảng năm 475 trước Công nguyên và kết thúc bằng việc thống nhất 7 vương quốc tương tranh dưới đời nhà Qin [Tần]. (Tiếng Anh 'China' có nguồn gốc từ chữ Qin.) Cả hai thời kỳ đó đều có những cuộc đấu tranh chính trị rối loạn, các mưu mô, quỷ kế và chiến tranh công khai giữa các sứ quân của Trung quốc. Đó là một thế giới đầy cạnh tranh bạo lực của Darwin, trong đó các sứ quân đã liên minh với nhau để loại bỏ nhau, tất cả đều với mục đích để trở thành *bá*, tương đương với tiếng Anh *hegemon*. Có năm *bá* đã nổi lên và suy tàn trong thời Xuân Thu, rồi hai liên minh tranh giành với nhau trong thời kỳ Chiến Quốc. Phe diều hâu đã rút ra những bài học cho chiến lược Marathon từ cả hai thời kỳ đó.

Từ lâu, các chiến lược gia của phái diều hâu tại Bắc kinh đã lấy ra những bài học then chốt từ thời kỳ Chiến quốc, và những bài học đó phần lớn đã xác định thể thức Trung Quốc đang áp dụng những chiến lược ngày nay. Tuy nhiên giới phân tích chính sách Trung Quốc tại Hoa kỳ mới ý thức được sự kiện đó gần đây và ngay cả tới bây giờ quan điểm này cũng vẫn chưa được chấp nhận trong khắp giới chính quyền Hoa kỳ. Sự không biết kéo dài hàng chục năm của chúng ta về các suy nghĩ chiến lược của Trung Quốc đã khiến cho chúng ta phải trả một giá đắt. Sự thiếu hiểu biết đã khiến chúng ta đưa ra những nhân nhượng cho Trung Quốc mà bây giờ nhìn lại, có vẻ là hoàn toàn vô lý.

Chắc chắn là sự không hiểu biết của Hoa kỳ, và nói chung là của Tây phương, ít ra có thể do hai yếu tố. Thứ nhất, từ thế kỷ thứ 17 cho tới hiện tại, các nhà nghiên cứu về Trung hoa, các giáo sĩ, các nhà nghiên cứu, đã tới thăm và nghiên cứu Trung Quốc phần lớn đều bị lừa đảo để chấp nhận một câu chuyện bày đặt ra về lịch sử Trung Quốc. Các nguồn tin của Trung Quốc đã đề cao bản chất hòa bình theo thuyết của Khổng Tử của nền văn hóa Trung Quốc và bỏ qua trong nhiều trường hợp hoàn toàn không nói tới thời Chiến quốc đẫm máu.³ Thêm vào đó chiến dịch của Mao Trạch Đông chủ trương "Phá tứ cựu lập tứ tân," [M], theo đó đảng Cộng sản sẽ hủy diệt và tẩy bỏ hết quá khứ lâu đời của phong tục, văn hóa, tư tưởng và tập quán Trung Quốc để ủng hộ cuộc Cách mạng Văn hóa. Chính sách đó đã khiến cho nhiều người ở Tây phương kết luận rằng Trung Quốc đã quyết định đoạn tuyệt với những quá khứ trước thời Cộng sản của họ.

Trong khi các nhà làm chính sách Hoa kỳ đã càng ngày càng nhận ra chiến lược của Trung Quốc, chủ yếu là một sản phẩm của các bài học đến từ thời Chiến quốc thì Trung Quốc cũng bắt đầu nói công khai về chiến lược đó. Mới đầu chỉ có phe diều hâu nói tới các bài học lịch sử về thời kỳ này. Những tham chiếu về các bài học lịch sử xưa đó đã xuất hiện đầu tiên trong những văn bản nội bộ của Trung Quốc vào những năm 1990, và người Trung Quốc đã nhắc tới các biến cố và các phương châm trong thời kỳ Chiến quốc trong các bản thông cáo mà tình báo Mỹ đã bắt được trong các cuộc thảo luận về các chủ thuyết quân sự. Năm 1991, các nhà lãnh đạo Trung Quốc bí mật dùng câu thành ngữ của thời Chiến quốc "Thao

---

M. Phá tứ cựu, lập tứ tân (tiếng Trung: 破四舊、立四新) là khẩu hiệu hành động của trào lưu Cách mạng văn hóa. Bốn điều cần tiêu diệt này là "tư duy cũ", "văn hóa cũ", "thói quen cũ", phong tục cũ". [ND]
https://vi.wikipedia.org/wiki/Ph%C3%A1_t%E1%BB%A9_c%E1%BB%B1u

quang dưỡng hối" [N]. Khi tài liệu có câu này được tiết lộ ra bên ngoài thì Bắc kinh đã dịch câu đó một cách bí ẩn và chung chung là "chờ thời và xây dựng khả năng[4]." Nhưng trong văn mạch thực sự của nó thì câu ngạn ngữ này thực ra đã nói tới việc lật đổ phe bá quyền cũ và phục thù, nhưng chỉ khi nào thế lực quật khởi có đủ khả năng để làm như vậy. Có nhiều chuyên gia tại Mỹ mới đầu không tin những điểm đó vì nó đi ngược với định kiến của họ cho rằng các chứng cớ về chiến lược gây hấn của Trung Quốc cần phải gạt sang một bên nếu nó chỉ xuất phát từ miệng và ngòi bút của phe diều hâu theo dân tộc chủ nghĩa ở Trung Quốc mà người ta thường coi đó chỉ là những thành phần bên lề.

***

Phần lớn các nhà học giả về Trung Quốc đã xác định một cách tổng quát là quá khứ của Trung Quốc ảnh hưởng tới hiện tại nhưng chỉ có tính cách nói một cách bóng bẩy thôi[5]. Tuy nhiên các nhà học giả đó không được tiếp cận với các tài liệu hoạch định phổ biến nội bộ của chính quyền Trung Quốc cho thấy người Trung Quốc công khai dùng các phương châm thời cổ như thế nào. Và các nhà học giả đó cũng không được tiếp xúc với các người đào tỵ Trung Quốc trước kia đã giữ những chức vụ cao cấp ở trong chính quyền Trung Quốc. Bốn mươi năm tôi tiếp xúc với các viên chức quân sự và an ninh Trung Quốc có thể khiến tôi có một suy nghĩ ngược lại với các bạn đồng nghiệp chuyên gia về Trung Quốc. Bây giờ tôi thấy phái diều hâu là dòng chính. Đôi khi phái ôn hòa cũng nói tới phái diều hâu một cách nhẹ nhàng kín đáo y như là kỷ luật đảng không cho phép tiết lộ các chi tiết về ảnh hưởng gia tăng của phái diều hâu.

Dựa trên những chi tiết nhận được của các người đào tỵ, tôi bắt đầu đọc những luận văn phổ biến hạn chế của các tướng lãnh và các nhà chiến lược Trung Quốc nói về cách làm sao

---

N. "Náu mình chờ thời" [ND]

có thể áp dụng các bài học của thời Chiến quốc vào hiện tại để thực hiện một thế giới do Trung Quốc lãnh đạo. Tôi được biết rằng các cách suy nghĩ của thời Chiến quốc từ lâu đã là nét suy nghĩ chính trong số các nhà lãnh đạo Trung Quốc. Với tư cách là một khách chính thức của chính phủ Hoa kỳ tới Bắc kinh hàng năm, từ năm 1995 tôi đã được vào những tiệm sách hạn chế của nhà nước, sau đó tôi đã phỏng vấn một vài tác giả của một vài cuốn sách bày bán. Những cuốn sách này và những bài báo này rõ ràng đã tinh luyện những ý tưởng của hàng trăm năm thất bại và thành công của các thế lực trong thời Chiến quốc.

Một xu hướng rõ rệt bắt đầu từ giữa thập niên 1990 là có một số gia tăng các tác giả Trung Quốc bắt đầu rút những bài học từ thời Chiến quốc. Thiếu Tướng Li Binyan là một trong số những người đầu tiên làm việc đó. Ba mươi tướng Trung Quốc cứ vài năm lại triệu tập một cuộc họp để thảo luận về cách áp dụng tác phẩm cổ điển của thời Chiến quốc là *Tôn Ngô Binh pháp* và tôi được mời để trình bày trong ba cuộc họp này với tư cách là một học giả của Lầu Năm Góc. Phe diều hâu coi tôi như là một người bạn của phe diều hâu từ bộ Quốc phòng Mỹ mà họ cho rằng – lẽ dĩ nhiên là không đúng – tôi biết tất cả những điều về các bài học từ thời Chiến quốc. Các hội nghị này vẫn còn tiếp tục cho tới ngày nay. Vào tháng 10 năm 2013, tôi thăm một tiệm sách quân sự và thấy hai điều đáng ngạc nhiên: thứ nhất rõ ràng là có nhiều bài học lịch sử của thời cổ Trung Quốc hơn bao giờ hết. Và khi tôi hỏi một sĩ quan xem còn có thêm những bài học về lịch sử của Trung Quốc ở trong một khu vực mới được thành lập trong tiệm sách có ghi rõ "chỉ có các sĩ quan được vào đây", ông ta nói đùa: "Có chứ, nhưng những sách này người ngoại quốc không được đọc bởi vì nó quá rõ ràng".

Tôi nhận thấy là các tác giả bắt đầu phát động phong trào này từ 20 năm trước đây đã thành lập những hiệp hội và các tổ nghiên cứu. Hiệp hội đầu tiên được thành lập năm 1996 và hiệp hội mới đây được thành lập năm 2012. Nhiều đại tá phát động những chương trình nghiên cứu này đã được thăng lên chức vụ lãnh đạo như tướng và đô đốc và một thế hệ trẻ hơn của các tác giả trẻ hơn vẫn còn tiếp tục công việc.

Chiến quốc sách đã rất phổ biến, được nghiên cứu kỹ lưỡng là một tuyển tập những truyện ngụ ngôn chưa bao giờ được dịch sang tiếng Anh. Nếu được dịch thì sẽ có nhiều người Mỹ hiểu rõ hơn về các nhà lãnh đạo Trung Quốc và các dự định của họ khi họ nói những lời có nội dung cảm hứng từ các bài học rút từ thời đại loạn lạc đó trong lịch sử Trung Quốc.

Các học viên đều được dậy các bài học từ thời Chiến quốc, phần lớn từ cuốn *Chiến quốc sách*, là tác phẩm được coi là tài liệu hướng dẫn về thuật trị nước. Các nhà nghiên cứu quân sự hiện đại và các triết gia chính trị Trung Quốc chú ý tới thời đại này nhiều hơn bất cứ thời đại nào khác. Một ủy ban gồm 21 tướng Trung Quốc đã bảo trợ một bộ sách gồm 9 quyển với tựa đề là *Các Bài học Chiến lược từ Trung Quốc Cổ xưa* rút ra từ thời Chiến quốc. Nhiều câu ngạn ngữ ngày nay được dùng trong các văn bản nội bộ của chính quyền Trung Quốc có nguồn gốc từ các cuộc tranh đấu giữa các vương quốc trong thời Chiến quốc.

Chiến lược Marathon mà các nhà lãnh đạo Trung Quốc đang theo đuổi ngày nay – và đã áp dụng trong mấy chục năm qua – phần lớn là sản phẩm của những bài học do phe diều hâu rút ra từ thời Chiến quốc. Chín yếu tố chính của chiến lược Trung Quốc tạo thành cơ sở của Chiến lược Marathon 100 năm, gồm có những điểm như sau:

1. Khiến cho [đối phương] tự mãn, tự đại để tránh làm cho đối phương lo ngại. Sách lược của Trung Quốc cho rằng một đối phương mạnh như Hoa kỳ ngày nay, không nên khiêu khích họ quá sớm. Thay vào đó cần phải che dấu ý kiến thực sự của mình cho tới thời điểm lý tưởng để ra tay.

2. *Thao túng các cố vấn của đối phương*. Sách lược của Trung Quốc nhấn mạnh là phải gây sự ly gián trong đối phương bằng cách mua chuộc những cố vấn có ảnh hưởng chung quanh guồng máy lãnh đạo của đối phương. Nỗ lực đó từ lâu vẫn là một dấu ấn trong quan hệ giữa Trung Quốc và Hoa Kỳ.

3. *Ẩn nhẫn - trong hàng chục năm hay có thể lâu hơn - để có thể dành được thắng lợi*. Trong thời kỳ Chiến quốc, sự thắng lợi hoàn toàn không bao giờ có được nhanh. Thắng lợi đôi khi chỉ dành được sau hàng mấy chục năm kế hoạch thận trọng và chờ đợi có tính toán. Ngày nay các nhà lãnh đạo Trung Quốc rất sẵn sàng để kéo dài thêm trò chơi kiên nhẫn chờ đợi đó.

4. *Lấy cắp những ý tưởng và kỹ thuật của đối phương để dùng vào mục đích chiến lược*. Trung Quốc không bao giờ bận tâm về những sự ngăn cấm trên luật pháp và về nguyên tắc của hiến pháp của Tây phương nên Trung Quốc rõ ràng đã ủng hộ việc lấy cắp các tài liệu để có lợi về chiến lược. Những sự lấy cắp như vậy là một hình thức ít tốn kém và tương đối dễ dàng mà một nước yếu hơn có thể dành lấy quyền lực của một đối phương hùng mạnh hơn.

5. *Sức mạnh về quân sự không phải là một yếu tố then chốt để chiến thắng trong một cuộc đua tranh dài hạn*. Điều này giải thích một phần tại sao Trung Quốc đã không dành nhiều tài nguyên để xây dựng một lực lượng quân sự lớn hơn và hùng mạnh hơn. Thay vì dựa vào sự tích lũy võ lực thì chiến lược của Trung Quốc chủ trương là tấn công quân địch ở những nhược điểm của nó và chờ thời.

6. *Nhận định rằng bá quyền có thể có những hành động cực đoan liều lĩnh để duy trì tư thế thống trị*. Sự hưng vong của các phe bá quyền có thể là một đặc điểm rõ rệt của thời kỳ Chiến quốc. Chiến lược của Trung quốc cho rằng bá quyền - tức là Hoa kỳ ngày nay - sẽ không âm thầm từ bỏ vị trí của mình khi thế lực của nó đã suy tàn so với các thế lực khác. Hơn nữa, chiến lược Trung Quốc cho rằng thế lực bá quyền chắc chắn sẽ tìm mọi cách để loại bỏ các thế lực thực sự hay có thể thách thức nó.

7. **Không bao giờ bỏ qua cái thế.** Quan điểm về *thế* (shi) sẽ được thảo luận chi tiết thêm dưới đây. Tại điểm này chỉ cần nói là có hai yếu tố của *thế* là những thành phần then chốt trong chiến lược của Trung Quốc: đánh lừa để đối phương thực hiện những điểm có lợi cho mình và chờ đợi cho tới khi thời cơ thuận tiện nhất để ra tay.

8. **Thiết lập và sử dụng những thước đo để đo lường tình trạng hiện tại của mình so với những đối thủ tiềm tàng khác.** Sách lược của Trung Quốc đặt một giá trị rất cao trong việc đánh giá sức mạnh tương đối của Trung Quốc trong hòa bình cũng như khi có chiến tranh qua vô số những khía cạnh vượt ra ngoài những yếu tố quân sự. Ngược lại, Hoa kỳ chưa bao giờ làm như vậy.

9. **Luôn luôn cảnh giác để tránh bị bao vây hay bị lừa dối bởi kẻ khác.** Trong một đặc tính có thể coi như là bản chất đa nghi cố hữu, các nhà lãnh đạo Trung Quốc tin rằng vì tất cả các thế lực đua tranh đang gia tâm lừa dối họ cho nên Trung Quốc phải đáp lại bằng những âm mưu lừa dối của mình. Trong thời kỳ Chiến quốc tàn bạo, các lãnh đạo cả tin, ngây thơ, không những bị thất bại trên chiến trường mà còn bị hoàn toàn tiêu diệt. Có lẽ mối lo sợ chiến lược lớn nhất của Trung Quốc là bị bao vây. Trong trò chơi cổ điển của Trung Quốc là *cờ vây*, điều thiết yếu là phải tránh không bị đối phương bao vây. Điều này chỉ có thể thực hiện được bằng cách là đồng thời cũng đánh lừa đối phương và tránh bị đối phương lừa. Ngày nay các nhà lãnh đạo Trung Quốc đang hoạt động dựa trên điều tin tưởng rằng các quốc gia kình địch nhau về cơ bản là đang bao vây lẫn nhau cũng giống như mục đích khi chơi *cờ vây*.

Rất nhiều yếu tố đáng kể của chiến lược Marathon của Trung Quốc đã được khai triển bởi giới quân sự, đặc biệt là phe diều hâu. Dựa theo các truyền thống dân sự, quân sự của Trung Quốc trước thời kỳ có Cộng sản bắt đầu từ năm 1920, các nhân viên quân sự cao cấp của Trung Quốc thường được giữ một vai trò quan trọng trong việc thành lập kế hoạch chiến lược dân sự. Để có một ý niệm là đặc điểm này khác với hệ thống của Mỹ ra sao, chúng ta thử tưởng tượng là những vấn đề mà thường ở bên Mỹ được coi là trách nhiệm của các lãnh đạo dân sự như kế hoạch gia đình, thuế, chính sách kinh tế thì bây giờ lại được chuyển sang là trách nhiệm của các tướng lãnh và các đô đốc tại Lầu Năm Góc. Chúng ta còn tưởng tượng thêm nữa là Hoa kỳ không có tối cao pháp viện và không có một hệ thống tư pháp độc lập. Tưởng tượng như vậy là chúng ta sẽ có một ý niệm về sự bất tương xứng rất lớn giữa một ảnh hưởng tương đối hẹp của các lãnh tụ quân sự của chúng ta so với vai trò cố vấn rộng lớn mà các nhà lãnh đạo quân sự tại Trung Quốc đã nắm giữ từ năm 1949.

Ngoại trưởng đầu tiên của Trung Quốc hiện đại là một tướng. Bây giờ từ hồi ký của Henry Kissinger, chúng ta được biết rằng quyết định để tiến hành một cuộc bang giao với Hoa kỳ xuất phát, không phải từ những nhà lãnh đạo dân sự của Trung Quốc mà thực ra từ một tiểu ban gồm có bốn tướng lãnh Trung Quốc.[6] Năm 1979, một nhà khoa học sáng chế vũ khí của Trung Quốc đã đưa ra chính sách gia đình một con của Trung Quốc. Năm 1980, các con số để đo lường sự tiến triển của Trung Quốc trong việc thi hành chiến lược Marathon đã được khai triển bởi một tác giả quân sự trong viện Hàn lâm về Khoa học Quân sự là một viện nghiên cứu hàng đầu của Quân đội Giải phóng Nhân dân. Một trong những quyển sách nổi tiếng tại Trung Quốc về chiến lược lớn đó với cái tựa là: *Về Đại Chiến lược*, đã được viết bởi một tác giả của viện Hàn lâm Khoa học Quân sự.[7] Một tướng Trung Quốc đã khai triển chiến lược của Trung Quốc để quản lý các tài nguyên năng lượng.

Kế hoạch quân sự dài hạn về khoa học và kỹ thuật quân sự đã được khai triển năm 1986 bởi một nhóm các nhà khoa học về võ khí hạt nhân Trung Quốc thuộc phái diều hâu.[8]

    Tháng 6 năm 1970, tôi cũng như các chuyên gia về Trung Quốc trong chính quyền Hoa kỳ không biết gì về những điều này. Vào tháng đó, tôi được lựa chọn trong một số những danh sách các ứng viên theo học tiến sĩ về tiếng Phổ thông tại trường Đại học Quốc gia của Đài loan là nơi mà tôi lần đầu tiên đã đi sâu vào công cuộc tìm hiểu về văn hóa và lịch sử của Trung Quốc. Khóa học kéo dài hai năm, tập trung vào việc tìm hiểu sâu xa văn hóa Trung Quốc. Tôi sống tại Đài loan cùng với một gia đình Trung Quốc và ngồi trong phòng học nhỏ suốt ngày cùng với một trong bốn giáo viên thay phiên dạy học cho tôi. Lớp học này tập trung vào một số những sách giáo khoa mà các sinh viên Trung Quốc vẫn còn dùng ngày nay, đó là những tác phẩm cổ điển hay nhất trong lịch sử Trung Quốc. Những câu châm ngôn và các câu chuyện tôi đọc được trong các sách giáo khoa này đã tạo thành cơ sở cho cách nhìn thế giới của người Trung Quốc và nó cho tôi có dịp nhìn vào cách suy nghĩ, lịch sử và quan điểm thế giới của người Trung Quốc. Đây là những bài học mà tôi mới hoàn toàn nhận chân được giá trị sau một thời gian mấy chục năm. Các giáo viên đã phân biệt truyền thống Trung Quốc thành hai cách suy nghĩ trái ngược: một thế giới hiền hòa, thành thật của Khổng tử và một thế giới tàn bạo của các bá quyền trong thời Chiến quốc. Chúng tôi nhớ nằm lòng câu ngạn ngữ được dùng để tóm lược lịch sử Trung quốc, đó là wai *ru, nei fa* [ngoại nho, nội pháp] (bên ngoài nhân hậu, bên trong khắc nghiệt).

***

    Ngày nay phái diều hâu nói về một câu chuyện ẩn dụ giữa Mỹ và Trung Quốc. Một trong những câu chuyện nổi tiếng từ thời Chiến quốc nói về hai vương quốc lân bang với nhau, một vương quốc đang lên, còn vương quốc kia đang xuống, đó là nước Sở và nước Chu. Trong khi vua nước Sở duyệt binh mã của mình cùng với một viên chức của triều đại Chu đang suy tàn ở dọc theo biên giới giữa hai vương quốc, vua nước Sở không thể nào kìm hãm được câu hỏi xem những đỉnh ở trong cung điện của vua Chu nặng bao nhiêu. Mục đích của cuộc triều kiến của vua Sở đang lên là để tỏ lòng thần phục và nguyện từ bỏ bất cứ một mưu toan định bá đồ vương của ông, nhưng khi vua Sở hỏi về trọng lượng của những cái đỉnh của hoàng đế thì vị quan đại diện tinh ý của vua Chu đã trách ông ta: "Mỗi khi một triều đại không còn mệnh trời nữa thì những cái đỉnh sẽ được đổi tay. Ngày nay Chu đang có những cái đỉnh và các bậc thiên đế của nhà vua mong là sẽ theo mệnh trời trị vì hàng 30 thế hệ hay 700 năm nữa. Mặc dầu đạo đức của nhà Chu dã suy tàn nhưng mệnh trời vẫn chưa thay đổi, hãy còn quá sớm để hỏi về trọng lượng của những cái đỉnh."9 Khi hỏi về trọng lượng của những cái đỉnh, vua Sở đã vô ý tiết lộ ý định muốn thách thức nhà Chu.

Bài học này rất nổi tiếng tại Trung quốc và được gọi là "Đừng bao giờ hỏi trọng lượng của cái đỉnh của hoàng đế."[O] Nói cách khác, đừng cho kẻ địch biết mình có ý cạnh tranh cho tới khi đã quá trễ để cho kẻ địch có thể ngăn chặn mình. Trên bình diện quốc tế, nếu mình là thế lực đang lên thì mình phải thao túng sự nhận xét của thế lực áp đảo trên thế giới để khỏi bị thế lực này hủy diệt. Hỏi về kích thước và trọng lượng của cái đỉnh là một sự sai lầm chiến lược của vua Sở. Trong thời kỳ Chiến quốc, những thế lực thách thức đang lên đã lật đổ những thế lực lớn. Trong mọi trường hợp, thế lực đang lên thành công đã tạo ra tâm trạng dương dương tự đắc của vị hoàng đế cũ bằng cách che dấu tham vọng thay thế vị vua đó. Điều tệ hại nhất mà một nhà vua đang lên có thể mắc phải là tạo ra một sự đối nghịch với một lực lượng đối lập mạnh hơn, trước khi có thời cơ thuận tiện. Chỉ vào tới giai đoạn cuối cùng của cuộc tranh dành quyền lực, khi vị hoàng đế không còn đủ

O. Vấn đỉnh chi khinh trọng (問鼎之輕重) [ND]

sức để chống đỡ và đã bị từ bỏ bởi các đồng minh cũ thì vị quốc vương nổi lên mới tiết lộ mục đích thực sự của ông ta.

Như có ghi lại trong *Chiến quốc sách*, một số những người thách thức khôn ngoan còn thuyết phục vị hoàng đế cũ vô tình giúp đỡ cho sự nổi lên của người thách thức. Trong những trường hợp đó, người thách thức thường thuyết phục vị hoàng đế trừng phạt những quân sư của mình có vẻ nghi ngờ về những dự định của phe chống đối, tức là phái diều hâu, và thăng chức cho những người quân sư mà phe chống đối có thể thao túng để họ cảm thấy dương dương tự đắc và hợp tác (phe bồ câu).

Chiến quốc sách giải thích rằng trật tự tự nhiên của thế giới là có đẳng cấp. Một hệ thống không có một người đứng đầu cai trị chỉ có tính cách nhất thời. Lẽ dĩ nhiên trật tự thế giới đó không thích hợp với đường lối chính thức của Bắc kinh ngày nay. Các nhà lãnh đạo Trung Quốc nói rằng họ muốn có một thế giới đa cực trong đó Hoa kỳ là thế lực mạnh nhất trong số những thế lực tương đương. Nói một cách khác, họ không muốn hỏi trọng lượng của cái đỉnh của hoàng đế quá sớm.

Tuy nhiên, thực sự thì họ nhìn một thế giới đa cực chỉ là một điểm trung gian chiến lược trên con đường tiến tới một đẳng cấp toàn cầu mới trong đó Trung Quốc là nước duy nhất đứng trên hết. Trung Quốc gọi cái trật tự thế giới đó là *da tong* [đại đồng] mà các học giả Tây phương thường dịch sai là "khối cộng đồng" hay là một "thời đại hài hòa." Tuy nhiên đại đồng, nên dịch đúng hơn là một "thời đại chế ngự đơn cực." Từ năm 2005, các nhà lãnh đạo Trung Quốc đã nói nhiều tại Liên Hiệp Quốc và các diễn đàn khác về nhãn quan của họ về thế giới đại đồng đó.

Một yếu tố quan trọng của chiến lược lớn của Trung Quốc xuất phát từ một cách hành động Tây phương gọi là quan điểm của chủ nghĩa trọng thương – một hệ thống hàng rào quan thuế cao, kiểm soát trực tiếp tài nguyên thiên nhiên và bảo vệ công nghiệp sản xuất nội địa, tất cả đều nhắm tích lũy khối lưu trữ tiền tệ của quốc gia. Người Trung Quốc đã phát minh ra chủ nghĩa trọng thương (*zhong-shang*) và các nhà lãnh đạo Trung Quốc đã bác bỏ quan điểm của người Tây phương cho rằng chủ nghĩa trọng thương đã trở nên lỗi thời do sự thành công của thị trường tự do và tự do mậu dịch.[10]

Vì Trung Quốc đã theo chủ nghĩa trọng thương nên Trung Quốc luôn luôn e ngại rằng sự giao thương và thị trường không đủ để cung cấp những tài nguyên cần có. Các nhà lãnh đạo Trung Quốc có một mối lo sợ gần như bệnh hoạn về một cơn khủng hoảng sẽ xảy ra trên thế giới khiến cho có sự khan hiếm về tài nguyên. Do đó họ cương quyết nắm quyền sở hữu, quyền kiểm soát trực tiếp các tài nguyên thiên nhiên đáng giá trên thế giới – cũng như các vương quốc trọng thương của Âu châu thời trước đã làm bằng cách chiếm Tân thế giới làm thuộc địa vào thế kỷ thứ 16 và 17. Đây là một trong rất nhiều bài học từ *Chiến quốc sách*.

Một bài học nữa của thời kỳ Chiến quốc là sự thành công đòi hỏi phải kiên nhẫn. Giới doanh nghiệp Hoa kỳ sống bằng những báo cáo tam cá nguyệt. Các nhà chính trị Hoa kỳ hoạt động theo những chu kỳ bầu cử ngắn hạn và những chiến lược thị trường chứng khoán thành công có thể căn cứ vào những sự trao đổi chứng khoán trong một ngày. Tuy nhiên câu truyện của những nhân vật đang lên đã thành công trong thời Chiến quốc cho thấy rằng thắng lợi không bao giờ thực hiện được trong một ngày, một tuần, một năm hay trong 10 năm. Chỉ có những kế hoạch dài hạn kéo dài hàng trăm năm mới có thể đưa tới thắng lợi. Do đó ngày nay điều rất thông thường là các nhà lãnh đạo Trung quốc thường tự động phục vụ hai nhiệm kỳ 10 năm để đặt ra những kế hoạch kéo dài ra nhiều thế hệ và để ấn định những mục tiêu chỉ được thực hiện sau hàng nửa thế kỷ hoặc lâu hơn nữa.

Các sách vở về thời Chiến quốc và các truyện dân gian

khác về các nhân vật trong văn hoá của Trung Quốc cũng nhấn mạnh tầm quan trọng về việc lấy trộm ý tưởng và kỹ thuật của đối phương. Ngày nay các cơ quan tình báo của Trung Quốc vẫn thường lấy các kỹ thuật và các thông tin có ích lợi cho cạnh tranh và cung cấp những thông tin đó trực tiếp cho giới lãnh đạo các công ty kinh doanh Trung Quốc.[11] Nhiều viên chức Hoa kỳ cho rằng những hành động lấy cắp về kinh tế của Trung Quốc trong mấy năm gần đây – như tiến hành các điệp vụ gián điệp về công nghiệp hay vi phạm quyền sở hữu của tài sản – chỉ là một giai đoạn nhất thời. Ngược lại, đó là một phần của một chiến lược rộng lớn hơn được hướng dẫn bởi những kế sách rút ra từ thời Chiến quốc.

Sự tương phản đối với mô hình tình báo quốc gia của Mỹ hoàn toàn khác. Tại Hoa kỳ, người ta coi việc đó là thiếu đạo đức hay là bất hợp pháp nếu chính quyền cung cấp cho những công ty Mỹ những tin tức tình báo để giúp phát triển kinh tế quốc gia. Trong 40 năm làm việc với chính quyền Mỹ, tôi chưa bao giờ nghe thấy có trường hợp trong đó cơ quan tình báo Mỹ lại được giao cho nhiệm vụ giúp gia tăng GDP của Mỹ với những cách thức như vậy. Quả thực các đại sứ Mỹ có thể và, thực sự có giúp đỡ, các công ty Hoa kỳ để có những hợp đồng rất lợi ở ngoại quốc, nhưng điều này hoàn toàn khác hẳn với việc dùng gián điệp của chính quyền để cung cấp trực tiếp cho các công ty Mỹ những tài liệu và kỹ thuật lấy cắp.

Chúng ta cũng nhận thấy sự tương phản giữa quan điểm của Mỹ và Trung Quốc về con số tối hảo về lực lương quân sự. Nhiều thắng lợi quân sự của Hoa kỳ đã được thực hiện bằng cách dùng một số quân đội rất lớn. Ông Grant đã áp đảo ông Lee vì có nhiều quân và nhiều súng hơn. Ngày 6 tháng 6 năm 1944, Dwight Eisenhower đã phái một hạm đội lớn nhất trong lịch sử tới bờ biển Normandie. Ngay cả trong thời gian gần đây, cái gọi là chủ thuyết Powell cũng đã chủ trương cần có một lực lượng quân đội lớn hơn đối phương.

Ngược lại, thời kỳ Chiến quốc không có những lực lượng quân sự lớn. Những sự cạnh tranh không bằng võ lực trong hàng mấy chục năm là hình thức chính để tranh đấu. Một trong những sách lược nổi tiếng là khiến cho đối phương kiệt quệ về tài chánh bằng cách đánh lừa cho đối phương chi tiêu quá nhiều về quân sự. Hai ngàn năm sau, khi Liên Xô sụp đổ thì nhận xét của Trung Quốc là người Mỹ đã cố ý làm cho Moscow vỡ nợ bằng cách lừa Moscow chi tiêu về quốc phòng quá nhiều.

Vào năm 2011, trong khi Hoa kỳ chi tiêu 5% của GDP về quân sự thì Trung Quốc chỉ tiêu có 2.5%.[12] Chiến lược của Trung Quốc là từ bỏ sự khai triển một lực lượng quân sự toàn cầu để duy trì một số các đầu đạn hạt nhân tương đối nhỏ, có lẽ dưới 300 đầu đạn. Thay vì thi đua với Hoa kỳ từng máy bay, từng chiến hạm một thì Trung Quốc đã đầu tư rất nhiều vào trong những hệ thống bất tương xứng với mục đích chi tiêu ít, nhưng đạt được thành công lớn nhất. Người Trung Quốc đã đi tiên phong trong kỹ thuật chống vệ tinh, đã phát triển các kỹ thuật chống lại các máy bay tiềm kích khó phát hiện, đã đầu tư rất nhiều vào việc xem và nghe trộm trên mạng điện tử và đã chế tạo các hỏa tiễn chỉ đáng giá vài triệu đô la nhưng có thể đánh đắm một tàu sân bay trị giá 4 tỉ của Hoa kỳ.[13] Chi phí sản xuất đầu đạn quá thấp – nhưng có khả năng quá cao như vậy – là bởi vì các kỹ thuật làm hỏa tiễn có thể đã được dựa vào những kỹ thuật lấy cắp của Mỹ.

Nhiều nhà phân tích Tây phương không hiểu tại sao Trung Quốc đã không xây dựng một lực lượng quân sự mạnh hơn để tự vệ và để bảo vệ các tuyến di chuyển trên đại dương. Câu trả lời cũng được tìm thấy trong các bài học của thời Chiến quốc: Trung Quốc không muốn "hỏi trọng lượng của các cái đỉnh của hoàng đế." Các nhà lãnh đạo Trung Quốc tin rằng xây dựng một lực lượng quân sự lớn hơn sẽ tạo thành một sự khiêu khích quá lớn đối với Hoa kỳ. (Nói cho cùng, sau khi đã chịu sự cấm vận của Mỹ từ năm 1949 tới năm 1963, Trung Quốc đã hiểu rõ hơn ai hết là chọc giận Hoa kỳ có thể dẫn tới những hậu quả đáng ngại như thế nào.)[14] Các nhà lãnh đạo Trung Quốc nghĩ rằng thay vào đó Trung Quốc cần có một lực lượng đủ lớn để hỗ trợ cho sự phát triển kinh tế, nhưng đủ nhỏ để tránh khiêu khích quá sớm lực lượng bá quyền Hoa kỳ. Tuy nhiên áp dụng những phương châm của thời Chiến quốc, Trung Quốc có thể tự ý bỏ chính sách tự kiềm chế về chi tiêu quân sự trong những giai đoạn cuối cùng của một cuộc chạy đua hàng mấy chục năm và tới lúc đó thì đã quá trễ để Hoa kỳ có thể chặn đứng họ. Các tài liệu của Trung Quốc nói về các cuộc cách mạng về quân sự đã nhắc tới trong khoảng 20 năm nay về thời điểm lý tưởng để công khai hóa và thời điểm đó còn nhiều năm nữa mới xảy ra.[15]

Nếu sự tương phản giữa cách suy nghĩ của thời Chiến quốc và quan điểm cổ truyền của Hoa kỳ về thế giới có thể được rút gọn vào một sự khác biệt cơ bản thì sự khác biệt là như thế này: người Mỹ có khuynh hướng tin rằng sự bang giao giữa các quốc gia cũng thay đổi theo từng thời kỳ, khi thì cạnh tranh, khi thì hợp tác. Còn Trung Quốc thì giả định rằng chính quyền Hoa kỳ có một chính sách cố hữu là thù nghịch và lừa dối đối với chính quyền Trung Quốc. Nếu sự khác biệt này chỉ là một sự hiểu lầm của Trung Quốc vì không biết rõ thì rất có thể, và chúng ta cũng nên thận trọng là Hoa kỳ cần phải loại bỏ, hay ít ra là giảm bớt, sự hiểu lầm đó. Đáng tiếc là sự thật đã không phải như vậy. Những sự nghi ngờ của các nhà lãnh đạo Trung Quốc đối với Hoa kỳ phần lớn đã dựa trên những phương châm về văn hóa sâu xa làm căn bản cho hầu hết những quyết định chiến lược của Trung Quốc. Do đó sự nghi kỵ của Trung Quốc đối với Hoa kỳ khó có thể thay đổi.[16]

***

Ở trung tâm của chiến lược của Trung Quốc là *thế*. Thế là một quan niệm rất khó giải thích cho một cử tọa Tây phương.

Thế không thể nào dịch được trực tiếp sang tiếng Anh, nhưng các nhà ngôn ngữ về tiếng Trung Quốc mô tả *thế* như là "the alignment of forces" [sự sắp xếp của các lực] hay là "propensity of things to happen" [khuynh hướng mà sự việc sẽ xảy ra.] Chỉ có những nhà chiến lược giỏi mới có thể khai thác *thế* để đánh bại một thế lực mạnh hơn. Cũng như vậy, chỉ có một đối phương tinh tế mới có thể nhận ra mình đang bị khai thác bởi *thế* như thế nào.[17] Chính vì không nhận ra tiềm năng khai thác của *thế* nên chiến lược của Hoa kỳ đối với Trung Quốc đã thất bại. Một hình ảnh gần với *thế* nhất trong văn hoá quần chúng của Hoa kỳ là từ "the force" [lực] trong cuốn phim *Star War* của George Lucas, cuốn phim này chịu ảnh hưởng rất nhiều của triết lý Đông phương. Tuy không phải là một sự so sánh hoàn toàn, nhưng *thế* gợi ra những lực thần bí khiến cho nhà lãnh đạo tinh tế có thể nhận ra và chế ngự *thế* đó để thay đổi thời cơ theo ý của mình. Nhà lãnh đạo có khả năng nhất có thể dùng những thời cơ này để khiến cho những người khác hành động theo ý của mình và có lợi cho mình. Như Tôn Tử đã mô tả trong chương của ông về *thế* trong cuốn *"Tôn Ngô Binh pháp"*, "những người có tài khiến cho quân địch phải hành động đã làm như vậy bằng cách tạo ra một tình thế mà quân địch phải làm theo."[18] Một cách giản dị để nghĩ về *thế* là nhớ lại truyện Tom Sawyer đã đánh lừa các bạn như thế nào để sơn hàng rào cho anh ta.[P] Tom Sawyer đã nghiên cứu tâm lý của các bạn và đã biết thực hiện những gì khiến cho các bạn thích và sau đó đã dụ họ làm công việc cho mình. Một bộ phận quan trọng hay là một đặc điểm đáng chú ý của *thế* là wu wei [vô vi], có nghĩa là khiến cho các nước khác phải làm công việc cho mình.

P. Ton Sawyer bị bà cô bắt phải sơn xong hàng rào mới được đi chơi. Tom giả bộ là công việc này rất thích thú và dụ các bạn phải cho anh ta một món quà gì mới được làm công việc đó. Các bạn đều bị mắc mưu đó và cho Tom rất nhiều đồ chơi để được sơn hàng rào. Kết cục là Tom không phải sơn hàng rào mà lại được các bạn cho quà. [ND]
http://www.online-literature.com/twain/tomsawyer/41/ [ND]

Chính ý tưởng về *thế* giúp ta đi tới trung tâm của quan điểm khác biệt của Trung Quốc về thế giới bởi vì nó truyền đạt một ý niệm hầu như có tính cách định mệnh thần bí về vai trò của con người ở trong vũ trụ. Con người và các quốc gia có thể tương tác với nhau và làm thay đổi thời cuộc, nhưng chính thời cuộc lại có những động năng riêng của nó. *Thế* thường được dùng trong những danh từ kép như "tạo tình thế", "gây thế quân sự", "nhận định tình thế chiến lược chính trị tổng quát", hay "tìm cách cân bằng thế lực." Và người mưu lược – tương đương với các chính khách hay các chuyên gia về tình báo thời nay – có nhiệm vụ phải nhìn ra *thế* trước khi đối phương nhìn ra.

Chỉ mới gần đây các học giả Tây phương mới bắt đầu nhận chân được quan niệm về *thế*. Sự kiện này lần đầu xuất hiện năm 1983 khi Roger Ames, một giáo sư về triết tại đại học University of Hawaii đã định nghĩa *thế* trong một tác phẩm ông dịch từ một cuốn sách – về trị quốc trong thời Chiến quốc – bằng tiếng Trung Quốc gần như không ai biết tới, có tựa là *The Art of Rulership*[Q] ["Chủ thuật huấn", nghệ thuật cai trị]. Sau khi cuốn *The Art of Rulership* bằng tiếng Anh[19] được xuất bản thì một nhà học giả Pháp đã tiếp nối. Ông ta là Francois Jullien. Jullien đã phổ biến ý niệm về *thế* trong bảy cuốn sách và ông đã nói *thế* là một quan điểm độc đáo của Trung Quốc.[20] Nhận định của ông đã khiến cho những nhà phê bình thiên tả nói là ông ta có quan điểm "kỳ thị", coi văn hóa Trung Quốc là văn hoá ngoại lai và do đó thấp kém hơn. Các nhà phê bình cho rằng quan niệm *thế* không có gì là độc đáo cả.[21]

Jullien cũng có những người ủng hộ, đặc biệt phần lớn trong giới quân đội Trung Quốc. Các tác giả của Quân đội Giải phóng Nhân dân xác định rằng *thế* và nhiều khía cạnh khác của triết lý về chiến lược chính trị của Trung Quốc quả thực chỉ có Trung Quốc mới có.

Q. Chủ thuật huấn 主術訓 (Hoài Nam Tử Cuộc Đời, Tư Tưởng Và Toàn Văn Hoài Nam Hồng Liệt (Trọn Bộ 2 Tập) Người dịch: Nguyễn Tôn Nhan - Nhà xuất bản: Khoa học xã hội. [ND]

Khi tôi bắt đầu thấy quan điểm *thế* trong các văn kiện nội bộ của chính quyền Trung Quốc vào cuối thập niên 1990, tôi không biết nó có nghĩa chính xác là gì nhưng tôi nhận ngay thấy nó rất quan trọng đối với các sự suy nghĩ chiến lược của các nhà lãnh đạo Trung Quốc. Tôi gặp Ames và Jullien, và những phát giác và tìm hiểu sâu sắc về quan điểm của họ đã giúp tôi đánh giá được những ý nghĩa của các báo cáo về quân sự mà các tình báo Trung Quốc trong đó thường hay nhắc tới *thế*.

Hai ông ấy nói với tôi là quan niệm về *thế* chịu ảnh hưởng rất nhiều của đạo Lão, một tôn giáo có một triết lý mà những người theo đạo mong muốn sống hòa hợp cùng với những lực chi phối – tức là Đạo – ở trong vũ trụ. Các người theo đạo Lão tin rằng vũ trụ luôn luôn ở trong trạng thái tự đổi mới – những ý tưởng này được thể hiện qua biểu hiệu âm dương. Tất cả những lực của *thế* và những cực của *thế* có thể đột nhiên đảo ngược. Các tác giả quân sự Trung Quốc thường nói là *thế* có thể làm nghiêng về một hướng này hay một hướng khác hay có thể làm đảo ngược ngay tức thì. Do đó điểm quan trọng là phải sớm nhận ra sự thay đổi đó và cần theo dõi những dấu hiệu cho thấy đang có sự thay đổi.

Ames và Jullien nói rằng *thế* có thể được dịch bằng nhiều từ khác nhau như "shaping" [tạo tình thế] hay "eventuating" [tạo cơ hội.] Các nhà học giả khác gọi *thế* là tạo cơ hội hay tạo momentum [xung lực.] Trong tiếng Anh, "unfolding" hay "nudging" cũng được giải nghĩa tương tự như *thế*. *Thế* có thể được giải thích theo nhiều cách khác nhau. Nó có thể được dùng để đo lường phẩm chất của nghệ thuật thư pháp Trung Quốc, đánh giá sự hấp dẫn của các tác phẩm văn học Trung Quốc và đánh giá tính chất thẩm mỹ trong thi văn Trung Quốc. Julien và Ames cũng bảo tôi *thế* là một thí dụ mà các triết gia gọi là "incommensurability" [quan điểm bất khả thông ước.] Một loại các quan niệm có thể hiểu theo nhiều ý nghĩa khác nhau tùy theo văn mạch trong ngôn ngữ riêng của nó.

Mao thích dẫn chứng *thế*. Tiểu luận cổ điển của ông về chiến lược của Trung Quốc thường luận về chữ *thế*, và tiểu luận đó hiện nay vẫn còn là tài liệu đọc bắt buộc ở các trường quân sự và các trường huấn luyện dân sự của Đảng. Các tài liệu của Trung Quốc viết sau năm 1978 cho thấy có một vài nhà chiến lược cho rằng các lãnh tụ Trung Quốc đã không nhìn thấy *thế* đúng trong những năm 1950 và 1960 trong tương quan giữa Trung Quốc và Liên Xô. Vì Liên Xô phát hiện Trung Quốc đang âm mưu để tiếm quyền lãnh đạo của Liên Xô trong thế giới Cộng sản nên Trung Quốc đã không có thể lấy thêm được đầu tư ngoại quốc, cơ hội buôn bán, kỹ thuật quân sự hay sự ủng hộ chính trị của Liên Xô. Cảm thấy tiếc là đã thất bại trong việc nắm vững *thế* trong quan hệ với Liên Xô nên sau năm 1978, Trung Quốc nguyện sẽ không làm lại lỗi lầm đó khi họ khai triển chiến lược mới đối với Hoa kỳ.

Thay vào đó, Trung Quốc sẽ tìm cách ve vãn Hoa kỳ khiến cho Hoa kỳ cung cấp kỹ thuật Hoa kỳ, đầu tư ngoại quốc, ủng hộ chính trị và cho các sản phẩm Trung Quốc vào thị trường nội địa của Hoa kỳ mà không khiến cho Hoa kỳ biết những tham vọng lớn hơn của Trung Quốc. Bắc kinh đã tìm ra cách khuyến khích giới tình báo Hoa kỳ giúp tăng cường cho Trung Quốc thay vì lên tiếng báo động như KGB đã làm khi biết được ý kiến của Trung Quốc đối với Liên Xô. Bắc kinh còn khuyến khích giới bảo thủ ở Hoa kỳ coi Trung Quốc như một đối tác để chống lại Liên Xô là nước đã từng là đồng chí chống lại chính sách hoà hoãn và thực ra cũng không phải là một nước Cộng sản.[22]

Thế – và chiến lược lớn của Trung Quốc – một phần gồm có bao vây quân địch bằng cách xây dựng những liên minh riêng của mình, đồng thời cũng tìm cách làm suy yếu liên minh của đối phương để ngăn cản không cho đối phương bao vây mình. Trong tiếng Trung Quốc, từ độc nhất để gọi một quân sư chiến lược, xuất phát từ thời Chiến quốc, có nghĩa là một chuyên gia về hợp tung liên hoành – hai liên minh trong thời kỳ Chiến quốc: Liên Hoành gồm các vương quốc trải từ đông sang tây đi theo vương quốc lớn nhất là nước Tần để được che chở và liên kết với Tần. Liên minh chống lại là Hợp Tung gồm nhiều vương quốc trải dài từ phía Bắc xuống phía Nam liên hợp với nhau để chống lại việc nhà Tần đang nổi lên. Hai liên mình này chống nhau trong nhiều năm để làm cho nhau suy yếu, lôi kéo những thành viên của liên minh bằng dụ dỗ và đe dọa. Sau cùng Liên Hoành đã thắng bằng cách làm cho phe đối lập yên lòng và bằng cách nói là không có tham vọng để thay thế họ và nhử họ bằng những quyền lợi ngắn hạn. Mưu mô đó rốt cuộc đã khiến cho liên minh đối lập tan rã và Tần, thành viên mạnh nhất trong liên minh đã chinh phục được liên minh Hợp Tung. Ngày nay các tác giả của Trung Quốc vẫn thường nói tới điều cần thiết là phải kín đáo chống lại hệ thống liên minh toàn cầu của Hoa kỳ bằng một cách khiến cho người Hoa kỳ không biết được rằng một liên minh khác đang thành hình.

Một trong những trò chơi cờ đặc biệt của Trung Quốc là *wei qi [cờ vây]*, có liên hệ tới việc liên minh hàng ngang và hàng dọc từ thời Chiến quốc. Mục đích của trò chơi không phải là hoàn toàn tiêu diệt đối thủ như ở trong cờ checker. Thay vào đó hai đối thủ thay nhau lần lượt đặt những viên đá trên bàn cờ để bao vây quân của đối thủ. Cờ vây có nghĩa là cờ để bao vây. Điều then chốt để thắng là đánh lừa đối phương khiến cho đối phương an tâm, do đó đối phương sẽ dùng sức lực của đối phương theo chiều hướng thuận lợi cho mình trong khi mình từ từ bao vây đối phương.

Điểm then chốt thứ hai để thắng cờ vây là đánh lừa đối phương về các chiều hướng và ý định của mình. Muốn thắng cần phải nhử cho đối phương đi vào những vị trí mới, trong khi đó thì lừa đối phương vào vòng vây, hy vọng là đối phương sẽ không biết được chiến lược thực sự của mình. Người chơi cờ nào tạo ra được nhiều chỗ để vây và vây ngược lại để cho đối phương không biết là mình đang bị vây sẽ thắng và sự thắng được căn cứ trên những diễn tiến mà mình đã bao vây được của đối phương.

Nếu chúng ta tưởng chơi trò chơi này mà không biết rằng lừa đảo là yếu tố then chốt trong chiến lược của đối phương thì chúng ta sẽ thấy là Hoa kỳ đang bị Trung Quốc đưa vào vòng vây. Người Hoa kỳ không biết gì về các luật lệ của trò chơi này. Phần lớn chúng ta cũng chưa bao giờ nghe tới từ *"thế"*. Chúng ta không biết là chúng ta đang thua. Thực ra chúng ta còn chưa biết là trò chơi đã bắt đầu. Về điểm này chúng ta có thể đổ lỗi cho chiến lược có ưu thế của Trung Quốc và những ảo tưởng mà những người như tôi và các đồng nghiệp tôi đã ôm ấp từ lâu.

Trong cuốn sách của ông có tựa là *On China*, Henry Kissinger đưa ra năm thí dụ về cách Trung Quốc dùng *thế* như thế nào. Tất cả các thí dụ đó đều có liên quan tới việc chiến tranh và giải quyết các cơn khủng hoảng. Tìm hiểu về tầm quan trọng của *thế* rõ ràng đã ảnh hưởng tới các quan điểm của Kissinger về Trung Quốc. Tương phản với bốn cuốn sách trước đây của ông nói về các cuộc gặp mặt với các lãnh đạo của Trung Quốc nhưng không đề cập tới *thế*[23] thì trong cuốn sách mới này ông đã nhắc tới *thế* nhiều lần. Kissinger nêu rõ một khía cạnh quan trọng của *thế* bằng cách cảnh báo rằng Trung Quốc đã coi quan hệ với Hoa kỳ là một sự cộng sinh tương tranh. Ông viết: "Cho tới ngày nay, người Hoa kỳ thường coi việc tiếp cận với Trung Quốc là đưa vào trạng thái tĩnh về hữu nghị nhưng các nhà lãnh đạo Trung Quốc đã được trưởng thành trong ý niệm về *thế*, tức là nghệ thuật để hiểu *sự thăng trầm của vạn vật...* Trong các tài liệu bằng tiếng Trung Quốc thì rất ít thấy có những từ được coi là thiêng liêng trong tiếng Mỹ, liên hệ tới một trật tự quốc tế dựa trên pháp lý. Thay vào đó, điều mà người ta thấy Trung Quốc muốn tìm là một thế giới trong đó Trung Quốc có thể có được sự an ninh và tiến triển qua một hình thức *cộng sinh tương tranh [combative existence]* [chữ in nghiêng của tác giả] trong đó tình trạng sẵn sàng chiến đấu cũng giữ một phần quan trọng không kém gì quan niệm cộng đồng sinh tồn.[24] Việc Trung Quốc tấn công Việt Nam năm 1979, theo Kissinger là kết quả của quan niệm về *thế*. "Theo một nghĩa rộng hơn, chiến tranh đã xảy ra do sự phân tích của Trung Quốc về khái niệm về thế của Tôn Tử, tức là chiều hướng và tiềm năng của lực trong bối cảnh chiến lược. Đặng Tiểu Bình muốn chặn đứng điều mà ông ta không thể chấp nhận được là động thái của chiến lược của Liên Xô. Trung Quốc đã thực hiện được điều này, một phần bằng những hành động quân sự táo bạo, và một phần khác bằng cách lôi kéo được Hoa kỳ vào một sự hợp tác chặt chẽ chưa từng có."[25]

Thế là một quan điểm quan trọng để hiểu các nhà chiến lược Trung Quốc đã đánh giá như thế nào sự cân bằng về thế lực trong một tình huống và sau đó đã hành động theo với chiều hướng thuận lợi với *thế*. Một trong những đặc điểm nổi bật của sự đánh giá của họ về *thế* là *thế* vừa được dùng là một quan niệm để đo lường mà các nhà phân tích cần xem xét và cũng là một yếu tố được tạo ra và được thao túng bởi hành động của một cấp chỉ huy hay các nhà lãnh đạo quốc gia. Có một hình ảnh thông thường nhưng nhầm lẫn về văn hóa cổ của Trung Quốc, hình ảnh đó tập trung vào các lời nói của Khổng tử, văn thơ, thư pháp và nghệ thuật của Trung Quốc. Ấn tượng người ta nhận được là các người thời xưa sáng tạo hơn và có những suy nghĩ triết lý nhiều hơn là có đầu óc phân tích và tính toán. Tuy nhiên nhà học giả Herbert Goldhammer của RAND Corporation đã nêu ra rằng trong thời kỳ Chiến quốc, một số thuyết khách chiến lược có thể thuyết phục đối phương chịu thua bằng cách cho họ nhìn thấy những sự tính toán định lượng bất lợi cho họ và sẽ khiến họ phải thất bại.[26] Những sự đo lường định lượng đã giữ một vai trò quan trọng trong chính trị cổ thời của Trung Quốc và những sự đo lường đó vẫn còn tiếp tục trong hiện tại.

Giới quân sự và tình báo Trung Quốc dùng những sự đo lường định lượng để xác định tư thế tương đối của Trung Quốc so với các đối tượng cạnh tranh có tính cách địa lý, chính trị, và họ ước lượng trong bao nhiêu lâu thì Trung Quốc có thể vượt qua các đối tượng đó. Khi tôi đọc những sự đo lường định lượng đó trong một cuốn sách rất khó kiếm viết bằng tiếng Trung Quốc bởi các nhà phân tích quân sự[27] thì tôi ngạc nhiên thấy là Trung Quốc đã đo lường chính xác như thế nào về sức mạnh toàn cầu và sự tiến triển của quốc gia. Một điều phát hiện đáng chú ý nhất là lực lượng quân sự chỉ được đặt ở hạng dưới 10% của các yếu tố đo lường. Sau khi Liên Xô đã sụp đổ – mà Liên Xô là một thế lực quân sự đứng hàng thứ hai trên thế giới – người Trung Quốc đã thay đổi hệ thống đánh giá của họ và nhấn mạnh hơn tầm quan trọng của kinh tế, đầu tư ngoại quốc, sáng kiến kỹ thuật và sở hữu tài nguyên thiên nhiên. Những sự đánh giá của Trung Quốc về thế lực của quốc gia rõ ràng dự đoán là một thế giới đa cực sẽ trở lại thành một thế giới đơn cực khi chiều hướng phát triển kinh tế tiếp tục. Các nhà lãnh đạo Trung Quốc tin rằng lúc đó Trung Quốc sẽ là thế lực đứng hàng đầu trên thế giới.

Yếu tố then chốt để đạt tới mục đích đó là quan niệm của Trung Quốc về *thế*. Bắc kinh áp dụng quan niệm đó trong hầu hết tất cả mọi khía cạnh của mối tương quan với Hoa kỳ, cũng giống như các bạn của Tom Sawyer không biết là Tom đã lừa dối họ để sơn hàng rào cho Tom. Các nhà làm chính sách Hoa kỳ cũng vậy, họ không biết là họ đang bị lợi dụng bởi Trung Quốc.

***

Một trong những thí dụ về *thế* thường được nhắc tới trong các tài liệu quân sự Trung Quốc là trận Xích Bích xảy ra vào năm 208 sau Công nguyên.[28] Trận Xích Bích trình bày một cách hoàn hảo quan điểm khác biệt của người Trung Quốc về chính nghĩa và chiến lược đáng khen ngợi này bằng cách dùng mưu mô và lợi dụng những sự tính toán sai lầm của quân địch. Cũng giống như các trận Thermopylae, Cannae, Agincourt, hay Waterloo[R] tại Tây phương, trận Xích Bích là một giai đoạn có ảnh hưởng rất nhiều trong lịch sử và truyền thống quân sự của Trung Quốc. Cho tới nay, trận Xích Bích và những mưu mô trong trận đó được các nhà lãnh đạo quân sự Trung Quốc nghiên cứu và thảo luận trong các sách giáo khoa và các tiểu thuyết.[29]

Trong trận Xích Bích, một vương quốc yếu thế ở phương Nam đã mưu đồ chống lại một vương quốc mạnh hơn ở phía Bắc để tranh quyền bá chủ ở Trung Quốc. Khi chiến dịch bắt đầu, vị chỉ huy của vương quốc ở phía Bắc là Tào Tháo đã dàn hơn một triệu quân dọc theo bờ sông, áp đảo lực lượng ở phía Nam do Gia Cát Lượng chỉ huy ở phía bờ sông bên kia. Tuy nhiên, quân sĩ phương Bắc không quen với chiến trận trên sông nước nên đã bị thua trong trận đầu tiên và đành phải nhường quyền kiểm soát dòng sông cho đạo quân phía Nam. Sau đó là một loạt các mưu mô của cả hai bên. Mỗi một mưu mô đó về sau đã trở thành những câu phương ngôn tục ngữ và đã được mô tả lại trong cuốn tiểu thuyết được phổ biến nhất ở Trung Quốc là *Tam Quốc Chí*.

Trong một mưu kế, Tào Tháo, một bá vương, sau khi bị thua tìm cách để giành lại thắng lợi. Do đó ông ta đã sai một trong những người lính của mình, trước kia là bạn thời niên thiếu và là bạn đồng song của Chu Du – một đồng minh của Gia Cát Lượng. Người lính đó đã xin vào yết kiến Chu Du và tìm cách khuyên ông ta hàng. Khi tới trại quân ở miền Nam sứ giả của quân phương Bắc giả bộ là ông ta chỉ đến với mục đích

---
R. TrậnThermopylae: trận đánh nổi tiếng trong lịch sử giữa các thành bang Hy Lạp, và Đế quốc Ba Tư (năm 480 BC)
Trận Cannae (năm 216 BC), gần làng Cannae, miền tây nam nước Ý.
Trận Agincourt (tháng 10, 1415), trận đánh có tính cách quyết định trong cuộc Chiến tranh 100 Năm giữa Anh và Pháp.
Trận Waterloo (tháng 6, 1815) đánh dấu sự thất bại cuối cùng của Napoleon Bonaparte. [ND]

tìm lại bạn cũ. Tuy nhiên Chu Du, cũng là một nhà mưu lược đại tài, đã nhận rõ ý đồ của bạn ông. Ông ta tương kế tựu kế, mời bạn dự một bữa tiệc trong đó Chu Du giả bộ uống rượu hơi nhiều. Đêm hôm đó ông tiếp tục giả vờ hãy còn say rượu, để cho người bạn cũ ngủ trong lều của mình và đoán chừng người bạn đó sẽ lục lọi trong căn lều. Chu Du cho để trên án thư một bức thư giả mạo của hai tướng hải quân chỉ huy một trường huấn luyện gần đó, nội dung bức thư nói là có một gián điệp nội ứng trong dinh Tào Tháo. Y như đã tiên liệu, sứ giả của Tào Tháo thấy và lấy trộm bức thư, rồi vội vàng trở về doanh trại phương Bắc. Khi đọc được lá thư giả, Tào Tháo nổi giận đùng đùng, ra lệnh hành quyết hai tướng giỏi nhất của mình, khiến quân phương Bắc trở nên yếu thế hơn so với phương Nam. Chu Du và do đó, Gia Cát Lượng đã gia tăng khả năng chiến đấu của họ và đã giúp tạo ra khí *thế* mới.

Trong một mưu kế khác, Gia Cát Lượng đã hỏi Bàng Thống, một mưu sĩ khác về kế sách đánh bại Bắc quân. Mưu kế đưa ra là cho một người trá hàng để tìm cách làm cho lực lượng mạnh nhất của quân địch là đoàn chiến thuyền gỗ bị mất khả năng chiến đấu bằng cách thuyết phục đối phương buộc các thuyền vào với nhau, do đó sẽ dễ bị tấn công. Âm mưu bắt đầu bằng cách Bàng Thống công khai giả bộ bỏ Lưu Bị và sang đầu hàng Tào Tháo. Được tin Bàng Thống muốn bỏ Lưu Bị, một điệp viên của quân phương Bắc đã giúp ông trốn sang phục vụ Tào Tháo. Âm mưu đó được cố tình tiết lộ. Bàng Thống giả bộ say rượu, nói rằng quân phương Bắc có thể bị yếu thế vì người phương Bắc không quen đánh trên sông nước nên bị say sóng. Luôn luôn đánh lừa quân địch bằng những điều mà quân địch lo ngại, Tào Tháo vẫn lo ngại quân sĩ của mình bị say sóng nên Tào Tháo đã dại dột hỏi Bàng Thống nên làm thế nào để ngăn cản tình trạng đó. Bàng Thống đưa ra "giải pháp" giữ cho các thuyền được vững bằng cách ràng những thuyền đó lại với nhau bằng những vòng sắt thành từng nhóm từ 30 tới 50 thuyền; sau đó trải những tấm ván từ thuyền này sang thuyền kia để quân lính có thể đi lại một cách vững chắc và dễ dàng. Tào Tháo mắc mưu và nghe theo lời khuyên đó. [Nhưng đó là một điều sai lầm] Nếu một thuyền bị cháy thì tất cả đoàn thuyền sẽ bị lửa thiêu rụi. Bài học tổng quát là một đối phương mạnh hơn đôi khi có thể bị thuyết phục một cách khôn ngoan không dùng thế mạnh của đối phương để chống lại mình.

Trở lại trận chiến Xích Bích thật sự. Như là một bài học về chiến lược, điểm then chốt là các nhà lãnh đạo phương Nam đã đánh giá *thế* như thế nào. Gia Cát Lượng đã chú ý rất nhiều tới thời tiết và dự đoán sẽ có gió đông. Gia Cát Lượng nhận ra là *thế* đã tới, phải quyết định ngay lập tức và ra lệnh tấn công ngay đêm đó. Vì có gió và vì các vòng sắt đã ràng buộc các thuyền vào với nhau nên đoàn thuyền của phương Bắc đã hoàn toàn bị đốt cháy và bá quyền phương Bắc đã thua một trận nhục nhã.[30]

Ngày nay, tất cả các đền ở Trung Quốc đều thờ phụng thần chiến tranh. Ngày tàn của Tào Tháo là ngày thua trận Xích Bích. Sau khi đoàn thuyền hùng mạnh bị tan rã Tào Tháo đã chạy qua rừng. Ông ta đã nghỉ lại nhiều lần và hãy còn kiêu căng cười và chế nhạo Gia Cát Lượng hãy còn chưa đủ tinh khôn và đã để cho ông ta chạy thoát. Nhớ lại câu châm ngôn từ *Chiến quốc* sách là giả bộ mạnh trong trong thế yếu, Tào Tháo cho rằng quân địch đã mai phục dọc theo con đường chính và đã đốt lửa ở trong con đường phụ để khiến cho ông ta không đi vào con đường đó nhưng ông ta đã lại bị lừa một lần nữa.

Trong mưu kế cuối cùng, hai bậc mưu lược kỳ tài trong lịch sử Trung Quốc chấm dứt cuộc tranh tài của họ. Gia Cát Lượng đã tiên đoán được cách suy nghĩ của Tào Tháo và do đó đã cho quân mai phục, không phải ở đường cái mà ở trên đường mòn, nơi có khói lửa. Những cuộc mai phục liên tiếp dọc theo con đường mòn gian nan đã khiến cho tướng chỉ huy của phương Bắc chỉ còn có 300 người, nhưng ông ta một lần nữa lại thoát khỏi. Ông ta tưởng rằng mình an toàn và lại cười, chê Gia Cát Lượng là hãy còn dốt. Tuy nhiên một lần nữa ông ta lại lọt vào ổ phục kích khiến cho bị bại trận.

Một loạt các mưu kế đã phá hoại Tào Tháo là người đã chỉ huy một lực lượng quân sự lớn nhất tại Trung Quốc. Ông ta đã bị thua do sự thao túng và mưu mẹo của một bậc trí giả siêu việt khôn ngoan hơn – bậc trí giả đó đã nhận ra những thời cơ và đồng thời cũng che giấu dự định của ông ta. Một mưu kế có thể tạo ra một sự thất bại lớn lao. Điều tin tưởng này đã được nhắc lại nhiều lần trong các lời bình luận về trận Xích Bích của phe quân sự diều hâu tại Trung Quốc ngày nay.

***

Có nhiều tác giả bình luận rằng những kỹ thuật mà Gia Cát Lượng dùng trong trận Xích Bích đã phối hợp thành một trình tự tuyệt tác: đánh giá thời cơ, thực hiện mưu kế, dùng những lực lượng đặc biệt để tấn công những trận quyết định, thao túng sự bất đồng ở cấp cao và thành lập liên minh chiến lược, trong khi đó cô lập đối phương.[31] Ngược lại, Tào Tháo đã không áp dụng đúng các bài học khiến cho ông ta đã bị thất bại trong một cuộc đấu tranh mà chính ông ta đã bắt đầu. Hai tác giả quân sự nổi tiếng của Trung Quốc đã nhấn mạnh rằng phe thắng trận Xích Bích đã áp dụng chiến lược chờ đợi thời cơ cho tới khi chiều hướng thuận lợi.[32] Một tác giả khác nói thêm là công tác gián điệp đã giúp xác định khuynh hướng đó. Một khi địch quân đã tự phá hoại mình, do những mâu thuẫn nội bộ và bắt đầu suy yếu, đó là lúc có cơ hội lý tưởng để tấn công.[33]

Đối với người Mỹ ngày nay, một trong những bài học của thời Chiến quốc có thể là chúng ta đã được người Trung Quốc coi như chính chúng ta cũng có một chiến lược của thời Chiến quốc. Sự suy nghĩ chiến lược của người Trung Quốc không cho rằng những kế sách của thời Chiến quốc chỉ thích hợp với Trung Quốc. Từ lâu, chúng ta đã có quan niệm rằng phe diều hâu tại Trung Quốc không có thế lực, là những người quá khích ở bên lề. Sự suy nghĩ đó đã ảnh hưởng tới nhận xét của chúng ta. Một hậu quả nguy hiểm của sự ngộ nhận đó là trong khi Trung Quốc tin tưởng rằng Hoa kỳ cũng hành động như một bá vương, muốn duy trì vị trí thống trị của mình, thì người Mỹ lại cổ động cho việc hòa hoãn, tôn trọng hiến chương Liên Hiệp Quốc và dân chủ và nhân quyền cho tất cả mọi người. Những điều đó lại khiến cho Trung Quốc nghi ngờ: "Người Mỹ định âm mưu gì đây?" Có lẽ một số người trong phe ôn hòa cải cách của Trung Quốc cũng hiểu thiện chí của Hoa Kỳ. Tuy nhiên phe diều hâu chỉ thấy đó là một mưu mô của Mỹ.

CHÚ THÍCH CHƯƠNG 2

1. Henry Kissinger, *Does America Need a Foreign Policy?* (New York: Simon & Schuster, 2001), 137.

2. Tôi dùng cụm từ *Chiến Quốc* theo nghĩa rộng hơn một số nhà nghiên cứu về Trung Quốc để bao gồm cả thời kỳ được gọi là thời Xuân Thu. Thay vì chia đôi thời kỳ năm thế kỷ từ 771 tới 221 (trước Công nguyên) tôi dùng cụm từ Chiến Quốc để nói về toàn thể thời gian 500 năm có giao tranh giữa các vương quốc. Thời kỳ này bắt đầu bằng sự sụp đổ quyền lực của nhà Chu. Vua nước Chu thua trận và bị giết năm 771 (trước Công Nguyên) bởi một liên minh của chính các nước chư hầu của mình, và không phải là người Trung hoa. Vua Chu và các tiên đế, từ năm 1000 TCN, đã thực sự nắm quyền cai trị. Sau khi bị thua trận năm 771 TCN, nhà Chu dời đô và các vị vua kế vị hầu như đã mất quyền lực.Cuộc chiến tranh giành quyền lực giữa các vương quốc kéo dài cho tới khi một một vị vua mới tự nhận là thủy hoàng, gồm thâu các vương quốc này làm một nước năm 221 TCN.Phần lớn các nhà nghiên cứu về Trung hoa chia thời kỳ từ 771 tới 221 (TCN) thành hai thời kỳ.Trong cả hai thời kỳ đó vị vua tại ngôi chỉ có hư vị chứ không có quyền lực. Đôi khi vua đi phó hội hay cho quan khâm sai thay mặt. Người được coi là bá vương là vua có nhiều quyền lực nhất nắm quyền cai trị. Việc tranh bá đồ vương trở thành một cuộc tranh hùng giữa bảy vương quốc chính, họp thành các liên minh tranh chấp với nhau nhưng không người nào được tôn là bá vương. Thời kỳ từ năm 475 tới 221 TCN thường được gọi là thời Chiến Quốc.Sự phân biệt này có vẻ hơi giả tạo. Tên của hai thời kỳ hình như không

được dùng vào thời đó mà là do các nhà viết sử thời sau đặt ra. Muốn biết thêm về thời Chiến Quốc xin đọc Ralph Sawyer, *The Tao of Deception: Unorthodox Warfare in Historic and Modern China* (New York: Basic Books, 2007), đặc biệt chương 2, "Spring and Autumn Precursors," và chương 4, "Warring States Commanders." Ở trang 447, n. 34, Sawyer nói là "lịch sử thời Chiến Quốc bằng tiếng Anh còn phải viết lại." Cũng xem Ralph Sawyer, *The Tao of Spycraft: Intelligence Theory and Practice in Traditional China* (Boulder, CO: Westview Press, 2004), chương 3, "The Warring States Period"; James Irving Crump, *Legends of the Warring States: Persuasions, Romances, and Stories from Chan-kuo Ts'e* (Ann Arbor, MI: Center for Chinese Studies, 1998); William H. Mott and Jae Chang Kim, *The Philosophy of Chinese Military Culture: Shih vs. Li* (New York: Palgrave Macmillan, 2006); Yuri Pines, *Envisioning Eternal Empire: Chinese Political Thought of the Warring States Period* (Honolulu: University of Hawaii Press, 2009); và William A.Callahan and Elena Barabantseva, eds., *China Orders the World: Normative Soft Power and Foreign Policy* (Baltimore, MD: The Johns Hopkins University Press, 2012).

3. Lionel M. Jensen, *Manufacturing Confucianism: Chinese Traditions and Universal Civilization* (Durham, NC: Duke University Press, 1997), là tài liệu hay nhất của một học giả Tây phương phát hiện được các điều xuyên tạc này.

4. Dẫn chứng trong Pillsbury, *China Debates the Future Security Environment*, lời nói đầu.

5. Salisbury, *New Emperors*, và Ross Terrill, *The New Chinese Empire: And What It Means for the United States* (New York: Basic Books, 2003)

6. Kissinger, *On China*, 211.

7. Wu Chunqiu, *On Grand Strategy* (Beijing: Current Affairs Press, 2000).

8. Thêm thông tin về việc giới quân sự Trung Quốc xen vào việc làm kế hoạch chiến lược dân sự, xem Evan A. Feigenbaum, *China's Techno-Warriors: National Security and Strategic Competition from the Nuclear to the Information Age* (Stanford: Stanford University Press, 2003).

9. Yang Bosun, *Chunqiu Zuozhuan zhu,* 2nd ed., *Zhongguo Gudian Mingzhu Yizhu Congshu* (Beijing: Zhonghua Press, 1990).[Xuân Thu Tả Truyện – Trung quốc Cổ điển Danh trứ Dịch chú Tùng thư]. Có các bản dịch hơi khác trong Wai-yee Li, *The Readability of the Past in Early Chinese Historiography*, Harvard East Asian Monographs, 253 và 300 (Cambridge, MA, 2007); David Schaberg, *A Patterned Past: Form and Thought in Early Chinese Historiography*, Harvard East Asian Monographs 205 (Cambridge, MA, 2001), 60; và James Legge, "The Ch'un Ts'ew with the Tso Chuen," in *The Chinese Classics*, 2nd ed. (Oxford: Clarendon, 1895), V, 293.

10. Tuy lãnh vực tư đã lớn hơn nhưng vai trò của lãnh vực tư đã tiến chậm và đa số giới lãnh đạo Trung Quốc đều chủ trương duy trì sự kiểm soát đối với tất cả lãnh vực kinh tế chiến lược và chính sách ngoại thương. Đặc biệt, các học giả và viên chức Trung Quốc chuyên tâm về việc kiểm soát tiền tệ, một phần bởi vì các vương quốc trong thời Chiến Quốc đều có tiền tệ riêng và dùng tiền tệ để tiến hành chiến tranh kinh tế với nhau.

11. Thực vậy, cơ quan tình báo được lệnh đặt phát triển kinh tế là vấn đề ưu tiên nhất.William C. Hannas, James Mulvenon, và Anna B. Puglisi, *Chinese Industrial Espionage: Technology Acquisition and Military Modernisation* (New York: Routledge, 2013). Về bối cảnh của ngành tình báo Trung Quốc, xem Jeffrey T. Richelson, *For-*

eign Intelligence Organizations (Cambridge, MA: Ballinger, 1988), chương 9; Patrick E. Tyler, "Cloak and Dragon: There Is No Chinese James Bond. So Far," *New York Times*, March Supplement 23, 1997, tại http:// www.nytimes.com/ 1997/ 03/ 23/ weekinreview/ there-is-no-chinese-james-bond-so-far.html; Lo Ping, "Secrets About CPC Spies— Tens of Thousands of Them Scattered over 170-Odd Cities Worldwide," *Cheng Ming*, January 1, 1997 (U.S. Foreign Broadcast Information Service [FBIS] Daily Reports, CHI-97-016, January 1, 1997); Tan Po, "Spy Headquarters Behind the Shrubs— Supplement to 'Secrets About CPC Spies,'" *Cheng Ming*, March 1, 1997 (FBIS Daily Reports, CHI-97-047, March 1, 1997); Peter Mattis, "China's Misunderstood Spies." *Diplomat*, October 31, 2011, tại http:// thediplomat.com/ 2011/ 10/ chinas-misunderstood-spies/; và David Wise, *Tiger Trap: America's Secret Spy War with China* (Boston: Houghton Mifflin Harcourt, 2011).

12. David C. Gompert và Phillip C. Saunders, *The Paradox of Power: Sino-American Strategic Restraint in an Age of Vulnerability* (Washington, DC: National Defense University, 2012), 169.

13. Về chi phí chế tạo phi đạn của Trung Quốc, xem Gompert và Saunders, *Paradox of Power*, 81, 106.Như ban biên tập của *Washington Post* viết, "Trung Quốc muốn làm siêu cường trong vùng, chứ không phải toàn thế giới, ít ra là trong hiện tại.Trung Quốc nhấn mạnh vào công tác chế tạo võ khí tiên tiến với mục đích mà Hoa kỳ gọi là 'anti-access/ area denial,' nghĩa là ngăn cản — hoặc xua đuổi — đối phương ra khỏi các vùng Trung Quốc coi là địa phận của mình. Do đó Trung Quốc đầu tư vào các võ khí như phi đạn tầm xa có điều khiển, phi đạn chống tầu chiến để phá mẫu hạm. Những đầu tư như vậy là mối đe dọa bất cân xứng đối với Hoa Kỳ và đồng minh. Vào tháng giêng, Andrew S. Erickson của Naval War College trình bầy tại U.S.-China Economic and Security Review Commission [Ủy ban Duyệt xét Kinh tế và An ninh giữa Hoa kỳ và Trung Quốc] ước lượng là "Trung Quốc có thể chế tạo khoảng 1,227 phi đạn chống tàu chiến với một số tiền bằng tiền chế tạo một mẫu hạm loại Ford của Hoa Kỳ. Có thể chỉ cần một phi đạn để đánh đắm một mẫu hạm. ""Beijing's Breakneck Defense Spending Poses a Challenge to the US," bình luận, *Washington Post*, March 12, 2014, tại http:// www.washingtonpost.com/ opinions/ beijings-breakneck-defense-spending-poses-a-challenge-to-the-us/ 2014/ 03/ 12/ 359fc444-a899-11e3-8d62-419db477a0e6_story.html.Xem thêm Andrew S. Erickson, Điều trần trước U.S.-China Economic and Security Review Commission Hearing về China's Military Modernization and its Implications for the United States, January 30, 2014, tại http:// www.uscc.gov/ sites/ default/ files/ Andrew% 20Erickson_testimony1.30.14.pdf; và Henry Hendrix, *At What Cost a Carrier?*(Washington, DC: Center for a New American Security, March 2013), 8, http:// www.cnas.org/ files/ documents/ publications/ CNAS% 20Carrier_Hendrix_FINAL.pdf.

14. Đọc thêm tài liệu về Hoa kỳ cấm vận Trung Quốc: Shu Guang Zhang, *Economic Cold War: America's Embargo against China and the Sino-Soviet Alliance, 1949–1963* (Washington, DC: Woodrow Wilson Center Press; Stanford, CA: Stanford University Press, 2001).

15. Pillsbury, *China Debates the Future Security Environment*, 300.

16. Như một sách hướng dẫn ở Trung Quốc tựa là *The Science of Military Strategy* [Khoa học Chiến lược Quân sự] viết, "Tư tưởng chiến lược luôn luôn hình thành trên cơ sở một truyền thống lịch sử và văn hóa quốc gia, do đó việc soạn thảo và thi hành chiến lược luôn luôn bị chi phối và thúc đẩy bởi một phức hợp ý thức hệ văn hóa và văn hóa lịch sử." Thomas G. Mahnken, "Secrecy & Stratagem: Understanding Chi-

nese Strategic Culture," Lowy Institute for International Policy, February 2011, 3, tại http:// www.lowyinstitute.org/ files/ pubfiles/ Mahnken,_Secrecy_and_stratagem.pdf.

17. David Lai, "Learning from the Stones: A Go Approach to Mastering China's Strategic Concept, Shi," U.S. Army War College Strategic Studies Institute (May 1, 2004), tại http:// www.strategicstudiesinstitute.army.mil/ pubs/ display.cfm? pubID = 378.

18. Dẫn chứng trong ibid., 2.

19. Roger T. Ames, The Art of Rulership (Albany: State University of New York Press, 1994).

20. François Jullien, *The Propensity of Things: Toward a History of Efficacy in China*, trans. Janet Lloyd (New York: Zone Books, 1999); François Jullien, *A Treatise on Efficacy: Between Western and Chinese Thinking*, trans. Janet Lloyd (Honolulu: University of Hawaii Press, 2004); François Jullien, *The Great Image Has No Form, or On the Nonobject through Painting*, trans. Jane Marie Todd (University of Chicago Press, 2009); François Jullien, *The Impossible Nude: Chinese Art and Western Aesthetics*, trans. Maev de la Guardia (University of Chicago Press, 2000), François Jullien, *The Silent Transformations*, trans. Krzysztof Fijalkowski and Michael Richardson (New York: Seagull Books, 2011); François Jullien, *Detour and Access: Strategies of Meaning in China and Greece*, trans. Sophie Hawkes (New York: Zone Books, 2000); and François Jullien, *In Praise of Blandness*, trans. Paula M. Varsano (New York: Zone Books, 2004).

21. Như một nhà phê bình đã nói về tổng quát các tác phẩm của Jullien, "các tác phẩm của ông dễ khiến người đọc có một khái niệm quá mạnh về sự khác biệt văn hóa, do đó đề cao một nền văn hóa tao nhân [literati culture] đã qua và, do đó, tự nhiên coi rẻ Trung Quốc thời hiện tại. " Kai Marchal, "François Jullien and the Hazards of 'Chinese' Reality," Warp, Weft, and Way, September 27, 2012, tại http:// warpweftandway.com/ 2012/ 09/ 27/ francois-jullien-and-the-hazards-of-chinese-reality/.

22. Thí dụ Trung Quốc mời nghị sĩ Hoa kỳ Henry Jackson tới Bắc kinh năm 1976. Đọc thêm về nghị sĩ Henry Jackson, xem Robert G. Kaufman, Henry M. Jackson: *A Life in Politics* (Seattle: University of Washington Press, 2000).

23. Henry Kissinger, *Diplomacy* (New York: Simon & Schuster, 1994); Henry Kissinger, *White House Years* (New York: Little, Brown, 1979); Henry Kissinger, *Years of Renewal* (New York: Touchstone, 1999); and Henry Kissinger, *Years of Upheaval* (London: Weidenfeld & Nicolson, 1982).

24. Kissinger, *On China*, 235.

25. Ibid., 371.

26. Pillsbury, *China Debates the Future Security Environment*, xxxvii.

27. Ibid., chương 6 và 22.

28. Kimberly Besio and Constantine Tung, eds., *Three Kingdoms and Chinese Culture* (Albany: State University of New York Press, 2007); John J. Tkacik, "A Spirit-Visit to an Ancient Land," *Wall Street Journal*, February 28, 2014, tại http:// online.wsj.com/ news/ articles/ SB20001424052702303775504579397221926892100.

29. Theo các tác giả Trung Quốc, chiến thắng của các tướng lãnh tại trận Xích Bích là do bốn yếu tố trong việc nhận định thế của liên minh miền nam: không lo ngại, bối rối về các hiện tượng phiến diện; cần liên minh để đánh kẻ thù chính; bất ngờ

tiến công trước; tấn công vào điểm yếu nhất của quân địch. Zhang Tieniu and Gao Xiaoxing, *Zhongguo gudai haijun shi [Chinese Ancient Naval History]* (Beijing: Ba yi chubanshe, 1993), 46, 47. Một tác giả tại Viện Hàn lâm Khoa học Quân sự Trung Quốc nhấn mạnh là phe thắng trận tại Xích Bích áp dụng chiến lược chờ cho tới khi có thời cơ thuận tiện. Yue Shuiyu và Liang Jingmin, *Sun Zi bingfa Yu Gao Jishu Zhanzheng* [Tôn Tử Binh pháp và Chiến tranh Kỹ thuật Cao] (Beijing: Guofang daxue chubanshe, 1998), 122.

30. Một tác giả tóm lược cuộc thua trận của phương bắc là "chiến lược sai lầm", nhất là "không biết chuyển thế yếu thành thế thắng khi đối đầu với quân địch mạnh hơn ... [ông ta]nghi những người đáng tin và tin những người đáng nghi.Ông ta cao ngạo."Yu Xuebin, *Shuo San Guo, Hua Ren Sheng: "Sanguo Yanyi" Fengyun Renwu Bai Yin Qianshuo* [Bàn luận về các nhân vật chính trong truyện Tam Quốc: Sơ lược về lý do thất bại của các nhân vật chính trong Tam Quốc Chí](Beijing: Jiefangjun chubanshe, 1996), 247– 48. Các tác giả khác nhấn mạnh về sự bi đát của cuộc thua trận.Vị tướng lãnh phương bắc "đáng lẽ đã trở thành một trong những nhà chiến lược quân sự xuất chúng trong lịch sử của chúng ta."Pu Yinghua and Hua Mingliang, Yunchou Weiwo— *Zhuge Liang Bingfa [Devise Strategies Within a Command Tent— Zhuge Liang's Art of War]* (Beijing: Wuzi chubanshe, 1996), 47.

31. "A single deception can cause a vast defeat." Central Television Station Military Department and the Navy Political Department Propaganda Department, *Sanshiliu Ji Gujin Tan [Ancient and Modern Discussions on the Thirty-Six Deceptions]* (Jinan: Huanghe chubanshe, 1995), 166.Điều này cũng được nhắc lại trong lời bình luận của Quân đội Giải phóng Nhân dân về trận Xích Bích.Nhiều tác giả nhấn mạnh việc dùng kế ly gián là yếu tố then chốt trong chiến thắng tại Xích Bích.Mao Zhonfa, Tian Xuan, Peng Xunhou, *Moulue Jia [Strategists,* Mưu Lược Gia*]* (Beijing: Lantian chubanshe, 1993), 119.Nhiều tác giả Trung Quốc cho rằng việc liên minh là yếu tố then chốt để chiến thắng .Zhang Feng, *Zhongguo Lidai Canmouzhang* [Chiefs of Staff in Past Chinese Dynasties] (Beijing: Kunlun chubanshe, 1999), 180. "Red Cliff occurred one year after the strategic planning conference at Grand Central Village. That was the first step in implementing the coalition strategy which made possible the transformation of the inferior southern side to defeat the hegemon." Ren Yuan, *Zhisheng Bijian-Zhuge Liang De Chengbai Deshi* [Getting the Upper Hand Must Be Examined: Zhuge Liang's Successes and Failures] (Changan: Xibei daxue chubanshe, 1997), 58. Similarly, another PLA author emphasizes that without the formation of the southern coalition, there would have been no defeat of a superior power. Li Zhisun, *Zhongguo Lidai Zhanzheng Gailan* [An Outline of Warfare in Past Chinese Dynasties] (Beijing: Junshi kexue chubanshe, 1994), 108.

32. Yue Shuiyu and Liang Jingmin, *Sun Zi Bingfa Yu Cao Jishu Zhanzheng*, 122. [Tôn Tử Binh pháp và Chiến tranh Kỹ thuật Cao]

33. Central Television Station Military Department and the Navy Political Department Propaganda Department, *Sanshiliu Ji Gujin Tan*, 174– 75.

Chương 3
CHỈ CÓ TRUNG QUỐC MỚI CÓ THỂ ĐẾN VỚI NIXON

"Đông hòa Tôn Quyền, Bắc cự Tào Tháo"
Tam Quốc Chí, năm 200 sau Công Nguyên
Dẫn chứng trong tờ trình cho Mao Chủ tịch 1969

Một trong những bài học lịch sử lớn nhất mà người Mỹ được giảng dạy trong những năm qua là tổng thống Richard Nixon đã làm một hành động tuyệt vời là mở bang giao với Cộng hòa Nhân dân Trung Hoa năm 1971. Nixon, một con người luôn luôn suy nghĩ có tính cách chiến lược, cùng với cố vấn an ninh quốc gia Henry Kissinger, tin rằng sự liên minh như vậy sẽ tăng cường tư thế của nước Mỹ chống lại Liên Xô, một quốc gia mà nước Mỹ coi là một mối đe dọa lớn hơn đối với quyền lợi của Hoa Kỳ. Lịch sử cho người dân Mỹ hình ảnh Nixon như là một người chơi cờ đã nhìn thấy nhiều thế đi trong tương lai, trong khi đó đã dùng quốc gia này để chống lại quốc gia khác.

Hiển nhiên là có một yếu tố xuất sắc trong việc mở bang giao giữa Hoa Kỳ và Trung Quốc. Và cũng có nhiều lý do chính đáng để tiến hành một liên minh như vậy vào cao điểm của chiến tranh lạnh. Nhưng nhiều người có thể đã quên rằng – giả dụ như họ có biết – việc chủ động mở cuộc bang giao thực ra không phải là do Nixon hay do Kissinger. Trong những tháng đầu của nhiệm kỳ, Nixon và Kissinger tập trung vào việc cải thiện quan hệ với Liên Xô. Họ không muốn làm mất lòng Xô Viết bằng cách kết thân với Trung Quốc. Thực vậy, đứng về nhiều khía cạnh, không phải Nixon đã đi tới Trung Quốc mà chính Trung Quốc đã đi tới Nixon.

Trong trường hợp của mỗi một tổng thống Mỹ, chiến lược của Bắc Kinh hình như là sản phẩm của những cảm hứng xuất sắc gồm có sự thường xuyên thay đổi chiến thuật đi đôi với những đánh giá khôn ngoan về những bất đồng ý kiến nội bộ trong số những phe phái chính của cuộc tranh luận tại Washington. Trong khi nhận định về *thế* của Trung Quốc đối với Hoa Kỳ, các nhà lãnh đạo Trung Quốc đã học hỏi những điều được coi là tối quan trọng trong thời Chiến quốc, tức là đặt một gián điệp cấp cao vào trong hàng ngũ của đối phương.

Năm 1985, một nhân viên làm việc cho CIA trong 40 năm tên là Larry Wu-Tai Chin [Kim Vô Đãi] bị kết tội là đã tiến hành hàng mấy chục năm công tác gián điệp cho Trung Quốc. Chin bị kết tội là đã cung cấp cho Trung Quốc rất nhiều tài liệu mật và Chin đã nhận tội vào năm 1986. Trong khi thú tội với thẩm phán, Chin nói là ông ta đã hành động để tăng cường sự hữu nghị giữa Hoa Kỳ và Trung Quốc. Chẳng bao lâu sau đó, nhân viên coi ngục đã phát hiện ông ta bị chết ngạt ở trong khám. Larry Chin hình như cũng nhận với thẩm phán là ông ta đã tiết lộ những nhược điểm trong kế hoạch của chúng ta cho chính quyền Trung Quốc để Bắc kinh có thể hoạt động rất hữu hiệu trong việc đạt tới tất cả những điều mà họ muốn.[1]

Ngược lại Hoa Kỳ chưa hề đặt được những nhân viên

tình báo để cung cấp những tài liệu trực tiếp về sự suy nghĩ chiến lược của Trung Quốc. Vì chúng ta không được tiếp cận với các tài liệu nội bộ của Trung Quốc nên chương này cố gắng trình bày những động cơ đã thúc đẩy các nhà lãnh đạo Trung Quốc suốt trong thời gian nối lại mối quan hệ với Hoa Kỳ cho tới cuối thời của Tổng thống Reagan, bằng cách xem xét những tài liệu của Hoa Kỳ về yếu tố nào có vẻ đã thúc đẩy Trung Quốc, cũng như những nguồn thông tin công khai đã xuất hiện từ đó đến nay.

Khác với Hoa Kỳ, Trung Quốc chưa bao giờ tiết lộ, và có lẽ sẽ không bao giờ tiết lộ, những tài liệu chính thức nội bộ cho thấy bằng cách nào các nhà lãnh đạo Trung Quốc đã có thể có được hầu hết tất cả các sự trợ giúp về kinh tế, quân sự, ngoại giao và chính trị mà Trung Quốc đã yêu cầu suốt trong nhiệm kỳ của 8 vị tổng thống Mỹ từ Richard Nixon qua Barrack Obama. Tuy nhiên, hình như Bắc Kinh có theo đuổi những phương thức chiến lược nhất quán, nói chung đã được xác nhận qua các cuộc phỏng vấn và qua các bài viết của các nhà nghiên cứu về Trung Quốc. Chín yếu tố chiến lược của Trung Quốc (đã trình bày ở Chương 2) giúp chúng ta hiểu rõ hơn về các hoạt động trong quá khứ và trong tương lai của Trung Quốc. Điều ta thấy rõ là việc dùng các mưu mẹo, dùng *thế* và sự nhẫn nại để tránh né sự bao vây của Liên Xô. Đặc biệt là 9 yếu tố then chốt đó của chiến lược Trung Quốc đã hướng dẫn Trung Quốc suốt trong thời gian kéo dài hằng mấy chục năm để có được sự trợ giúp của Hoa Kỳ và khiến cho Trung Quốc mạnh hơn.

Phần lớn đều đồng ý rằng vào cuối thập niên 1960, với những tham vọng lớn lao của Trung Quốc được tiết lộ cho Liên Xô vào lúc hai nước đang đối đầu với nhau về quân sự thì Trung Quốc đã cần một người giúp đỡ mới. Để tìm ra những ý tưởng làm sao có thể kết thân với Hoa Kỳ, hay nói một cách chính xác hơn, khiến cho Hoa Kỳ thành một đồng minh tạm thời, Mao đã hỏi ý kiến của các nhà quân sự thay vì là các nhà ngoại giao.

Nhiều người Hoa Kỳ cho là ảnh hưởng của phe diều hâu không đáng kể. Nhưng họ đã ngạc nhiên khi biết rằng chính giới quân sự đã bí mật đưa ra kế hoạch Trung Quốc kết thân với Hoa Kỳ. Vào mùa xuân năm 1969, Mao triệu tập 4 vị nguyên soái phái diều hâu muốn chấm dứt hằng chục năm thụ động của Trung Quốc và đứng lên để chống lại sự đe dọa của Liên Xô, đó là các tướng Chen Yi [Trần Nghị], Nie Rongzhen [Nhiếp Vinh Trăn], Xu Xiangqian [Từ Hướng Tiền], và Ye Jianying [Diệp Kiến Anh].[2] Các vị nguyên soái này đã tóm lược chiến lược của Mỹ đối với Liên Xô và Trung Quốc trong một câu phương ngôn:"Tọa sơn quan hổ đấu."[3] [Ngồi trên núi xem hổ đánh nhau] Nói một cách khác họ tin rằng Hoa Kỳ đang đợi cho nước Cộng sản này xâu xé nước Cộng sản kia và họ đã suy nghĩ dựa theo những bài học từ thời Chiến quốc.

Tháng 5, năm 1969, Mao mời các nguyên soái đưa thêm những đề nghị khác. Theo Kissinger, thư ký riêng của các nguyên soái ghi rằng họ đã thảo luận "về mặt chiến lược Trung Quốc có nên chơi lá bài Hoa Kỳ trong trường hợp Trung Quốc bị Liên Xô tấn công trên qui mô lớn không."[4] Nguyên soái Trần Nghị đề nghị rằng nhóm sẽ nghiên cứu trường hợp Stalin ký thỏa ước "bất tương tranh" với Hitler năm 1939.

Một nguyên soái khác, Diệp Kiến Anh, đã dẫn chứng chiến lược của trận Xích Bích do Gia Cát Lượng là quân sư của nước Thục miền Nam đã đánh lừa được Tào Tháo. "Chúng ta có thể nghiên cứu những nguyên tắc hướng dẫn về chiến lược của Gia Cát Lượng khi ba nước Ngụy, Thục và Ngô đang tranh giành lẫn nhau. Đó là: Đông hòa Tôn Quyền, Bắc cự Tào Tháo".[5]

Theo quan điểm của các nguyên soái, Hoa Kỳ sợ là Liên Xô sẽ chinh phục Trung Quốc: "Điều cuối cùng mà đế quốc Mỹ muốn trông thấy là phe xét lại của Liên Xô thắng trong một trận chiến tranh giữa Trung Quốc và Liên Xô, bởi vì như vậy sẽ giúp cho Liên Xô thành lập một đế quốc lớn và mạnh hơn đế quốc Hoa Kỳ về tài nguyên cũng như về nhân lực."[6]

Trần Nghị nêu ra rằng tổng thống mới Richard Nixon hình như "muốn kéo Trung Quốc" về phía mình. Ông ta đề nghị điều mà ông ta gọi là những "tư tưởng táo bạo" để nâng cuộc đối thoại giữa Hoa kỳ và Trung Quốc lên cấp bộ trưởng hay cao hơn.[7] Theo Kissinger, đề nghị cách mạng nhất là của Trần Nghị. Trần Nghị đề nghị rằng Cộng hoà Nhân dân Trung Hoa không đưa ra điều kiện tiên quyết từ trước đến nay Trung Quốc vẫn giữ, đó là trả Đài Loan trở về Trung Quốc lục địa.[8] Trần Nghị lập luận:

Thứ nhất khi các cuộc họp tại Warsaw [ở cấp Đại sứ] được tiếp tục, chúng ta có thể chủ động đề nghị tiến hành cuộc thảo luận giữa Trung Quốc và Hoa Kỳ ở cấp bộ trưởng hay cao hơn để có thể giải quyết những vấn đề cơ bản và các vấn đề liên hệ trong quan hệ Trung Quốc và Hoa Kỳ...

Thứ hai, một cuộc họp giữa Trung Quốc và Hoa Kỳ ở cấp cao hơn có một ý nghĩa chiến lược, chúng ta không nên đưa ra những điều kiện tiên quyết.... Vấn đề Đài Loan có thể giải quyết từ từ trong những cuộc thảo luận ở cấp cao hơn. Hơn nữa chúng ta có thể thảo luận với những người Mỹ về những vấn đề khác có ý nghĩa chiến lược.[9]

***

Trung Quốc hãy còn coi Hoa Kỳ là kẻ thù, và mô tả cuộc viếng thăm của Nixon là một trường hợp Trung Quốc có thể "dùng những sự mâu thuẫn chia rẽ quân địch và nâng cao tư thế của chúng ta."[10] Nói một cách khác, Hoa Kỳ chỉ là một công cụ hữu ích cho Trung Quốc chứ không phải là một đồng minh dài hạn. Dựa theo nguyên tắc này, Bắc Kinh bí mật gởi thông điệp tới Nixon và Kissinger: bởi vì tổng thống Nixon đã viếng thăm Belgrade và Bucharest, thủ đô của hai nước

Cộng sản khác, thì tổng thống cũng sẽ được chào mừng tại Bắc Kinh.[11] Trong thông điệp không có nói gì tới sự tin cậy hay là sự hợp tác trong tương lai.

Trung Quốc chưa công khai hóa các tài liệu nội bộ để bổ túc thêm về những lý do mà họ muốn bắt tay với Hoa Kỳ. Nhưng nhiều tướng của Trung Quốc đã nói với tôi là cách thức tiếp cận một cách tế nhị của Mao với chính quyền của Nixon là một thí dụ rõ rệt về nghệ thuật nhận ra và lợi dụng *thế*. Có một vài vị tướng còn bảo tôi rằng, có một lúc đã khiến Mao gia tăng thêm nỗ lực. Đó là một trận đánh lớn ở biên giới Tân Cương vùng Tây Bắc Trung Quốc vào ngày 28 tháng 8 năm 1969. Bắc Kinh đã huy động các đơn vị quân sự của Trung Quốc dọc theo biên giới. Kissinger kết luận là tới lúc đó thì việc nối lại những quan hệ với Hoa Kỳ đã trở thành một "sự cần thiết về chiến lược." Tại trụ sở Liên Hiệp Quốc ở New York tôi cũng được nghe những người Liên Xô nói lại về cuộc tấn công và tôi vội vàng chuyển những tin tức đó cho Peter và liên lạc viên Smith để thông báo cho các cuộc tranh luận của Hội đồng An ninh quốc gia về những rủi ro trong việc kết giao với Trung Quốc.

Năm 1969 Mao đã có thể đánh giá đúng cái *thế* đang đẩy Trung Quốc ra khỏi quỹ đạo của Liên Xô và hướng về một sự liên minh mới với Tây phương. Mao đã làm hai hành động để đẩy mạnh sự chuyển biến đó. Hành động thứ nhất là mời Nixon tới Bắc Kinh. Hành động thứ hai là thử hai trái bom khinh khí khổng lồ mà không báo trước trong vài ngày liên tiếp ở gần biên giới Liên Xô. Hành động này vừa để biểu dương lực lượng và vừa là dấu hiệu cho Hoa Kỳ biết rằng Trung Quốc muốn ra khỏi quỹ đạo của Liên Xô.

Biết rằng người Hoa kỳ vẫn chưa hiểu được thông điệp đó, ngày 1 tháng 10, 1970, Mao đã làm một điều rất khác thường đối với một người Cộng sản chống Tây phương. Mao đã mời một nhà báo nổi tiếng là Edgar Snow đứng cùng với Mao trên khán đài Thiên An Môn và sắp xếp để cho quang cảnh đó được chụp hình và phổ biến khắp Trung Quốc. Mao đã nói với khách của ông ta là Tổng thống Nixon rất được hoan nghênh tới thăm Trung Quốc. Đây là một lời mời rất đáng ngạc nhiên – và là một hành động mới nhất trong những hành động mở màn khác của chính quyền Trung Quốc. Kissinger nhận rằng Washington vẫn chưa nhận ra thông điệp đó hay ít ra là cũng không cho rằng lời mời đó có tính cách chân thật. Chính phủ Hoa Kỳ quá bận tâm về những quyền lợi và chiến lược của mình, và không chú ý tới Trung Quốc. Vì vậy lịch sử của cuộc bình thường hóa quan hệ giữa Trung Quốc và Hoa Kỳ đã bắt đầu trong một huyền thoại. Nixon không chủ động liên lạc với Trung Quốc, thay vào đó Trung Quốc, đích thân Mao, đã bắt liên lạc với Nixon. Người Hoa Kỳ không hiểu rõ được chuyện đó và Washington cũng chưa biết rằng các văn bản ở Trung Quốc đều gọi Hoa Kỳ là kẻ thù và ví Hoa Kỳ cũng giô'ng như Hitler.

***

Trong khi Nixon và Kissinger cứu xét cách thức lập chiến lược lớn của hai ông đối với Trung Quốc thì tôi giữ một vai trò rất nhỏ trong tấn kịch này. Vào mùa thu năm 1969, hai nhân viên liên lạc tình báo với tôi là Peter và Smith yêu cầu tôi trình bày với ban tham mưu của Kissinger về thông tin mà tôi đã thu thập được trong khi làm việc với tư cách là một người săn tin tình báo tại Liên Hiệp Quốc. Trong những cuộc họp của tôi với các cố vấn cao cấp của Kissinger, tôi thấy có sự bất đồng quan điểm rất rõ rệt về Trung Quốc. Hai nhân viên của Hội đồng An ninh Quốc gia là John Holdridge và Helmut Sonnenfelt viết những tờ trình có chiều hướng đề nghị một cuộc liên minh với Trung Quốc mà không sợ Liên Xô phản ứng quá mạnh.[12] Nhưng hai người khác là Roger Morris và Bill Hyland không đồng ý với đề nghị đó.[13] Morris và Hyland sợ rằng bất cứ một sự liên minh nào giữa Hoa Kỳ và Trung Quốc sẽ khiêu khích Moscow một cách không cần thiết và gây ảnh hưởng tai hại cho chính sách của chính quyền lúc đó muốn hòa hoãn với Liên Xô. Bốn đại sứ thâm niên Hoa Kỳ cũng đã đích thân hội kiến với Nixon và cảnh báo Nixon là Moscow sẽ phản ứng đối với bất cứ một sự tiếp xúc nào của Hoa Kỳ với Trung Quốc bằng cách ngưng diễn trình hòa giải và tài giảm võ khí. Những tờ trình trái ngược nhau đã giải thích tại sao Nixon và Kissinger đã trì hoãn trong hai năm việc liên kết với Trung Quốc. Nixon và Kissinger phải được thúc giục bởi Trung Quốc và bởi những báo cáo của tôi có được từ các người Liên Xô tại Liên Hiệp Quốc nói rằng Moscow sẽ không ngưng hòa giải và thực sự muốn Hoa Kỳ sẽ chấp nhận những đề nghị đáng nghi ngờ của Trung Quốc để có được sự liên minh. Shevchenko và Kutovoy đã nói với tôi đúng như vậy.

Chứng cớ của tôi hình như giữ một vai trò khiêm tốn trong việc giải quyết sự bế tắc đó. Tôi chuyển những thông tin mà tôi đã nhận được cho tới lúc đó. Đó là sự chia rẽ giữa Trung Quốc và Liên Xô là có thực và Liên Xô chắc là chúng ta sẽ tiếp xúc với Trung Quốc. Tôi báo cáo, và những người khác cũng xác nhận, là các nhà ngoại giao cao cấp như Arkady Shevchenko đã đương nhiên cho rằng Nixon sẽ cải thiện quan hệ với Trung Quốc trong một chừng mực nào đó. Họ chỉ sợ là Nixon sẽ đi quá xa và thành lập liên minh về quân sự. Đó là điều mà lúc đó chưa được cứu xét tới. Tôi là một người cổ võ mạnh và tôi hy vọng là thuyết phục cho một liên minh giữa Trung Quốc và Hoa Kỳ. Ngay cả Kissinger về sau cũng viết lời cám ơn tôi.

Nhưng có thêm những yếu tố khác đã thuyết phục Kissinger và, cuối cùng tổng thống Nixon, nghiêng về phía Bắc Kinh. Trong khi Kissinger vẫn còn cố gắng để tìm hiểu ý định của Trung Quốc thì nghị sĩ Ted Kennedy đang tìm cách để viếng thăm Trung Quốc. Người Trung Quốc cũng nói tới cả sự kiện này cho Kissinger biết trong chuyến đi bí mật của ông tới Bắc kinh vào tháng 7, 1971. Hành động này cũng theo với quan niệm của thời Chiến quốc là thao túng cả phe diều hâu lẫn phe bồ câu. Nixon đã phản ứng như dự đoán, và chỉ thị cho Kissinger yêu cầu Trung Quốc không mời bất cứ một nhân vật chính trị Mỹ nào tới thăm Trung Quốc trước Nixon. Nixon có lý do chính đáng để tin rằng Kennedy đang định nẫng tay trên cái thành tích ngoạn mục đó và sẽ là chính trị gia Hoa Kỳ đầu tiên tới thăm Bắc Kinh.[14] Trong những bài diễn văn trước công chúng, Kennedy đã đưa ra khả năng nối lại quan hệ ngoại giao với Trung Quốc Cộng sản và Kennedy đã đưa ra một bản phác họa như là một chính sách ngoại giao trong cuộc tranh cử tổng thống năm 1972.[15]

Một yếu tố nữa là sự dính líu của Trung Quốc vào chiến tranh Việt Nam. Bắt đầu từ những năm 1950, Trung Quốc đã cung cấp cho Bắc Việt nhiều võ khí, trang bị và cố vấn quân sự. Trung quốc mới vừa giảm viện trợ quân sự cho Bắc Việt và còn giảm rất nhiều những chuyến tàu chở đồ viện trợ của Liên Xô qua Trung Quốc. Và những hành động này lại càng thuyết phục hơn chính quyền của Nixon đồng quan điểm với phe thân Trung Quốc. Người Hoa Kỳ sẽ nhận được những lời cam kết về phương diện này trong cuộc viếng thăm Bắc kinh của Nixon khi Mao nói với tổng thống là ông ta rất mong muốn được xóa bỏ bất cứ một sự đe dọa nào của Trung Quốc đối với Hoa Kỳ:

Hiện nay vấn đề gây chiến từ phía Mỹ hay từ phía Trung Quốc là điều tương đối nhỏ; nghĩa là có thể nói đây không phải là một vấn đề lớn, bởi vì trong lúc này không có tình trạng chiến tranh giữa hai nước của chúng ta. Nếu Hoa Kỳ muốn rút quân về Hoa Kỳ thì quân của chúng tôi cũng sẽ không đi ra ngoài biên giới.[16]

Kissinger khẳng định rằng câu nói đó cho thấy là quân đội Trung Quốc sẽ không đi ra khỏi biên giới và điều này đã giảm sự quan ngại của Hoa Kỳ là Trung Quốc sẽ can thiệp vào Việt Nam giống như đã đem quân sang Triều Tiên năm 1950.[17] Mao đã nhận xét đúng là mối quan ngại này rất lớn trong sự suy nghĩ của người Mỹ và muốn người Mỹ cảm thấy yên tâm.

***

Vào tháng 7 năm 1971 Kissinger thực hiện cuộc viếng thăm bí mật lịch sử tới Trung Quốc, đó là hành động cụ thể đầu tiên của việc thực hiện các kế hoạch đã có từ lâu của Mao. Trung Quốc rất kín đáo không muốn nói tới sự đe dọa của Liên Xô đã khiến cho họ hướng về phía người Mỹ. Ngoại trưởng Chu Ân Lai chỉ nói xa xôi tới "láng giềng phía Bắc của chúng tôi" và "lực lượng siêu cường khác." Trung Quốc cũng không đưa ra những thảo luận gì hơn về vấn đề đe dọa của Liên Xô.[18] Quả thực họ có sợ có một cuộc tấn công như vậy không?

Trong chuyến đi sau đó của Kissinger tới Bắc Kinh vào tháng 10, Chu đặt vấn đề Liên Xô trong một danh sách gồm có 6 điểm trong nghị trình quan trọng, tuy nhiên ông ta đặt điểm đó ở cuối danh sách. Sau khi Trung Quốc đã tuyên bố là họ không có chống đối về sự cải thiện quan hệ giữa Hoa Kỳ và Liên Xô, Kissinger kết luận là họ đã nói cứng để che giấu mối e ngại của họ đối với sự đe dọa của Liên Xô.[19] Kissinger cảnh báo Chu về ý muốn của Moscow muốn không bị bận tâm về Âu Châu để có thể tập trung vào các vùng khác.[20] "Các vùng khác" có nghĩa là Cộng Hòa Nhân dân Trung Hoa.

Nhưng cũng có những điểm cho thấy rằng ngay cả lúc đó Trung Quốc cũng không coi Hoa Kỳ như một đồng minh mà là một trở ngại. Khi nói về Hoa Kỳ, Chu đã nói bóng gió về Trung Quốc thực sự cảm thấy như thế nào về người bạn mới của họ.

Chu nói với người thông dịch cho Kissinger là đại sứ Ji Zhaozhu [Ký Triệu Chú] của bộ Ngoại giao Trung Quốc rằng "Hoa Kỳ là *bá*"; Chu đã dùng từ đó là từ mà chủ tịch Mao và người kế vị của ông là Đặng Tiểu Bình thường hay dùng.

Các viên chức của chính phủ Hoa Kỳ hiểu tiếng Phổ thông, tuy chỉ là một nhóm nhỏ, từ lâu đã biết rằng có nhiều từ trong tiếng Trung Quốc và tiếng Anh không thể dịch hoàn toàn đầy đủ các nghĩa ở trong hai ngôn ngữ. Các người phiên dịch thường phải lựa chọn xem mỗi bên nói gì. Thông dịch viên của Kissinger nói với Kissinger là câu nói của Chu có nghĩa là "Hoa Kỳ là lãnh đạo." Đây có vẻ như là một nhận xét vô hại và, được dùng trong bối cảnh của chiến tranh lạnh, còn có thể là một lời khen nữa. Nhưng đó không phải là nghĩa của chữ "bá" trong tiếng Phổ thông, ít ra cũng không có nghĩa như vậy ở trong ngữ cảnh đó.

Bá có một ý nghĩa lịch sử đặc biệt từ thời Chiến quốc ở Trung Quốc. Vào thời đó *bá* nắm quyền trật tự về quân sự ở trong thiên hạ và dùng võ lực để dẹp các phe chống đối cho tới khi chính vị *bá* đó cũng bị phe khác lật đổ bằng võ lực. Từ *bá* có thể dịch một cách chính xác hơn là "bạo chúa" (tyrant) . Trong thời Chiến quốc có ít nhất là 5 vị "bá" khác nhau. Họ nổi lên rồi suy vong. Trong khi đó những *bá* khác khôn ngoan hơn họ và đã thắng trong những cuộc đấu trí kéo dài hàng chục năm hay hàng trăm năm. Ta cũng không biết chính sách của Hoa Kỳ đối với Trung Quốc có thể đã thay đổi như thế nào nếu Kissinger, vào ngày hôm đó, đã được nói cho biết là người Trung Quốc nhìn người Hoa Kỳ không phải là người lãnh đạo mà là một kẻ bạo quyền gian ác. Cho tới ngày hôm nay chúng ta vẫn còn phải xem xét lại và chịu cái hậu quả của sự phiên dịch sai lầm then chốt đó.

Một vài năm sau đó tôi có hân hạnh được nói chuyện với đại sứ Ký Triệu Chú. Ông ta không đề cập gì tới việc ông ta dịch ý của chữ *bá* cho Kissinger như thế nào trong hồi ký rất vui vẻ thân mật của ông với tựa đề là: *The Man on Mao's Right* [Người ngồi bên tay phải của Mao]. Hồi ký đó cho thấy một cái nhìn hiếm có của người trong cuộc là bộ Ngoại giao Trung Quốc đã nhìn sự liên kết với Hoa Kỳ ra sao. Tôi hỏi là từ "lãnh đạo" mà ông dùng cho tiếng Anh có đúng nghĩa gốc của từ *bá* trong tiếng Trung Quốc không.

Tôi hỏi, "Ông có nói với tiến sĩ Kissinger *bá* nghĩa là gì không?

Ông ta trả lời, "Không "

"Tại sao? "

"Điều đó sẽ làm cho Kissinger khó chịu."

Nếu Kissinger thực sự đã biết Chu muốn nói gì khi dùng chữ *bá* – nếu Kissinger đã hiểu là Trung Quốc thực sự nhìn Hoa Kỳ như thế nào – thì chính quyền của tổng thống Nixon đã không có rộng rãi đối với Trung Quốc như vậy. Thay vào đó chính quyền của tổng thống Nixon về sau đã bí mật giúp đỡ nhiều cho Trung Quốc về quân sự.[21] Tất cả đều dựa trên giả định sai lầm là sự viện trợ đó đang xây dựng một quan hệ hợp tác bền vững với Trung Quốc thay vì chỉ hợp tác với nhau trong vài năm theo sự thay đổi thăng trầm của *thế*. Có lẽ nếu các nhà phân tích Hoa Kỳ đã biết được những quan điểm bài Mỹ của phe diều hâu thì sự nhận định rằng Trung Quốc coi Mỹ như là một bạo quyền sẽ khiến cho Washington phải coi chừng. Một tài liệu nghiên cứu của RAND năm 1977 đã cảnh báo có chứng cớ từ năm 1968 là trong số giới lãnh đạo của Trung Quốc có một nhóm rất chống Mỹ và dùng những câu châm ngôn như: Mỹ sẽ "không bao giờ bỏ dao đồ tể để thành Phật".[22]

Hai tháng sau khi có cuộc nói chuyện của Chu với Kissinger và, sắp tới ngày Nixon thăm Trung Quốc, Kissinger đã bắt đầu thực hiện một trong những sự giúp đỡ kín cho Trung Quốc. Trong khi công chúng hoàn toàn không biết gì – và họ sẽ ngạc nhiên nếu biết Hoa Kỳ giúp và bênh vực cho Quân đội Giải phóng Nhân dân – Kissinger đã cho Trung Quốc thông tin chi tiết về các cuộc chuyển quân của Ấn Độ chống Pakistan[23] và cũng nói là Hoa Kỳ "ủng hộ sự yểm trợ của Trung Quốc đối với Pakistan, bao gồm cả việc chuyển quân để đánh lạc hướng."[24] Ngược lại Kissinger yêu cầu Trung Quốc chuyển quân tới biên giới Ấn Độ để đánh lạc hướng của Ấn Độ và ngăn cản không cho Ấn Độ xâm lấn với mục đích tách rời Đông Pakistan. Trung Quốc không di chuyển quân nhưng điều này cũng không làm giảm bớt sự mong đợi của Hoa Kỳ.

Vào tháng 1 năm 1972, Nixon cho phép phụ tá của Kissinger là Alexander Haig tiến hành một sự giúp đỡ mật khác nữa cho Trung Quốc. Dẫn đầu một phái đoàn tiền phương tới Trung Quốc, một tháng trước khi có cuộc viếng thăm lịch sử của Nixon, Haig hứa sẽ hợp tác nhiều với Trung Quốc để chống lại Liên Xô. Haig nói với Chu là trong cuộc khủng hoảng giữa Ấn Độ và Pakistan, Hoa Kỳ sẽ cố gắng "hóa giải" những sự đe dọa của Liên Xô dọc theo biên giới Trung Quốc và "răn đe những sự đe dọa chống [Trung Quốc]." Đối với những sự thương lượng mật này thì hai sự trợ giúp đầu tiên của Kissinger và Haig đều có tính cách chiến thuật. Nhưng hai sự trợ giúp này đã đánh dấu một khúc quanh quan trọng sau 20 năm Mỹ hoàn toàn cấm vận Trung Quốc. Và điều có ý nghĩa nhất, đó là những dấu hiệu sẽ có những sự trợ giúp lớn hơn khác.

***

Trung Quốc đã thủ vai trò của mình một cách hoàn hảo khi Mao ngồi đối diện với Nixon vào tháng 2 năm 1972. Mao giữ một vai trò đối với Hoa Kỳ cũng giống như Mao đã làm trước đây đối với Liên Xô — mô tả Trung Quốc như là một nước đang đi cầu viện vô hại và yếu đuối đang mong muốn một cách tuyệt vọng được sự trợ giúp và che chở. Có một lần khi nói về người Hoa Kỳ, Mao đã từng nói: " Họ mà quan tâm tới tôi à? Như vậy chẳng khác gì con mèo khóc thương một con chuột chết!"[25] Mao còn đặt Hoa Kỳ vào một thế phải tự bào chữa cho mình khi nói rằng Hoa Kỳ nhờ sự giúp đỡ của Mao để đối đầu với Moscow.

Nhiều năm sau đó, Kissinger đã nghĩ lại về những sự không chắc chắn rõ rệt mà ông ta cảm thấy trong khi làm việc với các viên chức Trung Quốc:

Việc Hoa Kỳ cam kết vào công cuộc "chống bá quyền" có phải là âm mưu không, và một khi Trung Quốc đã không còn phòng bị nữa thì Washington và Moscow có toa rập với nhau để tiêu diệt Bắc Kinh không? Tây phương có đang đe dọa Trung Quốc không hay là Tây phương đang tự lừa dối mình? Trong bất cứ trường hợp nào thì kết quả thực tiễn sẽ là đẩy những vấn đề gai góc của Liên Xô về phía Trung Quốc.[26]

Để giải tỏa những sự nhận xét có thể có đó, Nixon hứa với Mao là Hoa Kỳ sẽ chống đối bất cứ một "hành động gây hấn" nào của Liên Xô đối với Trung Quốc.[27] Ông ta nói rằng nếu Trung Quốc "tiến hành những biện pháp để bảo vệ sự an ninh của Trung Quốc" thì chính quyền của ông "sẽ chống lại bất cứ một nỗ lực nào của những phe khác muốn can thiệp vào Cộng hòa Nhân dân Trung hoa."[28]

Cùng một ngày đó, Nixon đã gặp các lãnh đạo khác tại Bắc Kinh. Kissinger đã nói chuyện với nguyên soái Ye Jianying [Diệp Kiến Anh] phó chủ tịch của hội đồng quân lực, và Qiao Guanhua [Kiều Quán Hoa] thứ trưởng bộ Ngoại Giao, về sự dàn quân của quân đội Liên Xô dọc theo biên giới Liên Xô và Trung Quốc. Như giáo sư của đại học Yale là ông Paul Bracken, người đầu tiên đã nêu ra trong cuốn sách năm 2012, *The Second Nuclear Age*, [Thời đại hạt nhân thứ hai], trong cuộc thuyết trình, Trung Quốc đã được Mỹ cung cấp cho thông tin về các mục tiêu của bom hạt nhân và nguyên soái Diệp đã coi đó là "một dấu hiệu của ý muốn của quý quốc muốn cải thiện quan hệ đối với chúng tôi."[29] Cuộc thảo luận trong buổi thuyết trình của Kissinger bao gồm những chi tiết về lực lượng quân đội trên bộ, về máy bay, hỏa tiễn và lực lượng hạt nhân của Liên Xô.[30] Winston Lord, người phụ tá chính cho Kissinger về Trung Quốc, biết tòa Bạch Ốc cho rằng Liên Xô chắc thế nào cũng biết về chuyện này.[31] Quả thực chẳng bao lâu sau đó Moscow cũng biết.[32]

Mao khẳng định rằng Hoa Kỳ và Trung Quốc nên hợp

tác với nhau để chống lại bọn Liên Xô "khốn nạn" và thúc giục Washington nên hợp tác chặt chẽ hơn với các đồng minh, đặc biệt là duy trì sự đoàn kết trong NATO.[33] Mao cũng thúc giục Hoa Kỳ lập ra một trục chống Liên Xô bao gồm Âu châu, Thổ Nhĩ Kỳ, Iran, Pakistan và Nhật.[34] Một vòng vây để chống lại sự bao vây của bá quyền Liên Xô là phương thức cổ điển của thời Chiến quốc. Điều mà người Mỹ không nhìn thấy là nó không phải là một chính sách bền vững mà Trung Quốc muốn, mà thực ra đó chỉ là một sự hợp tác có tính cách tiện lợi nhất thời giữa hai vương quốc của thời Chiến quốc. Sự tính toán của Mao vào năm 1972 không được làm sáng tỏ cho tới khi Trung Quốc đã công khai hóa một hồi ký 20 năm sau.[35]

Điều này rất thích hợp với Kissinger bởi vì Kissinger nói với Nixon là "ngoại trừ nước Anh thì Cộng hòa Nhân dân Trung Hoa có thể là đối tác gần với chúng ta nhất trong nhận định toàn cầu của họ."[36] Hình như có rất ít sự nghi ngờ về chiến lược của Trung Quốc.

Tuy nhiên Trung Quốc vẫn còn nghi ngờ Hoa Kỳ không có cùng quan điểm với Kissinger cho rằng Thông cáo Thượng Hải[S] – văn kiện thỏa hiệp được ký sau khi có cuộc họp thượng đỉnh – nói về "sự hình thành một liên minh ngầm để chặn đứng ý đồ bành trướng của Liên Xô tại Á Châu."[37] Thông cáo đó nói:

Cả hai nước [Hoa Kỳ và Trung Quốc] không muốn trở thành bá quyền tại vùng Á Châu và Thái Bình Dương, cả hai nước sẽ chống lại bất cứ một nước nào hay một nhóm các quốc gia nào muốn thực hiện sự bá quyền đó; và cả hai nước cũng không sẵn sàng để thay mặt cho một thành phần thứ ba nào hay để thỏa hiệp hay đồng ý với một thành phần thứ ba nào có ý định xâm phạm tới các quốc gia khác.

S. Thông cáo chung Thượng Hải: http://nghiencuuquocte.org/2016/02/27/my-trung-ra-thong-cao-chung-thuong-hai/

Nếu chính quyền của Nixon muốn có một sự liên minh bán chính thức với Trung Quốc thì thông điệp của Trung Quốc hình như có ý nói là Hoa Kỳ cần phải đưa ra những điều kiện thuận lợi hơn. Do đó, một sự trợ giúp kín đáo khác của chính quyền Nixon đã được đưa ra trong buổi họp vào tháng 2 năm 1973 tại Bắc Kinh. Sự trợ giúp này bao gồm một lời hứa hẹn rõ ràng về vấn đề an ninh dựa trên việc tìm cách để Hoa Kỳ và Trung Quốc có thể hợp tác khiến cho Moscow không tiến hành hay ít ra cũng khiến cho Liên Xô phải để ý tới. Kissinger nói với Trung Quốc là Nixon muốn có một mối quan hệ [với Trung Quốc] "đủ để rất có thể nếu có một cuộc tấn công [Trung Quốc] thì Hoa Kỳ sẽ để ý tới rất nhiều."[38] Đây là ý niệm của một sợi dây báo động tượng trưng như đã được dùng trong việc chuyển quân đội Hoa Kỳ tới Nam Triều Tiên và trước đây đã được áp dụng tại Tây Đức để chứng tỏ rằng Hoa Kỳ có một "mối quan tâm đáng kể ở tầm mức quốc gia" trong một trường hợp khẩn cấp nào đó. Kissinger không hứa hẹn là sẽ đóng quân Hoa Kỳ dọc theo biên giới phía bắc của Trung Quốc nhưng ông ta muốn làm một điều gì để tạo nên một ấn tượng mạnh. Đây là điều mà các tướng của Mao đã đề nghị với Mao cần phải yêu cầu Nixon vào năm 1969: tức là phải có một thái độ rõ ràng đối với Moscow.

Kissinger còn đưa ra một lịch trình thực hiện chiến lược nầy. Ông nói với Huang Hua [Hoàng Hoa], đại sứ của Trung Quốc tại Liên Hiệp Quốc, rằng "Thời kỳ nguy hiểm nhất đối với Trung Quốc là thời kỳ từ 1974-1976 khi Liên Xô đã hoàn tất được công việc "bình định" Tây phương qua chương trình hòa hoãn và tài giảm binh bị, qua sự chuyển các lực lượng quân sự và việc phát triển các khả năng tấn công bằng võ khí hạt nhân. Kissinger muốn các đường dây báo động sẽ được thực hiện vào thời điểm đó.

Một đề nghị ngầm khác nữa, và là đề nghị thứ tư từ cuộc gặp đầu tiên của Nixon với Mao và đề nghị thứ sáu kể từ khi

Kissinger bắt đầu tới Trung Quốc. Đề nghị đó nói là sẽ dành cho Trung Quốc bất cứ một sự thỏa thuận nào mà Hoa Kỳ đã thỏa thuận với Liên Xô. Trong thời gian sắp sửa có cuộc họp thượng đỉnh giữa Nixon và lãnh tụ Liên Xô Leonid Brezhnev vào tháng 6 năm 1973, Kissinger lại xác nhận rằng "bất cứ những gì chúng tôi sẵn sàng làm với Liên Xô, chúng tôi cũng sẵn sàng thực hiện với Cộng hòa Nhân dân."[39] Trên thực tế Hoa Kỳ đã sẵn sàng để có những thương lượng với Trung Quốc tốt hơn là đã thoả thuận với Liên Xô. Kissinger nói chúng tôi sẵn sàng làm những điều cho Cộng hòa Nhân dân mà chúng tôi không sẵn sàng làm cho Liên Xô."[40]

Vào khoảng thời gian này Nixon đã gởi một văn bản nói rằng "Hoa Kỳ sẽ không bao giờ tham gia vào một hành động cùng với Liên Xô dưới hiệp định [Ngăn ngừa Chiến tranh Hạt nhân] trong những vụ đối đầu trong đó Cộng hòa Nhân dân là một đối tác."[41] Đồng thời ông cũng quyết định tránh né những đạo luật và những quy định của Hoa Kỳ để cung cấp kỹ thuật cho Trung Quốc qua trung gian nước Anh.[42]

Đề nghị trợ giúp ngầm thứ bảy là sự trợ giúp nhậy cảm nhất, và đã được giữ kín trong 30 năm, ngay cả CIA cũng không biết. Sự trợ giúp đó phát xuất từ một cuộc tranh luận nội bộ, mà tôi đã được chứng kiến, vào tháng 10 năm 1973 là không biết Hoa Kỳ có nên thực hiện những hứa hẹn mơ hồ mà Hoa Kỳ đã nói với Trung Quốc bằng cách làm một điều gì cụ thể để tăng cường cho Trung Quốc hay là chỉ giữ ở mức lời hứa hẹn và những cử chỉ tượng trưng. Hoa Kỳ có thể thiết lập "một sự đồng thuận cụ thể hơn về an ninh" với Trung Quốc hay là thay vì vào đó chỉ có hứa hẹn những sự tiến triển đáng kể trong việc bình thường hóa quan hệ ngoại giao trong các hoạt động song phương.[43] Trong cả hai trường hợp đều có những lý do nên làm rất mạnh.

Năm đó tôi đang làm việc tại RAND Corporation. Tại đó, với tư cách là chuyên gia về Trung Quốc, tôi đã được tiếp cận với tài liệu tối mật về cuộc thảo luận của Kissinger với các lãnh đạo Trung Quốc. Tài liệu đó đã được cung cấp bởi Richard Moorsteen, một bạn đồng nghiệp ở RAND thân cận với Kissinger. Andy Marshall và Fred Iklé đã thuê tôi làm việc tại RAND bởi vì Iklé sắp rời RAND sau khi Nixon bổ nhiệm ông làm giám đốc của Arms Control and Disarmament Agency [Cơ quan Kiểm soát Võ khí và Tài giảm Binh bị.] Iklé đã mời tôi tới gặp ông ta tại văn phòng của cơ quan nhiều lần vào năm 1973 để thảo luận những sự phân tích của tôi về Trung Quốc và để soạn thảo một đề nghị cho Kissinger về sự hợp tác bí mật về tình báo và những kỹ thuật báo động.

Tôi cũng đồng ý với ủng hộ của Iklé về sự hợp tác cụ thể ngầm với Trung Quốc. Tuy Iklé nói với Kissinger là một "quan hệ chính thức" (nghĩa là một liên minh chính thức) là điều không nên làm, nhưng Washington có thể đơn phương cung cấp những sự trợ giúp có "tính chất kỹ thuật". Hoa Kỳ có thể lập một đường dây nóng để che giấu việc Washington bí mật cho Bắc Kinh những thông tin báo hiệu sớm về các hoạt động quân sự của Liên Xô chống lại Trung Quốc. Iklé và tôi viết trong tờ trình, " Vì phần lớn các lực lượng chiến lược của Trung Quốc sẽ vẫn còn là các máy bay ném bom nên nếu báo trước nhiều giờ sẽ giúp cho họ giảm khả năng các lực lượng đó bị phá hoại một cách đáng kể. Sự kiện là đường dây nóng giúp chúng ta chuyển các thông tin báo động về một cuộc tấn công có thể có là một lập luận rất mạnh. Chúng tôi cũng chủ trương Washington bán cho Bắc kinh những trang bị và kỹ thuật để báo động cho Trung Quốc nếu Liên Xô sắp sửa tấn công và chúng tôi ủng hộ việc cung cấp những hình ảnh vệ tinh rõ hơn và tốt hơn của Hoa Kỳ để giúp Trung Quốc có thể ấn định chính xác hơn các mục tiêu để tấn công Liên Xô.[44]

Kissinger đồng ý với đề nghị của chúng tôi. Chỉ có một số ít người biết là Kissinger đang bí mật đề nghị những sự hợp tác cụ thể với Trung Quốc. Trong một chuyến đi Bắc Kinh vào tháng 11 năm1973, Kissinger nói với Trung Quốc rằng trong trường hợp Liên Xô tấn công, Hoa Kỳ có thể cung cấp "dụng cụ trang bị và các dịch vụ khác." Kissinger nói Hoa Kỳ có thể kín đáo giúp cải thiện sự thông tin liên lạc giữa Bắc Kinh và các căn cứ phi cơ ném bom của Trung Quốc. Ông ta cũng ngỏ ý có thể cung cấp kỹ thuật cho một số loại radar để Trung Quốc có thể chế tạo.[45] Nói một cách khác, Kissinger bí mật ngỏ ý giúp đỡ cho Quân đội Giải phóng Nhân dân. Ông ta đề nghị bắt đầu một sự liên lạc về quân sự trong thời gian hòa bình và khi có sự tấn công của Liên Xô.

Tôi rất ngạc nhiên là mới đầu người Trung Quốc ngần ngại không nhận đề nghị thứ bảy đó và xin có thời giờ để nghiên cứu trước khi trả lời.[46] Họ nói rằng sự hợp tác của Hoa Kỳ trong hệ thống báo hiệu sớm là "tin tình báo rất đáng hoan nghênh," nhưng việc này cần phải thực hiện bằng cách để làm sao "không ai cảm thấy chúng ta là đồng minh." Với một cách suy nghĩ theo đúng thời Chiến quốc – vừa thâm hiểm và vừa thay đổi đồng minh – các nhà lãnh đạo Trung Quốc e ngại rằng những đề nghị của Kissinger là một âm mưu để lôi Trung Quốc vào một cuộc chiến tranh với Moscow.

Có lẽ Trung Quốc không nhận ra cái rủi ro mà Nixon và Kissinger đã phải chịu khi đề nghị như vậy. Cố vấn thân cận nhất của Kissinger về Trung Quốc là Winston Lord đã lập luận chống lại hành động này trong một tờ trình cho Kissinger, ông ta nói rằng hành động đó có thể trái với hiến pháp (có thể bị chống đối rất mạnh) và sẽ làm cho người Nga tức giận. Kissinger đã bác bỏ ý kiến chống đối của Lord dù chính Lord cũng là một người ủng hộ cải thiện quan hệ với Trung Quốc.

***

Quan hệ giữa Hoa Kỳ và Trung Quốc đã đi qua một giai đoạn cải thiện tốt nhất vào cuối thập niên 1970, khi Đặng Tiểu Bình có nhiều quyền lực hơn và trở thành một bộ mặt giao tế nhân sự của Trung Quốc để lấy lòng Hoa Kỳ. Đối với người

Tây Phương, Đặng là một lãnh tụ Trung Quốc lý tưởng: ôn hòa, muốn cải cách, có dáng dấp trầm tĩnh như một người ông hiền từ. Nói tóm lại, Đặng là một nhân vật mà người Tây Phương muốn có.

Nhưng Đặng không phải là một người ông dễ bảo. Trong những cuộc họp riêng với bộ Chính trị ông ta nổi giận đối với các phụ tá và các cố vấn vì Trung Quốc đã không tiến nhanh để chống lại Tây phương. Ông ta tin rằng, dưới thời đại Mao và những biện pháp "cải cách" đáng nghi ngờ của ông ta, Trung Quốc đã mất đi ba mươi năm trong nỗ lực vượt qua mặt bá quyền Hoa Kỳ.

Đặng rất hoan nghênh sự hợp tác với người Mỹ nhưng với một lý do then chốt mà công chúng không được biết. Ông ta đã suy luận đúng là khi đi theo mô hình kinh tế của Liên Xô, Trung Quốc đã đi lạc hướng và bây giờ phải trả cái giá cho sự lầm lẫn đó. Các văn kiện nội bộ của Trung Quốc mà các viên chức tình báo của Mỹ có được sau khi sự kiện đã xảy ra cho thấy rằng các nhà lãnh đạo Trung Quốc kết luận là họ đã không thành công trong việc lợi dụng tất cả những điều họ muốn từ Liên Xô, một đồng minh bây giờ đang lung lay. Đặng sẽ không làm lỗi lầm như vậy đối với người Mỹ. Ông ta thấy rằng đường lối thực sự để Trung Quốc có thể tiến triển được trong cuộc Marathon là có được những kiến thức và kỹ năng của Hoa Kỳ. Nói một cách khác, Trung Quốc sẽ từ phía sau vượt lên để thắng cuộc chạy đua Marathon bằng cách lén lút lấy những năng lực từ Hoa Kỳ đang dương dương tự đắc chạy đầu.

Người ta được biết là trong bộ Chính trị, Đặng hay nhắc tới một câu châm ngôn từ thời Chiến quốc, đó là "Thao quang dưỡng hối"[T] ("náu mình chờ thời"). Đặng cũng muốn cho đối

---

T. Thao quang: giấu ánh sáng; dưỡng hối: nuôi dưỡng cái tối. Cả hai đều là ý: giấu mình (náu mình). Còn chờ thời là dịch thêm vào cho rõ ý. Bởi giấu mình là để chờ thời cơ xuất hiện, chứ không phải là giấu mình luôn. - Ngọc Tỉnh
http://www.honvieTrung   Quocuochoc.com.vn/bai-viet/3135-nguyen-van-va-nghia-cua-cau-thanh-ngu-nau-minh-cho-thoi.aspx

phương của ông nhận được thông điệp qua những câu chuyện bóng gió vô hại. Trong cuộc gặp mặt đầu tiên của ông với tổng thống Ford vào tháng 12 năm 1975, Đặng đã nói tới một câu chuyện ở trong *Tam Quốc Chí,* để chứng minh một điểm mà bây giờ người ta thấy là quan trọng nhưng lúc đó Ford không nhìn thấy. Câu chuyện này cũng lại liên quan đến Tào Tháo mà chúng ta đã nói tới trong chương trước. Trong văn chương Trung Quốc, Tào Tháo được coi là một bá vương vĩ đại nhất trong lịch sử. Thực vậy, có lẽ Tào Tháo đã tượng trưng cho quan niệm bá quyền trong văn chương cổ của Trung Quốc.

Trong khi chuyện vãn, Đặng nói với Ford rằng Tào Tháo đánh bại Lưu Bị là một người đã thách thức quyền lực của Tào Tháo, nhưng Tào Tháo vẫn giữ được ngôi bá quyền. Sau cuộc chiến, Lưu Bị xin phục vụ dưới trướng Tào Tháo nhưng Tào Tháo vẫn còn nghi ngờ sự trung thành của Lưu Bị. Đặng nhắc lại cho tổng thống Ford lời nói nổi tiếng của Tào Tháo "Lưu Bị giống như con chim đại bàng khi nó đói thì nó làm việc cho ông, nhưng khi no rồi thì nó sẽ bay đi." Có vẻ "con đại bàng" trong câu chuyện của Đặng là Liên Xô. Đặng cảnh báo là nỗ lực của Hoa Kỳ để ve vãn Liên Xô sẽ thất bại. Cũng như Lưu Bị, một khi Liên Xô đã có được điều họ muốn thì Liên Xô sẽ theo đuổi những lợi ích riêng của mình. Điều mà người Mỹ không nhìn thấy trong giai thoại đó là cách suy nghĩ chiến lược đó cũng áp dụng cho Trung Quốc. Một khi Hoa Kỳ đã giúp Trung Quốc trở nên ngang bằng mình thì Trung Quốc sẽ không còn tiếp tục là một đồng minh mà sẽ "bay đi."

Tuy nhiên Đặng đã tế nhị không nói cho Ford biết một câu chuyện rất nổi tiếng về Tào Tháo và Lưu Bị — bởi vì nếu nói câu chuyện đó thì Đặng sẽ làm lộ các mục đích thực sự của Trung Quốc trong việc giao tiếp với Hoa Kỳ. Phe diều hâu Trung Quốc chưa bắt đầu công khai viết về các ẩn ý trong các câu truyện cổ đó. Chúng ta sẽ cần chìa khóa này để giải mật các chiến lược ngầm của Trung Quốc. Không có dấu hiệu cho thấy là cả Ford lẫn Kissinger đều hiểu Đặng muốn nói gì.

***

Chiến lược của Trung Quốc nhấn mạnh vào điều cần phải che giấu ý định thực sự muốn thay thế bá quyền, đã được bao hàm trong câu truyện hỏi trọng lượng của những cái đỉnh của hoàng đế. Tuy nhiên, một câu truyện tương tự trong thời Tam Quốc cũng cho thấy rõ nỗ lực của Trung Quốc không những chỉ che giấu mà còn tích cực đánh lừa quân địch để dấu kín tham vọng của mình.

Vài năm trước khi có trận Xích Bích, nhân vật khiêu khích kín đáo là Lưu Bị được mời tới yết kiến Tào Tháo. Lưu Bị, đang âm mưu lật đổ Tào Tháo, "phải giữ kín âm mưu không cho Tào Tháo là người tinh tế và thông minh biết." Khi Lưu Bị tới, Tào Tháo mời Lưu Bị ra ngồi vào bàn dưới rặng cây mận để uống rượu hâm nóng. Trong khi uống rượu, bỗng nhiên mây đen mù mịt và trời bắt đầu chuyển mưa. Quân hầu của Tào Tháo nói là có đám mây trông giống như con rồng. Mọi người đều ngẩng đầu lên xem, Tào Tháo hỏi Lưu Bị có biết rồng biến hóa như thế nào không.

Lưu Bị trả lời: "Tôi chưa được tường."

Tào Tháo nói: "Rồng thì lúc to, lúc nhỏ, lúc bay, lúc nấp. Nay đang mùa xuân, rồng gặp thời biến hoá, cũng như người ta lúc đắc chí, tung hoành trong bốn bể. Trong số các giống vật, rồng ví như anh hùng trong đời. Tướng quân [Huyền Đức[U]] đã đi khắp bốn phương, bao nhiêu anh hùng đời nay, hẳn đã biết cả, xin thử nói cho nghe."

Lưu Bị làm bộ bối rối, thưa: "Bị này người trần mắt thịt, biết đâu được anh hùng."

Tào Tháo nói: "Đã đành không biết mặt nhưng cũng có nghe tiếng chứ?"

Lưu Bị hỏi: "Viên Thuật ở Hoài Nam, binh lương nhiều, có thể cho là anh hùng được chăng?"

U. Huyền Đức là tên tự—dùng trong xã giao—của Lưu Bị [ND]

Tháo cười nói: "Xương khô trong mả, chỉ nay mai là ta bắt được!"

Lưu Bị lại nói: "Như vậy thì là Viên Thiệu chăng?"

"Viên Thiệu ngoài mặt mạnh bạo, trong bụng nhút nhát."

"Thế thì có Lưu Biểu ở Kinh Châu."

Tào Tháo trả lời: "Lưu Biểu có hư danh nhưng không có thực tài, không phải anh hùng."

Lưu Bị lại hỏi: "Có một người, sức lực đương khoẻ, đứng đầu xứ Giang Đông, là Tôn Sách, hẳn là anh hùng?"

Tháo nói: "Tôn Sách nhờ danh tiếng của bố là Tôn Kiên, không phải anh hùng."

Huyền Đức nói: "Lưu Chương ở Ích Châu có phải là anh hùng không?"

Tháo nói: "Lưu Chương tuy là tôn thất, nhưng chỉ như con chó giữ nhà."

Sau cùng, Lưu Bị hỏi: "Như bọn Trương Tú, Trương Lỗ và Hàn Toại thì thế nào?"

Tháo khinh bỉ hỏi vặn lại: "Lũ tiểu nhân lúc nhúc ấy thì nói làm gì?"

Lưu Bị nói: "Ngoài những người ấy ra, Bị thực không còn biết ai nữa."

Tháo nói: "Anh hùng là người trong bụng có chí lớn, có mưu cao, có tài bao trùm được cả vũ trụ, có chí nuốt cả trời đất kia."

Lưu Bị mới hỏi: "Ai có thể xứng đáng được như thế?"

Tháo lấy tay trỏ vào Lưu Bị, rồi lại trỏ vào mình nói rằng: "Anh hùng trong thiên hạ bây giờ chỉ có sứ quân và Tháo mà thôi."

Lưu Bị nghe nói giật nảy mình, bất giác đũa cầm ở tay rơi cả xuống đất. Đúng lúc ấy, có một tiếng sấm rền vang. Lưu Bị cúi xuống nhặt đũa và thìa, nói tảng rằng: "Gớm thật! Tiếng sấm dữ quá!".

Tào Tháo ngạc nhiên nói, "Tướng quân lại sợ sấm à? Anh hùng gì mà lại sợ sấm như vậy?" Lưu Bị đã giấu kín được tham vọng tranh bá đồ vương của mình.

Sau đó, Lưu Bị nói lại truyện này với hai người thân cận[V] của mình rằng ông muốn "Tào Tháo tin là tôi chỉ là một người tầm thường, không có tham vọng gì cả. Nhưng khi Tào Tháo bỗng nhiên bảo tôi là anh hùng tôi giật mình nghĩ là Tào Tháo đã có ý nghi kỵ. May quá, lúc đó nhờ có tiếng sấm nên tôi mới có cớ để không dám nhận."

Hai người đó nói: "Anh thực là cao kiến!"

Sau này, câu truyện này quả thật đã đi vào lịch sử. Lưu Bị đã thoát khỏi vòng kiềm chế của Tào Tháo và suốt đời đã chống lại Tào Tháo để giành lấy thế lực.[47]

***

Say sưa với quan hệ mới với Trung Quốc, chính quyền Nixon và Ford sẵn sàng thỏa mãn nhiều mục đích chính trị tức thời của Trung Quốc. Tất cả những quà tặng đó – và còn có nhiều quà tặng khác– đều được giữ kín không cho công chúng Hoa kỳ biết ít ra là trong 30 năm. Không những Hoa Kỳ hủy bỏ những hoạt động lén lút giúp đỡ Dalai Lama–kẻ thù nhân dân số 1 của Trung Cộng–mà Mỹ còn ngưng các cuộc tuần sát thường lệ bằng hải quân Mỹ qua eo biển Đài Loan, là những hoạt động tượng trưng cho sự cam kết của Hoa Kỳ đối với Đài Loan.[48] Chính sách của Mỹ trở thành một loạt những chương trình để tăng cường cho Trung Quốc chống lại các lực lượng đối địch của họ.

Năm 1975, trong khi hãy còn làm việc tại RAND, tôi

V. Quan Vân Trường và Trương Phi [ND]

viết một bài trên báo *Foreign Policy* cổ võ cho liên hệ về quân sự giữa Hoa Kỳ và Trung Quốc, để tạo một thế đòn bẩy chống lại Liên Xô. Richard Holbrooke, trước đó và sau này đã từng là một nhà ngoại giao, lúc bấy giờ là chủ bút của tạp chí. Ông ta rất tán thành bài báo đó, cho ý tưởng của tôi là "rất ăn khách." Ông chia sẻ các ý kiến của tôi với các chủ biên của các báo khác, khiến cho sau đó có một bài rất dài trong *Newsweek* với tựa đề là "Súng cho Bắc Kinh?" Các cơ quan truyền thông khác cũng hưởng ứng đề nghị đó; trong khi ấy thì các báo chí của Liên Xô đả kích không những các ý tưởng, lập luận của tôi mà cả cá nhân tôi nữa.[49] Các sĩ quan của Trung Quốc tại Liên Hiệp Quốc đã gợi cho tôi ý tưởng đó. Vì vậy vào năm 1973, tôi bắt đầu 40 năm đối thoại với phe diều hâu quân sự của Trung Quốc và nghe nói tới những bài học từ thời Chiến quốc về cách đối phó với bá quyền, mà lúc đó tôi cho là luôn luôn chỉ Liên Xô.

Đầu năm 1976, Ronald Reagan, tranh với tổng thống Ford để được đề cử làm ứng viên tổng thống của đảng Cộng Hòa, đọc bài báo của tôi. (Tôi đã gửi bài báo tới ông Reagan theo yêu cầu của Holbrooke.) Bằng một tờ giấy viết tay, vị nguyên thống đốc của California nói là ông đồng ý với ý tưởng là quan hệ mật thiết hơn với Trung Quốc để chống lại Liên Xô. Nhưng ông cũng khuyên tôi nên thận trọng đối với người Trung Quốc và đặc biệt lo ngại về việc bỏ rơi các đồng minh dân chủ của Hoa Kỳ tại Đài Loan. Sau khi tôi gặp thống đốc Reagan tại tư gia của ông ở Pacific Palisades – trong đó ông có nói đùa là mới có 64 tuổi mà đã bị thất nghiệp – ông khuyến khích tôi tiếp tục gửi cho ông các tài liệu về Trung Quốc mà ông có thể dùng trong các diễn văn.

Năm 1978 các quan hệ đối với Hoa Kỳ bắt đầu chuyển sang bình thường hoá, nghĩa là Hoa Kỳ chính thức công nhận Trung Cộng là chính quyền có chính danh của nhân dân Trung Hoa. Năm đó, ông Đặng tập trung ngay lập tức vào những điểm mà ông có ghi trong danh sách tối ưu tiên đối với Hoa Kỳ, đó là khoa học và kỹ thuật. Đây là một thí dụ của quan niệm thời Chiến quốc gọi là *vô vi* — dùng người khác để phục vụ cho mình.[50] Khi ông ta bắt đầu hình thành chiến lược vào năm 1978, như ông Đặng đã viết, ông Đặng hiểu rằng "kỹ thuật là yếu tố hàng đầu trong lực lượng sản xuất" để phát triển kinh tế.[51] Đặng tin là chỉ có cách duy nhất mà Trung Quốc có thể vượt được Hoa Kỳ về sức mạnh kinh tế là bằng cách phát triển toàn diện về khoa học và kỹ thuật. Một cách đi tắt then chốt sẽ là nhận những cái gì mà Hoa Kỳ đã có. Đặng tìm được một đối tác sẵn sàng hợp tác trong lãnh vực đó ở tổng thống mới của Hoa Kỳ là Jimmy Carter. Tổng thống Carter rất nóng lòng muốn thực hiện một hành động ngoạn mục về ngoại giao, đó là thiết lập mối quan hệ và hợp tác chính thức giữa Trung Quốc và Hoa Kỳ.

***

Vào tháng 7 năm 1978, tổng thống Carter đã gửi một phái đoàn cao cấp nhất gồm các nhà khoa học viếng thăm một nước khác tới Trung Quốc. Frank Press, cố vấn khoa học của Carter và trước kia là giáo sư tại MIT, chuyên về khoa học về động đất đã dẫn đầu phái đoàn. Ông Press đã là chủ tịch của Ủy ban Trao đổi Học thuật với Cộng hòa Nhân dân Trung Quốc từ năm 1975 tới 1977 và do đó đã rất quan tâm tới việc trao đổi sinh viên với Trung Quốc. Phái đoàn của Press đã được người Trung Quốc chú ý tới rất nhiều. *Báo Nhân Dân* ít khi đăng những bài diễn văn của người ngoại quốc, nhưng trong trường hợp này báo đã đăng bài diễn văn của Press trong một bữa yến tiệc, nhấn mạnh những ích lợi của toàn cầu hoá. Michel Oksenberg, một viên chức của Hội đồng An ninh Quốc gia về chính sách đối với Trung Quốc đã tham gia vào 14 cuộc họp với Đặng, và ông ta nói rằng chưa bao giờ thấy Đặng lại muốn tìm hiểu và quan tâm tới viễn tượng của ông về tương lai của Trung Quốc trong chuyến đi này. Và một lần nữa giữ vai trò của một người đi xin yếu thế, Đặng đã nói với phái đoàn của Press về tình trạng hậu tiến gần như tuyệt vọng của Trung Quốc trong khoa học và kỹ thuật và bày tỏ sự quan tâm của ông về những hạn chế của Hoa Kỳ đối với việc xuất khẩu các kỹ thuật cao tới Trung Quốc.

Trong quá khứ, Bắc kinh kiểm soát rất chặt chẽ việc các nhà khoa học đi Hoa Kỳ, giới hạn số người đi vì sự rằng các nhà khoa học sẽ không quay trở lại. Press cũng nghĩ là họ cũng sẽ thận trọng như vậy đối với vấn đề mở rộng trao đổi khoa học với phương Tây. Vì vậy ông ta ngạc nhiên khi Đặng đề nghị Hoa Kỳ nhận ngay lập tức 700 sinh viên về khoa học và có một mục tiêu lớn hơn là sẽ nhận hàng chục ngàn người nữa trong vòng vài năm nữa. Đặng nóng lòng muốn nhận được trả lời nhanh chóng đến nỗi Press, nhận thấy đây là một sự đột phá quan trọng trong sự nghiệp của mình, đã gọi điện thoại cho tổng thống Carter vào 3 giờ sáng, trong khi tổng thống đang ngủ. Cùng giống như những cố vấn của ông ta, Carter không nghĩ nhiều về những hậu quả của sự quan tâm đột nhiên và khác thường của Trung Quốc về vấn đề trao đổi khoa học, chỉ coi đó như là một dấu hiệu đáng mừng cho việc cải tiến quan hệ.

Vào tháng giêng năm 1979, Đặng thực hiện chuyến thăm đầu tiên và duy nhất tới Hoa Kỳ, và ông ta rất thành công. Tổng thống Carter khoản đãi ông Đặng trong một quốc yến và, để có tính cách bao gồm cả hai đảng trong chính sách của Hoa Kỳ và Trung Quốc, Tổng thống còn mời cả Richard Nixon, lúc đó đã bị thất sủng, đến dự tiệc. Đó cũng là lần đầu tiên tổng thống Nixon trở lại Nhà Trắng từ khi ông từ chức vào tháng 8 năm 1974. Đặng ở lại Hoa Kỳ trong 13 ngày, đi thăm các văn phòng trung ương của Coca Cola, Trung tâm Không gian Johnson tại Houston và đến cả Disney World. Trong một dấu hiệu là Đặng được sự đón nhận của giới báo chí quần chúng tại Hoa Kỳ, báo *Time* đã đăng hình Đặng trên bìa của báo tới hai lần.

Tại viện Bảo tàng Quốc gia Bắc kinh, người ta có thể thấy bức hình của Đặng tươi cười, đội cái mũ cao bồi khổng lồ[W] mà ông đã được tặng ở Texas, hình này đã trở thành biểu tượng cho chuyến viếng thăm năm 1979 của ông. Nó khiến công chúng Hoa Kỳ có ấn tượng ông ta là một người vui tính không giống "các người Cộng sản" mà giống như "người mình." Nhưng đó cũng là một khúc ngoặt trong cuộc chạy đua Marathon của người Trung Quốc. Đặng đã nhận được rất nhiều hơn Mao đã nhận.

Vào ngày 31/1/1979, trong khi đi thăm Hoa Kỳ, Đặng và Fang Yi [Phương Nghị], viện trưởng Viện Khoa học Trung Quốc, ký những thỏa hiệp với chính phủ Hoa Kỳ để đẩy mạnh trao đổi khoa học. Năm đó 50 sinh viên Trung Quốc đầu tiên đã tới Hoa Kỳ. Trong thời gian 5 năm trao đổi, có khoảng 19,000 sinh viên Trung Quốc học ở các đại học ở Hoa Kỳ, phần lớn là trong các khoa học vật lý, y tế, công trình, và con số này sẽ còn tiếp tục gia tăng.[52] Carter và Đặng cũng ký những thỏa hiệp về văn phòng lãnh sự vụ, thương mại, khoa học và kỹ thuật–trong đó Hoa Kỳ cung cấp rất nhiều kiến thức đủ loại về khoa học và kỹ thuật cho các nhà khoa học Trung Quốc; việc này đã trở thành một sự trao đổi kỹ năng khoa học lớn nhất trong lịch sử.

Trung Quốc liên lạc với viện Hàn lâm Khoa học Quốc gia của Mỹ để gửi một loạt các phái đoàn đến Trung Quốc, tiến hành những trao đổi khoa học giữa Hoa Kỳ và Trung Quốc trong nhiều lãnh vực mà Trung Quốc đã lựa chọn. Chiến lược của Trung Quốc là muốn Hoa Kỳ bảo đảm cho họ được thu nhận vào tất cả các tổ chức quốc tế phụ trách các vấn đề vật lý, năng lượng nguyên tử, hàng không, không gian và các lãnh vực khác. Hoa Kỳ đồng ý và đó là sự viện trợ thứ 8 cho Trung Quốc.

W. "Ten-gallon" hat: mũ cao bồi to và rộng vành - https://en.wikipedia.org/wiki/Cowboy_hat#%22Ten-gallon%22_hat

Hoa Kỳ cũng đồng ý kín đáo tham gia vào các sự hợp tác quân sự, tổng thống Carter cung cấp cho Trung Quốc những sự trợ giúp về tình báo để giúp cho cuộc chiến tranh của Trung Quốc tại Việt Nam, tới mức mà ngay cả Henry Kissinger cũng phải ngạc nhiên hết sức; như ông ta đã mô tả trong cuốn sách *On China*, ông viết năm 2011. Bằng lời văn cho thấy rằng có lẽ ông ta đã tạo ra một con quỷ khi mở cửa để giao kết với Bắc Kinh, Kissinger tố cáo "sự toa rập không chính thức" của Carter có tính chất "chẳng khác gì xâm lăng quân sự công khai" của Bắc kinh–sự trợ giúp đó trên thực tế đã có một hậu quả là gián tiếp giúp những tàn binh của Khmer đỏ."[53] Một cuộc thăm Trung Quốc của bộ trưởng quốc phòng Harold Brown, Kissinger viết một cách giận dữ, đã đánh dấu thêm một bước nữa trong sự hợp tác giữa Trung Quốc và Hoa Kỳ, không thể tưởng tượng được chỉ có mấy năm trước đó.

Đề nghị viện trợ thứ 9 do Chỉ thị số 43 của Tổng thống, ký năm 1978, đã thành lập nhiều chương trình để chuyển nhượng các phát triển khoa học và kỹ thuật cho Trung Quốc trong các lãnh vực như giáo dục, năng lượng, nông nghiệp, không gian, khoa học địa cầu, thương mại và y tế công cộng.[54] Năm sau đó chính quyền Carter đã cho Trung Quốc được hưởng "quy chế tối huệ quốc[X] trong giao dịch thương mại với Hoa Kỳ.

Tổng thống Carter cũng cho phép thành lập những điểm thu thập tín hiệu tình báo tại đông bắc Trung Quốc vào khoảng năm 1979, theo sự mô tả của một nhân viên CIA và về sau là đại sứ Mỹ tại Trung Quốc, tên là James Lilly, trong hồi ký, *China Hands*. Lilly viết, "Một phần của lý do mà tôi được thưởng huy chương của CIA là công việc của tôi thiết lập đơn vị CIA đầu tiên tại Bắc kinh. Một yếu tố khác nữa là vai trò

X. Tối huệ quốc, viết tắt theo tiếng Anh là MFN (Most Favoured Nation), là nguyên tắc pháp lý quan trọng nhất của WTO. Tầm quan trọng đặc biệt của MFN được thể hiện ngay tại Điều I của Hiệp định GATT (General Agreement on Tariffs and Trade - Hiệp ước Tổng quát về Thuế quan và Mậu dịch).
http://www.luatviet.org/Home/vietnam-wto/ht-pt/2007/2277/Nguyen-tac-toi-hue-quoc-MFN.aspx

của chúng tôi trong việc khai triển sự cộng tác về chia sẻ tin tức tình báo với Trung Quốc. Lúc bấy giờ việc này được coi là một ý tưởng rất viển vông vì mới có vài năm trước đó Hoa Kỳ và Trung Quốc là hai nước đã giao chiến với nhau tại Việt nam qua các lực lượng đại diện mà bây giờ lại làm việc với nhau để thu thập các tình báo kỹ thuật chiến lược về Liên Xô."[55]

***

Năm 1978, tôi là nhân viên chuyên môn của Ủy ban Ngân sách Thượng viện Hoa Kỳ và tôi cũng làm việc tư vấn viên cho bộ Quốc phòng; tại đây tôi đã tiếp tục đọc các tài liệu phân tích mật về Trung Quốc, viết các báo cáo và phân tích của tôi. Trong khi Ronald Reagan bắt đầu nỗ lực thứ nhì để vào Nhà Trắng năm 1980, tôi được bổ nhiệm làm một trong những cố vấn của ông và tôi cũng đã giúp soạn thảo bài diễn văn tranh cử đầu tiên của ông về chính sách ngoại giao. Tôi trình bày một quan điểm, cũng được chia sẻ với các cố vấn của ông, là Hoa Kỳ cần phải giúp Trung Quốc để ngăn chặn sự đe dọa lớn hơn của Liên Xô. Sau khi Reagan thắng cử, tôi được chỉ định làm việc trong toán chuyển tiếp của tổng thống và lúc đó tôi lại chủ trương hợp tác nhiều hơn. Một đồng minh trong giai đoạn đầu của nỗ lực tôi là Alexander Haig. Ông Haig đã biết về tất cả những nỗ lực trước đó với Trung Quốc dưới thời Tổng thống Carter, và bây giờ với tư cách là bộ trưởng ngoại giao, ông đã thăm Bắc Kinh và công khai ngỏ ý muốn bán võ khí cho Trung Quốc, một giai đoạn kế tiếp hợp lý.

Chỉ thị An ninh Quốc gia (NSDD) số 11, do tổng thống Reagan ký năm 1981, cho phép lầu Năm Góc bán các kỹ thuật tiên tiến về không quân, lục quân, hải quân và hoả tiễn cho Trung Quốc để biến quân đội Giải phóng Nhân dân thành một lực lượng chiến đấu có tầm mức quốc tế. Năm sau, chỉ thị NSDD số 12 của Reagan mở màn cho công tác hợp tác và phát triển về hạt nhân giữa Hoa Kỳ và Trung Quốc để mở rộng các chương trình hạt nhân về quân sự và dân sự của Trung Quốc.

Reagan rất hoài nghi về những chính sách của các tổng thống tiền nhiệm với Trung Quốc. Lập trường này đã khiến cho có những sự bất đồng ý kiến đáng kể về chính sách trong tổ chức hành chánh của tổng thống. Reagan nhìn thấy cái bản chất ngầm của Trung Hoa rõ hơn tôi và rõ hơn phần lớn các chuyên gia về Trung Quốc làm việc ở trong văn phòng của ông. Trên bề mặt, Reagan đã tiếp tục chính sách của Nixon, Ford và Carter "để xây dựng Trung Quốc, giúp cho Trung Quốc hiện đại hóa vì lý do là một Trung Quốc mạnh, ổn định, vững vàng sẽ là một lực lượng lớn mạnh cho hoà bình tại Á Châu và trên thế giới", như ghi trong chỉ thị NSDD 140 của Reagan năm 1984. (Một điều rất có ý nghĩa là các nhân viên của Hội Đồng An Ninh quốc gia rất hạn chế trong việc phổ biến NSDD 140, Chỉ có 15 bản được in ra, có lẽ một phần bởi vì nó phác họa cái mục đích đang được tranh cãi của chính quyền Reagan về mục tiêu tăng cường cho Trung Quốc.)[56]

Reagan ký những chỉ thị mật này để giúp Trung Quốc mạnh hơn và còn ngỏ ý bán võ khí cho Trung Quốc và giảm việc bán võ khí cho Đài Loan. Nhưng khác với các bậc tiền nhiệm, Reagan đưa ra một điều kiện tiên quyết mà đáng lẽ phải là một điều kiện then chốt. Các chỉ thị của ông nói rằng những viện trợ của Hoa Kỳ cho Trung Quốc phải dựa trên điều kiện là Trung Quốc hoàn toàn độc lập với Liên Xô và phải cởi mở hóa chế độ chuyên chế. Điều không may là các cố vấn của ông, phần lớn đã không tôn trọng những điều kiện tiên quyết đó mà cũng không hiểu sao chính tổng thống cũng không tôn trọng nữa.

Thêm vào đó, chính quyền của Reagan cung cấp tiền và huấn luyện cho những viện của nhà nước Trung Quốc mới được thành lập chuyên về ngành kỹ thuật di truyền, tự động hóa, laser, kỹ thuật không gian, kỹ thuật chuyến bay không gian có người, kỹ thuật người máy thông minh và nhiều lãnh vực khác. Reagan còn chấp thuận một cuộc viếng thăm của phái đoàn quân sự Trung Quốc tới một cơ sở có uy tín nhất về an ninh quốc gia Defense Advanced Research Projects Agency [Cơ quan Nghiên cứu các Dự án Tiên tiến về Quốc phòng], đó là cơ quan đã phát minh ra internet, các hoạt động trên mạng và hàng chục chương trình kỹ thuật cao khác.

Trong nhiệm kỳ của thống thống Reagan, các hoạt động quân sự hợp tác kín đáo với Trung Quốc đã được mở rộng với mức độ mà trước kia không thể tưởng tượng được. Hoa Kỳ bí mật hợp tác với Trung Quốc để cung cấp các vật dụng quân sự cho phe phản loạn Afghan chống đối Liên Xô; cho Khmer Đỏ và cho các lực lượng chống Cuba tại Angola. Sự hợp tác của chúng ta chống lại việc Việt nam chiếm đóng Campuchia – gồm có trang bị vũ khí cho 50,000 du kích quân chống Việt nam – đã được thảo luận bởi bốn viên chức CIA trong một cuộc phỏng vấn; các viên chức này đã tiết lộ những tin tức về chương trình này trong cuốn sách *The Cambodian Wars*[57] [Cuộc chiến tại Campuchia]. Có một bí mật lớn hơn – mà các viên chức CIA khác đã tiết lộ trong cuốn sách *Charlie Wilson's War* của George Crile – là chuyện Mỹ đã mua võ khí của Trung Quốc trị giá 2 tỷ đồng cho phe phản loạn[58] chống Liên Xô tại Afghanistan. Hồi ký của Kissinger tiết lộ là có những sự hợp tác mật tại Angola nữa.[59]

Tại sao Trung Quốc lại muốn hợp tác với Hoa Kỳ trong những hoạt động mật có tầm mức lớn như vậy? Chỉ khi nào Bắc Kinh công khai hóa các hồ sơ lưu trữ hay khi có một viên chức cao cấp đào tỵ chúng ta mới chắc chắn sẽ biết được lý do. Một điều mà chúng ta bây giờ biết là Bắc Kinh muốn dùng thế mạnh và kỹ thuật Hoa Kỳ để tăng cường cho Trung Quốc trong dài hạn. Điểm then chốt hình như là người ta tưởng họ cần thi hành chiến lược cờ vây để ngăn chặn sự bao vây của Liên Xô. Không có ai nhìn thấy đây là một nỗ lực để mở rộng sự tiến bộ trong chiến lược Marathon. Trung Quốc tự làm cho mình có vẻ yếu và ở thế thủ đối với chúng ta và cần phải có sự che chở.

Trong lần viện trợ thứ 10, theo phóng viên Patrick Tyler của *New York Times,* hoạt động hợp tác giữa Hoa Kỳ và Trung Quốc để thu thập tình báo dọc theo biên giới Trung Quốc và Liên Xô – bí hiệu là chương trình Chestnut – được chấp thuận. Sau đó trong chuyến đi Trung Quốc vào tháng 8 năm 1979 của phó tổng thống Walter Mondale, lầu Năm Góc và CIA đã dùng máy bay quân sự chuyển tới Trung Quốc những đài theo dõi. Tyler báo cáo rằng điều đáng chú ý nhất là Trung Quốc đã yêu cầu không quân Hoa Kỳ đỗ máy bay C-141 Starlifter trong sân bay của Bắc Kinh ngay cạnh một máy bay phản lực dân sự của Liên Xô để cho Liên Xô thấy rõ sự cộng tác.[60]

Theo Tyler những đài theo dõi này có thể thâu thập các thông tin về sự lưu thông của các máy bay, các tín hiệu radar từ hệ thống phòng thủ của Liên Xô và các sự liên lạc của KGB, và nó cũng có thể phát hiện bất cứ một sự thay đổi nào trong tình trạng báo động của các lực lượng hạt nhân của Liên Xô.[61] Do đó Trung Quốc sẽ có nhiều thì giờ hơn để nhận được những sự cảnh báo trong trường hợp bị Liên Xô tấn công. Đây là một sự tiến bộ rất lớn về an ninh của Trung Quốc trong nhiều tháng trước khi có hành động định bao vây của Liên Xô, bắt đầu bằng vụ Việt Nam chiếm đóng Campuchia, có hậu thuẫn của Liên Xô và cuộc xâm lăng của Liên Xô ở Afghanistan vào tháng 12 năm 1979. Nhờ kiên nhẫn, Trung Quốc đã nhận được nhiều hơn tất cả những gì mà Kissinger, Iklé và tôi đã đề nghị sáu năm trước đó.

Theo sự đòi hỏi của *thế,* Bắc Kinh chắc đã nghĩ là họ cần sự giúp đỡ của Hoa Kỳ để phá vỡ thế gọng kìm của Liên Xô muốn bao vây Trung Quốc tại Afghanistan và Việt nam. Các tình huống đó đã biện minh là cần phải đi xa hơn Mao; và Đặng sẽ nhận được những sự viện trợ đáng kể của thế lực bá quyền.[62]

Từ năm 1982 tới hết năm 1989, chương trình Campuchia của Trung Quốc và Hoa Kỳ đã được điều hành từ Bangkok với sự yểm trợ của Trung Quốc, quân đội hoàng gia Thái, Singapore và Malaysia. Đây là lần viện trợ thứ 11 của Hoa Kỳ cho Trung Quốc. Sự hợp tác kín đáo này đã được giữ kín rất hữu hiệu trong 20 năm bởi vì một phần của sự hợp tác đó là viện trợ công khai. USAID đã cung cấp tiền cho những người chủ trương chương trình là dân biểu Bill McCollum, một dân biểu Cộng hòa ở Florida và dân biểu Stephen Solarz là dân biểu Dân chủ từ New York, để thực hiện chương trình viện trợ nhân đạo không có tính cách sát thương tại Campuchia. Đằng sau hai chương trình công khai đó, Reagan ra lệnh cho CIA cung cấp trong viện trợ kín vào năm 1982, lúc đầu là $2 triệu một năm và đến năm 1986 tăng lên tới $12 triệu, như Kenneth Conboy đã ghi nhận.[63] Chương trình được pha trộn trong dự án mà Thái Lan gọi là dự án 328. Trung Quốc, Malaysia, Singapore và Thái lan đều góp vũ khí và tiền, thủ tướng Lý Quang Diệu của Singapore còn tới Bangkok để tới trại bí mật. Năm 1986 và 1985 tôi cũng đến để nghe thuyết trình bởi viên chức chỉ huy của trạm CIA, được thuyên chuyển đến Bangkok, sau khi đứng đầu phân bộ Viễn Đông của CIA tại văn phòng trung ương. Ông ta cho rằng dự án này là một dự án duy nhất không thể không có được tại địa phương liên hệ tới chiến tranh lạnh, trong đó Trung Quốc đã liên minh chống lại Liên Xô.[64]

Bắt đầu từ mùa hè năm 1984, hai năm sau khi chương trình Campuchia bắt đầu, thì sự hợp tác mật để đuổi Liên Xô ra khỏi Afghanistan đã lớn hơn nỗ lực của Trung Quốc tại Campuchia 50 lần.

Lúc đó chúng tôi không hiểu về *thế* và chiến lược bao vây phản công [bao vây để chống lại bao vây] và do đó không có ai nghĩ rằng chính quyền Trung Quốc lại tự mình nhận sự phẫn nộ của Liên Xô bằng cách trở thành một nguồn cung cấp võ khí quan trọng cho nỗ lực của Hoa Kỳ để giúp quân kháng chiến Afghanistan. Sự kiện này đã được phát hiện đã bởi người bạn CIA rất xuất sắc của tôi, biết nói tiếng Phổ thông, là Joe Detrani[65]. Theo Tyler, mối liên hệ đối với Trung

Quốc được giữ rất bí mật, trong toàn thể cơ quan của CIA chỉ có chưa tới 10 người được biết tới chương trình này. Trung Quốc vẫn còn không công nhận là họ đã cung cấp số vũ khí như vậy. Trong cuốn sách *Charlie Wilson's War*, George Crile báo cáo là chuyến hàng đầu tiên là súng trường tấn công AK-47, súng máy và lựu đạn chống xe tăng được phóng bằng hỏa tiễn, và mìn.⁶⁶

Năm 1984, dân biểu hạ viện Charlie Wilson đã kiếm được $50 triệu để gia tăng yểm trợ cho quân kháng chiến tại Afgahnistan. Crile nói rằng CIA quyết định dùng $38 triệu từ số tiền đó để mua võ khí từ Trung Quốc. Năm 1990 báo *Washington Post* dẫn chứng một nguồn ẩn danh nói rằng tổng số giá trị của vũ khí do Trung Quốc cung cấp là trên $2 tỷ Mỹ kim trong sáu năm hợp tác bí mật giữa Trung Quốc và Hoa Kỳ.

Sự hợp tác mật giữa Hoa Kỳ và Trung Quốc lên tới cao điểm vào thời Reagan. Các tổng thống Nixon và Ford đã cho Trung Quốc tin tức tình báo về Liên Xô. Tổng thống Carter đã thiết lập chương trình nghe lén Chestnut nhưng tổng thống Reagan đã coi Trung Quốc như một đối tác chiến lược thực sự–tuy bí mật.

Ba dự án chính là bí mật giúp đỡ quân kháng chiến chống Liên Xô tại Afghanistan, Campuchia và Angola. Vào lúc đó tôi đã được thăng chức thành một viên chức dân sự tương đương với tướng 3 sao và được bổ nhiệm đứng đầu đơn vị thiết lập chính sách và các hoạt động mật trong lầu Năm Góc. Tôi trực thuộc viên chức phụ trách về chính sách là Fred Iklé. Iklé và tôi ở trong số ít người biết về những hoạt động viện trợ của Kissinger năm 1973 giúp Trung Quốc và chương trình Chestnut của tổng thống Carter. Iklé và tôi sẵn sàng trắc nghiệm xem Trung Quốc có thực sự muốn trở thành đồng minh của Hoa Kỳ hay không. Nếu quả thực như vậy thì sự kiện đó sẽ ảnh hưởng tới các viên chức cao cấp của Hoa Kỳ muốn giúp đỡ cho Trung Quốc trong nhiều năm sắp tới.

Nhiệm vụ của tôi là đi gặp các lãnh tụ quân đội kháng chiến của Afghanistan, Campuchia và Angola tại Islamabad, Bangkok, và nam Angola để xác định kế hoạch và những nhu cầu của họ. Tôi được gửi đi để tiếp xúc và nhận những lời nhắc nhở, sự chấp thuận và hưởng ứng của Trung Quốc. Chúng tôi đề nghị tổng thống Reagan ký chỉ thị National Security Decision Directive (NSDD) 166 nói là sự leo thang chiến tranh tại Afghanistan có thể khiến cho Liên Xô trả đũa.[67] Chúng tôi cần có sự đánh giá của Trung Quốc về tình hình đó và lý tưởng ra được Trung Quốc ủng hộ.

Hai mươi năm sau, nhà báo Steve Coll đã nói rằng "Trung Cộng đã thu được rất nhiều tiền lời trong những vụ mua bán vũ khí với CIA."[68] Nếu quả thật là 2 tỷ đô la Mỹ đã trả để mua vũ khí của Trung Quốc cho quân kháng chiến chống Liên Xô thì số tiền 500 triệu mà Trung Quốc đã trả để mua trang bị quân sự của Hoa Kỳ tương đối quá nhỏ.

Không những Trung Quốc bán võ khí cho chúng ta để chuyển cho quân kháng chiến mà họ còn cố vấn cho chúng ta cần phải tiến hành các hoạt động bí mật đó như thế nào. Từ những lời cố vấn của họ rút ra một vài bài học về chiến lược của Trung Quốc đối với một thế lực bá quyền đang suy vong, trong trường hợp này là Liên Xô. Trước hết Trung Quốc nhấn mạnh rằng chúng ta phải nhận ra và khai thác những nhược điểm chính của Liên Xô. Họ giải thích rằng một trong những chiến thuật là phải khiến cho đế quốc phải trả một giá đắt hơn. Khi tôi mới đề nghị cung cấp hoả tiễn chống máy bay Stinger cho quân kháng chiến tại Afghanistan và Angola thì Trung Quốc rất lấy làm vui mừng là những võ khí này sẽ gây ra những thiệt hại rất cao bằng cách hủy diệt các máy bay trực thăng và phi cơ phản lực của Liên Xô.

Ý tưởng thứ hai là thuyết phục những người khác làm công tác chiến đấu thay cho mình. Lẽ dĩ nhiên đây là thể hiện kế sách *vô vi* thời Chiến quốc.

Ý niệm thứ ba là tấn công những đồng minh của thế lực bá quyền đang suy tàn. Quân kháng chiến của Campuchia đã chống lại thế lực bù nhìn của Liên Xô là Việt nam. Quân kháng chiến tại Angola đã trục xuất những người Cuba đã được đưa tới Angola bằng máy bay của Liên Xô và cũng có thể bắn hạ các máy bay đó bằng hỏa tiễn Stinger, nếu họ có được hoả tiễn đó. Hoa Kỳ hợp tác với Trung Quốc đã làm tất cả những điều đó và nhiều điều khác nữa.

Tôi hỏi những người Trung Quốc là họ có nghĩ là mình sẽ gây hấn quá mức khi thực hiện thêm các biện pháp nữa như: có nên cung cấp và khuyến khích quân kháng chiến Afghanistan dùng biệt kích thực hiện những cuộc phá hoại ngay trong Liên Xô không (những hành động này chưa bao giờ được thực hiện trong cuộc chiến tranh lạnh)? Và chúng ta có nên chấp thuận yêu cầu cung cấp cho quân kháng chiến Afghanistan súng trường bắn sẻ có tầm xa, kính nhìn ban đêm, và bản đồ có ghi rõ nơi các viên chức cao cấp Liên Xô đang phục vụ tại Afghanistan để yểm trợ cho một chương trình ám sát những nhân vật quan trọng hay không? Các đồng nghiệp của tôi đã cả quyết rằng chắc Trung Quốc không làm những hành động như vậy. Tôi đã đọc lịch sử Trung Quốc đủ để đoán rằng Trung Quốc sẽ đồng ý, nhưng ngay cả tôi cũng rất lấy làm ngạc nhiên về tham vọng quyết liệt của Bắc Kinh muốn cho Liên Xô bị suy vong, khi họ trả lời đồng ý với hai câu hỏi của chúng tôi.

Steve Coll đã viết trong cuốn sách *Ghost War*, tác phẩm được thưởng giải thưởng Pulitzer, rằng chính Hoa Kỳ đã bác bỏ yêu cầu đó. Ông ta viết là các luật sư của CIA đã "sửng sốt" vì đó là những hành động ám sát trắng trợn, sẽ khiến cho các vị chỉ huy các trạm CIA tại địa phương "bị còng tay."[69] Vì vậy có thể chấp thuận cung cấp các súng trường bắn sẻ nhưng không cung cấp bản đồ và các kính nhìn ban đêm. Những cuộc đột kích của biệt kích vào trong lãnh thổ của Liên Xô mà người Trung Quốc tán thành như một phương thức để hạ thế lực bá quyền Nga, chẳng bao lâu cũng bị rút bớt, mặc dầu những người Trung Quốc đã khuyến cáo chúng tôi rằng việc này sẽ tạo nên một khủng hoảng tâm lý đối với thế lực bá quyền đang suy tàn.[70]

Năm 1985, viện trợ cho chiến lược Marathon của Trung Quốc được mở rộng ra bao gồm cả các võ khí của Hoa Kỳ, khi chính quyền của tổng thống Reagan dàn xếp để bán 6 hệ thống võ khí lớn cho Trung Quốc trị giá hơn một tỷ mỹ kim. Chương trình này nhằm tăng cường cho lục quân, hải quân, không quân Trung Quốc và cũng giúp cho Trung Quốc mở rộng thêm lực lượng Thủy Quân Lục Chiến.[71] Tới tháng 3 năm 1986, chính quyền Reagan đã giúp Trung Quốc phát triển 8 trung tâm nghiên cứu quốc gia, tập trung vào các ngành như công nghệ gien [hoặc công nghệ di truyền] (genetic engineering), người máy thông minh, thông minh nhân tạo, tự động hóa, kỹ thuật sinh học, laser, máy điện toán siêu cấp (supercomputer), kỹ thuật không gian và các chuyến bay không gian có người.[72] Chẳng bao lâu đã có những tiến bộ đáng kể trong hơn 10,000 dự án, tất cả đều lệ thuộc rất nhiều vào sự viện trợ của Tây Phương và đều là những dự án then chốt cho chiến lược Marathon của Trung Quốc. Chính quyền của Reagan hy vọng là sẽ chống lại thế lực của Liên Xô bằng cách tăng cường cho Trung Quốc; và mọi người – từ Reagan trở xuống – đều tin những lời tuyên bố của Bắc Kinh là Trung Quốc đang tiến về chiều hướng cởi mở hơn.

***

Chiến lược của Trung Quốc để phá vỡ sự bao vây của Liên Xô với sự giúp đỡ của một nước bạn trong thế lực Chiến quốc đã thành công. Năm 1989, Liên Xô tuyên bố sẽ rút khỏi Afghanistan và tiếp theo đó Việt nam rút quân khỏi Campuchia. Bây giờ Washington và Bắc kinh có thể dựa trên nền tảng tin cậy đó để trở thành đồng minh mãi mãi không? Tôi nghĩ như vậy. Nhưng theo những phương châm của thời Chiến quốc bây giờ mới là lúc để Trung Quốc quay trở lại đương đầu với phe bá quyền thực sự, đó là Hoa Kỳ. Một thành phần then chốt của *thế* liên quan đến việc chống lại nỗ lực bao vây của quân địch. Trong một những cuộc thảo luận thành thật nhất về lý thuyết để bao vây của *thế*, Đặng Tiểu Bình đã nhìn lại những thành công của những năm 1980 khi ông ta tiết lộ với tổng thống George H. W. Bush, tại Bắc Kinh vào tháng 2 năm 1989, là sự bao vây của Liên Xô đối với Trung Quốc đã là một mối đe dọa có tính cách sinh tử. Nhưng bây giờ thế *cờ vây* đã chuyển sang thành sự bao vây của Trung Quốc chống lại chính quyền Xô Viết đã suy yếu rất nhiều. Không ai có thể tiên đoán được là Trung Quốc sẽ đánh giá *thế* ra sao trong khi phe bá quyền Hoa Kỳ càng ngày càng mạnh và Moscow bắt đầu suy tàn.

CHÚ THÍCH CHƯƠNG 3

1. Xin đọc thêm về vụ Larry Chin cung cấp các tin mật của Hoa Kỳ cho Trung Quốc, Tod Hoffman, *The Spy Within: Larry Chin and China's Penetration of the CIA* (Hanover, NH. Steerforth Press, 2008).

2. Chen Jian, *Mao's China and the Cold War* (Chapel Hill: University of North Carolina Press, 2001), 245– 46.

3. Kissinger, *On China*, 210. Cuốn sách đầu tiên dịch lời thuật lại năm 1992 về chiến lược do bốn nguyên soái đề nghị với Mao là cuốn *A Great Wall*, của Patrick Tyler xuất bản năm 1999. Lời thuật lại của Kissinger trong *On China*, cũng dựa vào cùng một bằng chứng, được đưa ra năm 2012. Tyler nói là bốn nguyên soái họp 23 lần năm 1969 và trong những lời đề nghị cho Mao, họ đã so sánh Mỹ với Hitler và coi Mỹ là một bá quyền tàn nhẫn quyết tâm ngăn chặn sự bành trướng thế lực của Liên Xô. Hình như Kissinger là người duy nhất nhận thấy Trung Quốc có ý muốn cộng tác với Hoa Kỳ vì những lý do khác ngoài các lý do đa nghi này. Patrick Tyler, *A Great Wall: Six Presidents and China: An Investigative History* (New York: PublicAffairs,1999), 71– 73.

4. Xiong Xianghui, "The Prelude to the Opening of Sino-American Relations," *Zhonggong Dangshi Ziliao (CCP History Materials)*, no. 42 (June 1992): 81, trích dẫn trong William Burr, ed., "New Documentary Reveals Secret US, Chinese Diplomacy behind Nixon's Trip," National Security Archive Electronic Briefing Book, no. 145, December 21, 2004, tại http:// www2. gwu.edu/ ~ nsarchiv/ NSAEBB/ NSAEBB145/.

5. Kissinger, *On China*, 212. Tuy tôi dựa theo Kissinger's *On China*, nhưng có ít nhất bốn cuốn sách dựa trên các tài liệu lưu trữ không đồng ý với nhận định về chiến lược của Kissinger và nhận định của ông về hy vọng xuất hiện trong 1969 -72 có thể có sự hợp tác hòa bình giữa Trung Quốc và Hoa Kỳ. Trong cuốn sách này tôi cũng dẫn chứng các sách này của William Burr, Evelyn Goh, James Mann, và Patrick Tyler.Rất tiếc là Kissinger đã không phản biện lại những lời phê bình chi tiết về điều ông tin là có sự hé mở thân hữu với Trung Quốc.Các người phê bình đưa ra rất nhiều tài liệu dẫn chứng là Kissinger hiểu lầm về chiến lược của Trung Quốc, hình như không căn cứ vào sự tin tưởng là Hoa Kỳ sẽ bảo vệ Trung Quốc chống lại các cuộc tấn công của Liên Xô, và không có ý muốn cộng tác lâu dài với Hoa Kỳ. Các nhà phê bình đưa ra lý thuyết khác là chiến lược của Trung Quốc đã thao túng được cả Kissinger lẫn các nhà lãnh đạo Hoa Kỳ sau đó. Theo James Mann, nhận định của Kissinger về sự cởi mở của Trung Quốc đã trở thành khuôn mẫu cho sự hợp tác tương lai giữa Trung Quốc và Hoa Kỳ "American policy toward China was based on a series of beliefs and assumptions, many of which turned out to be tragically inaccurate." James Mann, *About Face: A History of America's Curious Relationship with China, from Nixon to Clinton* (New York: Vintage Books, 1998), 6.

6. Kissinger, *On China*, 211. Tôi cũng lại căn cứ rất nhiều vào phân tích của Kissinger về cuộc cởi mở năm 1969, nhất là sự phân tích của ông về hồi ký của tướng Xiong, là tài liệu thông tin duy nhất đến nay đã được Trung Quốc phổ biến. Patrick Tyler cũng dẫn chứng từ hồi ký của tướng General Xiong.Tyler, *Great Wall*, 71– 73.

7. Kissinger, *On China*, 212.

8. Ibid.

9. Ibid., 212– 13.

10. Ibid., 274. James Mann nói là một báo cáo của CIA mà ông có được, tranh luận nội dung phiên bản của Kissinger về chiến lược của Trung Quốc: "Tuy nhiên, các tài liệu và hồi ký mới được giải mật cho thấy những điều Kissinger nói có tính cách đánh lạc hướng và thiếu sót." Mann, *About Face*, 33. Theo Mann, "Tài liệu nghiên cứu mật của CIA cho thấy giới lãnh đạo tại Bắc kinh thường có thể khai thác và thao túng các quan điểm khác nhau tại Washington, thưởng và lấy lòng giới thân Trung Quốc, khiến cho họ cảm thấy chịu ơn, và cô lập các viên chức Hoa Kỳ mà họ coi là không có cảm tình với họ." Ibid., 11.

11. Cuốn sách năm 1999 , *A Great Wall: Six Presidents and China: An Investigative History*, của phóng viên *New York Times* là Patrick Tyler, sống tại Bắc kinh 4 năm để tìm hiểu về sự giao kết, đã ảnh hưởng tới quan điểm của Trung Quốc về cách họ làm thế nào để mời Nixon tới Bắc kinh. Trong những tháng khi Nixon mới nhậm chức, Trung Quốc cảm thấy khó chịu về những lời tuyên bố có vẻ chống Trung Quốc của Nixon.Sau các cuộc phỏng vấn Tyler còn kết luận là mới đầu Nixon và Kissinger còn đứng về phe Moscow trong các cuộc đụng độ tại biên giới – đó là điều cần thiết vì Nixon đã nhờ Liên Xô giúp đỡ trong cuộc rút quân khỏi Việt nam. Khi cuốn sách được xuất bản, Trung Quốc càng đa nghi hơn vì có một đoạn nói là vào tháng 7 năm 1969, Kissinger, theo chỉ thị của Nixon, đã yêu cầu được xem tài liệu nghiên cứu mật về

cách thức có thể tấn công Trung Quốc bằng bom hạt nhân để ủng hộ Moscow. Tyler nói đây là lần đầu tiên đã có cuộc nghiên cứu tập trung vào việc Hoa Kỳ tấn công Trung Quốc (chứ không phải Liên Xô) bằng bom hạt nhân. Trong tờ trình ngày 14 tháng 7 của Kissinger cho CIA và Lầu Năm Góc, Kissinger nói: "Tổng thống ra lệnh chuẩn bị nghiên cứu một loại 'các tình huống có thể có trong đó sử dụng khả năng hạt nhân của Hoa Kỳ chống Trung Quốc có thể hữu dụng.'" Về sau Kissinger đã cải chính và viết cho Tyler là, " chúng tôi không bao giờ xét tới việc cộng tác với Liên Xô để phá hủy khả năng hạt nhân của Trung Quốc." Tyler, *Great Wall*, 63.

12. Helmut Sonnenfeldt and John H. Holdridge to Henry Kissinger, October 10, 1969, Subject: State Memo to the President on Sino-Soviet Relations and the U.S.

13. Roger Morris Memorandum for Henry Kissinger, November 18, 1969, declassified memo, Subject: NSSM 63, Sino-Soviet Rivalry— A Dissenting View, Nixon Presidential Library. Nhân viên của NSC là Hyland và Morris nghiên cứu về đề tài làm cách nào Hoa Kỳ có thể không muốn ngăn cản Liên Xô tấn công Trung Quốc, hay đứng về phe Trung Quốc. Ngược lại Kissinger lập luận trong *White House Years* là ông ta "không thể chấp nhận một cuộc Liên Xô tấn công Trung Quốc. Chúng tôi vẫn có quan điểm như vậy trước khi được tiếp xúc bằng bất cứ cách nào."Kissinger, *White House Years*, 764. Tuy nhiên Patrick Tyler kết luận là việc Kissinger mô tả ý muốn của ông ta muốn bênh vực Trung Quốc là không đúng : "Lời nói tự bênh vực mình này rõ ràng trái ngược với tài liệu lưu trữ về các lời nói khác của Nixon và Kissinger trong những năm trước... và cũng trái ngược với những điều nhớ lại của Bộ trưởng [Quốc phòng] Laird và của các phụ tá chính của Kissinger." Tyler, *Great Wall*, 66.

14. Jerome A. Cohen, "Ted Kennedy's Role in Restoring Diplomatic Relations with China," Legislation and Public Policy 14 (2011): 347– 55.

15. Tai nạn tại Chappaquiddick vào tháng 7 năm 1969, đã khiến Kennedy không tập trung vào Trung Quốc và làm giảm tham vọng làm tổng thống của ông ta, nhưng năm 1977 Kennedy đã lần đầu tiên tới Trung Quốc và gặp Đặng Tiểu Bình. Diễn văn ngày 20 tháng 3 năm 1969 của nghị sĩ Kennedy đã được báo chí thế giới chú ý tới, và được đăng bằng tít lớn trên báo *New York Times;*Yevgeny Kutovoy và Arkady Shevchenko đã rối rít cho tôi xem ngày hôm đó.

16. Memorandum of Conversation, Participants: Mao Tse-tung, Chou En-lai, Richard Nixon, Henry Kissinger, Winston Lord (notetaker), February 21, 1972, 2: 50– 3: 55 p.m., Beijing, Document 194, in Foreign Relations of the United States, 1969– 1976, vol. XVII, China, 1969– 1972, tại https:// history.state.gov/ historicaldocuments/ frus1969-76v17/ d194.

17. Kissinger, *On China*, 259.

18. Memorandum of Conversation, Participants: Chou En-lai, Yeh Chien-ying, Huang Hua, Chang Wen-chin, Hsu-Chung-ching, Wang Hai-jung, Tang Wen-sheng and Chi Chao-chu (Chinese interpreters and notetakers), Henry Kissinger, John Holdridge, Winston Lord, W. Richard Smyser, Beijing, July 10, 1971, 12: 10– 6: 00 p.m., in Foreign Relations of the United States, vol. XVII, document 140, xem tại http:// 2001-2009. state.gov/ documents/ organization/ 70142.pdf.

19. Kissinger to Nixon, "My October China Visit: Discussions of the Issues," 11 November [1971] Top Secret/ Sensitive/ Exclusively Eyes Only, pages 5, 7, and 29. Source: RG 59, State Department Top Secret Subject-Numeric Files, 1970– 1973, POL 7 Kissinger, available in William Burr, ed., with Sharon Chamberlain and Gao Bei, "Negotiating U.S.-Chinese Rapprochement: New American and Chinese Doc-

umentation Leading Up to Nixon's 1972 Trip," National Security Archive Electronic Briefing Book, no. 70, May 22, 2002, xem tại http:// www2. gwu.edu/ ~ nsarchiv/ NSAEBB/ NSAEBB70/ doc22.pdf.

20. Memorandum of Conversation, Participants: Prime Minister Chou En-lai, Chi P'eng-fei, Chang Wen-chin, Hsuing Hsiang-hui, Wang Hai-jung, Tang Wen-sheng and Chi Chao-chu (Chinese interpreters and notetakes), Henry Kissinger, Winston Lord, John Holdridge, Alfred Jenkins, October 22, 1971, Great Hall of the People, Peking, 4: 15– 8: 28 p.m., General Subjects: Korea, Japan, South Asia, Soviet Union, Arms Control, in "Foreign Relations, 1969– 1976, Volume E-13, Documents on China, 1969– 1972," released by the Office of the Historian of the U.S. Department of State, xem tại http:// 2001-2009. state.gov/ r/ pa/ ho/ frus/ nixon/ e13/ 72461. htm.

21. Mãi tới nhiều năm sau, điều này mới được tiết lộ. Năm 1976, James Schlesinger, nguyên bộ trưởng quốc phòng Mỹ, tuyên bố là các viên chức Hoa Kỳ đã thảo luận khả năng viện trợ quân sự cho Trung Quốc. Lethbridge Herald, April 13, 1976, 3, xem tại http:// newspaperarchive.com/ ca/ alberta/ lethbridge/ lethbridge-herald/ 1976/ 04- 13/ page-3. Schlesinger nói là các viên chức Hoa Kỳ thảo luận việc viện trợ quân sự cho Trung Quốc nhưng không bao giờ thảo luận chính thức. Ông nói: "Có suy luận về vấn đề này nhưng vấn đề viện trợ quân sự cho Trung Quốc không bao giờ được chính thức đem ra thảo luận." Schlesinger nói vấn đề viện trợ đó sẽ được cứu xét theo tình huống, nhưng ông nói thêm là ông "sẽ không hoàn toàn bác bỏ." "Weighing of Aid to China Seen," Victoria Advocate, April 12, 1976, 5A, xem tại http:// news. google.com/ newspapers? nid = 861& dat = 19760412& id = IhZZAAAAIBAJ& sjid = XkYNAAAAIBAJ& pg = 3791,2033685.

22. Thomas M. Gottlieb, "Chinese Foreign Policy Factionalism and the Origins of the Strategic Triangle," RAND Corporation, 1977, Document Number R-1902-NA, xem tại http:// www.rand.org/ pubs/ reports/ R1902.html.

23. Lord to Kissinger, "Your November 23 Night Meeting," November 29, 1971, enclosing memcon of Kissinger– Huang Hua Meeting, Top Secret/ Sensitive/ Exclusively Eyes Only, Source: RG 59, Records of the Policy Planning Staff, Director's Files (Winston Lord), 1969– 1977, Box 330, China Exchanges October 20– December 21, 1971, in Burr, ed., "Negotiating U.S.-Chinese Rapprochement."

24. Evelyn Goh, Constructing the U.S. Rapprochement with China, 1961– 1974: From "Red Menace" to "Tacit Ally" (Cambridge, UK: Cambridge University Press, 2005), 189.

25. Yang and Xia, "Vacillating Between Revolution and Détente," Diplomatic History Journal 34, no. 2 (April 2010): 413– 14.

26. Kissinger, On China, 290.

27. Memorandum of Conversation, February 23, 1972, 2: 00 p.m.– 6: 00 p.m., Location of original: National Archives, Nixon Presidential Materials Project, White House Special Files, President's Office Files, Box 87, Memoranda for the President Beginning February 20, 1972, page 21, in William Burr, ed., "Nixon's Trip to China: Records Now Completely Declassified, Including Kissinger Intelligence Briefing and Assurances on Taiwan," National Security Archive, December 11, 2003, Document 2, có tại http:// www2. gwu.edu/ ~ nsarchiv/ NSAEBB/ NSAEBB106/.

28. Kissinger, White House Years, 906.

29. Memorandum of Conversation, February 23, 1972, 9: 35 a.m.– 12: 34 p.m., Nixon

Presidential Materials Project, National Security Council Files, HAK Office Files, Box 92, Dr. Kissinger's Meetings in the PRC During the Presidential Visit February 1972, page 20, in William Burr, ed., "Nixon's Trip to China: Records Now Completely Declassified, Including Kissinger Intelligence Briefing and Assurances on Taiwan," National Security Archive, December 11, 2003, Document 4, available at http:// www2. gwu.edu/ ~ nsarchiv/ NSAEBB/ NSAEBB106/.

30. Memorandum of Conversation, February 22, 1972, 2: 10 p.m.– 6: 10 p.m., Location of original: National Archives, Nixon Presidential Materials Project, White House Special Files, President's Office Files, Box 87, Memoranda for the President Beginning February 20, 1972, page 10, in William Burr, ed., "Nixon's Trip to China: Records Now Completely Declassified, Including Kissinger Intelligence Briefing and Assurances on Taiwan," National Security Archive, December 11, 2003, Document 1, available at http:// www2. gwu.edu/ ~ nsarchiv/ NSAEBB/ NSAEBB106/; Memorandum of Conversation, February 23, 1972, 9: 35 a.m.– 12: 34 p.m., Nixon Presidential Materials Project, National Security Council Files, HAK Office Files, Box 92, Dr. Kissinger's Meetings in the PRC During the Presidential Visit February 1972, page 20, in William Burr, ed., "Nixon's Trip to China: Records Now Completely Declassified, Including Kissinger Intelligence Briefing and Assurances on Taiwan," National Security Archive, December 11, 2003, Document 4, available at http:// www2. gwu.edu/ ~ nsarchiv/ NSAEBB/ NSAEBB106/.

31. Theo giáo sư Evelyn Goh, Anatoly Dobrynin, đại sứ Liên Xô tại Washington, nói với Kissinger vào tháng 3 là, theo nguồn tin của Trung Quốc, Moscow đã kết luận là Kissinger đã cho Trung Quốc "đầy đủ chi tiết về sự thay đổi vị trí của các lực lượng Liên Xô dọc theo biên giới Trung Quốc, và vị trí của các căn cứ phi đạn của Liên Xô." Xem Goh, *Constructing the U.S. Rapprochement with China*, 174– 75. Kissinger phủ nhận điều đó. Xem Memorandum of Conversation, March 9, 1972, Box 493, National Security Files, Nixon Presidential Materials Project, page 3, Nixon Presidential Library.

32. Tài liệu rất hay về diễn trình theo quan điểm Tây phương về sự chia rẽ giữa Trung Quốc và Liên Xô, xin xem see Harold P. Ford, "The CIA and Double Demonology: Calling the Sino-Soviet Split," *Studies in Intelligence* (Winter 1998– 99): 57– 61, tại https:// www.cia.gov/ library/ center-for-the-study-of-intelligence/ kent-csi/ vol42no5/ pdf/ v42I5a05p.pdf.

33. Chẳng hạn xem Zhou-Ye Jianying– Kissinger Memcon, June 20, 1972, 15– 16, June 21, 1972, 3, in Box 851, National Security Files, Nixon Presidential Materials; and Howe to Kissinger, "China Trip," June 24, 1972, Box 97, National Security Files, Nixon Presidential Materials, cả hai tài liệu đều có tại the Nixon Presidential Library và dẫn chứng trong Evelyn Goh, "Nixon, Kissinger, and the 'Soviet Card' in the U.S. Opening to China, 1971– 1974," *Diplomatic History* 29, iss. 3 (June 2005): 475– 502, 485, footnote 43.

34. Mao– Kissinger Memcon, February 17, 1973, in William Burr, *Kissinger Transcripts: The Top Secret Talks with Beijing and Moscow* (Collingdale, PA: Diane Publishing, 1999), 88– 89, cũng có tại Nixon Presidential Library và dẫn chứng trong Goh, "Nixon, Kissinger, and the 'Soviet Card,'" 475– 502, 485, footnote 44.

35. Xiong Xianghui, "The Prelude to the Opening of Sino-American Relations," *Zhonggong Dangshi Ziliao (CCP History Materials)*, no. 42 (June 1992): 81, trích dẫn trong Burr, "New Documentary Reveals Secret U.S., Chinese Diplomacy behind Nixon's Trip."

36. Kissinger to Nixon, "My Trip to China," March 2, 1973, Box 6, President's Personal Files, Nixon Presidential Materials, 2– 3, available at the Nixon Presidential Library and cited in Goh, "Nixon, Kissinger, and the 'Soviet Card,'" 475– 502,

37. Kissinger, *Diplomacy*, 72.

38. Memorandum of Conversation, Participants: Henry Kissinger, Winston Lord, Huang Hua, and Shih Yen-hua (interpreter), Friday, August 4, 1972, 5: 15– 6: 45 p.m., New York City, in "Foreign Relations, 1969– 1976, Volume E-13, Documents on China, 1969– 1972," phổ biến bởi Office of the Historian of the U.S. Department of State, tại http:// 2001-2009. state.gov/ r/ pa/ ho/ frus/ nixon/ e13/ 72605. htm.

39. Kissinger to PRCLO Chargé Han Xu, Memcon, May 15, 1973, Box 238, Lord Files, 7.

40. Kissinger to Huang Zhen, Memcon, May 29, 1973, Box 328, Lord Files.

41. Nixon to Zhou, June 19, 1973, Box 328, Lord Files.

42. Kissinger to Huang Zhen, Memcon, July 6, 1973, Box 328, Lord Files and July 19, 1973, Box 328, Lord Files.

43. Winston Lord to Henry Kissinger, National Archives, RG 59, Policy Planning Staff (S/ P), Director's Files (Winston Lord) 1969– 1977, Entry 5027, Box 370, Secretary Kissinger's Visit to Peking, October 1973, S/ PC, Mr. Lord, vol. I, National Archives, College Park, MD.

44. Kissinger– Zhou Memcon, November 10, 1973, in Burr, Kissinger Transcripts, 171– 72. Zhou– Kissinger Memcon, November 13, 1973, Digital National Security Archives Online, Document 283. Memorandum, Fred Iklé to Henry Kissinger, National Archives, RG 59, Policy Planning Staff (S/ P), Director's Files (Winston Lord) 1969– 1977, Lot 77D112, Entry 5027, Box 370, Secretary Kissinger's Visit to Peking, October 1973, S/ PC, Mr. Lord, vol. II, National Archives, College Park, MD.

45. Goh, *Constructing the U.S. Rapprochement with China*, 242.Cũng xem Kissinger– Zhou Memcon, November 10, 1973, in Burr, *Kissinger Transcripts*, 171– 72.

46. Zhou– Kissinger Memcon, November 14, 1973, National Security Archive Online, Document 284.

47. Luo Guanzhong, *Romance of the Three Kingdoms*, chapter 21: "In a Plum Garden, Cao Cao Discusses Heroes," trans. C. H. Brewitt-Taylor (Beijing: Foreign Languages Press, 1995), xem tại http:// kongming.net/ novel/ events/ liubei-and-caocao-speak-of-heroes.php. Tôi đã thay đổi một chút bản dịch dài này.

48. Xem thêm về nhận định của Đài Loan về sự đe dọa của Hoa Kỳ và Trung Quốc, xem Michael Pillsbury, "China and Taiwan— the American Debate," *RUSI Journal* 154, no. 2 (April 2009): 82– 88.

49." Guns for Peking," *Newsweek*, September 8, 1975; Reagan họp báo ngày May 28, 1976. Theo báo *Los Angeles Times*, "Reagan nói ông cho rằng việc Hoa Kỳ bán võ khí cho Trung Quốc cũng là sự phát triển tự nhiên trong hoàn cảnh lợi ích chung khi hai nước phải đối phó với Liên Xô." Kenneith Reich, "Reagan Tells of Rumors Administration Plans to Renounce Taiwan After Election," *Los Angeles Times*, May 29, 1976. Xem Yuri Dimov, "Commentary," *Moscow Radio Peace and Progress*, October 29, 1975, trans. by U.S. Foreign Broadcast Information Service, Washington, DC, October 31, 1975. Cũng xem Ivan Broz, "American Military Policy and Its China Factor,"

Rude Pravo, April 27, 1976, nói rằng "một trong những thành phần phản động nhất trong giới Hoa Kỳ là Michael Pillsbury làm việc tại RANDCorporation.... Thật là một điều khả ố .... Sự kiện người ta nói là Hoa Kỳ viện trợ quân sự cho Bắc kinh sẽ làm lợi cho các lãnh đạo theo chủ nghĩa thực dụng của Bắc kinh và để bảo đảm là [các võ khí đó] sẽ không chĩa vào nơi khác khi sau khi Mao qua đời."

50. Edward Slingerland, *Effortless Action: Wu-Wei as Conceptual Metaphor and Spiritual Ideal in Early China* (New York: Oxford University Press, 2003).

51. Deng Xiaoping, "Realize the Four Modernizations and Never Seek Hegemony," May 7, 1978, có tại http:// dengxiaopingworks.wordpress.com/ 2013/ 02/ 25/ realize-the-four-modernizations-and-never-seek-hegemony/.

52. Ezra F. Vogel, *Deng Xiaoping and the Transformation of China* (Cambridge, MA: Harvard University Press, 2011), 323 (Kindle edition).

53. Kissinger, *On China*, 366– 68.

54. Presidential Directive/ NSC-43, November 3, 1978, có tại http:// www.jimmycarterlibrary.gov/ documents/ pddirectives/ pd43.pdf.

55. James Lilley and Jeffrey Lilley, *China Hands: Nine Decades of Adventure, Espionage, and Diplomacy in Asia* (New York: PublicAffairs, 2004), 214– 15.

56. Trong NSDD 120, Tổng thống Reagan chỉ thị chính phủ Hoa Kỳ "ủng hộ công cuộc canh tân hóa lớn lao của Trung Quốc, đặc biệt qua chính sách cởi mở chuyển nhượng kỹ thuật của chúng ta." NSDD 120, "Visit to the US of Premier Zhao Ziyang," January 9, 1984, có tại http:// www.fas.org/ irp/ offdocs/ nsdd/ NSDD 140 declared that a "strong, secure, and stable China can be an increasing force for peace." NSDD 140, "President's Visit to People's Republic of China," April 21, 1984, available at http:// www.fas.org/ irp/ offdocs/ nsdd/ nsdd-140.pdf.

57. Kenneth Conboy, *The Cambodian Wars: Clashing Armies and CIA Covert Operations* (Lawrence: University Press of Kansas, 2013). Cũng đọc Andrew Mertha, *Brothers in Arms: Chinese Aid to the Khmer Rouge, 1975– 1979* (Ithaca, NY: Cornell University Press, 2014).

58. George Crile, *Charlie Wilson's War: The Extraordinary Story of the Largest Covert Operation in History* (New York: Atlantic Monthly Press, 2003).

59. Kissinger, *Years of Renewal*, 819.

60. Tyler, *Great Wall*, 284.

61. Tyler dẫn chứng Tổng thống Carter và 8 người nữa trong ghi chú 97.

62. Các chương trình hành động bí mật lớn của Hoa Kỳ và Trung Quốc tại Afghanistan và Cambodia chưa được giải mật, hay xác nhận bởi cả Hoa Kỳ lẫn Trung Quốc. Phần thảo luận về các chương trình đó trong cuốn sách này đành phải chỉ tham chiếu giới hạn vào các cuộc phỏng vấn không được cho phép trong hai cuốn sách, *Charlie Wilson's War* và *The Cambodian Wars*.

63. Conboy, *Cambodian Wars*, 228.

64. Ibid., 226– 27.

65. Mary Louise Kelly, "Intelligence Veteran Focuses on North Korea," NPR, October 13, 2006, có tại http:// www.npr.org/ templates/ story/ story.php?storyId = 6259803.

66. Crile, *Charlie Wilson's War*, and Conboy, *Cambodian Wars*.

67. NSDD 166, US Policy, Programs, and Strategy in Afghanistan, March 27, 1985, có tại http:// www.fas.org/ irp/ offdocs/ nsdd/ nsdd-166.pdf.

68. Steve Coll, *Ghost Wars: The Secret History of the CIA, Afghanistan, and Bin Laden, from the Soviet Invasion to September 10, 2001* (New York: Penguin Press, 2004), 66.

69. Ibid., 137.

70. Ibid. Vai trò của tôi trong các chương trình này đã được tiết lộ trước đây trong ba cuốn sách. Theo Raymond L. Garthoff, "Michael Pillsbury lần đầu tiên đưa ra ý tưởng bán vũ khí và một loạt các quan hệ an ninh quân sự của Hoa Kỳ với Trung Quốc trong một bài báo được bàn luận rất nhiều trong *Foreign Policy* vào mùa thu năm 1975. Lúc đó người ta chưa biết là Pillsbury đã tiến hành các cuộc thảo luận mật với các viên chức Trung Quốc ... báo cáo mật của ông ta đã được chuyển tới khoảng hơn một chục viên chức cao cấp của NSC, bộ Quốc phòng, và bộ Ngoại giao. Raymond L. Garthoff, *Détente and Confrontation: American-Soviet Relations from Nixon to Reagan* (Washington, DC: Brookings Institution, 1983), 696. Theo Mahmud Ali, "Michael Pillsbury, một chuên gia phân tích về Trung Quốc tại RAND Corporation ... suốt mùa hè năm 1973 đã họp kín với các sĩ quan Quân đội Giải phóng Nhân dân làm việc dưới danh nghĩa nhân viên ngoại giao trong phái đoàn Trung Quốc ...Pillsbury nhận chỉ thị của Bộ Quốc phòng." Mahmud Ali, *US-ChinaCold War Collaboration, 1971– 1989* (New York: Routledge, 2005), 81. Theo Diego Cordovez, phó tổng thư ký Liên Hiệp Quốc thương lượng với Liên Xô về việc rút quân ra khỏi Afghanistan, "Lúc đầu chiến dịch Stinger được lãnh đạo bởi Phó bộ trưởng Quốc phòng phụ trách Chính sách Fred Iklé và viên chức năng nổ phối hợp Vụ việc Afghanistan của ông là Michael Pillsbury.... Phe chủ trương Stinger đã thắng trước sự chống đối rất mạnh của phe công chức và đã kiên trì tranh đấu cho tới phút chót." Diego Cordovez, *Out of Afghanistan: The Inside Story of the Soviet Withdrawal* (New York: Oxford University Press, 1995), 195. Philip Heymann, phó bộ trưởng tư pháp dưới thời tổng thống Clinton, viết , " Ủy ban hoạt động kín họp mỗi ba hay bốn tuần. Ủy ban không được chính thức công nhận, tuy ủy ban như vậy đã có từ mọi nhiệm kỳ tổng thống từ Eisenhower. Chẳng hạn, dưới thời Kennedy, ủy ban này được gọi là Ủy ban Bốn Mươi. Tất cả các thông tin về các hoạt động mật được bảo vệ trong một hệ thống riêng biệt có tên là VEIL." Philip Heymann, *Living the Policy Process* (New York: Oxford University Press, 2008), 44.

71. Karl D. Jackson, Memorandum for the Interagency Group on U.S.-China Military Relations, Subject: U.S.-China Military Relations: A Roadmap, September 10, 1986, Department of Defense, International Security Affairs, Douglas Paal file, Reagan Presidential Library.

72. Ibid. Cũng xem Feigenbaum, *China's Techno-Warriors*.

Chương 4
ÔNG WHITE VÀ BÀ GREEN

Sấn hỏa đả kiếp[Y]
-*Tam Thập Lục Kế*

Vào tháng 4 năm 1989, tôi tới Bắc kinh lần thứ 13. Lúc đó tôi giữ hai chức vụ trong chính quyền Mỹ: tôi làm việc với tư cách chuyên viên điều tra cho Thượng viện và tôi cũng thảo báo cáo về Trung Quốc cho Office of Assessment của Lầu Năm Góc. Văn phòng này báo cáo trực tiếp cho bộ trưởng quốc phòng Dick Cheney. Vào lúc đó tôi đã có một ít thẩm quyền, và cũng đã được gặp Đặng Tiểu Bình trong một cuộc họp khá dài năm 1983. Đại sứ Mỹ vào lúc đó là Arthur Hummel rất ngạc nhiên khi thấy tôi nói với ông Đặng bằng tiếng Phổ thông để xin chụp hình kỷ niệm. Hai người chúng tôi bắt tay chụp hình để dùng cho một cuốn sách gồm những bài viết về quân sự Trung Quốc mà tôi đã dịch cho Lầu Năm Góc[1].

Trong cuộc viếng thăm năm 1989 này, tôi muốn phối kiểm lại những báo cáo về các cuộc biểu tình của sinh viên tại

---
Y. Sấn hỏa đả kiếp:Tranh thủ nhà cháy mà cướp, lợi dụng lửa để hành động- http://ngocchinh.com/36-ke-sach-binh-phap-ton-tu/#San_hoa_da_kiep [ND]

quảng trường Thiên An Môn. Những người biểu tình nói là họ muốn đẩy mạnh diễn trình cải cách mà chúng tôi nghĩ là đang được tiến hành tại Bắc kinh và có chiều hướng ủng hộ dân chủ và ủng hộ chế độ tư bản mà những người theo dõi Trung Quốc tại Hoa kỳ như chúng tôi tin rằng diễn trình đó không thể đảo ngược.

Ngày 22 tháng 4, tôi được phép của đại sứ Mỹ, Peter Tomsen lái xe ra quảng trường gặp một vài sinh viên.[2] Trước kia khi còn là sinh viên, chính tôi cũng đã đi biểu tình vào những năm 1960 và tôi nghĩ là có thể tìm hiểu nhiều hơn để biết những cuộc biểu tình ủng hộ dân chủ đang tiến hành ra sao tại Trung Quốc. Trước khi tôi đi, Peter cho tôi xem bản điệp văn đặc biệt của vị đại sứ tiền nhiệm là đại sứ Winston Lord gửi cho tổng thống George W. H. Bush mới nhậm chức.

Chính tổng thống Bush trước kia cũng đã từng là đại diện Hoa kỳ tại Trung Quốc trong thời tổng thống Ford. Ông Bush có quan tâm sâu xa hơn trong việc xây dựng một quan hệ hữu ích. Thật vậy, ông đã hy vọng rất nhiều về Trung Quốc. Trong cuộc xuất ngoại đầu tiên của ông với tư cách là tổng thống, hai tháng trước khi tôi tới Trung Quốc, ông Bush đã rời Trung Quốc và rất lạc quan và ông nói trước buổi họp giữa hai viện Quốc hội là "làn gió dân chủ đã mang lại những hy vọng mới và sức mạnh cho thị trường tự do cũng sản sinh ra một lực mới."[3]

Điện văn của ông Lord ca ngợi những liên hệ tích cực trong quan hệ Hoa kỳ và Trung Quốc, dựa trên những tin tình báo "chắc chắn" tại Bắc kinh. Điện văn đó cũng nhắc lại cái tin vịt thường có là các cuộc bầu cử đã bắt đầu tại các làng mạc Trung Quốc và sẽ lan rộng, nền tảng để xây dựng một nền kinh tế tự do thực sự và chấm dứt xí nghiệp quốc doanh đã xuất hiện tại Trung Quốc và sẽ không có sự hoà giải nào trong quan hệ giữa Bắc kinh và Moscow. Các lãnh đạo Trung Quốc không phải là một sự đe doạ cho quyền lợi của Mỹ, đại sứ Lord đã nói như vậy, và các sinh viên ở quảng trường Thiên An Môn cũng không đòi hỏi một chế độ dân chủ.

Để binh vực cho Lord, đây cũng là một quan điểm được nhiều người đưa ra trong số những người như chúng tôi đang nghiên cứu về Trung Quốc. Báo cáo của tôi cho Lầu Năm Góc cũng phản ánh quan điểm này. Tuy sinh viên biểu tình đã ở trên quảng trường, tôi tin rằng những sự phản đối này tương đối không quan trọng và các sinh viên sẽ đi về nhà khi nghỉ hè vào tháng 6. Chỉ có một nhân viên của sứ quán là đại tá Larry Wortzel hình như nghĩ rằng các cuộc biểu tình của sinh viên là quan trọng. Sau cùng ông ta đã mạnh dạn dự đoán rằng quân đội Trung Quốc sẽ được dùng để giải tán sinh viên ra khỏi quảng trường. Cũng giống như tôi, Wortzel có nhiều liên lạc với phái diều hâu trong nhiều năm. Ông ta chú ý tới họ. Về sau ông ta nói với tôi là chính những người trong phái diều hâu đã là nguồn tin cho sự nhận xét của ông là người ta sẽ dùng võ lực. Đó là một thí dụ hiếm có để cho thấy rằng phe diều hâu đôi khi hiểu rõ ý nghĩ của các lãnh tụ hơn phe ôn hòa.

Nhiều người trong chúng tôi lo ngại là sinh viên sẽ làm cho các nhà cải cách thực sự lúng túng. Phần lớn mọi người đều nghĩ rằng, và cho tới ngày nay họ còn vẫn bướng bỉnh suy nghĩ như vậy, Trung Quốc đã ở trên con đường không thể tránh được phải cải cách. Quả thực chúng tôi đã được cho biết là có một số vị anh hùng trong lãnh đạo cấp cao của chính quyền Trung Quốc đang muốn đẩy mạnh và đẩy nhanh những cải cách quan trọng. Nhưng chúng tôi không thể tưởng tượng rằng trong vòng một năm tất cả những người đó đều bị bỏ tù, bị cấm túc tại gia, hoặc bị đi đầy hay ly khai. Chúng tôi biết là có một sự tranh luận trong bộ Chính trị về vấn đề cải cách, nhưng chúng tôi không có chi tiết là phe nào muốn gì và những phe thù nghịch với cải cách ở thế mạnh như thế nào.

Có một vài sự kiện đã thách thức thái độ tự tại này của chúng tôi, mặc dù các sự kiện đó đã có sẵn nếu chúng tôi thực sự muốn nhìn thấy. Một sự ngạc nhiên nhỏ đã xảy ra chỉ có vài tuần trước đó khi 50,000 sinh viên biểu tình tuần hành trong một lễ tưởng niệm Hồ Diệu Bang, trước là lãnh đạo của đảng Cộng sản đã bị Đặng Tiểu Bình hạ bệ vì lý do mà báo chí được biết là Đặng Tiểu Bình nói là ông Hồ có tính tình "rất hay thay đổi."[4]

Trong vòng 7 tuần lễ, khoảng một triệu người đã tham gia cùng các sinh viên trong quảng trường để đòi tự do ngôn luận, tự do báo chí, bớt tham nhũng và chính quyền phải công khai trách nhiệm nhiều hơn. Họ giơ cao các bản Tuyên ngôn Độc lập và làm một Tượng hình Nữ thần Tự do cao ba tầng lầu. Họ đòi đối thoại với các viên chức Cộng sản và tuyệt thực khi sắp có cuộc viếng thăm chính thức của lãnh tụ Liên Xô Mikhail Gorbachev. Khi Gorbachev trở về Moscow thì cuộc biểu tình tại quảng trường Thiên An Môn đã trở thành tin lan tràn khắp thế giới và là một vấn đề khó xử rất lớn có thể làm lung lay bộ Chính trị Trung Quốc.

Người Mỹ coi Đặng như là một nhà cải cách thực sự tại Trung Quốc, vì vậy có vẻ lạ là các sinh viên Trung Quốc lại vinh danh Hồ Diệu Bang trong những cuộc biểu tình trái phép càng ngày càng lớn mạnh. Chúng tôi không bao giờ nghĩ rằng có lẽ cho tới lúc đó chúng tôi đã có nhận định sai lầm về Hồ và Đặng.

Luẩn quẩn trong sự suy nghĩ của tôi, có lẽ tôi có một số câu hỏi và chính vì vậy mà tôi muốn đích thân ra gặp các người biểu tình. Peter Thompson và tôi ra quảng trường bằng một xe Cadillac màu đen có cắm cờ Mỹ. Không có ai ngăn cản chúng tôi khi chúng tôi tiến tới gần một nhóm gồm mấy trăm sinh viên mặc áo T-shirt, tóc dài. Những sinh viên mà chúng tôi nói chuyện với không tiết lộ bất cứ một kế hoạch nào về tuyệt thực hay công khai thách thức sự cai trị của đảng Cộng sản. Nghĩ lại khoảng thời gian 1968 khi chúng tôi còn là sinh viên ở đại học Columbia University và cũng tham gia "ủy ban bãi khóa" chống chiến tranh Việt Nam, tôi trao đổi những câu chuyện về biểu tình chống chiến tranh với một vị giáo sư trẻ người Trung Quốc đeo kính râm kiểu kính của phi công và hút thuốc lá liên tiếp. Ông ta tên là Liu Xiaobo [Lưu Hiểu Ba], giáo sư của trường đại học Sư phạm Bắc kinh. Trước đó mấy ngày ông Lưu đã bay về từ New York để tham gia cùng các sinh viên ở trong quảng trường.[5] Ông Lưu đã là một giáo sư thỉnh giảng tại Columbia và muốn tham dự vào giờ phút lịch sử. Nhưng ông thực sự không đi vào lịch sử cho tới khi ông ta bị bắt 20 năm sau khi ký Hiến chương 08 và đã bị kết án tù một lần nữa. Sau đó ông được trao giải thưởng Nobel năm 2010. Những bài viết mới đây của ông bao gồm các bài đả kích trực tiếp chủ nghĩa quốc gia quá khích, đặc biệt nhắm vào phe quân sự diều hâu. Vào lúc đó, trong năm 1989, quan điểm của đa số quần chúng tại Trung Quốc và Tây phương đều cho rằng phe diều hâu sẽ không thắng thế và Trung Quốc sẽ không bao giờ dùng võ lực để đàn áp các sinh viên.

  Vào tháng 5, Đặng Tiểu Bình tuyên bố thiết quân luật và cấp tốc đưa 250,000 binh sĩ tới thủ đô Trung Quốc. Khi các người biểu tình từ chối giải tán, Đặng ra lệnh cho quân đội và xe tăng tiến vào. Hàng trăm và có lẽ hàng ngàn sinh viên Trung Quốc không võ khí đã bị sát hại trên đường phố, có nhiều sinh viên bị hạ sát bằng những viên đạn phá vỡ cơ thể khi trúng mục tiêu, tất cả những căn nhà ở chung quanh quảng trường đều có vết đạn chi chít. Quân sĩ đã đá và đánh đập các người biểu tình, xe tăng đã cán lên chân và lưng của họ. Một người đơn độc đứng chặn đường đi của một đoàn xe tăng đã là hình ảnh biểu tượng cho cuộc tàn sát, người đó được một nhóm người kéo ra — từ đó không ai biết số phận ông ra sao.

***

  Sau Thiên An Môn, nhiều nhà cải cách Trung Quốc đã bị kết tội và đã bị cấm túc tại gia, trong khi đó phần lớn các nhà trí thức có chức vụ cao cấp trong bộ tham mưu của Đảng có thể đã chạy sang Tây phương. Kiểm duyệt của chính quyền gia tăng, đặc biệt nhấn mạnh phải xóa bỏ tất cả những điều gì nói về cuộc biểu tình trong các tin tức của Trung Quốc và các sách lịch sử. Một năm sau vụ tàn sát, chính quyền Trung Quốc đã "đóng cửa 12% của tất cả các tờ báo, 13% các tạp chí khoa học xã hội và 76% trong số 534 nhà xuất bản", theo nhận định của nhà khoa học chính trị Minxin Pei.[6] Chính quyền cũng tịch thu 32 triệu quyển sách, cấm 150 phim và trừng phạt 80,000 người đã có những hoạt động liên hệ tới thông tin báo chí.[7]

Mặc dầu có những biến cố kinh hoàng như vậy nhưng những sự thay đổi về chính sách của Hoa kỳ lúc đó đối với Trung Quốc đã được thực hiện rất chậm. Tổng thống Bush cố gắng hết sức để ngăn cản nỗ lực của Quốc hội đòi triệu hồi vị đại sứ kế vị Tomsen, là đại sứ James Lilley, hay thay đổi quan hệ giữa Hoa kỳ và Trung Quốc theo một đường lối có ý nghĩa.[8] Thay vào đó, tổng thống theo lời cố vấn của xếp cũ của mình là Richard Nixon là người đã khuyên, như ông Bush đã ghi lại trong nhật ký của mình: "Đừng làm hỏng quan hệ. Những gì xảy ra đã được giải quyết một cách tồi tệ và đáng chê trách, nhưng hãy nhìn về viễn tượng dài hạn." Theo Bush, Nixon không "nghĩ rằng chúng ta nên ngưng sự giao thương [hay làm] một điều gì có tính cách tượng trưng, bởi vì chúng ta cần có quan hệ tốt về lâu, về dài."[9] Có lúc Bush đã mô tả những cuộc tập họp của các sinh viên tại Thiên An Môn "chỉ là một nhóm người biểu tình."[10]

Trung Quốc như thường lệ đã nhìn vấn đề một cách khác hẳn. Đối với Đặng Tiểu Bình, những phong trào sinh viên vừa mới nẩy nở tại Trung Quốc hình như đã chứng minh cho lời cảnh báo của những người Trung Quốc nổi tiếng chủ trương chủ nghĩa quốc gia. Họ đã viết về những sự thiệt hại mà Hoa kỳ đã gây ra ở trong nước cũng tựa như hiểm họa của những ý kiến ủng hộ Hoa kỳ càng ngày càng nhiều ở trong dân chúng. Lẽ dĩ nhiên, Đặng đã cho phép bày tỏ tình cảm phổ cập trong dân chúng đó để được những sự nhân nhượng của phương Tây. Nhưng bây giờ điều đó đã đi quá xa.

Phe chủ nghĩa quốc gia cực đoan của Trung Quốc – phe diều hâu– đã phát triển một đường lối suy nghĩ, ít ra là từ đầu những năm 1980, coi nếp sống của Mỹ và văn hóa của Mỹ là "sự ô nhiễm tinh thần" sẽ hủy hoại Trung Quốc. Họ tin rằng Hoa kỳ đã muốn tạo ra một văn hóa tiêu thụ toàn thế giới để thống trị thế giới. Những nhà tuyên truyền chính trong trường phái ý thức hệ này là Deng Liqun và Hu Qiaomu [Đặng Lực Quần và Hồ Kiều Mộc] đã có thêm người ủng hộ trong số các thành viên của Quân đội Nhân dân và bộ Chính trị.[11]

Chắc chắn Đặng Tiểu Bình không phải là hội viên sáng lập của nhóm cấp tiến chống Mỹ này, nhưng rõ ràng ông ta có cảm tình với họ nhiều hơn là chúng tôi tưởng. Các cuộc biểu tình phản đối của sinh viên tại Bắc kinh và những thành phố lớn khác đã làm cho Đặng và các nhà lãnh đạo khác giật mình. Họ vẫn tin tưởng rằng đảng Cộng sản đã duy trì chắc chắn tính cách chính danh khắp trong nước. Trong một nỗ lực để giải thích sự việc đã xảy ra, các tờ trình nội bộ của Đảng đều nói là các cuộc biểu tình phản đối là do kết quả của một chiến dịch tâm lý do Hoa Kỳ chủ mưu nhằm lật đổ Đảng. Đặng là người vốn có tính đa nghi đã tin vào nhận xét sai lầm đó và viết "Hoa kỳ đã huy động toàn thể guồng máy tuyên truyền để xách động, khuyến khích và tiếp tay cho những nhóm gọi là chủ trương dân chủ ở Trung quốc, những kẻ chống đối thực chất là cặn bã của quốc gia."[12] Đặng hoàn toàn tin rằng Hoa Kỳ đã tìm cách để lật đổ đảng Cộng sản Trung quốc.

Lúc bấy giờ không ai biết được là sự kiện Thiên An Môn đã dẫn tới sự sụp đổ hoàn toàn của khuynh hướng cởi mở trong chế độ cai trị của Trung quốc khi Đặng đã liên minh với phe bảo thủ và bổ nhiệm một người trong số họ làm thủ tướng. Tuy nhiên sau khi sự kiện xảy ra, Đặng bắt đầu dùng những ngôn từ chống Hoa Kỳ lấy trực tiếp từ phe ý thức hệ theo chủ nghĩa dân tộc gọi đó là "sự ô nhiễm về tinh thần."¹³ Ông tăng cường vai trò của những phe cứng rắn như Li Peng, Hu Qiaomu và Deng Liqun [Lý Bằng, Hồ kiều Mộng, Đặng lực Quần] và bắt đầu một cuộc thanh trừng có hệ thống các đảng viên có tinh thần canh tân trong Quân đội Giải phóng Nhân dân và trong bộ Chính trị. Nhiều người Hoa kỳ ngạc nhiên hết sức khi thấy Triệu Tử Dương, một lãnh tụ Đảng có tư tưởng cải cách, đã bị đặt vào tình trạng cấm túc tại gia suốt đời. Hai mươi năm sau, Andrew Nathan của trường đại học Columbia, một cách bí mật đã có được và xuất bản *The Tiananmen Papers* [Tài liệu về Thiên An Môn.] Tài liệu đó cho thấy Triệu đã tranh đấu chống lại phe diều hâu một cách tuyệt vọng để có được sự cải tổ thực sự và đã phải đương đầu với những khó khăn lớn lao mà lúc đó chúng ta không biết.¹⁴

Những người ủng hộ Trung Quốc trong chính quyền của Tổng thống Bush cố gắng lý giải sự kiện một cách tốt đẹp. Tôi cũng là một trong những người liên hệ tới việc cố kéo dài sự ngộ nhận và nói rằng việc bắt giữ người lãnh tụ của đảng chỉ là một bước lui tạm thời; rằng Trung quốc vẫn còn tiếp tục đi trên đường tới dân chủ và cuộc thanh trừng này có lẽ là một phản ứng quá mạnh và chúng ta cần phải bảo vệ "phe ôn hòa" do Đặng đứng đầu và Đặng sẽ ổn định tình thế và giúp cho quan hệ của chúng ta tiếp tục một cách êm đẹp. Chúng tôi biết đã có một sự thay đổi, nhưng chúng tôi chỉ hy vọng đó không phải là sự thay đổi vĩnh viễn.

Bây giờ nhìn lại, tôi thấy đau lòng là đã ngộ nhận, đã cả tin như vậy. Bất cứ một người phân tích giỏi nào cũng cần có những dè dặt trong kết luận của họ, hay ít ra cũng phải tiên đoán có một cơ hội nào đó là mọi sự có thể đi theo chiều hướng sai lầm, rằng sẽ có một cuộc trực diện lớn lao giữa phe cải cách và phe đối lập, rằng những phe cải cách Trung Quốc thực sự sẽ bị ở tù, bị quản thúc tại gia hay bị đi đầy, rằng các vụ bán vũ khí cho Trung Quốc sẽ được hủy bỏ. Tất cả những người được tiếp cận với những báo cáo tối mật đã học được bài học về những sự thất bại về tình báo điển hình trong cuộc Chiến tranh Lạnh. Bản Đánh giá Tình hình Tình báo Quốc gia đầu tiên trong lịch sử của CIA [National Intelligence Estimate in CIA history] đã xác nhận rằng Trung Quốc sẽ không can thiệp vào chiến tranh Triều tiên, phần lớn bởi vì Trung Quốc nói sẽ không can thiệp, nhưng chỉ trong vài ngày, Trung Quốc đã can thiệp. Năm 1962, CIA tiên đoán là Liên Xô sẽ không chuyển hỏa tiễn và các vũ khí hạt nhân tới Cuba bởi vì các người phân tích đã tin nhiều viên chức Liên Xô đã đánh lừa chúng ta và nói là Liên Xô sẽ không làm như vậy. Năm 1979, viên chức phân tích cao nhất của CIA là Robert Bowie đã điều trần trước Quốc hội là quốc vương của Iran sẽ tiếp tục nắm chính quyền, rằng Ayatollah Khomeini không thể nào thắng thế được và tình hình Iran ổn định.[15] Nhiều nguồn tin đã nói điều đó cho những người săn tin của CIA, nhưng tình báo đã sai lầm.

Không có một người nào mà tôi làm việc với tại CIA hay tại Lầu Năm Góc năm 1980 lại nêu ra ý tưởng là Trung quốc có thể đánh lừa Hoa kỳ hay sẽ gây ra một sự thất bại quan trọng về tình báo. Thay vào đó, tất cả những nguồn tin và những người đào tỵ phần lớn đều nói một điều là Trung quốc đang trên đường để trở thành một nền kinh tế thị trường tự do, sẽ có bầu cử và sẽ cộng tác càng ngày càng nhiều hơn. Nhưng sau vụ Thiên An Môn, các người đào tỵ Trung quốc tới Hoa kỳ càng ngày càng nhiều và cảnh báo về những điều có thể xảy ra và họ đã đánh lên một tiếng chuông khác, đáng lo ngại hơn về tương lai của nước của họ. Tuy nhiên, ngay cả vào lúc đó chúng tôi cũng không muốn nghe những điều đó.

Đặc biệt có một người đào tỵ khác hẳn, ít ra là theo tôi nghĩ. Đối với một người đào tỵ cấp cao thì những đòi hỏi của ông ta lại rất khiêm tốn—tỵ nạn chính trị, một tên mới, một căn nhà, một việc làm tương đối khá, và lẽ dĩ nhiên, một câu chuyện che lấp để cho tình báo Trung Quốc tưởng là ông ta đã chết. Các người đào tỵ luôn luôn có những đòi hỏi, thường là một số tiền rất lớn, họ thường nói là họ biết nhiều những điều bí mật hơn những người khác. Nhưng người đào tỵ này, người đẫy đà và dáng điệu bồn chồn áy náy, thì khác. Không những ông ta đòi hỏi tương đối ít, nhưng những điều ông ta nói với chúng tôi hoàn toàn ngược lại với sự hiểu biết của chúng tôi và đặt vấn đề cho nhiều chính sách lâu dài của Hoa Kỳ. Người đó—chúng ta tạm gọi là Mr. White—đã đến để thảo luận vào khoảng đầu thập niên 1990 tại phòng họp về an ninh quốc gia của FBI trên tầng lầu số 8 của trụ sở trung ương của FBI tại Pensylvania Avenue. Cuộc họp này khác thường bởi vì chúng tôi đã triệu tập các chuyên gia về Trung Quốc trong các cơ quan của chính phủ đến tham dự để đánh giá các thông tin mật được tiết lộ bởi các người đào tỵ. Mặc dầu chỉ có những lúc nghỉ giải lao mà không có những món ăn, nhưng buổi họp dự trù là một tiếng đồng hồ đã kéo dài thành ba tiếng đồng hồ.

Ông White là một trong những đối tượng đầu tiên trong cuộc thảo luận. Mặc dầu mắt nhìn láo liên và ngón tay run run khi ông ta tiết lộ các chi tiết, nhưng ông ta có vẻ đáng tin cậy. Ông ta nói cho chúng tôi biết các bí mật mà chúng tôi có thể phối kiểm một cách đặc biệt như căn cước thực sự của một vài điệp viên Trung Quốc tại Hoa kỳ, cách sắp xếp của các phòng họp và chi tiết của hệ thống điện thoại kín được dùng bởi các nhà lãnh đạo Trung Quốc. Ông ta cũng nhận ra một số những văn kiện mật của Trung Quốc mà chúng tôi đã có và biết văn kiện nào là thật, văn kiện nào là giả một cách dễ dàng. Ông ta cũng có kết quả tốt khi được trắc nghiệm bằng máy phát hiện nói dối, chỉ có vấn đề là ông ta đã đưa ra một tin tình báo mới mà chúng tôi không tin.

Ông White tiết lộ rằng trong ba năm từ 1986 tới 1989 đã có cuộc đấu tranh quyền lực trong bộ Chính trị về chiến lược tương lai của Trung Quốc. Ông White nói là đã đọc các bản ghi chép của các buổi họp và tranh luận mật ở cấp cao và ông ta nói với chúng tôi về thế lực của phe diều hâu và những nỗ lực tảo thanh của họ để quét sạch những cảm tình đối với nước Mỹ; và cuộc khủng hoảng tại Thiên An Môn đã làm rối loạn tình hình ổn định nội bộ của Trung quốc; và bây giờ Đặng tiểu Bình đã đứng về phe diều hâu. Ông biết vai trò của từng thành viên trong phe diều hâu và họ đã áp đảo phe ôn hòa như thế nào. Tuy nhiên ông nghĩ rằng chúng tôi nên giúp đỡ những người cải cách thực sự theo một hình thức nào đó. Tôi rất phấn khởi được ông cho biết những điều mà ông cho là ông biết về chính trị nội bộ của Trung Quốc và hy vọng của ông ta là chúng tôi có thể cứu vãn được phe cải cách.

Ông ta tiết lộ Đặng tiểu Bình còn có những kế hoạch mạnh dạn hơn để phổ biến quan niệm của phái diều hâu về chủ nghĩa quốc gia của Trung quốc. Ông White đã tham dự các buổi họp kín tập trung vào việc phục hưng vị thế anh hùng của quốc gia của Khổng Tử sau mấy chục năm đảng Cộng sản đã đả kích văn hóa Khổng Tử và không cho nói tới cái gì có liên quan tới tôn giáo.

Lẽ dĩ nhiên không có gì mới khi các nhà lãnh đạo Trung Quốc đã ra lệnh, như George Orwell đã mô tả [trong cuốn Nineteen Eighty Four] là phải viết lại lịch sử Trung Quốc. Sau khi đảng Cộng sản đã nắm chính quyền năm 1949, nhiều toán các nhà sử gia Trung quốc đã viết lại lịch sử Trung quốc để nhấn mạnh rằng tất cả mọi sự tiến bộ đã xuất phát từ các cuộc nổi loạn của nông dân — một công trình mà sử gia James Harrison gọi là "một nỗ lực lớn lao nhất để giáo dục cải tạo ý thức hệ trong lịch sử nhân loại."[16] Nhưng sự thay đổi mới nhất này, như ông White đã mô tả, rộng lớn tới nỗi không thể nào tin được. Đảng Cộng sản từ khi bắt đầu hoạt động đã tuyên bố đoạn tuyệt với quá khứ của Trung Quốc, nhưng bây giờ lại suy tôn lịch sử à? Ý thức hệ Cộng sản đang được vứt bỏ một cách êm thấm để thay thế bằng một chủ nghĩa quốc gia cực đoan như là một phương tiện để duy trì sự sống còn của chế độ, như vậy thì Trung hoa đỏ sẽ bớt đỏ đi hay sao? Tất cả những điều đó thực sự là không thể tin được.

***

Một sự kiện khiến cho nỗ lực của ông White thêm rắc rối là thông tin mà ông ta đưa ra lại khác với thông tin cũng được cung cấp ngay lúc đó bởi một nhân viên tình báo kín đã có tín nhiệm từ lâu của FBI. Đó là một bà mà chúng ta gọi là Ms. Green. Bà này đòi một giá cao hơn nhiều—$2 triệu —và bà ấy cũng nói là nguồn tiếp cận của bà ấy cũng ở cấp rất cao. Bà ấy biết những bí mật không những của bộ Chính trị mà còn biết bí mật của người kế vị Đặng trong chức vụ tổng thơ ký của đảng Cộng sản là Giang Trạch Dân, mà bà ấy nói là bà ấy rất thân cận. Bà lập luận rằng Đặng vẫn kiên định thân Mỹ nhưng Giang còn thân hơn thế nữa. Người ta được biết rằng Giang còn thích hát bằng tiếng Anh các bài hát của Elvis Presley. Bà ấy nói rằng Trung Quốc muốn cộng tác chặt chẽ hơn với Hoa Kỳ sau vụ tàn sát tại Thiên An Môn và bà ấy chế giễu cái ý tưởng cho là Khổng Tử sẽ lại được tôn vinh hay chủ thuyết của Marx sẽ được bỏ khỏi chương trình học trong ngành giáo dục toàn quốc. Bà ấy khẳng định rằng phe diều hâu là phe ở bên lề, không có trong dòng chính, đã già nua và đang nhanh chóng mất những ảnh hưởng ít ỏi còn lại.

Nếu chúng tôi đã muốn kiểm tra sự đáng tin cậy của bà Green thì chúng tôi có thể làm một cách rất dễ dàng. Khác với ông White bà Green đã không, hoặc đã không thể, tiết lộ những tên hay những chỗ ở của bất cứ một gián điệp Trung Quốc nào trong nước Mỹ và cũng không thể nhận diện được bất cứ một gián điệp nào Trung Quốc ở trong các hình mà chúng tôi có. Bà ấy nói là không biết gì về các đường hầm bí mật dài hàng dặm ở dưới Bắc Kinh mà các viên chức cao cấp của Đảng vẫn dùng để di chuyển dưới thành phố. Bà ấy cũng không nhận định được đúng những tài liệu mật của Trung Quốc.

Nhưng khác với ông White lúc nào cũng trầm ngâm và

mỗi khi ông nói tiếng Anh thì không ai hiểu được, bà Green trái lại nói tiếng Anh rất lưu loát. Bà ấy rất lạc quan về tương lai của kế koạch hợp tác giữa Hoa Kỳ và Trung Quốc trong phần lớn những lãnh vực chính sách. Khác với ông White lúc nào cũng sợ sệt và rất e ngại không muốn gặp những người đồng hương, bà Green nói rằng bà ấy sẵn sàng liều mình về Trung Quốc mỗi năm một hai lần để lấy những tin tức tình báo mới.

Tôi lập luận rằng chúng tôi có thể dùng cả hai người này bằng những hình thức trả thù lao dài hạn. Các đồng nghiệp của tôi không đồng ý. Trong giới tình báo của Mỹ thường cần phải có sự đồng thuận và do đó sự khác biệt quan điểm về liên hệ giữa Trung Quốc và Hoa Kỳ là một điều rất khó xử. Bà Green đã giải quyết vấn đề. Chúng tôi nghiêng về nhận định của bà ấy và trả cho bà ấy số tiền như bà ấy yêu cầu.

Ngay sau cuộc thảo luận đó, tôi sắp xếp để gặp ông White. Tôi không nhất thiết phải tin vào những điều ông ta nói, nhưng những điều đó kích thích sự tò mò của tôi. Chúng tôi nói chuyện bằng tiếng Phổ thông. Tôi nói là nếu có thể tin được điều vô lý là bỏ chủ nghĩa Marxist ra khỏi ý thức hệ của quốc gia và ra khỏi các chương trình giáo dục ở trong nước thì điều đó có thể được thi hành như thế nào .

Ông White trả lời rằng ông nghe nói có những kế koạch đưa ra một chương trình học có cái danh xưng vô thưởng vô phạt là "giáo dục lòng ái quốc". Sẽ có 100 cơ sở "giáo dục ái quốc" trong nước, các tượng đài lịch sử mới và các viện bảo tàng mới cho khách du lịch trong nước. Các nhà lãnh đạo Trung Quốc dự định sẽ tài trợ các chương trình truyền hình, radio và phim ảnh ghi lại "thế kỷ nhục nhã" mà Trung Quốc đã phải chịu dưới tay của người ngoại quốc như Nhật và Mỹ. Các chương trình đó sẽ nói là Hoa Kỳ mưu toan kìm hãm Trung Quốc và không muốn cho Trung Quốc trở lại thời huy hoàng quá khứ.

Ông ta nói: "Giới trẻ và giới trí thức của chúng tôi tại Thiên An Môn rất say mê Hoa Kỳ. Sự kiện đó không thể cho tái diễn. Do đó các lãnh tụ của chúng tôi sẽ bôi nhọ các ông, tìm cách phục hưng để chấm dứt sự nhục nhã dưới tay của Tây Phương."

Ông ta kết luận bằng câu "Nhất tiễn song điêu"[Z] [một công hai việc], câu ngạn ngữ của Trung Quốc và của Tây Phương.

Tôi hỏi ông: "Vậy thì hai con 'điêu' đó là cái gì?"

Ông ta nói: "Bây giờ không còn sự đe dọa của Liên Xô nữa; Liên Xô đã sụp đổ thì Bắc Kinh không cần Hoa Kỳ để che chở nữa." Còn con điêu thứ hai kia, rõ ràng là ông ta muốn nói, chính là Hoa Kỳ. Ông ta dùng từ *bá* và sau đó nói thêm, "*Thế* đã thay đổi."

Lần đầu tiên kể từ khi Nixon bắt đầu cuộc giao kết với Trung Quốc vào năm 1972, Hoa Kỳ đã có những cơ hội thực sự để thay đổi lập trường của Hoa Kỳ đối với Trung Quốc và đã có thời gian để nhìn giới lãnh đạo Trung Quốc dưới một ánh sáng ít mầu hồng hơn. Thay vào đó chính phủ Hoa Kỳ đã vội vàng cố gắng hết sức đưa quan hệ giữa Trung Quốc và Hoa Kỳ lên một bình diện êm đềm hơn. Ngay cả sau khi xẩy ra cuộc tàn sát và ngay cả khi đã biết rằng các người cải cách tự do của Trung Quốc đã bị đào thải và vị chủ tịch ôn hòa đã bị bắt giữ, tổng thống Bush vẫn còn ôm lấy những nhận định sai lầm cũ. Không có ai khen ngợi Triệu Tử Dương là một nhà lãnh đạo cải cách của Đảng đã bị cấm túc tại gia suốt đời, hay người tiền nhiệm của Triệu là Hồ Diệu Bang, người bị coi là lãnh tụ thiếu kiên định. Chính phủ Hoa Kỳ quyết định không nói tới số phận của ông Hồ là người đã qua đời hay là của ông Triệu. Không ai đoán được rằng họ là những người muốn cải cách thực sự.

Z. Nhất tiễn song điêu. Nguyên ý của câu thành ngữ này là chỉ một mũi tên bắn trúng hai con chim nay thường dùng để ví về làm một việc đạt hai hiệu quả. [https://www.maxreading.com/sach-hay/truyen-thanh-ngu-trung-quoc/nha-t-tie-n-song-dieu-41045.html]

Không ai biết mức độ cải cách mà họ đã chủ trương trong giới lãnh đạo. Mãi về sau điều đó mới được tiết lộ khi có những người đào tỵ Trung Quốc đã từng làm việc với ông Hồ hay ông Triệu trên lập trường cải cách chính trị theo đường lối dân chủ.

Lúc đó tôi vẫn nghĩ rằng Đặng và bây giờ là Giang Trạch Dân hình như là người cải cách thật sự. Nhưng chẳng bao lâu tôi đã hiểu là ủng hộ phe cải cách giả hiệu và bỏ rơi phe cải cách chân chính là một điều lầm lẫn sẽ khiến chúng tôi ân hận.

Để hoàn tất báo cáo, tôi được phái đi Paris để phỏng vấn những viên chức của Đảng đã đi tỵ nạn sau khi trốn thoát và bây giờ đang được chính phủ Pháp che chở. Các người tỵ nạn đó đưa ra một lập trường 10 điểm và bầu ra một người đứng đầu của một tổ chức mà họ hy vọng sẽ được Tây phương nhận là một chính quyền lưu vong, tổ chức đó có tên là Federation for a Democratic China[AA] [Dân chủ Trung Quốc Trận tuyến.] Tổng thống Bush không để ý gì tới tổ chức này và lập trường 10 điểm của họ, và cũng không để ý gì tới người lãnh đạo mới được bầu lên là Yan Jiaqi [Nghiêm gia Kỳ.] Hồi ký của ông Nghiêm cho thấy thêm chi tiết về các vấn đề của cuộc đấu tranh cải cách chính trị và các nỗ lực để áp dụng một chính thể giống như Hoa kỳ.[16] Nghiêm đã làm việc trực tiếp với Triệu Tử Dương và những lời ông ta nói lại cũng ăn khớp với hồi ký của một người lưu vong khác là Ruan Ming [Nguyễn Minh], là người đã làm việc trực tiếp với Hồ Diệu Bang, người tiền nhiệm của Đặng Tiểu Bình.[18] Nhưng những câu chuyện này đã đến quá ít và quá muộn. Nói cho cùng thì Đặng đã tiếp các tổng thống Ford, Carter và Bush và đã được đưa hình lên bìa báo Time hai lần, và bà Green nhất định nói là người do chính Đặng Tiểu Bình chọn lựa biết hát cả những bài hát của Elvis Presley.

Tổng thống Bush nói, "Tôi tin tưởng rằng các lực lượng dân chủ sẽ vượt qua khỏi các biến cố đáng buồn đó tại quảng

---

AA. http://www.fdc64.org/index.php/en

trường Thiên An Môn."[19] Tuy nhiên, ngay sau khi xảy ra vụ nổi dậy và vụ đàn áp, Bush đã ra lệnh cho lầu Năm Góc hoàn tất lời hứa hẹn giao các thủy lôi, radar và các vật liệu quân sự khác cho Trung Quốc. Sau khi đã được gắn liền với chính sách tiếp cận với Trung Quốc của Nixon, Bush không thể nào nhìn Trung Quốc dưới một ánh sáng mới. Lập trường của ông cũng được củng cố thêm bởi giới lãnh đạo kinh doanh mong muốn duy trì các mối liên kết càng ngày càng gia tăng và những cơ hội kinh doanh, bởi vì Trung Quốc hầu như chắc chắn hứa hẹn sẽ là thị trường lớn nhất trên thế giới.

Lập trường bào chữa cho Trung Quốc của Bush đã bị đả kích dữ dội bởi người kế vị của ông là Bill Clinton. Clinton nguyện hứa trong khi tranh cử là sẽ có một chính sách cứng rắn hơn, và trong một thời gian ông ta đã làm như vậy. Sau khi đã thắng Bush trong cuộc bầu cử tổng thống năm 1992, Clinton đã thực hiện một đường lối cứng rắn nhất đối với Trung quốc trong số các tổng thống Hoa kỳ, từ Eisenhower qua Kennedy và Johnson.

***

Clinton chưa bao giờ đi Trung quốc nhưng ông đã tới thăm Đài Loan 4 lần khi còn là thống đốc của Arkansas. Trong cuộc tranh cử tổng thống 1992, ông đả kích tổng thống Bush là đã bắt tay với "bọn đồ tể Bắc kinh."[20] Sau khi Clinton nhậm chức, bộ trưởng ngoại giao của ông là Warren Christopher đã trình bày trước Ủy ban Ngoại giao Thượng viện là "chính sách của chúng ta là tạo ra điều kiện dễ dàng để thực hiện một sự tiến bộ rộng lớn và hòa bình của Trung Quốc, từ chế độ Cộng sản sang chế độ dân chủ, bằng cách khuyến khích các lực lượng tự do về kinh tế và chính trị." Các nỗ lực đó cũng được hưởng ứng bởi Winston Lord, trước kia là đại sứ tại Trung Quốc, ông đã bàng hoàng xúc động về vụ tàn sát ở Thiên An Môn và về sự kiện là ông đã nhận định sai lầm về các nhà lãnh đạo Trung Quốc, và do đó đã trở thành một trong những người phê bình Trung Quốc gay gắt nhất ở tại Mỹ. Lúc đó ông ta đang phục vụ với tư cách là thứ trưởng bộ ngoại giao phụ trách về vùng Đông Á châu và Thái bình dương. Ông Lord hứa với Ủy ban Ngoại giao Thượng viện là sẽ đưa ra những điều kiện rất khắt khe đối với Trung Quốc. Nếu không có tiến bộ về nhân quyền và bầu cử dân chủ thì sẽ không được hưởng lợi về vấn đề giao thương. Năm 1993, Nancy Pelosi của đảng Dân chủ tại Hạ viện và George Mitchell ở Thượng viện đã đứng đầu các nỗ lực để áp dụng một số các điều kiện gắt gao đối với Trung quốc.[21] Những tin tưởng hão huyền vào thập niên 1980 về các cải cách của Trung quốc hình như đã tắt.

Chính quyền của Clinton có một lập trường cứng rắn đối với Trung Quốc và chính sách này đã tới một điểm cao vào ngày 28, tháng 5 năm 1993 khi tổng thống mời tới tòa Bạch ốc 40 nhân vật bất đồng chính kiến Trung Quốc trong đó có đại diện của Dalai Lama và một lãnh tụ của sinh viên trong cuộc biểu tình tại quảng trường Thiên An Môn. Điều này khiến bộ Chính trị Trung quốc coi như là một sự trách móc chưa từng có. Sự khiển trách đó đe dọa hoàn toàn quan hệ giữa Trung Quốc và Hoa kỳ, là điều mà Trung quốc cần phải có để phát triển. Thế là họ bắt đầu ra tay hành động.

Theo ông White—ông vẫn tiếp tục giữ liên lạc với các nguồn tin của ông ta ở Trung Quốc—tình báo của Trung Quốc biết rất rõ sự chia rẽ nội bộ ở trong chính quyền của Clinton về vấn đề quan hệ với Trung Quốc. Vì vậy họ đưa ra một chiến lược để xây dựng một liên minh thân Trung Quốc trong chính quyền Mỹ. Các lãnh đạo Trung Quốc nhận ra là cố vấn của Hội đồng An ninh quốc gia là Tony Lake và người phó của ông ta là Sandy Berger có một quan điểm thân thiện hơn đối với Trung Quốc. Trung Quốc cũng hướng vào Robert Rubin, lúc đó là chủ tịch của Hội đồng Kinh tế Quốc gia là một đồng minh vì lập trường của ông đối với toàn cầu hóa và tự do mậu dịch và lập trường đó cũng được chia xẻ bởi Laura Tyson là chủ

CUỘC ĐUA MARATHON 100 NĂM   173

tịch của Hội đồng các Cố vấn Kinh tế và kinh tế gia Harvard là Lauren Summer là thứ trưởng của bộ Ngân sách phụ trách về các công việc quốc tế. Tất cả mọi nỗ lực đều được Trung Quốc thực hiện để củng cố cho các nhân vật nói trên, để tạo sự dễ dàng liên lạc giữa họ và các đồng minh của Trung Quốc trong giới kinh doanh và để cổ võ cho những quyền lợi của Trung Quốc tại Washington. Các viên chức Trung Quốc đưa ra mồi nhử bằng những cuộc thương lượng thương mại đối với các doanh gia Hoa kỳ. Những người đóng góp cho cuộc tranh cử của Clinton đã trực tiếp vận động với tổng thống và yêu cầu ông không nên làm hại những triển vọng có thể bán máy bay Boeing cho Trung Quốc hay làm cản trở việc phóng các vệ tinh thương mại của Hoa kỳ bằng các hỏa tiễn của Trung Quốc vì điều này giúp chính quyền Mỹ tiết kiệm hàng trăm triệu đô la. Thêm vào đó họ còn vận động các sự hỗ trợ mới ở trong Quốc hội, dựa theo những quyền lợi kinh tế của từng khu bầu cử.

Tới cuối năm 1993 có một sự kiện, bây giờ Trung Quốc gọi là "vụ đảo chính Clinton", trong đó các đồng minh này đã thuyết phục tổng thống cởi mở, làm nhẹ bớt lập trường chống Trung Quốc của tổng thống. Không còn những buổi họp với Dalai Lama, trái với những điều mà Clinton đã hứa. Các sự chế tài cũng được giảm bớt rồi sau đó bỏ hẳn. Nhiều người chủ trương thân Trung Quốc trong chính quyền của Clinton còn được Trung Quốc cám ơn và đề cao họ là những chính khách có tầm nhìn xa; họ được tiếp xúc dễ hơn với các nhà làm quyết định của Trung quốc bởi vì đã được Bắc kinh coi như là "những người bạn của Trung quốc."[21] Trong khi đó thì Trung Quốc âm thầm tiếp tục đàn áp các người bất đồng ý kiến.

Mọi việc hình như đều trở lại như trước. Một lần nữa Hoa kỳ lại nhìn Trung Quốc như là một đồng minh. Quan điểm của Hoa kỳ là vụ đàn áp Thiên An Môn là một điều đáng tiếc, nhưng chỉ có tính cách tạm thời. Chúng ta chỉ cần kiên nhẫn.

Phía Trung Quốc thì lại phản ứng rất khác. Họ biết rằng trong quá khứ những thế lực bá quyền đã xử lý đối thủ của mình như thế nào.

***

Ngày thứ sáu, 7 tháng 5, năm 1999 vào cuối nhiệm kỳ thứ nhì của Clinton, Hoa kỳ cùng với các đồng minh NATO tiến hành một cuộc tấn công vào Serbia và các lực lượng ủy nhiệm của Serbia. Hai máy bay B52 đã cất cánh từ Whiteman Air Force Base tại Knob Noster, Missouri bay về phía thủ đô Belgrade của Serbia. Phi hành đoàn đã ném năm quả bom có điều khiển JDAM xuống mục tiêu gọi là "Kho Belgrade số 1". Những tài liệu về mục tiêu do CIA cung cấp đã được kiểm soát nhiều lần, nhưng sự tính toán đã hóa ra sai lầm một cách đau lòng và tang thương. Bom đã rơi trúng phía nam của tòa đại sứ Trung quốc tại Belgrade vào nửa đêm và làm thiệt mạng ba nhân viên của tòa đại sứ.

Sự kiện này xảy ra khoảng gần 10 năm sau khi tôi đã gặp ông White lần đầu tiên. Ông White không có vẻ không đáng tin bằng bà Green, nhưng tôi thấy ông ta nói chuyện rất vui và tôi thích ông ấy, và có tới thăm ông ấy một vài lần. Vào đêm tòa đại sứ bị trúng bom, tôi đã tiếp xúc với ông White để hỏi ông dự đoán là Trung quốc sẽ phản ứng như thế nào đối với những lời xin lỗi của tổng thống Clinton.

Lẽ dĩ nhiên vụ ném bom tại Belgrade là một sự lầm lẫn rất đáng tiếc. Tôi biết là nó sẽ đưa tới một phản ứng nào đó của chính quyền Trung Quốc. Nhưng tôi không tiên đoán được tầm mức của phản ứng sẽ như thế nào. Ngay cả các chuyên gia phân tích tình báo của Hoa kỳ đã nhận được một lời cảnh báo khác về dự định của Trung quốc cũng không để ý tới.

Ông White ngay lập tức kết luận rằng vụ ném bom tại Belgrade sẽ là một cơ hội rất hấp dẫn để chính quyền Trung Quốc tiến hành một phong trào quốc gia cực đoan mới mà ông ta đã nói với chúng tôi. Ông ta tiên đoán: "Sẽ có những cuộc biểu tình chống Mỹ kéo dài nhiều ngày."

Biểu tình và nổi loạn à? tôi tự hỏi. Biểu tình để chống một sự kiện hiển nhiên là một tai nạn, một lỗi lầm và các viên chức cao cấp Hoa kỳ đã xin lỗi rồi cơ mà?

Nhưng ông White vẫn kiên quyết dự đoán như vậy và ông ta có lý do. Ông ta biết — và ông ta đã cảnh báo chúng tôi — về thế lực gia tăng của những lực lượng chống Mỹ trong chính quyền Trung Quốc. Gần như vào chính lúc đó James Sasser, đại sứ của Hoa kỳ tại Trung Quốc bỗng nhiên thấy là ông bất ngờ bị bao vây tại Bắc kinh.

Ông White nói rằng Trung Quốc sẽ không coi đây là một tai nạn bất ngờ mà là một hành động của thế lực bá quyền để thăm dò thế lực đối lập đã dám cả gan tỏ thái độ chống đối. Ông ta nói với tôi, "Trung Quốc sẽ coi biến cố đó là một hành động cảnh cáo của Hoa kỳ và để thử quyết tâm của Trung Quốc"

Khi cuộc nổi loạn bắt đầu, đại sứ Sasser không hề biết về những dự đoán của ông White; mà dự đoán đó cũng không tin được vì nó chỉ căn cứ vào sự tin tưởng của ông ấy cho rằng cần phải để ý tới phe diều hâu của Trung Quốc và đường lối suy nghĩ của theo kiểu thời Chiến quốc của họ. Đại sứ Sasser cũng không biết điều gì đang xảy ra tại một nơi ở phía Tây cách sứ quán khoảng 5 km tại phòng họp kín của bộ Chính trị trong đó cuộc "tấn công" của Hoa kỳ vào sứ quán tại Belgrade đã biến thành một cơ hội để kêu gọi chống đối. Chỉ vài tiếng đồng hồ sau vụ ném bom, hàng trăm công dân Trung Quốc đã biểu tình ở ngoài sứ quán của Hoa kỳ. Nhiều người ném đá, trứng và cà chua và đòi phải phục thù chống lại Hoa Kỳ và NATO.

Sasser đã ở tại văn phòng suốt buổi chiều ngày thứ bảy đó và chẳng bao lâu ông thấy là không thể rời sứ quán một cách an toàn. Trong nhiều ngày, trong khi cuộc biểu tình phản đối ở bên ngoài đã tăng lên tới hàng mấy chục ngàn người, viên chức cao cấp nhất của Hoa Kỳ tại Trung Quốc đã trở thành như một tù nhân của đám đông quần chúng Trung Quốc này. Phải cố thủ trong sứ quán, không có quần áo thay hay tắm, ông ta đã phải ăn lương khô của quân đội và ngủ trên sàn không có chăn đắp.

Trong đêm chủ nhật 9 tháng 5, các người biểu tình phản đối đã ném hai quả bom xăng qua cửa kính bị vỡ của sứ quán và gây ra cháy, thủy quân lục chiến Hoa kỳ đã phải dập tắt. Không xa sứ quán, người ta đã ném gạch đá qua cửa sổ phòng ăn tại tư thất của đại sứ, nơi đó bà vợ của ông và người con trai đang trú ẩn. Viên đại sứ rất ngạc nhiên là ông không thể nào gọi điện thoại cho các viên chức cao cấp của Trung Quốc. Như Sasser nói với báo *New York Times*: "Tôi không biết là họ có nhận chân đầy đủ những sự kiện đã xảy ra ở trước cửa của tòa đại sứ hay không?"[23]

Trái với nhận xét của viên đại sứ, hoặc là trái với hy vọng của ông, các nhà lãnh đạo Trung Quốc hiểu rất rõ sự việc đang xảy ra. Các cuộc biểu tình phản đối tại Trung Quốc ít khi là những cuộc biểu tình tự phát, chính vì vậy mà cuộc biểu tình tại quảng trường Thiên An Môn 10 năm trước đó đã khiến cho các nhà lãnh đạo của Trung Quốc rất lo sợ. Có dấu hiệu chứng tỏ là những cuộc biểu tình lần này là do tình báo của Trung Quốc đạo diễn. Các đại biểu của các tôn giáo chính thức cũng tới và diễn hành theo thứ tự – độ hơn một chục nhà sư, tiếp theo đó là các nhà sư Tây tạng, các tu sĩ đạo Lão, sau đó là đạo Gia tô, đạo Tin lành và các lãnh tụ của đạo Hồi.

Suốt cả ngày hôm sau, vào Thứ hai, 10 tháng 5, nhân viên cảnh sát đã dẫn những người biểu tình tới khoảng cách xa tòa đại sứ 25 feet [khoảng gần 8 m.] Nhiều người hô to khẩu hiệu "Đả đảo đế quốc Mỹ" và hát quốc ca của Trung Quốc. Các thanh niên ném gạch đá qua đầu hàng rào quân lính đội nón sắt vào trong sứ quán.[24] Có một lúc nhân viên sứ quán đã bắt đầu tiêu hủy các tài liệu nhạy cảm sợ rằng những người phản đối sẽ leo qua hàng rào vào trong sứ quán. Cuối cùng, vào buổi chiều ngày thứ hai, bộ trưởng ngoại giao Trung quốc Tang Jiaxuan [Đường Gia Truyền] mới điện thoại đại sứ Mỹ lúc đó đang bối rối. Ông bộ trưởng đã chuyển bốn yêu cầu tới "NATO do Mỹ dẫn đầu" về vấn đề ném bom trong đó có một yêu cầu phải "công khai và chính thức xin lỗi."[25]

Trên thực tế, như Trung Quốc đã biết, Hoa kỳ đã xin lỗi về sự kiện này nhiều lần. Ngay ngày thứ hai đó, chính tổng thống Clinton cũng lại xin lỗi một lần nữa trước mặt các phóng viên: "Tôi xin lỗi. Tôi rất tiếc sự kiện này đã xảy ra, nhưng tôi nghĩ rằng điều quan trọng là phải phân biệt rõ rệt một lỗi lầm đau thương và một hành động diệt chủng cố ý, và Hoa Kỳ sẽ tiếp tục phân biệt hai sự kiện đó."[26]

Riêng trong giới an ninh quốc gia, phản ứng, cũng giống như của đại sứ Sasser, đều là ngạc nhiên hết sức. Mặc dầu đã được nghe dự đoán của ông White về cách hành động của Trung Quốc, tôi cũng cảm thấy như vậy, nhất là phản ứng chính thức của Trung Quốc đối với vụ ném bom lầm càng ngày càng trở nên cuồng nhiệt. Tờ *Nhân Dân Thời báo*, một cơ quan tuyên truyền của chính phủ Cộng sản gọi vụ ném bom vào sứ quán ở Belgrade là một "tội dã man" và coi "NATO dưới sự lãnh đạo của Hoa kỳ" là những tên tội phạm đầu sỏ. Bài viết dài ngay trên trang đầu của tờ báo đã so sánh Hoa kỳ với Đức Quốc Xã trong 8 điểm. Chẳng hạn bài báo nói rằng tham vọng tự coi mình là trung tâm của vũ trụ của Hoa Kỳ để chiếm ngôi bá chủ thế giới cũng giống như của Đức Quốc Xã. "Nếu chúng ta hỏi có một nước nào muốn làm bá chủ trên trái đất như Đức Quốc Xã trước kia thì chỉ có một câu trả lời, đó là Hoa Kỳ, nước đang chủ trương chính sách bá quyền thế giới."[27]

Tương phản với hình tượng của tượng Thần Tự do đã được tạo ra trong các cuộc biểu tình ủng hộ dân chủ tại quảng trường Thiên An Môn trước đó 10 năm, bây giờ các sinh viên

Trung Quốc mang những biểu ngữ bôi nhọ Hoa kỳ trong đó có một bức tranh vẽ lại bức bích họa chống chiến tranh *Guernica* của Picasso năm 1937, trên đó loang lổ những vết sơn đỏ. Các sinh viên còn làm một tượng Thần Tự do bằng giấy carton có mặt Bill Clinton, tay cầm một trái bom đẫm máu thay vì là ngọn đuốc.[28]

Những người trong giới tình báo Hoa kỳ như chúng tôi có những kết luận khác nhau về hành động của Trung Quốc. Có người thì cho là các hoạt động đó là do Trung Quốc quá mẫn cảm hay quá sợ hãi, có người khác thì lại coi là những thái độ giận dữ vô hại để khiến cho Hoa Kỳ phải nhân nhượng nhiều hơn trong các vấn đề khác. Nhưng theo tôi nhớ thì không có ai coi phản ứng của Trung Quốc là một kế hoạch có tính toán, không có ai nghĩ rằng điều này cho thấy là cần phải xét lại chính sách của chúng ta đối với Trung quốc. Theo tôi được biết không có ai tin nhiều lắm vào những lời nhận xét của ông White.

Năm 2001, giới tình báo Mỹ có được những biên bản mật của buổi họp bất thường của bộ Chính trị được nhóm họp sau vụ ném bom Belgrade năm 1999.[29] Những biên bản này cho thấy rõ quan điểm thực sự của giới lãnh đạo Trung Quốc đối với Hoa kỳ, mỗi một thành viên của bộ chính trị đều bày tỏ quan điểm của họ về tình trạng đó và đưa ra những biện pháp phản ứng. So với những điều biết được thì lời cảnh báo của ông White chưa mô tả hết được hết tinh thần quốc gia cực đoan bệnh hoạn của chính quyền.

Giang Trạch Dân nói, "Bằng sự kiện này Hoa kỳ muốn thăm dò phản ứng của Trung Quốc đối với những khủng hoảng và tranh chấp quốc tế và nhất là những vụ bất ngờ xảy ra. Ông Giang cho rằng cuộc tấn công bằng máy bay có thể là một phần của "một âm mưu lớn hơn." Li Peng [Lý Bằng], một thành viên bộ Chính trị đứng thứ nhì ở trong ban Thường vụ bộ Chính trị tuyên bố: "Thưa các đồng chí, vụ việc đẫm máu tại

CUỘC ĐUA MARATHON 100 NĂM   **179**

sứ quán không phải là một trường hợp riêng lẻ mà cũng không phải chỉ là một vụ sỉ nhục hay thách thức đối với nhân dân Trung Quốc mà là một âm mưu phá hoại đã được xếp đặt cẩn thận. Hơn mọi điều khác, vụ này nhắc nhở cho chúng ta biết rằng Hoa kỳ là một kẻ thù chứ không phải là một người bạn như có người nói." Phó Tổng lý Li Lanqing [Lý Lam Thanh] cũng nói, "Trong tương lai, sự đương đầu trực tiếp giữa Trung quốc và Hoa kỳ sẽ là điều không thể tránh được!" Ông ta đưa ra ý kiến là tổng thống Clinton đã ra lệnh ném bom như là một hành động "ném đá dò đường" để "đo lường sức mạnh của phản ứng của Trung Quốc đối với các cuộc khủng hoảng và tranh chấp quốc tế, để đánh giá tiếng nói của nhân dân, lập trường của công chúng và ý kiến của chính quyền và những biện pháp mà chính quyền sẽ thi hành."

Theo biên bản, không có một nhà lãnh đạo nào đứng ra để bào chữa cho Hoa Kỳ. Không có ai đứng ra và nêu lên ý kiến là rất có thể cuộc ném bom này chỉ là một tai nạn. Và cũng không có ai đề nghị là cần phải đợi thêm vài tiếng đồng hồ nữa trước khi kết tội tổng thống Clinton hay yêu cầu nghe quan điểm của Hoa Kỳ trước khi phát động những cuộc biểu tình khổng lồ của sinh viên trước sứ quán của Mỹ. Đó là thiện chí và tín nhiệm mà các chương trình của chúng ta đã xây dựng được từ năm 1973 đối với Bắc kinh.

***

Tuy nhiên ngay cả những sự phát hiện này cũng không làm suy chuyển tinh thần tự mãn và quá lạc quan của chúng ta đối với Trung Quốc. Chúng tôi nghĩ rằng hiển nhiên là phe diều hâu Trung Quốc là có thật nhưng ảnh hưởng của họ có thể, và sẽ, bị lấn át bởi những sự suy nghĩ bình tĩnh và hợp lý. Các đồng nghiệp của chúng tôi bắt đầu kêu gọi là phải nỗ lực hơn nữa để tạo sự tin tưởng và giảm sự hiểu lầm. Sau đó ít lâu Giang Trạch Dân và "các người bạn của Trung Quốc" ở mọi nơi đều hô hào khẩu hiệu: *Giảm thiểu ngộ hội, tăng gia tín nhiệm"* [bớt hiểu lầm, tăng tín nhiệm.] "Giáo dục ái quốc" của Trung Quốc có vẻ vô hại, chúng ta kết luận như vậy. Chúng ta cũng nghĩ dầu sao thì nếu gặp hoàn cảnh đó thì người Mỹ cũng làm y như vậy. Những phần tử chống Tây phương trong chính quyền Trung Quốc là một mối bận tâm, nhưng những suy nghĩ của họ không phải cũng được các giai cấp lãnh đạo Trung Quốc đồng ý, chúng tôi tư nhủ như vậy.

Phần lớn các viên chức Hoa Kỳ lại cố ý bỏ qua những dấu hiệu chống Hoa Kỳ, có một vài chứng cớ chống Hoa Kỳ lại còn bị ém nhẹm nữa. Trong một cuộc viếng thăm bình thường vào những năm 1990 tới trung tâm phiên dịch của CIA tại Reston, Virginia, tôi hỏi một cô phiên dịch viên tại sao lại có rất ít tài liệu dịch các lời tuyên bố chống Mỹ của các nhà lãnh đạo Trung Quốc trong các báo cáo của Trung tâm.[30] Hầu hết tất cả các viên chức của Hoa kỳ đều căn cứ vào những bản dịch của Trung tâm để tìm hiểu xem giới lãnh đạo của Trung quốc nghĩ như thế nào, bởi vì chỉ có một số rất ít những người có thể đọc và hiểu được những ý nghĩa tế nhị của tiếng Trung quốc.

Cô ấy trả lời: "Cũng dễ hiểu thôi. Tôi đã được chỉ thị không dịch những tài liệu về phong trào ái quốc".

Tôi ngạc nhiên và hỏi tại sao? Cô ấy nói: "Phân bộ Trung Quốc tại Văn phòng Trung ương của CIA nói với tôi là làm như sẽ chỉ làm cho cả giới bảo thủ lẫn giới khuynh tả bảo vệ cho nhân quyền tại Washington trở nên giận dữ và làm hại tới quan hệ với Trung Quốc."

Nhưng ngay cả vào lúc đó thì sự tin tưởng của tôi vào tương lai của Trung Quốc vẫn chưa bị ảnh hưởng mặc dầu đôi khi cũng bị nao núng. Mặc dầu có được thông tin do ông White đưa ra và biên bản của buổi họp của bộ Chính trị, tôi vẫn còn là một người có thái độ hoài nghi đối với Trung Quốc. Nhiều luồng tình báo hình như chứng tỏ rằng đó chỉ là giai đoạn thoáng qua, một thời gian mà các nhà lãnh tụ viễn kiến Hoa kỳ cần có để tập trung vào sự tiến bộ không thể tránh được của Trung Quốc tiến tới chế độ dân chủ, những sự yếu kém của nền kinh tế và sự kiện là những phe cứng rắn của Trung Quốc đều ở vào tuổi trên 70 và gần 80 tuổi và những thành phần đó sẽ bị thay thế bởi những người cải cách ôn hòa, nếu Washington chịu khó kiên nhẫn. Điều rất khó tin là rất nhiều nguồn như vậy cũng bị thao túng bởi tình báo Trung Quốc.

Lẽ dĩ nhiên suốt trong thời gian đó, các hy vọng của chúng tôi đã được củng cố bởi một trong các gián điệp hàng đầu của chúng tôi cung cấp thông tin nội bộ của Trung Quốc, đó là bà Green. Chính bà ấy cũng đã nhiều lần bảo đảm với chúng tôi là Bắc kinh không phải là sự đe dọa đối với Hoa kỳ và chúng ta cần giới lãnh đạo của Trung Quốc để chặn bớt những phần tử chính trị cực đoan và nguy hiểm tại Trung Quốc. Các báo cáo của bà đó và sự tiếp cận của bà đó với giới lãnh đạo Trung Quốc tiếp tục ảnh hưởng tới các viên chức của Hoa kỳ cho tới khi FBI bắt giữ bà đó vào tháng 9 năm 2003[31], hình như bà ấy đã bị tố cáo bởi một nguồn tin của CIA. Bà ấy nhận tội là đã không khai thuế món tiền 1,7 triệu đồng mà bà đã nhận được của FBI và đồng ý cộng tác để tiết lộ những điều bí mật mà bà ta đã nói cho Trung quốc. Thẩm phán liên bang đã phán quyết là quyền của bà ấy được mời các nhân chứng của FBI để biện hộ cho bà ấy đã bị vi phạm bằng việc FBI đã hạn chế bởi nhân viên FBI đối với bộ tư pháp, do đó thẩm phán đã miễn tố trường hợp này. Về sau, bà ấy lại bị truy tố lần nữa và bị kết án 3 năm quản chế nhờ những lời hứa của bà ấy sẽ cộng tác.[32]

Báo cáo của thanh tra của FBI về trường hợp này đề nghị phải tạo ra một hệ thống để đánh dấu cảnh báo đối với những người cho tin về Trung Quốc có thể cho những tin sai lầm. Viên phó giám đốc của FBI phụ trách về phản gián, David Szady đã nói với một phóng viên là trường hợp này đã nhấn mạnh một điểm là FBI cần có một sự kiểm soát hữu hiệu hơn đối với những người cho tin để phối kiểm những tin tức mà họ cung cấp.[33] Cho tới nay, FBI chưa bao giờ giải mật báo cáo về những tin sai lầm do bà Green cung cấp. Cho tới khi báo cáo này của FBI được giải mật thì chúng ta không thể nào biết được vấn đề nào là tệ hại hơn, những bí mật mà bà Green đã cung cấp cho Trung Quốc hay những lời bảo đảm về Trung Quốc mà bà Green đã cung cấp cho người Mỹ. Những người không biết về những nhận xét của phái diều hâu trong việc áp dụng những mưu mô của trận Xích bích vào thời kỳ hiện tại có thể làm những lỗi lầm đó một cách rất dễ.

CHÚ THÍCH CHƯƠNG 4

1. Pilsbury, *Chinese Views of Future Warfare*. Hình bắt tay với Đặng ở trang 2, dưới một hình khác cũng ở trang đó tôi chụp một tướng diều hâu nổi tiếng, tác giả của năm cuốn sách, là tướng Peng Guangqian [Bành Quang Khiêm].

2. Với tư cách là nhân viên của một tiểu ban Thượng viện và tham vấn viên của bộ Quốc phòng, tôi đã dựa vào các báo cáo của Peter trong bảy năm từ khi chúng tôi mới quen biết năm 1982 khi ông ta là trưởng ban phân tích của sứ quán Hoa Kỳ tại Bắc kinh.

3. George H. W. Bush, Address on Administration Goals before a Joint Session Congress, February 9, 1989, có tại http://www.presidency.ucsb.edu/, /?pid=16660.

4. Mann, *About Face*, 158.

5. Liu Xiaobo tránh được cuộc tàn sát và 20 năm sau đã được trao giải Nobel Hòa Bình năm 2009, vì hoạt động cổ võ dân chủ tại Trung Quốc, trong tổ chức Hiến chương 08.

6. Minxin Pei, *From Reform to Revolution The Demise of Communism in Chinaand the Soviet Union* (Cambridge, MA: Harvard University Press, 1994), 152.

7. Ibid.

8. George H. W. Bush, diary entry, June 5, 1989, in George H. W. Bush and Brent Scowcroft, *A World Transformed* (New York: Alfred A. Knopf, 1998), 98.

9. Ibid.

10. George H. W. Bush, Memorandum of Conversation, Subject: "Meeting with Wan Li, Chairman of the Standing Committee of the National People's Congress:, and Member of the Politburo Peoples Republic of China" May 23 1989, 2:30 p.m.-3:45 p.m., Oval Office, Cabinet Room, and Residence, có tại https://nsarchive2.gwu.edu//NSAEBB/NSAEBB16/docs/doc07.pdf

11. Tin Hu Qiaomu qua đời năm 1992 đã được đăng tải trên báo chí quốc tế có

cáo phó *New York Times:* "Hu Qiaomu, a Chinese Hard-Liner, Is Dead at 81," *New York Times,* September 29, 1992, có tại http://www.nytimes.com/1992/09/29/obituaries/hu-qiaomu-a-chinese-hard-liner-is-dead-at-81.html.

12. Deng Xiaoping, *Selected Works*, vol. 111 (1982-92) (Beijing: Renmin chubanshe, 1983), 108.

13. Ezra Vogel, *Deng Xiaoping and the Transformation of China* (Cambridge, MA: Harvard University Press, 2012), 659-63

14. Zhao Ziyang, *Prisoner of the State: The Secret Journal of Premier Zhao Ziyang*, trans. and ed. Bao Pu, Renee Chiang, and Adi Ignatius (New York: Simon & Schuster, 2009). Trong cuốn sách này, các nhà biên tập giải thích rằng: "Có nhiều người không nêu danh tính hãy còn đang bí mật hoạt động tại Trung Quốc. Họ đã chấp nhận biết bao rủi ro để gìn giữ, bảo quản và chuyển các băng thu âm bí mật của Triệu Tử Dương ra ngoài nước" (306). Xin cũng đọc Michael Wines, "A Populist's Downfall Exposes Ideological Divisions in China's Ruling Party," *New York Times*, April 6, 2012, và *The Tiananmen Papers*, comp. Zhang Liang, ed. Andrew J. Nathan and Perry Link (New York: PublicAffairs, 2001).

15. Robert L. Jervis, *Why Intelligence Fails: Lessons from the Iranian Revolution and the Iraq War* (Ithaca, NY: Cornell University Press, 2010), 15. Tại trang 25, Jervis giải thích một trong bốn lý do chính gây thất bại về tình báo trong những vụ ông phân tích là "vai trò của chủ nghĩa dân tộc đi đôi với chống Mỹ không được nhận thấy và không hiểu rõ."

16. James P. Harrison, *The Long March to Power: A History of the Chinese Communist Party*, 1921-72 (Bethesda, MD: International Thomson Publishing, 1972).

17. Yan Jiaqi, *Toward a Democratic China: The Intellectual Autobiography of Yan Jiaqi* (Honolulu: University of Hawaii Press, 1992), 252-70, có mười điểm mà Yan nói đã được công bố ngày 28 tháng 12, 1989.

18. Ruan Ming, with Nancy Liu, Peter Rand, and Lawrence R. Sullivan, eds., *Deng Xiaoping: Chronicle of an Empire* (Boulder, CO: Westview Press, 1994), 140-50.

19. "The President's News Conference," June 5, 1989, George Bush Presidential Library, có tại http://bushlibrary.tamu.edu/research/publw_papers.php ?id=494&-year&month

20. Mann, *About Face*, 262.

21. Thí dụ, xin đọc Constantine Menges, *China: The Gathering Threat* (Nashville, TN: Nelson Current, 2005), 124-25.

22. Tyler, *Great Wall,* 381-416.

23. Elisabeth Rosenthal, "Envoy Says Stoning Will End, Ties Won't," *New York Times,* May 11, 1999, có tại http://partners.nytimes.com/library/world /europe/051199kosovo-china-sasser.html.

24. Erik Eckholm, "China Raises Then Lowers Tone in Anti-U.S. Protests at Embassy," *New York Times*, May 11, 1999, có tại http://www.nytimes.com /1999/05/1 1/world/crisis-balkans-china-china-raises-then-lowers -tone-anti-us -protests-embassy.html.

25. Ibid.

26. Transcript: Clinton opens youth violence summit, May 10, 1999, CNN, có tại http://www.cnn.com/ALLPOLITICS/stories/1999/05/10/youth.violence.summit /transcript.html.

27. "America vs. Japan and Germany," Jin Dexiang, 3, dẫn chứng trong Pillsbury, *China Debates the Future Security Environment*, 99.

28. Eckholm, "China Raises Then Lowers Tone in Anti-U.S. Protests at Embassy."

29. Tuy nhiên, về diễn trình làm quyết định trong chính sách đối ngoại của Trung Quốc, điều quan trọng hơn là phải tìm xem các nhà lãnh đạo Trung Quốc lý giải như thế nào về vụ ném bom tại Belgrade. Về điểm này *Zhu Rongji in 1999*, trong *Chinese Law and Government* 35, nos. 1-2 (2002), có nói về việc làm quyết định bí mật mà Zhu có tham gia trong năm đó, dựa trên các tài liệu đã được lén đưa khỏi văn khố của Trung Quốc làm sáng tỏ vấn đề. Các tài liệu cho thấy các nhà lãnh đạo Trung Quốc suy nghĩ như thế nào năm 1999, nhất là về vụ Hoa Kỳ ném bom sứ quán Trung Quốc ở Belgrade. Như *New York Times* nhận định, hình thức của văn bản cho thấy có một phong trào đang phát triển gồm một nhóm có thế lực trong nội bộ đảng Cộng sản muốn viết lại lịch sử của Đảng và ảnh hưởng tới tương lai của Trung Quốc bằng cách ngầm tiết lộ thông tin ra phương Tây. Craig S. Smith, "Tell-All Book Portrays Split in Leadership of China," *New York Times*, January 17,2002, có tại http://www.nytimes.com/2002/01/17 /world/tell-all-book-portrays-split-in-leadership-of-china.html.

30. Vào lúc đó tên của tổ chức này là Foreign Broadcast Information Center. Larry Chin đã làm việc ở đó nhiều năm, theo Hoffman, *Spy Within*, 54-55.

31. Bill Gertz, *Enemies: How America's Foes Steal Our Vital Secrets—and How We Let It Happen* (New York: Crown Forum, 2006), 52-53,

32. Xem Glenn P. Hastedt, "Leung, Katrina (May 1, 1954-)," trong Glenn P. Hastedt, ed.., *Spies, Wiretaps, and Secret Operations: An Encyclopedia of American Espionage,. Volume I* (Santa Barbara, CA: ABC-CLIO, 2011), 468-69; Charles Feldman and Stan Wilson, "Alleged Chinese Double Agent Indicted," CNN.com, May 9,2003; có tại http://www.cnn.com/2003/LAW/05/08/double.agent.charges/; and "A Review of the FBI's Handling and Oversight of FBI Asset Katrina Leung (Unclassified Executive Summary)," Special Report, U.S. Department of Justice, Office of the Inspector General, May 2006, có tại http:f/www.justice.gov, /oig/special/0605/index.htm.

33. Gertz, *Enemies*, 52-53.

Chương 5
HOA KỲ, CON QUỶ SATAN KHỔNG LỒ

Không có mà làm thành có[AB]
- Tam thập lục kế

Tuy vào lúc đó các viên chức Hoa Kỳ chưa thấy rõ nhưng ngày 4 tháng 6 năm 1989 là một khúc ngoặt trong việc các nhà lãnh đạo của đảng Cộng Sản Trung Quốc đã mô tả Hoa Kỳ như thế nào trong những cuộc thảo luận nội bộ của họ. Tuy vẫn có những quan điểm cố hữu trong đảng Cộng sản là Trung Quốc đã bị Tây phương đối xử tệ hại nhưng quan điểm đó đã được giảm bớt bởi sự tính toán của Mao là Trung Quốc cần Tây Phương để trở thành một thế lực siêu cường, có thể tranh đua với Tây phương[1]. Các người đào tị về sau tiết lộ rằng những cải cách dân chủ thực sự đã được xét đến ở cấp lãnh đạo cao nhất. Ngay cả các tư tưởng của James Madison về quan niệm tam quyền phân lập, cũng đã được chủ trương. Tới năm 2001, tất cả nội dung trong các văn kiện chính thức đã được đưa lén ra khỏi Trung Quốc rốt cục đã cho thấy phe diều hâu đã bóp méo những sự kiện đang diễn ra để làm cho Đặng và các lãnh tụ thâm niên hoảng sợ và ra lệnh đàn áp.

AB. Vô trung sanh hữu (Kế Thứ 7 Trong Binh Pháp Tôn Tử) – [ND]

Một chủ đề chính của cuốn sách này tùy thuộc vào chứng cớ càng ngày càng nhiều cho thấy phe diều hâu đã thành công trong việc thuyết phục giới lãnh đạo Trung Quốc coi Hoa Kỳ là một thế lực bá quyền nguy hiểm mà Trung Quốc cần phải thay thế. Quan điểm này đã có thế lực vào năm 1989, và do đó Bắc Kinh bắt đầu mô tả một cách có hệ thống Hoa Kỳ như một con quỷ đối với nhân dân Trung Quốc. Những điều mà giới báo chí được Đảng chính thức cho phép trong nội bộ đã tương phản rất nhiều với những điều mà Trung Quốc đã tự đưa những hình ảnh của mình cho nhân dân Hoa Kỳ. Tiếng kêu báo động của phe diều hâu rất rõ ràng. Họ cho rằng phe bá quyền Hoa Kỳ muốn lật đổ chính quyền Trung Quốc như đã toan làm vào những năm 1980. Các phe diều hâu Trung Quốc cổ võ cho việc "giáo dục tinh thần ái quốc" này và đưa ra những lời giảng dậy chống Hoa Kỳ bởi vì Hoa Kỳ hãy còn là nguồn cảm hứng say mê trong số những người thuộc phe ôn hòa tại Trung Quốc, chống đối phe diều hâu.

Thực vậy, vào những năm ngay sau khi Mao mời Nixon, Hoa Kỳ được mô tả phần lớn dưới những hình ảnh thuận lợi trong văn hóa quần chúng và trong các cơ quan truyền tin của Trung Quốc. Sau vụ Thiên An Môn, hiện tượng này bị phái diều hâu coi là một lỗi lầm nguy hiểm và phái diều hâu đã dễ dàng thuyết phục các lãnh tụ trong bộ Chính trị đổi hướng đi. Đáng lẽ Hoa Kỳ đã có thể phản đối nhưng, các nhà phân tích tình báo Hoa Kỳ và các chuyên gia về Trung Quốc đều tin rằng họ đang chứng kiến một giai đoạn chuyển tiếp, với thời gian giai đoạn này sẽ qua đi khi những môn đệ của chủ nghĩa dân tộc cực đoan— tin tưởng cuồng tín vào chủ nghĩa Mác-xít, coi Trung Quốc như một siêu cường—sẽ dần dần mai một như những con khủng long.

Vụ tàn sát tại Thiên An Môn lại trùng hợp gần như cùng một lúc với một cuộc biến động rất lớn khác trong tình hình địa lý chính trị. Năm 1991, hai mươi năm sau khi các nguyên soái diều hâu của Mao đã khuyên ông "Đông hòa Tôn Quyền, bắc cự Tào Tháo"[AC] 1 thì Liên Xô bị sụp đổ. Sự thắng lợi của Hoa Kỳ trong chiến tranh Lạnh — biểu tượng bằng sự sụp đổ của bức tường Bá Linh, sự xuất hiện của chế độ dân chủ tại Đông Âu và sự tan rã hoàn toàn của Liên bang Xô Viết — đã làm cho Bắc Kinh nao núng. Biến cố đó đã đẩy mạnh và gia tăng tinh thần nghi ky Hoa Kỳ của các lãnh đạo Trung Quốc. Sự nghi ky này đã bắt đầu gia tăng từ khi có vụ Thiên An Môn. Dưới mắt họ, Thiên An Môn là một cuộc tấn công đầu tiên của Hoa Kỳ trong chiến dịch "gây chia rẽ trong hàng ngũ địch", nói theo một phương ngôn trong Chiến Quốc Sách. Đối với phe theo chủ nghĩa dân tộc cực đoan, Hoa Kỳ đã gần như phá hủy Đảng và việc này đã được ngăn chặn vào phút chót do quyết định thanh trừng chủ tịch chủ trương cải cách Triệu Tử Dương và những "đồng minh" khác của Hoa Kỳ ra khỏi chính quyền.

Việc thanh lọc các nhà cải cách thân Mỹ ở Trung Quốc, phe đã có nhiều ảnh hưởng hơn trong thập niên 1980, tạo thành một khoảng trống rỗng trong giới trí thức và các nhà phân tích tại Trung Quốc. Sự kiện này khiến cho không những chỉ còn một số ít những người chủ trương thân Mỹ tại các chức vụ có quyền thế mà còn làm cản trở sự tiến triển tương lai của những quan điểm này. Những lời nói lảm nhảm của phe diều hâu Trung Quốc, trước kia bị bác bỏ là những thành phần theo "chủ nghĩa quốc gia cực đoan" đã trở thành đường lối chính thức của Đảng.

Chính phủ Trung Quốc sau đó thực sự đã tạo ra và phổ biến một lịch sử khác hẳn về quan hệ Trung Quốc và Hoa Kỳ. Lịch sử đó đã mô tả Hoa Kỳ là một con quỷ song sinh (an evil twin) để tiếp tục làm hại nhân dân Trung Quốc, mặc dù trên thực tế Hoa Kỳ đã giúp Trung Quốc mạnh hơn. Thêm vào sự hỗn độn và những thông điệp mập mờ, trong khi các nhà lãnh

---

AC. Chiến tranh Thục-Nguỵ (228-234)
https://vi.wikipedia.org/wiki/Chi%E1%BA%BFn_tranh_Th%E1%B-B%A5c-Ng%E1%BB%A5y_(228-234)

đạo Trung Quốc ra lệnh đả kích Hoa Kỳ trong văn hóa quần chúng thì, đối với các nhà lãnh đạo Hoa Kỳ, họ lại giả bộ ngạc nhiên về những sự đả kích đó. Biết bao nhiêu nhà ngoại giao và viên chức Hoa Kỳ đã được nghe thấy những biến thể của chủ đề mà tôi được nghe thấy nhiều lần mỗi khi có một lời phê bình bài Mỹ và thiếu ngoại giao đã lọt sang Tây Phương: đây là những quan điểm của những thành phần rất nhỏ của phái cứng rắn, thủ cựu chứ không phải là quan điểm trong "luồng chính" của giới lãnh đạo Cộng sản.

Một thế hệ mới lớn lên của người Trung Quốc bây giờ tin theo một lịch sử về Hoa Kỳ hoàn toàn khác hẳn những điều mà phần lớn những người Hoa Kỳ đều biết. Lịch sử đó nói rằng suốt trong 170 năm Hoa Kỳ đã mưu toan thống trị Trung Quốc. Trung Quốc mô tả những vị anh hùng dân tộc của Hoa Kỳ, kể cả Abraham Lincoln, Woodrow Wilson và Franklin Roosevelt, là những "kẻ mưu mô thâm hiểm" đã thao túng giới quan lại Hoa Kỳ và những người khác để làm Trung Quốc suy nhược. Ít ra là trong một chừng mực nào đó, quan điểm lịch sử lệch lạc này đã bóp méo nhận định hiện tại của họ về sự hợp tác giữa Trung Quốc và Hoa Kỳ. Nhiều người Trung Quốc cho rằng sự hợp tác đó chỉ là một giai đoạn thoáng qua trong một cuộc thập tự chinh trường kỳ của Hoa Kỳ để phá hoại chỗ đứng chân chính của Trung Quốc trên thế giới.[2]

***

Bắt đầu từ năm 1990, các sách giáo khoa của Trung Quốc đã được viết lại để mô tả Hoa Kỳ như là một lực lượng bá quyền, suốt trong 150 năm, đã tìm mọi cách bóp nghẹt tinh thần quật khởi của Trung Quốc và phá hoại linh hồn của văn minh Trung Quốc. Nỗ lực cải tạo giáo dục này được cho một cái tên vô hại là "Chương trình Giáo dục Toàn quốc Ái quốc Chủ nghĩa."[3] Ông White, người đào tị, đã tiên đoán rằng chương trình này sẽ làm sống lại những tài liệu bóp méo về lịch sử của Hoa Kỳ đã nằm yên từ những ngày đầu tiên của chế độ của Mao – một thời gian lâu trước khi Trung Quốc bắt đầu muốn làm thân với Hoa Kỳ. Một thí dụ nổi bật là cuốn sách giáo khoa năm 1951 của Wang Chung với tựa là "*Lịch sử cuộc xâm lăng của Hoa Kỳ tại Trung Quốc*", nói là được in lại năm 2012 và lời giới thiệu trên mạng nói là những bài học trong cuốn sách này có giá trị vượt thời gian: "Cuốn sách này, *Lịch sử cuộc xâm lăng của Hoa Kỳ tại Trung Quốc*, đã không được in lại từ lâu [và bây giờ chúng tôi đang in lại] ... Mặc dù thời gian đã qua nhưng những sự kiện lịch sử ghi trỏng sách vẫn còn đúng. Các sự kiện đó không thay đổi với thời gian."[4] Lời bình luận đó đã được đưa lên mạng của Viện Khoa học Xã hội Trung Quốc, một tổ chức được coi là ôn hoà.[5]

Tôi thấy một thí dụ khá ngạc nhiên của luận điệu tuyên truyền này khi tới thăm viện Bảo tàng Quốc gia Trung Quốc vào mùa thu năm 2013. Từ lâu phe diều hâu và phe canh tân cởi mở trong đảng Cộng sản Trung Quốc đã tranh cãi về những sự kiện và những trình bày về lịch sử của Trung Quốc. Vì vậy, không lấy làm ngạc nhiên từ khi Mao lên nắm chính quyền thì thời gian viện Bảo tàng đóng cửa nhiều hơn là mở cửa. Được thành lập từ năm 1961 ở một địa điểm không xa quảng trường Thiên An Môn, viện bảo tàng đã đóng cửa khi bắt đầu có cuộc Cách mạng Văn hoá vào năm 1966. Khi Đặng Tiểu Bình bắt đầu cởi mở nền kinh tế Trung Quốc năm 1988, ông ta cũng cho mở lại viện bảo tàng lịch sử quốc gia. Nhưng viện bảo tàng vừa mới mở được tới đầu thế kỷ mới thì lại bị đóng cửa một lần nữa vào năm 2001. Sau đó phải mất 10 năm và $400 triệu để tu bổ thì các nhà lãnh đạo Trung Quốc mới sẵn sàng lại cho nó mở cửa vào năm 2011. Họ muốn thực hiện hai mục đích. Mục đích thứ nhất, họ muốn viện bảo tàng này là viện bảo tàng lớn nhất trên thế giới, lớn hơn cả viện bảo tàng Louvre, viện bảo tàng của nước Anh, và viện Bảo tàng Nghệ thuật Metropolitan. Ở tầng lầu ngay trên đại sảnh lúc vào viện bảo tàng, một toà nhà cao 10 tầng và dài gần bằng ba sân chơi banh [khoảng 300m] có 3 cái đỉnh đồng khổng lồ. (Không muốn bị số phận hẩm hiu như Sở vương trong truyện cổ của Trung Quốc, tôi không dám hỏi về trọng lượng của 3 cái đỉnh đó.)

Mục đích thứ hai của Trung Quốc là viện bảo tàng phải nói về lịch sử của một quốc gia vĩ đại, có những người dân cần cù, dũng cảm, thông minh, yêu chuộng hòa bình, đã đóng góp biết bao nhiêu sự cống hiến không bao giờ phai nhạt cho sự tiến bộ của văn minh nhân loại. Lẽ dĩ nhiên không có gì khác thường về việc một viện bảo tàng lịch sử quốc gia đã tô vẽ quốc gia của mình dưới một ánh sáng thuận lợi. Nhưng điều làm cho tôi ngạc nhiên đối với viện bảo tàng Trung Quốc là những điều viện bảo tàng nói và không nói về quan hệ của Trung Quốc với những quốc gia khác trong đó có Hoa Kỳ.

Trong một phòng triển lãm thường trực gọi là "Con đường Phục hưng", viện bảo tàng đã triển lãm và đưa ra phiên bản của Đảng cầm quyền về lịch sử cận đại từ năm 1840 cho tới ngày nay. Cái lịch sử đó bắt đầu từ việc Trung Quốc "bị biến thành một xã hội bán thuộc địa, bán phong kiến" trong "thời kỳ bành trướng và cướp phá đại quy mô" của "các nước tư bản Tây phương." Các "thế lực đế quốc" này – trong đó có cả Hoa Kỳ "đã tràn vào Trung Quốc như một đàn ong, cướp phá các kho tàng của chúng ta và tàn sát nhân dân ta." Trong một lời nói xa xôi tới cuộc nổi loạn của Nghĩa Hòa Đoàn năm 1900,[6] các tài liệu triển lãm của viện bảo tàng nói là "nhân dân Trung Quốc đã kiên quyết tấn công bọn xâm lăng ngoại bang." Sau hết, trong trận chiến chống Nhật trong Thế chiến II, "nhân dân Trung Quốc đã thắng một trận đầu tiên trong việc chống lại và đẩy lui sự xâm lăng của ngoại bang trong lịch sử hiện đại." Lúc đó Trung Quốc phải đối diện với một quyết định lịch sử là phải đi theo đường lối nào? Và Trung Quốc đã chọn con đường của đảng Cộng Sản của Mao chủ tịch – là con đường tích cực đấu tranh cho hoà bình và dân chủ – chống lại "chế độ chuyên chế" của "tên phản động" Tưởng Giới Thạch.

Dưới sự lãnh đạo của đảng Cộng sản, nhân dân Trung

Quốc "đã phát huy tinh thần tự lực tự cường, khắc phục khó khăn trên đường xây dựng một hệ thống độc lập và một hệ thống công nghiệp và kinh tế tương đối toàn diện, tạo cơ sở vật chất và kỹ thuật cốt yếu cần cho công cuộc hiện đại hóa xã hội chủ nghĩa." Nhờ có Đảng, "Trung Quốc vĩ đại" đã xây dựng "một xã hội thị trường tự do xã hội chủ nghĩa sống động" và bây giờ đã được hưởng một "sự cởi mở toàn diện." Trong tương lai, nhân dân Trung Quốc "sẽ siết chặt hàng ngũ đoàn kết dưới sự lãnh đạo của đảng Cộng sản Trung Quốc", "giương cao lá cờ chủ nghĩa xã hội vĩ đại với đặc điểm Trung Quốc."

Có điều không thấy nói tới là: chiến thắng của Trung Quốc trong Thế chiến thứ II là nhờ sự can thiệp quân sự của "các nước tư bản Tây phương" mà cuộc triển lãm mô tả là những tên ác ôn; đầu tư của Hoa Kỳ và thị trường Hoa Kỳ là những yếu tố thiết yếu cho sự gia tăng vượt bực về xuất khẩu của Trung Quốc; và tiến bộ kỹ thuật của Trung Quốc là nhờ gần 100 thỏa hiệp trao đổi các chương trình khoa học với Hoa Kỳ. Thay vào đó, cái hình lớn duy nhất trong đó có người Mỹ mà tôi trông thấy là hình những người Mỹ mặc thường phục đã xúc phạm đến hoàng thượng, leo lên ngồi trên ngai vàng ở Cấm Thành, trong cuộc nổi loạn của phong trào Nghĩa Hoà Đoàn 100 năm trước đây. Không có một sự giải thích về bối cảnh lịch sử tại sao người Mỹ đã đến Trung Quốc và khách thăm viện bảo tàng có ấn tượng là mục đích chính của Hoa Kỳ là khuất phục và sỉ nhục Trung Quốc. Bên cạnh bức hình là một bản đồ quân sự cho thấy những nơi mà quân đội của các lực lượng ngoại bang, trong đó có cả Hoa Kỳ, đã được bố trí sau cuộc nổi loạn.

Tôi có mời ba sinh viên đã tốt nghiệp của Học viện Ngoại giao Trung Quốc đi xem viện bảo tàng với tôi. Họ được đào tạo để trở thành các nhà ngoại giao và họ được giáo dục kỹ về quan điểm của chính quyền Cộng sản Trung Quốc. Tuy nhiên, họ không biết nhiều về việc 100,000 người dân Trung Quốc đã bị sát hại bởi Nghĩa Hoà Đoàn hoặc về vai trò viện trợ của Hoa Kỳ đối với Trung Quốc trong Thế chiến II, hoặc sự thiệt mạng của 20 triệu dân trong chiến dịch chính trị của Mao và trong nạn đói từ năm 1959 cho tới năm 1962, hay sự thiệt mạng của hàng triệu người nữa trong cuộc Cách mạng Văn hoá, đóng cửa các trường đại học trong nước và làm tan nát Trung Quốc từ năm 1966 đến năm 1976. Mặc dù họ có nghe thấy vụ Thiên An Môn nhưng họ nghĩ rằng tốt hơn là không nói về điều ấy.

Các sinh viên đã tốt nghiệp đó là sản phẩm của quyết định của Đặng Tiểu Bình sau vụ tàn sát tại Thiên An Môn–xảy ra cách viện bảo tàng có 200 mét mà viện bảo tàng không hề nhắc tới.[7] Sau năm 1989, Đặng liên kết với Lý Bằng và những phe cứng rắn để củng cố sự kiểm soát của Đảng. Họ nguyện là sẽ không bao giờ lại để cho các sinh viên Trung Quốc xây Tượng đài Tự do, dẫn chứng Tuyên ngôn Độc lập, và coi những giá trị Hoa Kỳ là những điều đáng mến phục khác so với các giá trị của đảng Cộng sản Trung Quốc. Trong vòng một năm các sách giáo khoa đã được viết lại, mô tả Hoa Kỳ là ác ôn, và đưa ra những chính sách và quy định để bảo đảm là quan điểm chính thức này về Hoa Kỳ được đưa vào lớp học và trong các thư viện.

Trong một phiên bản mới nhất về lịch sử của Trung Quốc, người Hoa Kỳ ác ôn đầu tiên là tổng thống John Tyler, trong Hiệp ước Vọng Hạ[AD] được ký năm 1844, Tyler đã bắt buộc Trung Quốc phải ký cái mà Mao gọi là "một hiệp ước bất bình đẳng, quân xâm lăng Hoa Kỳ bắt buộc Trung Quốc phải ký."[8] Theo những sách giáo khoa mà các học sinh Trung Quốc phải học, hiệp ước này là khởi điểm cho mưu đồ bóc lột Trung Quốc của Hoa Kỳ. Tyler và người Hoa Kỳ đã "Dĩ dật đãi lao" (theo Chiến Quốc sách); không có đủ thế lực để thống

---

AD. Điều ước Vọng Hạ 1844 (tên đầy đủ: Điều khoản thông thương giữa Anh Mỹ trong năm cửa khẩu ở Trung Quốc), do Mỹ và Trung Quốc ký 3.7.1844 tại Vọng Hạ (Wangxia) [Áo Môn (Aomen)] . https://tapchiviet.info/lich-su/dieu-uoc-vong-ha-1844-29924.html [ND]

trị Trung Quốc nhưng Hoa Kỳ sẵn sàng chờ thời. Đối với phe diều hâu Trung Quốc, John Tyler–một người tình cờ được trở nên tổng thống và cũng không có gì đáng nhớ ngoài cái tên ở cuối khẩu hiệu tranh cử "Tippecanoe and Tyler too."– là một thiên tài ác ôn, đã đặt nền móng cho kế hoạch của Hoa Kỳ áp đặt sự thống trị bá quyền lên nền văn minh Trung Quốc.[9]

Tiếp theo trận pháo mở đầu nhắm vào Tyler, lãnh tụ Hoa Kỳ kế tiếp được coi là kẻ chủ mưu chống Trung Quốc là Abraham Lincoln. Lẽ dĩ nhiên, tại Hoa Kỳ, Lincoln được nhớ như là một công nhân làm đường xe lửa thật thà đã có công gìn giữ Hiệp Chúng Quốc, giải phóng nô lệ, và đã hy sinh vì lý tưởng. Nhưng, tại Trung Quốc thì Abraham Lincoln cũng chỉ là một tên côn đồ đế quốc Mỹ tàn bạo. Một giáo sư tại trường Đại học Nhân Dân là Shi Yinhong đã lập luận rằng Lincoln muốn "Trung Quốc phải khuất phục và bị cộng đồng quốc tế bóc lột."[10] Theo phiên bản lịch sử này, đó là lý do tại sao Lincoln đã cử nhà ngoại giao Anson Burlingame vượt Thái Bình Dương để lập quan hệ bình thường giữa Trung Quốc và thế giới Tây Phương. Theo Mei Renyi tại Trung tâm Nghiên cứu về Hoa Kỳ của trường Đại học Ngoại ngữ Bắc Kinh thì hiệp ước Burlingame năm 1868 đã bắt buộc Trung Quốc phải "theo nền nếp văn hóa Tây Phương."[11] Nó phá hoại lễ nghĩa và nếp sống lịch lãm của nhân dân Trung Quốc để thay thế bằng truyền thống ngoại giao Tây phương, khiến cho giấc mộng khống chế vùng Thái Bình Dương của Lincoln trở thành sự thật.

Vào đầu thế kỷ thứ 20, Hoa Kỳ lại còn lộ chân tướng hơn nữa. Trong cuộc khởi nghĩa của Nghĩa Hoà Đoàn năm 1900, Hoa Kỳ đã cùng với tám quốc gia khác đưa quân viễn chinh tới để đánh bại nghĩa quân đang chiến đấu để giải phóng Trung Quốc khỏi sự đô hộ của phương Tây. Quân đội ngoại bang hãm hiếp và cướp phá khắp Trung Quốc và sau đó kẻ thắng trận lại bắt nhân dân Trung Quốc phải bồi thường $61 tỷ (theo trị giá hiện tại.) Hoa Kỳ lợi dụng "nhà cháy hôi của"[AE] và "mượn dao giết người"[12,] đã đánh lừa các quốc gia khác, xúi họ tấn công Trung Quốc.

Sau cuộc khởi nghĩa của Nghĩa Hòa Đoàn, Trung Quốc có thể bị suy yếu nhưng vẫn không chịu khuất phục. Trung Quốc đã giúp đồng minh trong Thế chiến I, và tình hình đã có vẻ khả quan hơn khi tổng thống Woodrow Wilson của phe thắng trận hứa hẹn sẽ thương lượng tại Versailles về vấn đề nhân quyền và tự quyết. Theo sự mô tả của Trung Quốc về những biến cố lịch sử thì giấc mộng của Wilson về tự do, và hợp tác quân sự toàn cầu để bảo đảm hòa bình chỉ là một âm mưu khôn ngoan để đánh lừa thế giới chấp thuận sự xâm lăng của bá quyền Hoa Kỳ. Theo Deng Shusheng trong cuốn sách giáo khoa có ảnh hưởng rất nhiều, tựa là American History and The Americans, Wilson muốn biến tất cả Trung Quốc thành một khu vực quyền lợi của Hoa Kỳ.[13] Vì vậy ông đã bảo đảm để cho thuộc địa của Đức tại tỉnh Sơn đông được chuyển giao cho Nhật thay vì trả lại chính quyền hợp pháp là Trung Quốc. Giống như kẻ bá quyền bịp bợm trong thời Chiến quốc, Wilson đã kín đáo phá hoại một nước Chiến quốc đã bị yếu thế. Điều bi đát là năm 1919, tin tức về sự "phản bội" này đã ngay lập tức làm phát sinh Phong trào Ngũ-Tứ[AF] và phong trào này đã là nhân tố giúp tạo ra phong trào yêu nước cận đại của Trung Quốc và đã giúp thành lập đảng Cộng sản Trung Quốc năm 1921.

Theo các nhà phân tích Trung Quốc nói về Thế Chiến II thì việc Nhật xâm lăng Mãn Châu năm 1931 và Trung Quốc năm 1937 là một phần của chiến lược Hoa Kỳ để xúi hai quốc gia Á Châu đánh nhau trong một trận chiến bất tận khiến cho

---

AE. 'Sấn hỏa đả kiếp' và 'Tá đao sát nhân'
AF. Phong trào Ngũ Tứ (hay còn gọi là Ngũ Tứ vận động, tiếng Trung: 五四运动) là một phong trào đấu tranh rộng lớn của sinh viên, học sinh, công nhân, thị dân, trí thức Trung Quốc, vì nổ ra đúng vào ngày 4 tháng 5 năm 1919 nên được gọi là phong trào Ngũ Tứ.[ND]

cả hai nước này không có thể quật khởi và đe dọa âm mưu bá quyền của Mỹ tại Tây Thái Bình Dương. Sử gia Tang Qing của trường đại học Tề Nam [Jinan University] đã giải thích tổng thống Franklin Roosevelt đã làm như thế nào để "khiến cho nhân dân Trung Quốc phải trả một giá hy sinh lớn hơn trong cuộc Kháng chiến," vì đó là "điều lợi cho Hoa Kỳ cứ để cho Trung Quốc đánh nhau với Nhật và đã dùng Trung Quốc như một căn cứ để chống lại Nhật [và] đồng thời phát triển sự cộng tác trong thời chiến giữa Trung Quốc và Hoa Kỳ để cho ngày nào đó Hoa Kỳ sẽ hoàn toàn thống trị Trung Quốc và toàn thế giới."[14] Deng Shusheng lập luận rằng Roosevelt chịu "trách nhiệm lớn nhất trong việc nuôi dưỡng quân xâm lăng Nhật" tại Trung Quốc. Theo đúng cách hành động của bá quyền thời Chiến quốc, Roosevelt đã "tọa sơn quan hổ đấu" đợi cho tới khi nào cả hai đã hoàn toàn kiệt quệ không đủ sức chống lại Hoa Kỳ.[15] Roosevelt đã "cách ngạn quan hỏa" [đứng bên kia sông nhìn lửa cháy] và "giả đồ phạt Quắc."[AG] [16]

Táo bạo hơn nữa, các nhà lãnh đạo Trung Quốc ngày nay đã dựng lại hình ảnh việc Nixon mở đầu cuộc giao kết với Trung Quốc – do Bắc Kinh khởi xướng và hoan nghênh – mô tả đó như là một bước nữa trong âm mưu đen tối của Hoa Kỳ để chế ngự Trung Quốc. Theo cách giải thích mới này, bằng cách xúi Trung Quốc chống Liên Xô, Nixon hy vọng sẽ tạo ra một cuộc chiến tranh hạt nhân giữa hai nước Cộng sản. Nixon, cũng như Roosevelt trước đây, đã 'toạ sơn quan hồ đấu' để cho sau đó Hoa Kỳ có thể xuất hiện thành một quốc gia cứu thế và là lực siêu cường duy nhất còn lại. Theo sự mô tả đó, Mao chủ tịch đã sáng suốt nhìn rõ chiến lược ấy và chủ tịch đã cho Nixon đến Trung Quốc bởi vì Bắc Kinh cần có một đồng minh để chống Liên Xô, dù đồng minh đó rốt cuộc cũng sẽ phản bội Trung Quốc. Nhắc lại chuyện nhà Thục đã thắng thế quân thù phương Bắc, một trong những vị tướng cao cấp nhất của Mao

---

AG. Giả đồ phạt Quắc (假途伐虢) Mượn đường diệt Quắc, lợi dụng hòa hoãn địch để rồi quay lại tấn công bằng lợi thế do chính địch tạo ra cho mình.[ND]

đã khuyên Mao như sau:" Đông hoà Tôn Quyền, Bắc cự Tào Tháo."[17]

***

Theo lịch sử hiện đại của Trung Quốc, Hoa Kỳ đã dùng thương mại, hợp tác kinh tế, trao đổi kỹ thuật, ngoại giao, trao đổi văn hóa và giáo dục và áp lực để cải cách thành chế độ dân chủ, khiến cho Liên Xô bị suy yếu từ bên trong. Cũng theo luận điệu của thời Chiến quốc, Hoa Kỳ đã dụ dỗ các giới thanh niên và những người lý tưởng của Liên Xô bằng "mật ngọt" rồi sau đó dùng họ làm "nội ứng để chia rẽ trong hàng ngũ địch."

Đối với các mưu sĩ của Trung Quốc, đây là một sự biểu lộ tuyệt vời của thuật trị quốc và mưu kế để khai thác những lỗi lầm của Liên Xô; và Trung Quốc nguyện sẽ không bị đánh lừa như vậy khi Hoa Kỳ dùng những chiến lược tương tự để chống lại Trung Quốc. Trong năm 2013, trường Đại học Quốc phòng của Quân đội Giải phóng Nhân dân – tương đương trường West Point – đã sản xuất một bộ phim dài 90 phút gọi là *Silent Contest*, [Cuộc Đấu tranh Thầm lặng]; để mô tả những nỗ lực của Hoa Kỳ xâm nhập vào xã hội Trung Quốc, khuấy rối Trung Quốc và "tẩy não các nhà chính trị" trong một nỗ lực khác của Hoa Kỳ nhằm lật đổ thế lực Cộng sản"[18] Các thủ phạm chính bao gồm các tổ chức Fulbright Felowship, Ford Foundation, Carter Center, các cuộc diễn tập phối hợp quân sự, và các cơ chế khác giúp cho giới lãnh đạo của Hoa Kỳ và Trung Quốc tiếp xúc nhau. Chỉ khi nào người Trung Quốc "hết sức cẩn thận và để ý đến những chi tiết rất nhỏ trong công cuộc xây dựng một tuyến phòng vệ chính trị và ý thức hệ mạnh" thì Trung Quốc mới có thể đẩy lui được "những thế lực gọi là dân chủ" đã làm Liên Xô tan rã, mà bây giờ Hoa Kỳ cũng đang nuôi dưỡng để lật đổ Trung Quốc.

Trung Quốc cũng viết lại lịch sử Thế chiến II mô tả cuộc chiến tranh kéo dài mấy chục năm đó là một kế hoạch của Hoa Kỳ để thống trị thế giới. Một loạt phim truyền hình của Trung

Quốc được nhà nước chấp thuận và phổ biến vào tháng 10 năm 2013 đã mô tả sự sụp đổ của đế quốc Liên Xô dưới thời Reagan là một sản phẩm của những thủ đoạn bất chính của Hoa Kỳ. Liên Xô tan rã không phải vì chế độ Cộng sản không còn thể nào tự tồn tại được nữa như người ta vẫn tưởng mà là do Hoa Kỳ cố ý đánh lừa Liên Xô khiến cho Liên Xô bị sụp đổ.

***

Những luận điệu chính thức của đảng Cộng sản Trung Quốc về lịch sử giữa Hoa Kỳ và Trung Quốc lẽ dĩ nhiên là những chuyện bịa đặt. Hiệp ước Vọng Hạ của tổng thống John Tyler là một hiệp ước có lợi cho Trung Quốc nhằm thiết lập quan hệ ngoại giao chính thức, cho các hải cảng Trung Quốc được hưởng chế độ tối huệ quốc và hủy bỏ lệnh cấm người Hoa Kỳ học tiếng Phổ thông. Abraham Lincoln chỉ dành không quá hai phút để nghĩ về Trung Quốc và hiệp định do sứ giả của Lincoln là Anson Burlingame đã có những điều có lợi cho Trung Quốc. Nó công nhận các quyền chủ quyền của Trung Quốc đã bị đe dọa bởi các thế lực châu Âu, nó thiết lập một phương tiện liên lạc tương đương với "đường giây nóng" ngày nay để ngăn ngừa sự gây hấn và hiểu lầm. Trong cuộc nổi loạn của Nghĩa Hoà Đoàn, Hoa Kỳ là nước đứng đầu kìm hãm những sự áp bức của quân đội ngoại quốc. Woodrow Wilson đã chủ trương phải trả Thanh Đảo lại cho Trung Quốc như là một điều kiện ưu tiên tại Versailles và đã kiên trì tranh đấu–tuy không thành công–cho điều khoản đó. Theo các nhà nghiên cứu Tây Phương, Wilson cố gắng hết sức vận động trả lại vùng đất đó cho Trung Quốc mặc dù Nhật đe dọa sẽ tẩy chay hội nghị hòa bình. Wilson đã có được sự hứa hẹn của Nhật là sẽ trả lại vùng đất đó nhưng về sau Nhật đã bội hứa. Thay vì muốn đô hộ Trung Quốc, Roosevelt đã cứu Trung Quốc bằng viện trợ và bằng sự tham chiến vào Thái Bình Dương và tuyên chiến với Nhật. Khi bắt đầu mở những sự liên hệ với Trung Quốc, Nixon không bao giờ nghĩ tới chuyện sẽ phát động một cuộc chiến tranh hạt nhân, và những cuộc biểu tình tại Thiên An Môn là sản phẩm của các phong trào sinh viên muốn xây dựng một Trung Quốc tốt đẹp hơn, chứ không phải là cái bình phong che giấu âm mưu phá hoại Trung Quốc của Hoa Kỳ.

Nói chung vì các nhà lãnh đạo Trung Quốc chưa bao giờ được biết về lịch sử chính xác trong quan hệ giữa Hoa Kỳ và Trung Quốc, nên tôi cũng không lấy làm ngạc nhiên khi các tác giả Trung Quốc cảnh báo cho tôi biết vào tháng 6 năm 2012 là có một kế hoạch được nói là mật chống Trung Quốc của Barack Obama mà Bắc Kinh biết rất rõ.

Các học giả và các viên chức của Trung Quốc thực sự am hiểu về lịch sử của Hoa Kỳ thì biết rất rõ và không muốn nhai lại cái luận điệu chính thức của Trung Quốc. Họ ít khi muốn tự ý cho các khách Hoa Kỳ biết về những quan điểm chống Hoa Kỳ, không phải là họ cố ý không thành thật, nhưng họ cảm thấy ngượng về lịch sử mà họ bắt buộc phải dậy. Trong một cuộc viếng thăm Bắc Kinh vào mùa thu năm 2013, tôi đã hỏi một vị giáo sư cho xem những sách giáo khoa trong môn học của giáo sư, vị giáo sư đó không biết là tôi đã có những bản chương trình dạy và những sách giáo khoa mà vị đó dùng.

Tôi nói: "Thưa giáo sư tôi tò mò muốn biết thêm. Tôi đã đọc rất nhiều về các tổng thống Tyler, Wilson và Lincoln trong các sách của giáo sư, cụ thể hơn là về những ác tâm của họ đối với Trung Quốc. "

Vị giáo sư biến sắc mặt và lúng túng nói: "Ông thấy đó, mới đây chúng tôi nhận được những tài liệu in bằng microfilm từ văn khố của Hoa Kỳ…"

Tôi trả lời: "Vâng, tôi biết, tôi đã xem các văn bản đó. Nhưng trong các văn bản đó tôi không thấy nói gì tới các chính sách chống Trung Quốc ở trong các sách giáo khoa của Hoa Kỳ. Thực vậy, hình như lúc đó chúng tôi rất thân Trung Quốc. Nếu tôi nhớ không lầm thì các tổng thống sáng lập ra Hoa Kỳ như Ben Franklin và Thomas Jefferson đã rất ngưỡng mộ hệ thống cai trị của Trung Quốc."

Vị giáo sư nhìn qua cửa sổ, thở dài, và giải thích tình trạng khó xử của ông ta. "Bản thân tôi, tôi không lựa những tài liệu đó để làm sách giáo khoa. Tất cả nhân viên trong phân khoa là đảng viên Cộng sản và Trung ương Đảng đã theo rõi chúng tôi rất kỹ. Đi ra ngoài những tài liệu giáo khoa đã được chấp thuận thì sự nghiệp của chúng tôi sẽ bị chấm dứt."

Tôi mỉm cười thông cảm: "Như vậy đó là những quyết định từ cấp cao hơn ông?" Ông trả lời: " Vâng, đúng như vậy."

***

Tuần lễ đó tôi cũng đến thăm ít ra tới lần thứ 15 cơ quan có uy tín là Viện Nghiên cứu về Hoa Kỳ. Viện này cách Viện Khoa Học Xã hội Trung Quốc một quãng đường khoảng 5km. Viện này quá lớn nên được đặt trong một tòa nhà bên ngoài toà nhà chính của học viện. Tôi đến thăm viện với một phái đoàn của sứ quán Hoa Kỳ. Học viện được trang hoàng bằng cây cối xanh tốt và những rào cản bằng bê tông. Chúng tôi được tiếp ở lầu 5, nhưng không may, thang máy lại bị hỏng và chúng tôi phải leo cầu thang lên 5 tầng lầu, nhiều vị có tuổi trong phái đoàn của tôi phải cố gắng lắm mới leo lên được. Khi lên đến nơi, chúng tôi đi hàng một, dọc theo một hành lang bằng bê tông có ánh đèn chập chờn như trong một nhà kho công nghiệp. Trong khi đi dọc theo hàng lang bụi bặm và ít ánh sáng, tôi nhận thấy trên các cánh cửa có ghi bảng tên những đơn vị nghiên cứu về chiến lược, chính trị trong nước, và chính sách ngoại giao Hoa Kỳ.

Khi tới nơi chúng tôi được 16 vị học giả đón tiếp, phần lớn họ ở trong lứa tuổi từ 40 đến 50, đều mặc quần áo một cách thoải mái giống như hồi họ còn là các sinh viên tại Hoa Kỳ. Giám đốc viện là ông Huang Ping [Hoàng Bình], tiến sĩ tốt nghiệp từ đại học London School of Economics, đã chào mừng chúng tôi và bắt đầu cuộc thuyết trình. Sau 20 phút, tôi đặt một số câu hỏi về những tài liệu của Trung Quốc nói về Hoa Kỳ.

"Thưa các bạn đồng nghiệp, sau khi cố gắng hết sức, tôi cũng không tìm thấy một thí dụ nào trong đó tác giả nói vài điều tốt về sự đóng góp của Hoa Kỳ vào sự phát triển của Trung Quốc. Mới đây tôi có đọc và phê bình một tuyệt tác phẩm lịch sử nói tới những sự đóng góp của Tây Phương cho Trung Quốc. Đó là cuốn sách của Jonathan Spence của Đại Học Yale có tựa là *To Change China*. Cuốn sách đó thảo luận về những điều các nhà truyền giáo đã giúp Trung Quốc, các đóng góp của Rockefeller Foundation và Hoa Kỳ đã giúp Trung Quốc như thế nào để thiết lập viện MIT của Trung Quốc là Đại học Thanh Hoa bằng số tiền bồi thường do cuộc nổi dậy của Nghĩa Hòa Đoàn. Trong số 20 đồng nghiệp có mặt ở đây, có một bài viết nào bày tỏ lòng trân trọng về sự giúp đỡ của Hoa Kỳ đối với Trung Quốc không? Có một sách giáo khoa nào hay bài báo nào viết rằng Hoa Kỳ đã giúp đỡ Trung Quốc suốt trong một thế kỷ chịu nhục nhã hay không? Có ai viết rằng từ năm 1978, các chuyên gia của chúng tôi nghĩ rằng một nửa sự phát triển của Trung Quốc là do Hoa Kỳ đã công nhận Trung Quốc là một nơi để đầu tư hay không? Còn các bài báo hay các sách về như thế nào mà Hoa Kỳ đã hạ thuế nhập cảng và cung cấp sự hướng dẫn trong các ngành khoa học và phát triển đại dương hay không? Tôi chưa bao giờ thấy những sự kiện đó được ghi nhận trong một sách giáo khoa nào của Trung Quốc hết. Chắc hẳn là tôi đã bỏ sót một điều gì đó. Có bạn nào cho tôi một thí dụ được không?"

Tiếp theo đó là một sự yên lặng nặng nề và các bạn đồng nghiệp Trung Quốc của tôi nhìn nhau một cách bối rối. Một trong những vị học giả đó rụt rè trả lời: "Chúng tôi đã biết những câu chuyện khi còn là sinh viên tại các trường Hoa Kỳ là Hoa Kỳ đã giúp chúng tôi như thế nào; nhưng các chi tiết đó, không được đưa vào những chương trình học đã được cho phép của chúng tôi."

Khi không ở trong những buổi họp mặt đông người, tôi đã được cho những sách và những bài báo mô tả là các tổng thống George W. Bush và Barack Obama đã mưu toan bao vây và phong tỏa Trung Quốc; cướp phá các tài nguyên biển; chặn đứng các đường giao thông trên mặt biển và chia cắt lãnh thổ của Trung Quốc; giúp đỡ phe phản loạn trong Trung Quốc, xúi dục nổi loạn, nội chiến và khủng bố; dùng các hàng không mẫu hạm để tấn công Trung Quốc. Cũng như luận điệu mà các lãnh tụ Trung Quốc nói trong quá khứ, điều đáng lo ngại về những điều họ nói trong tương lai không phải là họ tiếp tục phun ra những lời dối trá về Hoa Kỳ mà điều đáng lo ngại là họ thực sự tin vào luận điệu tuyên truyền của chính họ.

Mới đầu tôi không có thể tưởng tượng là bất cứ một người nào có suy nghĩ ở Trung Quốc có thể tin rằng các tổng thống Hoa Kỳ từ John Tyler tới Barack Obama đã tìm cách nào đó học được những phương châm trị quốc của thời Chiến quốc và quyết định áp dụng những khái niệm ít người biết tới đó nhằm chế ngự Trung Quốc. Nhưng rồi tôi cũng nhận thấy rằng có nhiều người ở Trung Quốc cho rằng các phương châm đó có tính cách chân lý trên khắp thế giới. Họ biết rằng Hoa Kỳ là một nước mạnh nhất trên thế giới và họ cho rằng Hoa Kỳ sẽ hành động một cách ích kỷ, thâm độc và tàn nhẫn như các bá quyền ở trong thời Chiến quốc đã làm. Như U.S.-China Economic and Security Review Commission [Ủy ban Xét về Kinh tế và An ninh giữa Hoa Kỳ và Trung Quốc] đã viết năm 2002, "Các nhà lãnh đạo Trung Quốc luôn luôn mô tả Hoa Kỳ như là một lực lượng bá quyền chủ trương hiếp đáp và là một thế lực cạnh tranh lớn đối với Trung Quốc."[19]

Cũng theo ủy ban đó,

> Theo truyền thống, Trung Quốc coi là thế lực bá quyền chỉ đối với những thế lực ngoại quốc mà Trung Quốc đã có những quan hệ đối nghịch cao độ... Các nhà lãnh đạo của Trung Quốc tin rằng động cơ chính yếu thúc đẩy Hoa Kỳ duy trì tình trạng bá quyền trên thế giới là bằng cách theo đuổi

một cách trắng trợn chính sách chính trị bằng quyền lực, thường được ngụy trang là công cuộc khuyến khích dân chủ hoá…Sự đánh giá chiến lược và sự mô tả công khai của Trung Quốc về thế lực của Hoa Kỳ đã được hình thành bởi các quan niệm cho rằng chế độ dân chủ tự do như kiểu Hoa Kỳ, sự hiện diện của Hoa Kỳ và thế lực của Hoa Kỳ tại các vùng chung quanh châu Á đe dọa sự độc quyền về thế lực chính trị của đảng Cộng sản.[20]

Để chứng minh, Trung Quốc đưa ra chứng cớ gồm hầu hết tất cả mọi sự can thiệp của Hoa Kỳ ở ngoại quốc dù các sự can thiệp đó có tính cách vị tha. Như Ủy ban đã nhận xét, "Bắc Kinh đã so sánh Hoa Kỳ với Đức Quốc Xã sau vụ ném bom vào Sứ quán của Trung Quốc tại Belgrade. Trung Quốc cũng gán cho Hoa Kỳ cái ý đồ duy trì sự thống trị Âu Châu khi Hoa Kỳ tham gia vào Bosnia và Kosovo; Trung Quốc cũng mô tả sự mở rộng của NATO là một nỗ lực để kìm hãm và bao vây Trung Quốc, và Trung Quốc đã chỉ trích việc Hoa Kỳ khai triển các hỏa tiễn phòng thủ trên không đã góp phần vào việc phổ biến các võ khí tàn sát hàng loạt."[21]

Nói tóm lại các nhà lãnh đạo Trung Quốc tin rằng Hoa Kỳ đã luôn luôn tìm cách khuất phục Trung Quốc trong hơn 150 năm qua, và kế hoạch của Trung Quốc là làm bất cứ những gì có thể để chinh phục chúng ta [Hoa Kỳ]. Các nhà lãnh đạo Trung Quốc coi môi trường thế giới về cơ bản là môi trường 'ăn miếng trả miếng' và họ dự định sẽ chứng tỏ là cũng không khoan nhượng với Hoa Kỳ; cũng như họ tin tưởng là biết bao nhiêu đế quốc Mỹ đã ghét Trung Quốc từ thời John Tyler đã đối xử với họ.

Quan điểm của Trung Quốc đối với Hoa Kỳ sẽ làm cho ta bớt bận tâm nếu các nhà lãnh tụ Trung Quốc không sẵn sàng hành động dựa trên những hiểu biết sai lầm của họ. Thoạt nhìn, Trung Quốc có vẻ không chuẩn bị để đối đầu với Hoa Kỳ nhưng sự thực phũ phàng là các nhà lãnh đạo Trung Quốc coi Hoa Kỳ là một kẻ thù trong cuộc đấu tranh toàn cầu mà họ nghĩ rằng họ sẽ thắng. Quan điểm như vậy của họ về quan hệ đối với chúng ta giải thích tại sao nhiều lần Trung Quốc đã giúp đỡ các kẻ thù của Hoa Kỳ để tìm cách làm hao tổn thế lực của Hoa Kỳ, đặc biệt là trong cuộc chiến tranh chống khủng bố của Hoa Kỳ. Chẳng hạn sau vụ 11 tháng 9, chính phủ Trung Quốc đã làm một cuốn video lấy tựa là *The Pentagon in Action* [Lầu Năm Góc bắt tay vào hành động] mô tả Sadam Hussein như là tiếng nói của một người khôn ngoan theo lẽ phải và "cố gắng hết sức để mô tả Hoa Kỳ như một kẻ ăn hiếp đã bị thương, cái quyền lực bá quyền và tự phụ của nó đã bị thách thức, và bây giờ nó bị ám ảnh tìm cách phục thù bằng những hành động quân sự vô trách nhiệm" như Ủy ban Xét về Kinh tế và An ninh giữa Hoa Kỳ và Trung Quốc đã viết.[22]

Những đề nghị của phe diều hâu Trung Quốc đối với Đặng Tiểu Bình để phát động một chiến dịch bôi nhọ, chống Hoa Kỳ phần lớn đã thành công. Ông ta đã khai thác những quan niệm sâu đậm và thái độ của dân Trung Quốc đối với các bá quyền thời xưa.

Đặng đã đánh giá *thế*, cả về trong nội bộ và trên bình diện quốc tế. Ông ta đã vứt bỏ 20 năm giao tiếp với Hoa Kỳ từ năm 1969 tới 1989. Tuy nhiên ông ta đã không làm như vậy bằng một cách khiến cho chính quyền Hoa Kỳ cảm thấy không được yên tâm. Ông ta không còn cần một đối lực để chống lại sự de dọa của một triệu quân đội Liên Xô dọc theo biên giới Trung Quốc. Về phía Hoa Kỳ, rất ít các viên chức tình báo tin vào ý tưởng là các nhà lãnh đạo Trung Quốc thực sự tin vào những điều mà họ đang nói về Hoa Kỳ, không có ai tại Washington coi những luận điệu chống Hoa Kỳ là một điều đáng ngại. Một số ít các nhà lãnh đạo Tây Phương cũng không nói tới vấn đề đó trước công chúng; phần lớn đều không để ý tới những chuyện đó. Vì vậy mà những lời tuyên bố mô tả Hoa Kỳ là một nước gian trá không bao giờ được cải chính. Một số người nêu vấn đề đó ra nhưng lại được trả lời là những quan điểm đó chỉ được một số ít thành phần diều hâu Trung Quốc ở bên lề chủ trương.

***

Hàng mấy chục năm nay, các nhà lãnh đạo Trung Quốc đã toan tính khống chế những thảo luận chính trị về Trung Quốc cả trong lẫn ngoài nước. Để thực hiện mục tiêu này các nhà lãnh đạo Trung Quốc đã thiết lập một hệ thống tạo ra những thông điệp có ảnh hưởng tới nhận thức về Trung Quốc và chính quyền của Trung Quốc; phần lớn để đánh lừa Hoa Kỳ giúp Trung Quốc phục hưng và cuối cùng sẽ vượt qua mặt Hoa Kỳ.Từ năm 1995, các nhà lãnh đạo Trung Quốc biết rằng sự thắng lợi của cuộc đua Marathon 100 năm sẽ tùy thuộc vào một hệ thống tuyên truyền rất mạnh nhằm tạo ra những nhận thức về Trung Quốc trong giới truyền thông ngoại quốc. Hệ thống này sẽ rất tốn kém nhưng, đó là một điều tối quan trọng đối với Trung Quốc.

Các nhà lãnh đạo Trung Quốc không những không tin Hoa Kỳ mà còn không tin cả giới truyền thông của Hoa Kỳ. Vào cuối năm 2013, Trung Quốc chuẩn bị kế hoạch trục xuất khoảng hơn 20 nhà báo Hoa Kỳ ra khỏi Trung Quốc.[23] Rất nhiều trong số những nhà báo đó không làm điều gì phật lòng Trung Quốc nhưng họ đã bị trừng phạt vì chủ nhân của họ – như *New York Times* và *Bloomberg News* – đã phạm những điều được coi là tội lỗi. Vào tháng 6/2012, Bloomberg đã đăng một bài về tài sản đã tích lũy của họ hàng gia đình chủ tịch Tập Cận Bình.[24] Rồi vào tháng 10 năm đó báo *Times* loan báo về những tài sản đã tích lũy của thủ tướng lúc đó là Ôn Gia Bảo, sau đó báo *Times* còn đưa thông tin tương tự như vậy viết bằng tiếng Trung Quốc trong một tạp chí trên mạng về nếp sống, về những lệ phí tư vấn bí mật mà J.P Morgan đã trả cho con gái[25] của ông Ôn. Phản ứng lại, Trung Quốc đã chặn những người sử dụng internet không cho vào các trang mạng của Bloomberg và báo *Times*.[26] Chính quyền Trung Quốc có vẻ coi các nhà báo Mỹ là những thành phần mới nhất trong một số rất nhiều người Mỹ đang cố ý reo rắc sự chia rẽ trong nhân dân Trung Quốc và gây khó khăn cho sự quật khởi chính đáng của Trung Quốc.

Ngày nay, những nếp suy nghĩ như vậy, vốn là tiêu chuẩn ở trong giới lãnh đạo Trung Quốc, đã được đưa tới những mức độ cùng cực kỳ quái. Đại tá Dai Xu [Đái Húc], một nhà chiến lược quân sự có ảnh hưởng và là giáo sư tại viện Đại học Quốc phòng của Trung Quốc thường viết những bài có tiêu đề lớn ở Trung Quốc tố cáo những âm mưu do Mỹ chủ trương. Điều này chắc chắn không thể làm được nếu không có sự đồng ý ngầm của chính quyền Trung Quốc. Năm 2013, chẳng hạn, ông ta kết tội Hoa Kỳ đã tiến hành chiến tranh sinh học và tâm lý bằng cách reo rắc vi khuẩn bệnh cúm gà H7N9 tại Thượng Hải. Ông ta thường cảnh báo là Hoa Kỳ muốn giảm 20% dân số thế giới; bí mật khống chế ngành công nghiệp của Trung Quốc và muốn chia Trung Quốc thành những quốc gia khác nhau.[27]

Trong khi đó, chính phủ Mỹ không biết rằng Trung Quốc đã coi Hoa Kỳ ngày nay và suốt trong lịch sử là một thành phần ác ôn. Ủy ban Cứu xét về An ninh và Kinh tế giữa Hoa Kỳ và Trung Quốc đã ký hợp đồng với đại học University of Maryland năm 2004 "để thực hiện một cuộc nghiên cứu lớn, nhằm cung cấp những chứng cớ thực tiễn về những thông điệp và những luận điệu đã dùng ở trong Trung Quốc để nói về Hoa Kỳ trong thời gian qua."[28] Ủy ban thấy rằng "Hoa Kỳ đã không dành đủ tài nguyên để thu thập, dịch và phân tích những tài liệu và văn bản của Trung Quốc. Kết quả là chính quyền Hoa Kỳ đã có những hiểu biết rất hạn hẹp về nhận thức của giới lãnh đạo và nhân dân Trung Quốc đối với Hoa Kỳ."[29]

***

Phe diều hâu có ảnh hưởng của Trung Quốc có lẽ chưa bao giờ xem được cuốn phim Mỹ tựa là *The Usual Suspect* trong đó một thiên tài độc ác, do Kevin Spacey thủ vai, đã đánh lừa được tất cả mọi người bằng cách giả bộ làm người

CUỘC ĐUA MARATHON 100 NĂM 207

tàn tật, khờ khạo, ăn nói nhỏ nhẹ. Có lẽ phe diều hâu Trung Quốc sẽ thích câu nói điển hình nhất của nhân vật bậc thầy về lừa dối. Đó là "Sự lừa dối lớn nhất con quỷ có thể thực hiện được là thuyết phục thế giới nó không hiện hữu."[30] Thiên tài ác ôn đó muốn nói là cách đánh lừa tốt nhất là che giấu chính sự đánh lừa. Phe diều hâu Trung Quốc đã mưu toan che giấu các chiến dịch bôi nhọ có hệ thống của Trung Quốc đối với Hoa Kỳ. Trung Quốc muốn hưởng lợi của các vụ đầu tư, giao thương, giáo dục của Hoa Kỳ, và cảm tình của Hoa Kỳ đối với sự phục hưng của Trung Quốc. Vì vậy phe diều hâu muốn trình bày Trung Quốc với một bộ mặt thân thiện.

Tuy nhiên, một mục đích chiến lược khác của phe diều hâu Trung Quốc hình như muốn tô vẽ chính quyền Hoa Kỳ như là con quỷ dữ theo một đường lối nhằm mục đích phá hoại bất cứ một sự hấp dẫn nào của mô thức chính quyền của Hoa Kỳ đối với thế hệ tương lai của người dân, của các sĩ quan và các nhà lãnh đạo chính trị ở Trung Quốc. Phe diều hâu sợ sự lan tràn của mô thức phá hoại ngầm đó của Hoa Kỳ về kinh tế, thị trường tự do và bầu cử tự do. Tuy nhiên họ lại cho là có thể học hỏi về khoa học, về quản lý kinh doanh và các môn khác không có tính cách chính trị bằng cách theo học ở các trường tại Hoa Kỳ, như 240,000 sinh viên Trung Quốc đang học.

Phe diều hâu của Trung Quốc tin rằng, họ đã tìm được cách để phá hoại những sự hấp dẫn trong Trung Quốc đối với các mô thức chính trị theo kiểu Hoa Kỳ, đó là chỉ cần yêu cầu các phe ôn hòa của Trung Quốc chối là không có bất cứ một chương trình bôi nhọ nào và sau đó hy vọng Hoa Kỳ sẽ không đặt vấn đề về hiện tượng đó.

CHÚ THÍCH CHƯƠNG 5

1. Chuyên gia về Trung Quốc của Jimmy Carter trong NSC, cố giáo sư khoa học chính trị Michel Oksenberg tại Stanford, viết "Các nhà lãnh đạo Trung Quốc bản chất là nghi kỵ các thế lực bên ngoài. Họ tin rằng các lãnh đạo nước ngoài miễn cưỡng đón nhận sự quật khởi của Trung Quốc trên thế giới và thích làm cản trở hay chậm trễ sự tiến bộ của Trung Quốc. Trung Quốc sợ rằng nhiều người ngoài Trung Quốc, nếu có cơ hội, thích Trung Quốc bị phân chia... Các nhà lãnh đạo Trung Quốc lúc nào cũng ghi trong đầu óc một bản đồ chiến lược ghi các điểm trên vùng ngoại vi khiến họ dễ bị ảnh hưởng của ngoại bang" Michel Oksenberg, *Taiwan, Tibet, and HongKong in Sino American Relations* (Stanford, CA: InstituteforInternational Studies,1997), 56.

2. Đề tài về nhận thức của Trung Quốc về lịch sử và tiến hoá của quan hệ Hoa Kỳ-Trung Quốc, có thể đọc Chinese Qiao Mingshun,*The First Pagein Chinese-USRelations*(Beijing: Social Sciences Academic Press, 2000); và Shi Yinhong và LuLei, "The U.S.Attitude Toward Chinaand China's EntrancetotheInternational Community: An Overviewof 150 Yearsof History," trongTao Wenzhaoand Liang Biyin, eds., *The United Statesand Modernand Contemporary China* (Beijing: CASSPress,1996).

3. Thảo luận thêm về các chương trình giáo dục "ái quốc" này, xin đọc Wang Zheng, *Never Forget National Humiliation: Historical Memoryin Chinese Politicsand Foreign Relations* (NewYork: Columbia University Press, 2012); Peter Hays Gries, *China's New Nationalism: Pride, Politics, and Diplomacy* (Berkeley: University of California Press, 2005); Christopher R.Hughes, *Chinese Nationalisminthe Global Era* (NewYork: Routledge, 2006); and Suisheng Zhao, *ANation-Stateby Construction: Dynamicsof Modern Chinese Nationalism* (Stanford, CA: Stanford University Press, 2004).

4. Nguồn thông tin nói cuốn sách này sẽ được in lại là trang mạng CASS. Wang Chun, *A Historyofthe U.S.Aggressionin China* (Beijing Workers' Press,1951). Muốn đọc thêm, xin xem Andrew J.Nathanand Andrew Scobell, "How China Sees America: The Sum of Beijing's Fears," *Foreign Affairs* (September/October 2012), có tại http://www.foreignaffairs.com/articles/138009/andrew-j-nathan-and-andrew-scobell/how-china-sees-america.

5. Trang bằng tiếng Trung Quốc của CASS website tại http://www.cssn.cn/; trang bằng tiếng Anh có thể thấy ở http://bic.cass.cn/english/index.asp.

6. Đọc thêm về Nghĩa Hòa Đoàn xin xem Larry Clinton Thompson, *William Scott Amentandthe Boxer Rebellion: Heroism, Hubris, and the "Ideal Missionary"* (Jefferson, NC: McFarland,2009).

7. Đọc thêm về ảnh hưởng của đường lối cai trị của Đặng, xem Vogel, *Deng XiaopingandtheTransformation of China*.

8. *Selected Works of Mao Tse-tung, Volume IV* (Beijing: Foreign Languages Press,1961), 450. [Tuyển tập Mao Trạch Đông]

9. Xiong Zhiyong, "A Diplomatic Encounterbetween China and America Reviewed from the Signing of the Treaty of Wangxia," *Modern Chinese History Studies*, No.5 (1989); Qiao Mingshun, *First Page in Chinese-U.S.Relations*, 200, 33–34, 38, 147, 171; LiJikui, "Chinese Republican Revolutions, "41–42, in Tao Wenzhaoand Liang Biyin, eds.,*The United States and Modernand Contemporary China* (Beijing: CASS-Press, 1996).

10. Shi Yinhong, LuLei, "U.S.Attitudetoward China and China's Entrance to the International Community,"6.

11. Mei Renyi,Center for American Studies, Beijing Foreign Languages University, "American Reporting on China's Reform and Opening Up," 422 (Beijing: Foreign Languages University Press, 1995).

12. *The Thirty-Six Stratagems*, chapter 1, có tại http://wengu.tartarie.com/wg/wengu.php?l=36ji&&no=3.

13. Deng Shusheng, Meiguo Lishi yu Meiguo Ren [American History and Americans] (Beijing: Peoples'Press, 1993), 55

14. Tang Qing, "U.S.PolicytowardJapanBeforetheOutbreakofthePacificWar," in *Jianghandaxue Xuebao* [*Jianghand University Journal*] (April 1997): 105–9.

15. Deng Shusheng, Meiguo Lishi yu Meiguo Ren [American History and Americans], 169

16. Stefan Verstappen, *The Thirty-Six Strategies of Ancient China* (San Francisco: China Books and Periodicals, 1999).

17. Xiong Xianghui, "The Preludetothe OpeningofSino-American Relations," *Zhonggong Dangshi Ziliao* (*CCP History Materials*), no.42 (June1992): 81,trích dẫn trong Burr, "New Documentary Reveals Secret U.S., Chinese Diplomacybehind Nixon'sTrip."

18. Bản dịch tiếng Anh tài liệu *Silent Contest* có tại NNL, ZYH, and AEF, "Silent Contest" (PartI), *Chinascope*, tại http://chinascope.org/main/content/view/6168/92/;andNNL,ZYH,andAEF, "Silent   Contest   II, "*Chinascope*, tại http://chinascope.org/main/content/view/6281/92/. Benjamin Carlson, "China's Military Producesa Bizarre, Anti-American Conspiracy Film (VIDEO), "*Global Post*, November 2, 2013, tại http://www.globalpost.com/dispatch/news/regions/asia-pacific/china/131101/china-military-produces-   bizarre-anti-american-conspiracy-video.SeealsoJ.MichaelCole,"-DoesChinaWantaColdWar?,"*Diplomat*, November 5, 2013, tại http://thediplomat.com/2013/11/does-china-want-a-cold-war/; and Jane Perlez, "Strident Video by Chinese Military Casts U.S.asMenace, "*NewYork Times*, October 31, 2013, tại http://sinosphere.blogs.nytimes.com/2013/10/31/strident-video-by-chinese-military-casts-u-s-as-menace/?_php=true&_type=blogs&_r=0&gwh=6063CDDF0357954CDB-F51A49E3DC10EB&gwt=pay.

19. "U.S.-China Economicand Security Review Commission Annual Report, 2002, "phổ biến ngày July 15,2002, tại http://china.usc.edu/ShowArticle.aspx?articleID=686#below.

20. Ibid.

21. Ibid.

22. Ibid.

23. Mark Landlerand David E.Sanger, "China Pressures U.S.Journalists, Prompting Warning from Biden," *NewYork Times*, December 2013, có tại http://www.nytimes.com/2013/12/06/world/asia/biden-faults-china-on-foreign-press-crackdown.html?_r=2&.

24. Ibid.

25. Ibid.

26. Ibid.

27. Miles Yu, "Inside China: PLA Strategist Reflects Military's Mainstream," *Washington Times*, April11,2013, có tại http://www.washingtontimes.com/news/2013/apr/11/inside-china-pla-strategist- reflects-militarys-mai/?page=all#pagebreak.

28. "U.S.-China Economicand Security Review Commission Annual Report, 2002."

29. Ibid.

30. Kevin Spacey, *The Usual Suspects*, directed by Bryan Singer. Los Angeles: Spelling FilmsInternational, Gramercy Pictures, and Poly Gram Filmed Entertainment,1995.

Chương 6
CẢNH SÁT THÔNG ĐIỆP TRUNG QUỐC

Trên cây hoa nở[AH]
- Tam thập lục kế

Chiến lược Marathon của Trung Quốc tùy thuộc rất nhiều vào thiện chí của các nước khác, đặc biệt là Hoa Kỳ. Thiện chí đó đã dẫn tới rất nhiều đầu tư ngoại quốc, nhận hàng xuất cảng của Trung Quốc, khoan dung khi chính quyền hay các cơ quan quốc doanh Trung Quốc bị phát hiện lấy cắp kỹ thuật hay vi phạm các điều khoản của WTO và làm ngơ các vụ vi phạm nhân quyền. Các nước Tây Phương nhân nhượng như vậy chủ yếu bởi vì các lãnh tụ của họ tin rằng nói chung Trung Quốc đang đi "đúng" hướng tới thị trường tự do, hợp tác quốc tế có lợi và cởi mở chính trị.

Nhận thức đó — hay chính xác hơn — ngộ nhận đó về Trung Quốc không phải là một sự ngẫu nhiên hay ngây thơ, tuy cũng có phần ngây thơ. Trong nhiều năm qua tôi và các chuyên gia đã được các người bất đồng chính kiến Trung Quốc cho biết là Bắc Kinh có một hệ thống tinh vi để làm lạc hướng người ngoại quốc về những gì đang xảy ra tại Trung Quốc và xác nhận lại những nhận xét sai lầm và hão huyền của Tây Phương. Đứng đầu của hệ thống này là nhân vật số ba ở trong hệ thống chỉ huy của Trung Quốc.[1]

AH. Thụ thượng khai hoa [ND]

Nghệ sĩ bất đồng chính kiến Ai Weiwei [Ngải Vị Vị] đã bị tống giam sau khi tiết lộ một thành phần của hoạt động bí mật này, đó là đàn áp các bloggers Trung Quốc đã giữ vai trò chính yếu trong việc tiết lộ sự thực này về Trung Quốc cho các giới báo chí Tây Phương.[2] Như tổ chức Reporters Without Borders đã nói, Ai Wei Wei [khi ông bị theo dõi] đã "chọc quê hệ thống kiểm soát của chính quyền Trung Quốc bằng cách đặt 4 cái webcam ở trong phòng làm việc và phòng ngủ để thu hình các sinh hoạt trong ngày của mình. Chỉ trong vài tiếng đồng hồ các hình ảnh này đã bị xóa bỏ."[3] Cũng như các người khác, Ai Weiwei biết rằng chính quyền Trung Quốc ở cấp cao nhất đã dùng sự thực giả dối để gây dựng thiện chí của các chính quyền, các nhà làm chính sách, giới kinh điển, giới phóng viên, các nhà lãnh đạo, doanh nghiệp và các nhà phân tích ngoại quốc. Đây không phải chỉ thuần túy là một hoạt động giao tế dân sự tinh xảo mà nó là một thành phần then chốt của chiến lược Marathon — dùng ngụy kế che giấu — để khiến cho thế lực bá quyền yên tâm. Trung Quốc đã thành công một cách xuất sắc. Thực vậy, họ đã hoàn toàn giữ được bí mật này trong mấy chục năm.

Từ những năm 1960 các nhà làm chính sách Hoa Kỳ đã bị dẫn dắt để tin rằng Trung Quốc là một nước hậu tiến không có hoạt động gì về quân sự, và chắc chắn là không coi Hoa Kỳ là một đe dọa về quân sự. Đây là cái thông điệp mà các nhà lãnh đạo Bắc Kinh đã chuyển tới các người Tây Phương một cách rất có hiệu quả. Năm 1999, Patrick Tyler, trưởng văn phòng Bắc Kinh của *New York Times*, đã viết như sau: "Ngày nay chứng cớ cho thấy là trong khi Trung Quốc đang nỗ lực nắm vững các kỹ thuật hiện đại trong các phòng thí nghiệm, nhưng Trung Quốc có rất ít kỹ năng và nguồn lực để xây dựng một cơ sở công nghiệp cần thiết cho việc trở thành một thế lực quân sự hiện đại."[4]

Cảm giác đầu tiên cho thấy điều này có thể không hoàn

toàn chính xác đã đến ngay chính năm đó khi các người Tây Phương làm quen với một cuốn sách viết bằng tiếng Phổ thông được phổ biến khắp Trung Quốc có tựa là[A1] *Unrestricted Warfare*.[5] Cuốn sách đã được giới quân sự Trung Quốc rất hoan nghênh bởi vì nó đã lột trần những nhược điểm của Hoa Kỳ. Thay vì dùng các hành động quân sự trực tiếp, các tác giả này đề nghị những cách thức không quân sự để đánh bại một quốc gia như Hoa Kỳ bằng chiến tranh về luật pháp (nghĩa là dùng luật pháp quốc tế, các tổ chức và các toà án quốc tế để giới hạn các hành động và các lựa chọn chính sách của Hoa Kỳ), chiến tranh kinh tế, chiến tranh sinh học và hóa học, chiến tranh trên mạng và ngay cả khủng bố nữa. Tác phẩm này còn làm cho ngạc nhiên hơn nữa bởi vì nó được viết bởi hai đại tá trong Quân đội Giải phóng Nhân dân là Qiao Lang và Wang Xiangsui [Kiều Lương và Vương Tương Tuệ].

Khi Tây Phương biết về tác phẩm đó thì Bắc Kinh vội vàng thu hồi tất cả các ấn bản của cuốn sách.[6] Trung Quốc cải chính là cuốn sách đó không đại diện cho đường lối suy nghĩ của Trung Quốc[7] tuy nó do Quân đội Giải Phóng Nhân Dân phát hành và sau đó cả hai tác giả đều đã được thăng chức. Sau vụ tấn công vào Hoa Kỳ vào ngày 11 tháng 9 năm 2001, Qiao Liang đã được dẫn chứng trên các trang mạng của Trung Quốc nói là những người thương vong tại Hoa Kỳ là "những nạn nhân bị hy sinh do chính sách của chính quyền Hoa Kỳ."[8] Năm 2004 ông ta đã cùng với những người khác xuất bản một cuốn sách —bán rất chạy — về chính trị quốc tế ngày nay giống như thời Chiến Quốc như thế nào.[9]

Một số các nhà kinh điển và lãnh đạo giới kinh doanh tại Hoa Kỳ vội vàng lên tiếng binh vực Bắc Kinh — với luận điệu tiêu chuẩn là các đại tá đó chỉ là thiểu số bên lề của suy nghĩ

A1. Unrestricted Warfare ["Siêu hạn chiến"] (1999): viết về chiến lược quân sự, tác giả là hai đại tá Qiao Liang (Kiều Lương 乔良) và Wang Xiangsui (Vương Tương Tuệ 王湘穗)
http://www.c4i.org/unrestricted.pdf -https://en.wikipedia.org/wiki/Unrestricted_Warfare

của dân Trung Quốc và các ý tưởng của họ không đáng để ý. Thực vậy, dịch vụ dịch thuật chính thức của chính phủ Hoa Kỳ từ chối dịch cuốn sách đó cho tới khi văn phòng của chúng tôi tại Lầu Năm Góc chính thức yêu cầu. Hơn nữa các viên chức Hoa Kỳ còn mời tác giả của cuốn sách tới thăm Washington năm 2005 (và lại thăm lần nữa năm 2013). Có lẽ họ cho rằng một khi các đại tá này chính mắt thấy Hoa Kỳ như thế nào thì họ sẽ từ bỏ quan điểm đã đưa ra trong cuốn sách. Nhưng Wang Xiangsui lại tiếp tục xuất bản một tập nữa về những bài học của thời Chiến Quốc cho thời đại của chúng ta. Phái diều hâu Trung Quốc không cảm thấy khó chịu bị gọi là "ở bên lề", ông Wang nói với tôi, "bởi vì chúng tôi có ảnh hưởng rất nhiều."

Chính quyền Trung Quốc hoạt động khác hẳn. Các lãnh tụ chính trị không hoan nghinh và coi trọng các nhà kinh điển, các nhà báo và các học giả phê bình chỉ trích Trung Quốc. Như bây giờ được biết rất rõ, Bắc Kinh làm việc một cách có hiệu lực và rất quyết liệt để phổ biến những thông điệp có lợi cho mục tiêu và chiến lược dài hạn của họ, và kiểm duyệt tất cả những ý kiến không thuận lợi. Như họ đã hành động sau vụ Thiên An Môn, nhà nước viết lại những lịch sử chính thức của Trung Quốc và trừng phạt những người không chấp hành đường lối đã được chấp thuận. Ta thử tượng tượng điều gì sẽ xảy ra cho quan hệ giữa Hoa Kỳ và Trung Quốc nếu các nhà làm chính sách Hoa Kỳ hay công chúng thực sự có một cái nhìn không bị bóp méo về tư tưởng chống Hoa Kỳ ở giới cao cấp trong chính quyền Trung Quốc. Theo Bắc kinh điều đó không thể cho phép xảy ra. Thực vậy một chiến dịch giao tế công cộng bí mật và táo bạo–đặt dưới quyền chỉ đạo của giới lãnh đạo Bắc Kinh–được quản lý rất chặt chẽ nhằm khuynh đảo dư luận đang được tiến hành. Đó là một chiến dịch các viên chức tình báo đã biết từ nhiều năm qua.

Lần đầu tiên tôi biết được chiến dịch đó là vào năm 2003 do một người đào tỵ Trung Quốc nói lại–tôi gọi là bà Lee.

Họp mặt với một nhóm viên chức Hoa Kỳ bà ấy nói một câu chuyện nhỏ về thời kỳ Chiến Quốc để nhấn mạnh một chuyện lớn hơn. Câu chuyện như sau: "Vào thời gian 490 cho tới 470 trước Công nguyên quốc vương của nhiều nước cũng giống như Hoa Kỳ và Trung Quốc. Ngô Phù Sai là bá vương cũ, và Câu Tiễn thách thức bá quyền đó để trở thành chúa tể thiên hạ. Phù Sai bắt giam Câu Tiễn, quân sư diều hâu là Wu Zixu [Ngũ Tử Tư] khuyên Phù Sai nên giết Câu Tiễn để diệt mối họa. Ngũ Tử Tư cảnh cáo là Câu Tiễn rồi sẽ trốn thoát và có thể lật đổ bá quyền cũ. Các quân sư khác âm mưu với Câu Tiễn, gièm pha Ngũ Tử Tư tới mức Phù Sai quyết định là chính Ngũ Tư Tư phải chết. Cuối cùng, sau một loạt các mưu mô, Phù Sai đã đưa kiếm cho quân sư của mình và bắt buộc phải tự vẫn. Cuốn phim chiếu được quần chúng ưa thích có cảnh này bởi vì Ngũ Tử Tư đã nói một câu nổi tiếng "Hãy móc mắt ta treo trên cửa phía đông của nước Ngô để cho nó thấy giặc Việt vào tiêu diệt nước Ngô."[AJ] Nhưng vua Ngô nổi giận không cho làm như vậy.

Trong khi đó thì Câu Tiễn đã thuyết phục Ngô Phù Sai xin theo hầu vua [Ngô Phù Sai] trong 3 năm. Để được tự do, Câu Tiễn hứa sẽ thần phục vua Ngô. Khi Ngô Phù Sai bị bệnh Câu Tiễn đã mạnh dạn chứng tỏ lòng trung thành của mình bằng cách nếm phân của vua Ngô để định bệnh.[AK]

Tuy nhiên, sau khi được thả ra Câu Tiễn đã không giữ lời hứa. Như Ngũ Tử Tư đã dự đoán, Câu Tiễn nguyện sẽ trả thù về sự nhục nhã ông đã cam chịu. Ông ta bán những hạt giống có thuốc độc để hạt giống không nảy mầm sau khi gieo, do

---

AJ. Sử ký Tư Mã Thiên, Chương 20: Ngũ Tử Tư Liệt Truyện [ND]
"Vua Ngô nghe tin nổi giận bèn đem thây Tử Tư nhét vào túi da ngựa, thả trôi trên sông Giang. Người nước Ngô thương Tử Tư lập đền thờ trên sông Giang, nhân gọi nó là Tư Sơn."
http://kilopad.com/Tieu-su-Hoi-ky-c12/doc-sach-truc-tuyen-su-ky-tu-ma-thien-b3500/chuong-20-ngu-tu-tu-liet-truyen-ti20

AK. Đông Châu Liệt Quốc Hồi 80: https://www.maxreading.com/sach-hay/dong-chau-liet-quoc/hoi-80-phu-sai-mac-muu-tha-vua-viet-cau-tien-het-suc-tho-nuoc-ngo-10262.html

đó gây ra nạn đói. Sau đó ông ta đã tiến chiếm vương quốc và bắt được Phù Sai. Trong khi bị giam giữ và bị nhục nhã Phù Sai đã tự vẫn và Câu Tiễn trở thành bá vương mới. Bà Lee nói với chúng tôi rằng câu chuyện này đã hướng dẫn chiến lược của Trung Quốc trong việc giao thiệp với Tây Phương ngày nay. Bà ấy nói hiện nay Hoa Kỳ là Phù Sai nhà vua đang cai trị và được thuyết phục bởi các quân sư ngu xuẩn và lừa dối để không để ý tới những ý định thực sự của phe đối lập. Theo truyện này, bà Lee nói lãnh đạo đảng Cộng Sản hiện nay là phiên bản hiện đại của Câu Tiễn—một lãnh tụ chịu nhục, hứa hẹn cộng tác và trung thành với Tây Phương cho tới lúc thời cơ tới.[10] Giống như Câu Tiễn, Bắc Kinh lén lút hoạt động, hứa suông, và dấu kín ý đồ của họ.[11] Đồng thời các lãnh tụ Trung Quốc dùng các mưu lược của *thế*, đợi tới thời cơ tốt nhất để phục hận như Câu Tiễn đã làm khi thế lực của Phù Sai đã tàn tạ đến mức vương quốc suy vong.[12]

Khi đến Trung Quốc năm 2004, tôi đã hỏi các nhà học giả khác nhau về truyện ẩn dụ này. Họ đều biết truyện đó và coi đó là một hướng dẫn có giá trị; họ còn cho tôi biết rất nhiều sách và bài viết nói về truyện đó. Một tác giả đã bình luận, "Nếu muốn làm chủ thế giới thì đừng tỏ ra mình có tham vọng. Đừng tỏ vẻ có ước vọng vĩ đại. Nếu tiết lộ ý đồ của mình người ta sẽ tố cáo... thành công của Câu Tiễn là một tấm gương tốt."[13] Một trong những tác giả của Quân đội Giải phóng Nhân dân nhận định về nguyên tắc của Câu Tiễn: "Khoan động thủ, đợi thời cơ chiến lược".[14] Bà Lee nói đây chính là điều Trung Quốc đang làm đối với Tây Phương.

Bà Lee cũng nói chi tiết về một đơn vị mật trong giới lãnh đạo cao cấp Trung Quốc có nhiệm vụ kiểm soát giới truyền thông rất chặt chẽ để bảo đảm phổ biến những thông điệp đúng. Bà nói, điều then chốt là đối với các thông điệp cho nước ngoài, đặc biệt là Hoa Kỳ; trước hết là phổ biến các thông điệp đó ở trong nước. Bà ấy nói có một phương châm tiếp thị của Hoa Kỳ tương tự như vậy: không phải phẩm chất của bia quyết định sự bán nhiều hay ít mà là về số lượng của những nguồn phân phối. Bà ấy đưa ra ba chứng cớ ủng hộ cho nhận định của bà tuy không chứng cớ nào chứng minh chắc chắn cho điều bà ấy nói. Điểm chính của bà ấy có vẻ không thể tưởng tượng được. Đó là: các nhà lãnh đạo Trung Quốc dành rất nhiều thời giờ và sức lực để kiểm soát thông điệp ở *bên trong* Trung Quốc theo một đường lối sẽ ảnh hưởng trực tiếp tới nhận thức của người *ngoại quốc* đối với Trung Quốc. Chính phủ Hoa Kỳ dùng ngoại giao và những thông tin chiến lược để tạo ấn tượng tốt về Hoa Kỳ. Nhưng thử tưởng tượng là chính phủ kiểm soát tất cả mọi hình thức truyền thông tại Mỹ — tất cả các báo địa phương, tất cả các đài truyền hình và tất cả mọi bloggers — để ảnh hưởng tới nhận thức của người ngoại quốc đối với Hoa Kỳ. Đó là một điều trái với đạo đức và — trong hoàn cảnh của nước Mỹ — phi pháp và không thể thực hiện được. Nhân viên của Nhà Trắng và các tổ chức thăm dò ý kiến cố vấn cho tổng thống không thể nào ra lệnh cho báo *New York Times* và thông tấn xã Associated Press phổ biến những điều mà chính phủ muốn loan tin.

Bà Lee nói chính quyền Trung Quốc thường xuyên theo dõi— và bịt miệng— những nhà chỉ trích có danh tiếng về các chính sách của chính quyền Trung Quốc. Bà ấy nói phe diều hâu thường tranh cãi với phe ôn hòa về đường lối tạo ra những thông điệp cụ thể nào đó. Điều này phù hợp với thông tin mà ông White đã cho. Ông White nói là vào những năm 1980 phe diều hâu đã khống chế được cơ quan tuyên truyền của đảng Cộng Sản Trung Quốc và đã tranh đấu chống lại phe ôn hòa về mức độ cần phải bôi nhọ Hoa Kỳ đối với những người trong nước. Họ nhận được những phản hồi của các tòa đại sứ của Trung Quốc và ngay cả của cơ quan tình báo của Trung Quốc và liên tục điều chỉnh các thông điệp theo các phản hồi.

Bà ấy tiết lộ rằng công tác này có một ngân sách hằng

năm là $12 tỷ đô la và được đặt dưới quyền chỉ đạo của Uỷ ban thường vụ Bộ Chính trị; ủy ban này họp hằng tuần tại một phòng bí mật của Bắc Kinh và dùng phần lớn thời giờ để tạo ra những thông điệp cần được phổ biến qua hệ thống tuyên truyền kiểm soát các báo chí của Trung Quốc, các chương trình truyền hình và các tập san xuất bản ở ngoại quốc cũng như trên mạng internet của Trung Quốc. Thành phần khác của công tác này là một đơn vị bí mật ở ngay trước cửa trụ sở lãnh đạo đảng và có tới hơn một ngàn nhân viên ở trong văn phòng trung ương. Nó được gọi là Ban Công Tác Mặt Trận Thống Nhất và có bộ phận thu thập và phân tích tin tình báo riêng của họ. Tôi đã tới thăm cơ quan này năm 1999, nhưng vị thủ trưởng cơ quan nói với tôi là tổ chức tập trung vào các vấn đề nội bộ. Chúng tôi không hiểu cách giải thích nước đôi đó là gì. Các tổ chức này làm việc với nhau dưới sự điều khiển trực tiếp của ban lãnh đạo Trung Quốc để bảo đảm đưa ra những thông điệp đúng ở trong nội địa trước, và nhất là đối với ngoại quốc. Điều này giải thích tại sao có nhiều tài liệu tuyên truyền ở ngoại quốc của Trung Quốc thường hay dùng những tục ngữ, thành ngữ và khẩu hiệu mà chỉ có người Trung Quốc mới hiểu được chứ còn độc giả ngoại quốc thì không hiểu được.

Thí dụ đầu tiên của bà Lee đưa ra về kết quả của chương trình này là chương trình này có thể đã ảnh hưởng tới sự biểu quyết trong quốc hội Hoa Kỳ như thế nào năm 2000 về vấn đề bình thường hóa thương mại giữa Trung Quốc và Hoa Kỳ, cũng như việc Trung Quốc được làm hội viên hoàn toàn của Tổ chức Mậu dịch Quốc tế WTO. Cả hai sự kiện này sau đó sẽ trở thành một yếu tố thuận lợi bất ngờ cho nền kinh tế Trung Quốc. Chiến lược của chương trình trong trường hợp này là dập tắt tất cả những nguồn tin ở trong Trung Quốc và ngoài quốc tế về chính sách tuyệt đối chống lại việc từ bỏ một nền kinh tế xã hội chủ nghĩa và, thay vào đó, đưa ra một hàm ý cho rằng các nhà cải cách ôn hòa của Trung Quốc muốn chuyển tới một thị trường tự do và rất có thể thành công trong nỗ lực đó.

Luận điệu này cần phải có để lấy lòng một Quốc hội của Hoa Kỳ thường hay hoài nghi.

Thí dụ thứ hai của bà ấy là các thông điệp đã được tạo ra như thế nào để hóa giải nỗ lực của tổng thống Clinton nhằm áp lực Trung Quốc thương lượng đưa đức Dalai Lama trở lại Tây Tạng. Mục đích là phải bôi nhọ Dalai Lama bằng cách rêu rao là những đòi hỏi chính trị của Dalai Lama là quá đáng, nói Dalai Lama là một nhà chính trị chứ không phải nhà lãnh tụ tôn giáo và gọi Dalai Lama là "Chó sói trong bộ áo cà sa", đồng thời cổ võ cho các nhà lãnh đạo Tibet khác.[15]

Trường hợp thứ ba của bà ấy cung cấp những chi tiết Trung Quốc đã làm thế nào để phá hoại sự yểm trợ của Hoa Kỳ đối với những người tranh đấu cho nhân quyền tại Trung Quốc, đặc biệt là những người Trung Quốc lưu vong trước kia là viên chức cao cấp ở trong Đảng. Trong số những nỗ lực của ba chương trình mà bà Lee nói tới, bà ấy cho rằng nỗ lực để ảnh hưởng việc bỏ phiếu cho Trung Quốc được gia nhập WTO là nỗ lực thành công nhất.

Mặc dầu những lời cáo giác của bà Lee khiến cho nhiều người trong chúng tôi ngạc nhiên nhưng có những người khác ở trong và ngoài chính trường Hoa Kỳ đã nghi là Trung Quốc đã mưu toan để ảnh hưởng tới Quốc Hội và Nhà Trắng. Một cuộc điều tra của Thượng Viện năm 1996 do các nghị sĩ Fred Thompson và John Glenn đứng đầu đã phát hiện một nỗ lực của Trung Quốc để trực tiếp ảnh hưởng tới diễn trình chính trị của Hoa Kỳ. Với chiêu đề được biết là "Kế hoạch", Trung Quốc đã dùng tiền để trực tiếp ảnh hưởng đến hoạt động tranh cử của các thành viên của Quốc Hội có cảm tình [với Trung Quốc] trái với luật về tài trợ các cuộc tranh cử của Hoa Kỳ.[16] Vào tháng 3 năm 2000 một tài liệu đã được giải mật của FBI và CIA cho Quốc Hội đã ghi nhận là Bắc Kinh đã "theo dõi và ảnh hưởng những nhận thức khắp trên thế giới về Trung Quốc." Báo cáo đó ghi nhận là trong số những mục tiêu của

Trung Quốc có những nỗ lực thu thập "thông tin về những nhân vật then chốt và những sự phát triển chính trong những quốc gia có thể ảnh hưởng tới quyền lợi của Trung Quốc. Xâm nhập vào giới tình báo của Hoa Kỳ là một mục tiêu chính của Trung Quốc."[17] Bà Lee nói rằng năm 2000 Trung Quốc đã chấm dứt các nỗ lực đóng góp trực tiếp vào các cuộc tranh cử cho các chính trị gia Hoa Kỳ bởi vì cuộc điều tra của Thượng viện đã phanh phui vụ này. Nhưng Trung Quốc vẫn không từ bỏ mưu toan ảnh hưởng tới diễn trình chính trị của Hoa Kỳ. Thay vào đó Trung Quốc tìm được một phương tiện hợp pháp để đạt tới cùng một kết quả bằng cách tập trung vào việc chuyển các thông điệp của báo chí và các think tank của Trung Quốc tới các đồng minh mà Trung Quốc gọi là các thân hữu tức là những người có cảm tình với Trung Quốc Washington, và ém nhẹm các tư tưởng bất lợi ngay từ gốc rễ bằng cách kiểm soát giới truyền thông nội địa không cho phổ biến các đề tài có thể làm thế lực bá quyền cũ cảnh giác. Các điều bà Lee tiết lộ cho thấy Trung Quốc đã hoạt động hữu hiệu hơn chúng ta tưởng.

***

Bà Lee giải thích rằng từ nhiều năm Trung Quốc đã chia các nhà làm chính sách ngoại quốc ra nhiều loại khác nhau tùy theo mức độ mà Trung Quốc tin là họ sẽ phổ biến những thông điệp mà Bắc kinh muốn phổ biến. Các sứ quán lớn của Trung Quốc đều lập các "ủy ban thân hữu" để theo dõi các cá nhân, đánh giá các nhân vật chính trị then chốt, các nhà lãnh đạo doanh nghiệp, và các nhân vật trong giới truyền thông trong từng thủ đô và phân loại họ từ thân thiện tới thù nghịch. Trung Quốc gọi giới thân thiện là "thân hữu" của Trung Quốc. Tại Hoa Kỳ danh sách này bao gồm các giáo sư đại học và các viên chức đã từng hay hiện đang phục vụ trong chính quyền, trong đó có một số lớn những cố vấn an ninh quốc gia của Hoa Kỳ trong cả hai đảng.

William C. Triplett II, nguyên là một chuyên gia cố vấn cho Ủy ban Ngoại giao của Thượng Viện và là đồng tác giả của hai cuốn sách về Trung Quốc đã đặt ra danh từ "Toán Đỏ" để mô tả những chuyên gia Hoa Kỳ được coi là thân Bắc Kinh. Danh từ này được đặt ra dựa trên sự kiện là đa số những người thuộc thành phần này đều hoặc không nhìn thấy bản chất Cộng sản của Quân đội Giải phóng Nhân dân hay tìm mọi cách để coi như không có bản chất đó. Nhóm chuyên gia chống Trung Quốc mà Triplett gọi là "Toán Xanh" là những nhà phân tích tự nhận mình là những người tranh đấu về ý thức hệ chống nhóm chuyên gia thân Trung Quốc. Hiển nhiên những người được coi là Toán Đỏ không bằng lòng với nhãn hiệu đó và chối là họ không phải là những nạn nhân bị Trung Quốc lừa dối. Họ khẳng định rằng chính quyền Trung Quốc không lừa dối họ hay bất cứ một người nào khác.

  Chỉ thị chính thức của chính quyền Trung Quốc đối với giới truyền thông Trung Quốc nhấn mạnh là Trung Quốc phải ủng hộ Toán Đỏ — hay, như chính quyền Trung Quốc mô tả, họ là những người đã "biết rõ về Trung Quốc" và có thể "giúp đỡ rất nhiều trong vấn đề giao tế công cộng của Trung Quốc."[18] Về phương diện này Trung Quốc đã không có khó khăn gì để tìm được những người trợ giúp đắc lực tại Hoa Kỳ.[19] Các "bạn thân" này được mời tới Trung Quốc; gặp các nhà lãnh đạo và các nhà học giả; được giới truyền thông khen ngợi; và trong một vài trường hợp được cho những hợp đồng với chính phủ hay cho cơ hội đầu tư. Những người Trung Quốc đón tiếp họ thường ca ngợi Adam Smith và Thomas Jefferson và cảnh báo là Trung Quốc sẽ lâm vào tình trạng bất ổn nếu Trung Quốc bị các chính quyền ngoại quốc thúc đẩy quá mạnh hay bị các nhóm bất đồng chính kiến trong nước chỉ trích quá nhiều. Chủ đề chính rất giản dị: Trung Quốc không phải là một mối đe dọa. Mỹ cần phải giúp Trung Quốc để hòa bình trở thành một thế lực trên thế giới.

Các viên chức tại Bắc Kinh rất thích một số những chuyên gia về Trung Quốc tại Hoa Kỳ và muốn dùng họ làm những cái loa phổ biến các quan điểm của Bắc Kinh. Tôi biết như vậy bởi vì trước kia tôi cũng là một người trong Toán Đỏ một thời gian lâu trước khi danh từ Toán Đỏ đã được phát minh. Chúng tôi biết nhau và nhóm chúng tôi cũng không lấy gì làm đông lắm. Vì vậy Trung Quốc đã có thể dễ dàng theo dõi các sự thảo luận và các điều chúng tôi viết để xác định ai ủng hộ họ và ai chống đối họ. Các nhà lãnh đạo Trung Quốc hiểu rằng nếu họ có thể ảnh hưởng đủ số các nhà học giả này thì các quan điểm của họ sẽ được phổ biến qua các nhà văn, các nhà phân tích, các nhà làm chính sách, và các phóng viên báo chí muốn tỏ ra biết nhiều về các hoạt động của Bắc Kinh.

Trung Quốc có rất nhiều cách để tiếp cận với những trung tâm tư tưởng và ý kiến ở Hoa Kỳ. Sử gia của Harvard là Ross Terrill mô tả tiến trình đó như sau: "Đó là một sự cộng sinh giữa những người Hoa Kỳ được hưởng lợi về kinh doanh hay những thành công khác với Trung Quốc và với các định chế kinh tế Hoa Kỳ. Từ những nhà kinh doanh có quan hệ rất tốt với Trung Quốc có thể có tiền và rất khó là một think tank cần tiền để nghiên cứu về Trung Quốc lại có thể từ chối sự trợ giúp đó."[20] Các công ty Trung Quốc đã bắt đầu có những số tiền tặng đáng kể cho các cơ sở kinh doanh và các trường đại học để tài trợ những nghiên cứu của chính sách về Hoa Kỳ đối với Trung Quốc thuận lợi cho quan điểm của Bắc Kinh. Chính những sự phối hợp của các thông điệp đó từ bộ Chính trị ở Bắc Kinh đã tạo ra sự khác biệt trong thắng lợi của cuộc đua Marathon.

Để xây dựng thêm những đồng minh, năm 2004 chính quyền Trung Quốc khởi động một trong những hoạt động khôn ngoan nhất của họ–thành lập các viện Khổng Tử khắp trên thế giới. Để chứng tỏ tầm quan trọng của viện Khổng Tử đối với chính quyền Bắc Kinh, tổ chức này được lãnh đạo bởi

Liu Yandong [Lưu Diên Đông], là một Phó Thủ Tướng và là một phụ nữ đầu tiên được nhận vào Bộ Chính Trị. Lẽ dĩ nhiên Khổng Tử là một biểu tượng hoàn hảo để chuyển hình ảnh của một Trung Quốc đôn hậu, tự tại. Đối với Tây Phương tên Khổng Tử gợi ra những ý niệm của một nhà minh triết hiền hòa và có những lời nói rất sâu sắc.

Trên tôn chỉ chính thức, viện Khổng Tử chỉ chú trọng vào học tiếng Trung Quốc và những thông tin về văn hóa đối với những người ngoại quốc muốn biết, thường là bằng cách hợp tác với các trường đại học địa phương. Nhưng viện Khổng Tử còn làm thêm một việc là che giấu cho lịch sử của Trung Quốc, mô tả Trung Quốc như là một quốc gia hòa bình, hạnh phúc đối với người ngoại quốc, và Trung Quốc coi Khổng Tử như là người hướng dẫn duy nhất để tìm hiểu văn hóa Trung Quốc. Các viện này cũng khuyến khích việc giải thích lại cuốn *Tôn Tử Binh pháp* là một luận án về bất bạo động. Các người nghiên cứu được thưởng thức những câu chuyện vui về các gia đình theo đạo Khổng và các anh hùng về văn hóa đã thực hiện đường lối hành động chân thành và đáng kính phục. Hòa bình và chân thật đã được đề cao là những giá trị văn hóa chính của Trung Quốc. Như được mô tả trong trang mạng của chính quyền Trung Quốc, viện Khổng Tử tạo ra "một nhịp cầu để tăng cường tình hữu nghị và hợp tác giữa Trung Quốc và thế giới và được hoan nghênh khắp mọi nơi trên thế giới."[21]

Trong mười năm vừa qua viện Khổng Tử đã được đón nhận ở khoảng 350 trường đại học khắp trên thế giới, trong đó có các trường đại học Standford, Columbia và đại học Pennsylvania.[22] Để có ý niệm về tầm quan trọng của sự tiếp cận của Trung Quốc đối với Hoa Kỳ, 1/5 số các viện Khổng Tử trên thế giới đều được lập ở Hoa Kỳ,[23] tức là gấp 4 lần số viện Khổng Tử ở trong bất cứ một nước nào khác.[24]

Báo *New York Times* viết năm 2012, "Đối với các viên chức quản lý các trường đại học thiếu tiền thì các viện Khổng

Tử được coi như là một nguồn tài trợ rất tốt mang lại không những các giáo viên dậy học được huấn luyện và tài trợ từ Bắc Kinh cùng những sách giáo khoa, mà lại còn có cả tiền để tài trợ cho lương của chức vụ giám đốc và một chương trình hoạt động cho công chúng."[25] Các trường học cũng nhận được hàng trăm ngàn đô la và còn có những khoản tài trợ cho các chương trình đặc biệt. Tất cả nguồn tài trợ đó đều xuất phát từ Hán Ban mà một bản tài liệu mô tả là "một cơ quan của chính quyền Trung Quốc đặt dưới quyền chủ tọa của một bộ trưởng giáo dục."[26] Hán Ban đặt dưới quyền chủ tọa của Liu Yandong [Lưu Diên Đông] trực thuộc một ban gồm có viên chức cao cấp trong 12 bộ và các ủy ban. "Nói một cách giản dị Hán Ban là một công cụ của đảng cầm quyền và hoạt động với tư cách là một cơ quan giáo dục quốc tế," báo *Nation* đã viết một bài dài về cơ quan này.[27]

Năm 2011 tờ báo Anh ngữ *China Daily* của chính phủ Trung Quốc đã đặt một quảng cáo hai trang trong báo *New York Times* để khoe các điểm lợi của viện và nói rằng "viện đã hoạt động hết sức để đáp ứng những nhu cầu học của người ngoại quốc và đóng góp vào sự phát triển đa văn hóa." Quảng cáo còn nói viện "tập trung vào các chương trình văn hóa và truyền thông và tránh những nội dung có tính cách ý thức hệ."[28] Điều này không đúng.

Như Jonathan Lipman một giáo sư về văn chương Trung Quốc tại trường Mount Holyoke College đã cảnh báo, "bằng cách rao bán một sản phẩm mà chúng ta muốn, tức là học tiếng Trung Hoa, các viện Khổng Tử đã đưa chính quyền Trung Quốc vào trong giới kinh điển của Hoa Kỳ dưới một hình thức rất mạnh."[29] Cũng như vậy một giáo sư tại Đại học Miami cũng ghi nhận rằng sự hào phóng của Trung Quốc cũng đặt trong những điều kiện. "Không được nói về Dalai Lama – hay mời Dalai Lama tới thăm trường. Các vấn đề như Tây Tạng, Đài Loan, các hoạt động tăng cường thế lực quân sự, và các cuộc đấu đá nội bộ trong giới lãnh đạo Trung Quốc đều không được nói tới."[30] Và báo Bloomberg News viết, "Khi một tổ chức của Bắc Kinh có những liên hệ mật thiết đối với chính quyền Trung Quốc đề nghị tặng cho Đại học Stanford $4 triệu để lập viện Khổng Tử về ngôn ngữ và văn hóa Trung Quốc và tài trợ cho một ghế giáo sư thì đưa ra điều kiện giáo sư đó không được thảo luận những vấn đề tế nhị như Tây Tạng."[31] Trường đại học Sydney University, một trong những trường đại học có danh tiếng nhất tại Úc, đã bị chỉ trích gay gắt vì đã hủy bỏ một cuộc viếng thăm dự trù của Dalai Lama vì sợ rằng sẽ làm tổn hại tới liên hệ của họ đối với Trung Quốc và liên hệ tới nguồn tài trợ cho viện Khổng Tử của trường.[32]

Tôi đã thăm một viện Khổng Tử tại Washington, DC và lấy làm ngạc nhiên là trong 5 "tác phẩm cổ điển của Khổng Tử" thì cuốn thứ năm "không lành mạnh"– là Kinh Xuân Thu – đã được ghi vào chương trình học bởi vì cuốn này nói về những sự quật khởi và suy vong của 5 bá quyền vào thời Chiến Quốc. Giáo sư Canada Terry Russell, mà đại học [University of Manitoba] của ông ta đã từ chối không nhận tiền của Trung Quốc để thiết lập viện Khổng Tử, nói, "Các viện này chỉ là để tuyên truyền và giao tế dân sự trong khuôn khổ chính thức của một đại học."[33]

Khó biết được chính xác là các viện Khổng Tử đòi hỏi ở các trường đại học những điều gì bởi vì phần lớn những sự thương lượng đều bí mật. Một phóng viên của báo *Nation* nói là đã có được văn bản của một trong những hợp đồng như vậy. Văn bản đó như sau: "Hai bên đồng ý sẽ coi bản thỏa hiệp này là một văn bản bí mật và nếu không có sự đồng ý bằng văn thư của một bên thì không một bên nào được phổ biến, tiết lộ hay cho phép các người khác phổ biến, tiết lộ và viết thành tài liệu công khai hay các thông tin có được hoặc được biết từ phía bên kia ngoại trừ là nếu công bố, tiết lộ hay phổ biến là điều cần thiết để cho phía bên kia thi hành những nhiệm vụ ghi trong tài liệu này."[34]

Các nhà phê bình cũng cảnh báo rằng ngoài vấn đề kiểm duyệt trong các trường đại học, các viện Khổng Tử có thể là nơi che giấu những "hành động gián điệp về công nghiệp và quân sự, theo dõi người Trung Quốc ở ngoại quốc và ngầm lũng đoạn ảnh hưởng của Đài Loan."[35] Tại Thụy Điển nhiều nhân viên của đại học Stockholm University yêu cầu trường đại học phải chấm dứt liên lạc với học viện Khổng Tử Bắc Âu vì nói rằng "sứ quán Trung Quốc tại Stockholm dùng viện Khổng Tử để tiến hành việc kiểm soát về chính trị, hoạt động tuyên truyền lén lút và cản trở những công trình nghiên cứu trong các lãnh vực nhậy cảm như Pháp Luân Công."[36] Một giáo sư ở trường đại học University of Manitoba tại Canada cũng bầy tỏ sự quan tâm của ông là viện đã dùng những nhân viên của trường để "theo dõi các hoạt động của các du sinh Trung Quốc đang học ở đây."[37]

Sự lan tràn của các viện này là một niềm kiêu hãnh trong chính quyền của Trung Quốc, và được biểu dương là một thí dụ cho thấy Trung Quốc đã ngang hàng với Hoa Kỳ. Như báo *Nhân Dân* đã khoe khoang năm 2011, "Tại sao bây giờ Trung Quốc lại được người ta chú ý như vậy? Đó là bởi vì Trung Quốc càng ngày càng mạnh lên... Ngày nay chúng ta đã có một quan hệ khác với thế giới và với Tây Phương: chúng ta không còn chịu ân huệ của họ nữa. Thay vào đó chúng ta đã từ từ lớn lên và trở thành ngang hàng với họ."[38] Như các nhà lãnh đạo Trung Quốc thường làm khi phải trực diện với sự phê bình của Tây Phương, họ cho các người chỉ trích viện Khổng Tử là những kẻ gây hấn hay những thành phần phá hoại. Năm 2012, đại sứ của Trung Quốc tại nước Anh đã nói "Có vài người cảm thấy không yên tâm đối với sự phát triển rất nhanh của viện Khổng Tử. Họ hãy còn giữ cái tư tưởng lỗi thời của thời chiến tranh lạnh."[39]

Dựa trên các thành công của họ trong các trường đại học, bây giờ các viện Khổng Tử lại còn đang tiến vào các trường trung học và các trường tiểu học khắp trên thế giới– cũng với một cách hoạt động như vậy. Tại nước Úc, Trung Quốc đã cho các trường học địa phương hơn hai trăm ngàn đô-la để phổ biến "văn hóa và ngôn ngữ" Trung Hoa. Số tiền đó được cấp với một điều kiện là "tốt nhất" các học sinh không được thảo luận gì về những các vấn đề như cuộc tàn sát ở Thiên An Môn hay về nhân quyền.[40] Trên thực tế, các học sinh chỉ được tập trung vào quan điểm về Trung Quốc đã được cho phép, tức là Trung Quốc là một nước hòa bình và muốn sống hòa hợp với tất cả mọi người.

TRỪNG PHẠT CÁC NGƯỜI CHỈ TRÍCH TRUNG QUỐC

Ở một thái cực khác là bọn xấu, những người Tây Phương được coi là hoài nghi hay công khai đối địch với Trung Quốc. Danh sách này hiện nay gồm nhiều thành viên của Quốc Hội, các nhà chuyên gia về bên hữu cũng như bên tả, các tổ chức nhân quyền, các công đoàn và nhiều người khác. Phía bên tả là các người tranh đấu cho nhân quyền như Richard Gere và các thành viên Quốc hội có một lập trường cứng rắn đối với Trung Quốc như Nancy Pelosi. Về phía hữu là phe diều hâu trong giới quốc phòng của Mỹ cũng như những người chủ trương bảo vệ ngoại thương như Donald Trump. Đây là những người chính quyền Trung Quốc phải loại và đưa ra ngoài lề bất cứ lúc nào có thể. Có người không được cấp visa vào Trung Quốc, còn những người khác không được tiếp cận với thông tin và với các viên chức Trung Quốc. Các bài viết và các blogs được khuyến khích và đôi khi được tạo ra bằng tiếng Trung Quốc và tiếng Anh để nói xấu trình độ hiểu biết của họ và quan điểm của họ. Các chuyên gia Trung Quốc về hệ thống chính trị Hoa Kỳ thường nói với tôi rằng cái liên minh lớn này của những người hoài nghi về Trung Quốc từ phe khuynh tả tới khuynh hữu tại Hoa Kỳ lúc đầu là những thành phần mà họ lo sợ nhất, nhưng về sau họ thấy rằng các nhóm này nhiều khi lại còn ghét nhau nhiều hơn là quan tâm tới chiến lược lâu dài của Trung Quốc.

Từ lâu các nhà học giả về Trung Quốc đã biết rằng những người được tin cậy nhất để viết và nói về Trung Quốc là các người trong giới đại học, giới nhà báo và các nhà văn đã bị từ chối không cấp visa vào Trung Quốc. Còn những người khác thường có lập trường dung hòa, cố ý hoặc không cố ý, để được tiếp cận với Trung Quốc. Họ có thể tránh ngợi khen Dalai Lama hay không nói tới sự tranh chấp về vấn đề Đài Loan dưới một hình thức có thể làm cho Bắc Kinh không vừa lòng. Báo *Washington Post* viết năm 2013, "Vì Trung Quốc không bao giờ giải thích lý do từ chối hay nói rõ những loại nghiên cứu nào là không đủ điều kiện chấp thuận nên kết quả là có một loại tự kiểm duyệt và thu hẹp những đề tài nghiên cứu có thể gây bất lợi hay không ước tính được mức độ tai hại."[41]

Một trong những nhà học giả đáng kính nhất về Trung Quốc tại Hoa Kỳ là Perry Link đã bị từ chối không cho vào Trung Quốc trong 18 năm bởi vì ông ta đã không chịu phản ánh những điều Bắc Kinh thích ông viết. Ông Link nói, "những sự thiệt hại đối với công chúng Hoa Kỳ là đáng kể nhưng không được nhận thức một cách trung thực… Hành động đó [của Trung Quốc] có tính cách hệ thống sâu sắc, và các nhà nghiên cứu về Trung Quốc coi như là chuyện bình thường cần tránh né những đòi hỏi của Bắc Kinh bằng cách dùng những mật mã hay nói một cách gián tiếp. Chẳng hạn, không được nói 'vấn đề độc lập của Đài Loan' mà phải nói tránh là 'quan hệ trong vùng eo biển.' Không được nói tới Lưu Hiểu Ba là người được tặng giải thưởng Hòa Bình Nobel đang bị cầm tù. … Ngay cả từ "giải phóng" để chỉ năm 1949 cũng được coi là bình thường."[42] Các người trong giới đại học hiểu cách nói tránh đó, ông Link nói, "nhưng khi các nhà học giả viết và nói tránh như vậy trước công chúng thì công chúng lại hiểu là năm 1949 quả thực là một cuộc giải phóng; sự độc lập của Đài Loan không phải là vấn đề quan trọng, và người được giải Nobel bị giam trong tù quả thực là một điều không cần nói tới."[43]

Chính bản thân tôi được biết về phương pháp vừa dụ vừa dọa đối với các nhà làm việc trong giới đại học. Trong những năm 1980 và 1990 khi tôi là một người được tiếng chủ trương bán dụng cụ trang bị quân sự cho Trung Quốc và được coi là một người tích cực cổ võ cho quan hệ Hoa Kỳ và Trung Quốc, tôi được nồng nhiệt đón mừng tại Trung Quốc. Tôi được tiếp cận với các think tank, các học giả, các viên chức quân sự, các viên chức chính quyền và những người khác nữa. Tôi được phép vào trong nước bằng một visa dành riêng cho giới đại học và các nhà học giả. Tháng 9, năm 2006 thì tình trạng này đã thay đổi. Trong giới chính quyền Hoa Kỳ, mối hoài nghi càng ngày càng gia tăng của tôi về Trung Quốc đã khiến tôi được giới thiệu trong một bài tôi viết trên báo *Wall Street Journal* như sau, "Michael Pillsbury, nhà cố vấn có ảnh hưởng của Lầu Năm Góc, một người trước kia đã thân Trung Quốc, tin rằng phần lớn những người Hoa Kỳ đã nghĩ sai về Trung Quốc. Người Hoa Kỳ nghĩ rằng Trung Quốc là một nước chủ yếu hiền lành và chỉ mong muốn có phồn vinh kinh tế. Trong số các người đó ông ta bao gồm những viên chức cấp thấp của bộ Ngoại Giao, cơ quan CIA, phần lớn các nhà đầu tư Hoa Kỳ và đa số các nhà nghiên cứu về Trung Quốc mà ông chê là những người 'Ôm Panda.' Ông Pillsbury nói sứ mạng của ông là phải bảo đảm để Bộ Quốc Phòng đừng có rơi vào cái bẫy đó."[44]

Tôi viết trong bài báo như sau: "Bắc Kinh coi Hoa Kỳ là một địch thủ không thể tránh được và đang chuẩn bị sẵn sàng cho quan điểm đó." Trong bài đó tôi cũng viết, "Chúng ta sẽ thiếu sót nếu không để ý tới điều đó." Trong một bài khác, tôi viết, "Ít ra chúng ta phải bắt đầu nhận là chúng ta chưa chuẩn bị đủ để hiểu cách suy nghĩ của Trung Quốc và sau đó chúng ta cũng phải nhận rằng chúng ta đang trực diện với Trung Quốc như là một sự thử thách lớn nhất trong lịch sử của chúng ta."[45]

Không cần phải nói, luận điệu này không được Trung Quốc hoan nghênh.

Hầu như ngay lập tức tôi đã bị thất sủng đối với Trung Quốc. Tôi bị mất liên lạc với các tướng và các nhà kinh điển của Trung Quốc. Về sau tôi mới biết rằng những người ủng hộ Trung Quốc ở tại Hoa Kỳ – mà tôi gọi là giới "ôm panda" trong bài viết trên báo *Wall Street Journal* – đã liên lạc với các đối tác Trung Quốc của họ và bảo Trung Quốc đừng cho tôi vào Trung Quốc nữa. Những đơn xin visa với tính cách là học giả của tôi, trước kia là thông lệ, bây giờ không được cấp nữa. Trong tương lai khi tôi muốn vào Trung Quốc đều cần phải có giấy giới thiệu ngoại giao chính thức của chính quyền Hoa Kỳ. Các sự giao tiếp của tôi cũng được theo dõi kỹ hơn trước. Một vài "người bạn" của tôi ở Trung Quốc không còn nói chuyện với tôi nữa. Tại Hoa Kỳ có rất nhiều nỗ lực để lật tẩy những sự hiểu biết của tôi và những lời cảnh cáo của tôi về ý định của Trung Quốc.

Tình trạng ấy kéo dài trong nhiều năm. Đến năm 2013 có một điều khác thường xảy ra. Một lần nữa tôi xin visa để vào Trung Quốc với tính cách là visa của học giả nghiên cứu và tôi không chắc là sẽ được chấp thuận. Tuy nhiên lần đầu tiên trong 6 năm, Trung Quốc đã chấp thuận. Hơn thế nữa, tôi còn được mời ăn trưa và ăn tối với các tướng trong Quân đội Giải phóng Nhân dân. Tôi được mời cùng chủ tọa một buổi hội luận tại Bắc Kinh về những cách tiến hành chính sách lợi cả cho mọi bên ở biển Nam Hải. Trong hội nghị, nhiều viên chức Trung Quốc mà tôi đã không gặp trong nhiều năm đã cố ý tới chào hỏi tôi. Hai tướng trong Quân đội Giải phóng Nhân dân nói với tôi là tôi đã có *"những cống hiến lớn"* cho Trung Quốc vào những năm 1970 và 1980, và họ mong rằng tôi sẽ lại làm những công việc đó.

Khi trở về Mỹ, tôi nói với một người bạn đào tị Trung Quốc là, "Tôi rất lấy làm lạ. Ông nghĩ sao lại có chuyện đó được?"

Ông ta trả lời, "Tôi hỏi ông nhé ông đã có bao giờ thảo luận về cuốn sách của ông, [tức là cuốn sách này], ở trên email chưa?"

Tôi trả lời, "Có", và tôi chợt hiểu.

Ông ta nói, "Đó là cách giải thích đúng nhất."

Trong hoạt động tuyên truyền của Trung Quốc không có một người Hoa Kỳ nào lại được coi là hoàn toàn không mua được hay không chuộc được. Những người không thân thiện thì dưới áp lực hoặc dụ dỗ sẽ trở thành thân thiện. Hình như Trung Quốc đánh nước bạc là nếu họ tốt với tôi và cho tôi được tiếp cận nhiều thì có lẽ cuốn sách này cũng sẽ nhẹ nhàng hơn đối với họ. Giới lãnh đạo Trung Quốc đã tỏ ra không e ngại gì khi sử dụng những phương pháp mạnh dạn hơn để kiểm soát hình ảnh của họ. Các nhà sư là một trong những nguồn còn lại cuối cùng để có thông tin về việc Trung Quốc chiếm đóng Tây Tạng, nhưng bây giờ các nhà sư cũng thường bị kiểm soát bởi các viên chức Trung Quốc và các tu viện của họ thường bị lục soát.[46] Một chương trình rộng lớn như vậy cũng đang được thi hành với các thành viên của giới báo chí hải ngoại. Một vài nhà phân tích kết luận rằng hiện nay có khoảng 700 nhà báo Trung Quốc đang hoạt động tại Hoa Kỳ. Nhiều người trong nhóm họ được coi là những "nhân viên tuyên truyền" phổ biến các quan điểm thuận lợi cho Trung Quốc, hay họ thật sự là các nhân viên tình báo theo dõi những người coi như là chống Trung Quốc tại Hoa Kỳ.[47]

Một cuộc nghiên cứu mới đây của Center for International Media Assistance [Trung Tâm Hỗ Trợ Truyền Thông Quốc Tế] thấy rằng "Các sự hạn chế giới truyền thông của Trung Quốc đã bắt đầu có ảnh hưởng đáng kể tới những vụ báo cáo về những công tác truyền tin và hoạt động của các tổ chức quốc tế."[48] Cụ thể là báo cáo đó nêu ra bốn chiến lược chính mà Trung Quốc dùng để ảnh hưởng hay thao túng giới truyền thông Tây Phương. Như được đăng tải trong tập san

Business Insider ngày 5 tháng 11 năm 2013. Các chiến lược đó bao gồm:

• **Hành động trực tiếp** của các nhà ngoại giao Trung Quốc, các viên chức địa phương, các lực lượng an ninh và các viên chức kiểm soát ở trong và ngoài Trung Quốc. Những biện pháp này gây trở ngại cho việc thâu lượm tin tức và ngăn không cho phổ biến những nội dung không tốt, và trừng phạt những các tổ chức phát tin ngoại quốc không tôn trọng những sự giới hạn đó.

• **Dùng những đe dọa và dụ dỗ kinh tế** để khiến cho các cơ quan truyền tin phải tự kiểm duyệt tại những văn phòng đại diện của họ ở ngoài Trung Hoa lục địa.

• **Áp lực gián tiếp** qua những tổ chức khác – bao gồm các hàng quảng cáo, các công ty vệ tinh và các chính quyền ngoại quốc – để ngăn cản hay trừng phạt việc phổ biến những bài có nội dung chỉ trích Bắc Kinh.

• **Tiến hành những cuộc đả kích trên mạng và những cuộc hành hung** mà không có thể truy nguyên là do sắp xếp từ các chính quyền Trung Quốc nhưng nhằm để phục vụ cho các mục đích của Đảng.[49]

Nhiều nhà báo ngoại quốc tại Trung Quốc cho rằng tất cả những điều gì họ nói hoặc viết hay những cú điện thoại và những email của họ đều bị chính quyền Trung Quốc theo dõi. Báo *New York Times* đã bị là mục tiêu tấn công trên mạng bởi chính quyền Trung Quốc, tờ *Wall Street Journal* và đài CNN cũng bị như vậy sau khi những cơ quan đó đưa ra những bài không vừa lòng chính quyền Trung Quốc. Tháng 2 năm 2013, Twitter thông báo là trương mục của khoảng 250.000 người thành viên của Twitter đã là nạn nhân của những vụ tấn công từ Trung Quốc giống như những cuộc tấn công chống lại báo *New York Times*.[50]

Năm 2013, 10% của các phái viên ngoại quốc ở Trung

Quốc nói là gặp khó khăn khi xin giấy phép hoạt động bởi vì những bài viết của họ hay của những người trước họ.[51] Trung Quốc đã từ chối không cấp visa cho trưởng văn phòng Bắc kinh của *Washington Post* là Andrew Higgins từ năm 2009. Higgins đã bị trục xuất ra khỏi Trung Quốc năm 1991 sau khi ông ta đưa ra một thiên phóng sự nổi tiếng về các người bất đồng chính kiến Trung Quốc và từ đó ông ta chưa bao giờ được cho phép làm việc tại Trung Quốc nữa.[52] Báo *Christian Science Monitor* nói về hành động đàn áp trong việc viết tin về các cuộc nổi loạn năm 2011 mà người ta gọi là cuộc Cách Mạng Hoa Nhài:

> Chính quyền Trung Quốc đã tiếp xúc với các nhà báo ngoại quốc và bảo họ không được viết phóng sự về các cuộc nổi loạn. Trong một vài trường hợp cảnh sát thật sự tới nhà của các nhà báo để đưa những lời cảnh cáo. Nếu những nhà báo nào đã viết về các cuộc nổi loạn thì visa của họ sẽ bị từ chối ngay lập tức. Nhà báo Paul Mooney nói rằng đó là lần duy nhất mà ông ta quyết định không viết về vụ đó bởi vì hậu quả của nó có thể là ảnh hưởng tới tình trạng cư ngụ trong nước của ông ta.[53]

Paul Mooney, một nhà báo đã viết về Trung Quốc trong 18 năm, cũng đã bị từ chối không cho vào Trung Quốc như vậy. Các bài báo của Mooney chắc đã làm cho các viên chức Trung Quốc nổi giận bởi vì ông ta tập trung vào những vấn đề như tham nhũng, ô nhiễm và những làng ung thư và làng AIDS tại Trung Quốc.[54] Mooney trở thành một trong nhiều các phóng viên ngoại quốc khác, trong đó có Andrew Higgins và Melissa Chan, đã bị bắt buộc phải rời Trung Quốc hay cấm vào Trung Quốc bởi vì chính quyền Trung Quốc cho là những bài báo của họ có tính cách bất lợi.[55] Việc tống xuất Chan, một nhà báo của đài truyền hình Al Jazeera tiếng Anh, là vụ tống xuất đầu tiên của Trung Quốc đối với một nhà báo ngoại quốc trong vòng 14 năm. Như tờ *Washington Post* đã ghi nhận, nhiều nhà báo khác "đã bị đe dọa là sẽ bị đuổi ra khỏi Trung Quốc và những người khác đã phải đợi rất lâu mới xin được visa để vào."[56]

Các phóng viên của Bloomberg News đã tố cáo là các cấp chỉ huy của họ đã không cho phổ biến những bản tin về Trung Quốc vì sợ rằng có những ảnh hưởng bất lợi tương tự.[57] Các nhà báo của Bloomberg so sánh tình trạng này với "tình trạng của Đức trong thời quốc xã khi các tổ chức thông tin đã phải tự kiểm duyệt để có thể được ở lại trong nước."[58] Những cuộc bố ráp trên internet của Trung Quốc được nhiều người biết tới và rất phổ biến. Theo một nghĩa, như hãng thông tấn Agence France-Presse ghi nhận, "đảng Cộng Sản Trung Quốc điều hành một trong những đại công ty trong ngành kỹ thuật thông tin bằng số (digital empires) lớn nhất thế giới."[59] Những mạng của họ, bao gồm China Telecom, China Unicom và China Mobile, tất cả đều được kiểm soát bởi nhà nước. Các nỗ lực của chính quyền để thiết lập những công cụ theo dõi trên internet được người ta biết tới là "Trường Thành Lửa Trung Quốc."[60] Chính quyền Trung Quốc có thể chặn những sự liên lạc của công dân Trung Quốc và chặn tất cả những nỗ lực để mật mã hóa các thông tin. "Việc theo dõi cũng được gắn liền vào các mạng xã hội, các dịch vụ Chat và VoIP."[61] Các bloggers vi phạm luật thường bị sách nhiễu và, trong một vài trường hợp, bị nhà cầm quyền Trung Quốc bắt giữ, khiến họ không có cơ hội để gửi thông tin và các thông điệp cho các phóng viên ở Tây Phương.

Trung Quốc cũng dùng những biện pháp mạnh với các công ty Tây Phương và bắt buộc họ phải yểm trợ cho các hoạt động kiểm duyệt của Trung Quốc. Năm 2006 The Quality Brands Protection Committeee, đại diện cho hơn 200 công ty đa quốc gia hoạt động ở Trung Quốc như Toyota, Apple và Nokia đã gửi email cho các thành viên của họ và báo cho họ biết là chính quyền Trung Quốc quan tâm tới những hành động của nhân viên của họ để tránh né Bức Trường Thành Lửa, liên lạc với các chi nhánh của công ty ở ngoài Trung Quốc và cảnh báo họ là công ty của họ có thể bị cảnh sát lục soát.[62]

Apple phải nhượng bộ chính quyền Trung Quốc và bỏ các [app] applications mà người tiêu thụ có thể dùng để liên lạc với một đài truyền hình và một tiệm sách ở ngoại quốc phổ biến các tài liệu có nội dung chống Trung Quốc. Đã nhiều năm Apple đã cố gắng để có thỏa hiệp bán Iphone trên mạng China Mobile. Eutelstat, một công ty cung cấp dịch vụ vệ tinh của Pháp, đã làm việc với đài truyền hình chống Trung Quốc NTDTV cho tới năm 2005 [thì chấm dứt] khi công ty muốn có hợp đồng với các khách hàng có liên hệ với chính quyền Trung Quốc.[63] NASDAQ cũng đã nhượng bộ trước áp lực của Trung Quốc như được tiết lộ trong một bài báo:

Tháng 1 năm 2007 đại diện của công ty tại Trung Quốc – một công dân Hoa Kỳ – được mời tới làm việc với Cơ quan An ninh của Trung Quốc về vấn đề nhân viên NTDTV đã phát hành tin từ văn phòng của NASDAQ tại New York. Viên chức NASDAQ đó đã được thả ra ngay trong ngày, nhưng phải chịu áp lực là "có lẽ đã hứa với chính quyền Trung Quốc rằng NAS-DAQ sẽ ngưng cho phép NTDTV phát hành tin từ trụ sở trung ương của thị trường chứng khoán.

Bắt đầu từ tháng 2 năm 2007 phóng viên của NTDTV bỗng nhiên không được cho vào trụ sở NASDAQ sau khi đã được phổ biến tin hàng ngày từ đó trong hơn một năm. Đài truyền hình NTDTV nghi là có áp lực của Trung Quốc đằng sau sự thay đổi bất ngờ đó nhưng không biết rõ cho đến khi có một bức điện văn đã bị lọt ra ngoài và đã được phát hiện vào năm 2012. Sau khi NTDVT bị loại ra thì NASDAQ đã được Trung Quốc chấp thuận mở văn phòng đại diện đầu tiên tại Trung Quốc.[64]

"Những sự rắc rối mới đây tại Trung Quốc đối với các công ty Apple và Volkswagen cho thấy là càng ngày càng có rủi ro lớn hơn đối với các công ty toàn cầu bởi vì các công ty này đã lệ thuộc vào nền kinh tế đang phát triển của Trung Quốc và do đó phải chịu ảnh hưởng của áp lực thay đổi của Bắc

Kinh," báo *Wall Street Journal* đã viết năm 2013. "Trong một vài trường hợp các công ty ngoại quốc đã bị các cơ quan truyền thông của nhà nước đả kích kịch liệt. Trong những trường hợp khác họ đã bị các viên chức kiểm soát hay các chính sách của Trung Quốc làm khó dễ, như chiến dịch chống tham nhũng giới hạn việc cho những tặng phẩm quá lộ liễu."[65]

"Bất cứ một công ty lớn nào tại Hoa Kỳ cũng không muốn dính líu [với chúng tôi]; ngay cả những các tổ chức có văn phòng tại Bắc Kinh," theo Meicun Weng – người sáng lập ra trang mạng thông tấn bằng tiếng Trung Quốc Boxun thường phổ biến những tin tức về vi phạm nhân quyền và được Liên Hiệp Âu Châu ủng hộ – "Trung Quốc truy nguyên được là ai đã tài trợ cho các chi nhánh đã bị để ý ở ngoại quốc]. Và các chi nhánh sẽ nhận được nhân viên chính quyền gọi điện thoại để nhắc nhở."[66]

Tất cả những chiến thuật này – thao túng ý kiến, thưởng cho những người phổ biến thông điệp thuận lợi, và phạt những tiếng nói bất đồng – đều dựa trên những tiền lệ đã có từ thời Chiến quốc. Các câu ngụ ngôn và lời khuyên ngắn gọn về các chiến lược mà các quân sư thường đưa ra cho các nhà cai trị qua một thời gian dài hằng mấy chục năm để lật đổ chế độ bá quyền cũ thường bao gồm sự đánh giá các phương pháp đối phó với phe diều hâu và phe bồ câu ở trong các vương quốc đối lập. Lẽ dĩ nhiên không phải các biện pháp đều được áp dụng mọi nơi và trong mọi trường hợp. Nhưng mục đích luôn luôn là để phá hoại kế hoạch của đối phương và ngăn cản không cho đối phương nhìn thấy tình huống thật sự về địa lý chính trị. Nếu đối phương nhìn thấy cái *thế* trước mình thì mình không thể nào đi những nước cờ hay trên bàn cờ vậy.[67]

CHÚ THÍCH CHƯƠNG 6

1. Anne-Marie Brady đã đi tiên phong trong công cuộc nghiên cứu các nỗ lực tuyên truyền của chính quyền Trung Quốc, trong đó có các tài liệu như Anne-Marie Brady, ed., *China's Thought Management* (NewYork: Routledge, 2012). Cũng xem Anne Marie Brady, "Chinese Foreign Policy: A New Era Dawns," *Diplomat*, March 17, 2014, có tại http://thediplomat.com/2014/03/chinese-foreign-policy-a-new-era-dawns/; and- Brady's *Marketing Dictatorship: Propaganda and Thought Work in Contemporary China* (Lanham, MD: Rowman&Littlefield, 2009); David Shambaugh, *China's Communist Party: Atrophy and Adaptation* (Berkeley: University of California Press, 2008), 106–11. Cũng xem David Shambaugh, *China Goes Global: The Partial Power* (NewYork: Oxford University Press, 2013).

2. Keith B. Richburg, "Chinese Artist Ai Weiwei Arrested in On going Government Crackdown," *WashingtonPost*, April 3, 2011, có tại http://www.washingtonpost.com/world/chinese-artist-ai-wei-wei-arrested-in-latest-government-crackdown/2011/04/03/AF-HB5PVC_story.html.

3. "State Enemies: China," Reporters Without Borders, Special Edition: Surveillance, có tại http://surveillance.rsf.org/en/china/.

4. Patrick E. Tyler, "Who's Afraid of China?," *NewYork Times*, August 1, 1999, có tại http://www.nytimes.com/1999/08/01/magazine/who-s-afraid-of-china.html.

5. Qiao Liang và Wang Xiangsui, *Unrestricted Warfare: Assumptions on War and Tactics in the Age of Globalization* (Beijing: PLA Literature and Arts Publishing House, 1999). Bản dịch tóm lược *Unrestricted Warfare* có tại http://www.fas.org/nuke/guide/china/doctrine/index.html.

6. Về vấn đề nhạy cảm của người Trung Quốc đối với Hoa Kỳ xin xem Andrew J. Nathan and Andrew Scobell, *China's Search for Security* (NewYork: Columbia University Press, 2012) và Andrew J. Nathan and Andrew Scobell, "How China Sees America," *Foreign Affairs* (September/October 2012), có tại http://www.foreignaffairs.com/articles/138009/andrew-j-nathan-and-andrew-scobell/how-china-sees-america.

7. Alastair Johnston của Harvard University nhận xét trong "Beijing's Security Behaviorin the Asia-Pacific: Is China a Dissatisfied Power?" in J. J. Suh, Peter J. Katzenstein, and Allen Carlson, eds., *Rethinking Security in East Asia: Identity, Power, and Efficiency* (Stanford, CA: Stanford University Press, 2004), 34–96, rằng các tác giả của *Unrestricted Warfare* "không phải là các nhà chiến lược mà là các chính trị viên," có nhiệm vụ chính là "viết về cuộc sống trong quân ngũ." Ông nói thêm, cuốn sách "gây nhiều tranh luận tại Trung Quốc" và "bị phê bình trong các buổi họp nội bộ của giới quân sự." Tuy nhiên "không có một thông tin nào theo ngữ cảnh được dùng trong khi thảo luận về Hoa Kỳ" (68).

8. Erik Eckholm, "Afterthe Attacks: In Beijing; Waiting Nervously for Response," *NewYork Times*, September 16, 2001, có tại http://www.nytimes.com/2001/09/16/us/after-the-attacks-in-beijing-waiting-nervously-for-response.html.

9. Wang Jiang, Li Xiaoning, Qiao Liang, Wang Xiangsui, *Xin Zhanguo Shidai* [The New Warring States Era] (Beijing: Xinhuachubanshe, 2003).

10. Wu Rusong, "Rouwulun—Zhongguogudianzhanluezhiyao" ["On Soft Fighting—The Quintessence of China's Classical Strategy"], *Zhongguo Junshi Kexue* [China Military Science] 34, no.1 (Spring 1996): 118.

CUỘC ĐUA MARATHON 100 NĂM 237

11. Li Bingyan, ed., *Zhongguolidaidazhanlue* [*The Grand Strategy of China's Past Dynasties*] (Beijing: Kunlunchubanshe,1998), 51.

12. Huang Zhixian, Geng Jianzhong, and Guo Shengwei, *Sun Zi Jingcui Xinbian* [*A Concise New Edition of Sun Tzu*] (Beijing: Junshikexuechubanshe,1993), 70.

13. Chai Yaqui, *Mouluelun* [*On Deceptive Strategy*] (Beijing: Lantianchubanshe, 1996), 97.

14. Chai Yuqiu, ed., *Moulueku* [*A Store house of Deceptive Strategy*] (Guangxi: Guangxi Renminchubanshe, 1995),152.

15. Nick Mulvenney, "China to Meet Dalai Lama Aidesamid Tibet Tension," Reuters, April 25, 2008, có tại http://in.reuters.com/article/2008/04/25/idINIndia-33236220080425.

16. Brian Duffyand Bob Woodward, "FBI Warned on Hillabout China Money," *Washington Post*, March 9, 1997, có tại http://www.washingtonpost.com/wp-srv/politics/special/campfin/stories/cf030997.htm.

17. Bill Gertz, *The China Threat: Howthe People's Republic Targets America* (Washington, DC: Regnery, 2000),45.

18. China's PropagandaandInfluence Operations, ItsIntelligence Activities That Target the United States, and the ResultingImpactson U.S.National Security: Hearingbefore the U.S.-China Economicand Security Review Commission, 111th Cong.88 (Apr.30,2009), statement of Dr.Jacqueline Newmyer, presidentand CEO, Long-Term-Strategy Group, Cambridge, MA, có tại http://origin.www.uscc.gov/sites/default/files/transcripts/4.30.09HearingTranscript.pdf. Dẫn chứng trong bài đăng trong số báo February 2009 *Reference News* (*Cankao Xiaoxi*), bản dịch của American Open Source Center, được Newmyer dẫn chứng trong lời tuyên bố.

19. Friedberg,*Contestfor Supremacy*,194–95.

20. China's PropagandaandInfluence Operations, ItsIntelligence Activities That Target the United States, and the ResultingImpactson U.S.National Security: Hearingbeforethe U.S.-China Economicand Security Review Commission, 111th Cong.67 (Apr.30, 2009), statement of Dr.Ross Terrill, associateinresearch, JohnK.Fairbank-Centerfor Chinese Studies, Harvard University, Cambridge, MA, có tại http://origin.www.uscc.gov/sites/default/files/transcripts/4.30.09HearingTranscript.pdf.

21. ConfuciusInstitute/Classroom website, có tại http://english.hanban.org/node_10971.htm.

22. D.D.Guttenplan, "Critics WorryaboutInfluence of Chinese Instituteson USCampuses," *NewYork Times*, March 4, 2012, có tại http://www.nytimes.com/2012/03/05/us/critics-worry-about-influence-of-chinese-institutes-on-us-campuses.html?pagewanted=all&_r=0.

23. "China's ConfuciusInstitutes: Rectification of Statues," *Economist*, January 20, 2011, có tại http://www.economist.com/blogs/asiaview/2011/01/china%E2%80%99s_confucius_institutes.

24. Daniel Golden, "China Says No Talking Tibetas Confucius Funds U.S.Universities," Bloomberg News Service, November 1, 2011, có tại http://www.bloomberg.com/news/2011-11-01/china- says-no-talking-tibet-as-confucius-funds-u-s-universities.html.

25. Guttenplan,"Critics Worry AboutInfluence of Chinese Instituteson U.S.Campuses."

26. Josh Dehaas, "Talks End Between ConfuciusInstitutes and U Manitoba," *Maclean's*, June 21, 2011, có tại http://www.macleans.ca/education/uniandcollege/talks-end-between-confucius-institutes- and-u-manitoba/.

27. Marshall Sahlins, "China U.," *Nation*, October 29, 2013, có tại http://www.thenation.com/article/176888/china-u.

28. Golden,"China Says No Talking Tibetas Confucius Funds U.S.Universities."

29. Ibid.

30. Guttenplan, "Critics Worry AboutInfluence of Chinese Instituteson U.S.Campuses."

31. Golden, "China Says No Talking Tibet as Confucius Funds U.S. Universities." Quả thực vấn đề Tây tạng không bao giờ được nói tới tại trang mạng của Viện http://ealc.stanford.edu/ confucius_institute/. Ngày 10, 01/2013 trong cuộc phỏng vấn giáo sư Ban Wang của Stanford University's Office of International Affairs, Wang nói rằng, "Trong hai năm qua, mỗi khi chúng tôi có bất đồng ý kiến với Hanban hay các đối tác , giáo sư Chao, Khoa trưởng Saller và tôi đều đi Bắc Kinh để trực tiếp thương lượng. Lần nào chúng tôi cũng nhắc họ là Stanford University có toàn quyền kiểm soát sự điều hành của Viện. Kết quả là tình trạng có lợi cho chúng tôi ..." The Confucius Institute at Stanford University, có tại https:// oia.stanford.edu/ node/ 14779.Xin xem Wise, Tiger Trap, chapter 14.

32. "Sydney University Criticised for Blocking Dalai Lama Visit," *Guardian*, April 18, 2013, có tại http://www.theguardian.com/world/2013/apr/18/sydney-university-dalai-lama.

33. Dehaas, "Talks End Between ConfuciusInstitutes and U Manitoba."

34. Sahlins,"China U."

35. Don Starr, "Chinese Language Educationin Europe: The ConfuciusInstitutes," *European Journal of Education, Research, Development and Policy* 44, no.1 (March 2009): 65–82, có tại http://onlinelibrary.wiley.com/doi/10.1111/j.1465-3435.2008.01371.x/full.

36. Ibid.

37. "Profs Worry China Preparing to Spy on Students," *Maclean's*, April 27, 2011, có tại http://www.macleans.ca/education/uniandcollege/profs-worry-china-preparing-to-spy-on-students/.

38. TGS and AEF, "People's Daily. The Riseofan Awakening Lion," *Chinascope*, lastupdated February 10, 2011, có tại http://chinascope.org/main/content/view/3306/100/.

39. Tania Branigan, "Chinese Ambassador Attacks 'Cold War' Fears over Confucius Institutes," *Guardian*, June 15, 2012, có tại http://www.theguardian.com/world/2012/jun/15/confucius-institutes- universities-chinese-ambassador.

40. Justin Norrie, "Confucius Says School's In, but Don't Mention Democracy," *Sydney Morning Herald*, February 20, 2011, available at http://www.smh.com.au/national/education/confucius-says-schools-in- but-dont-mention-democracy-20110219-1b09x.html.

41. Fred Hiatt, "Chinese Leaders Control Media, Academics to Shape the Perception of China," *Washington Post*, November 17, 2013, có tại http://www.washingtonpost.com/opinions/fred-hiatt- chinese-leaders-control-media-academics-to-shape-the-perception-of-china/2013/11/17/1f26816e-4e06- 11e3-9890-a1e0997fb0c0_story.html.

42. Ibid.

43. Ibid.

44. Neil King Jr., "Inside Pentagon: A Scholar Shapes Views of China," *Wall Street Journal*, September 8, 2005, có tại http://online.wsj.com/news/articles/SB112613947626134749.

45. Ibid.

46. "UN Experts Warn of Severe Restrictions on Tibetan Monasteries in China," *UN News Centre*, November 1, 2011, có tại http://www.un.org/apps/news/story.asp/story.asp? NewsID=40269&Cr=China&Cr1#.Uxi2dumPLVI.

47. Q & A "Q&A: Paul Mooney on Reporting in China," Bob Dietz, Committee to Protect Journalists, CPJ Blog, November 12, 2013, có tại http://www.cpj.org/blog/2013/11/qa-paul-mooney-on-reporting-in- china.php.

48. Harrison Jacob Harrison Jacobs, "Chinese Censorship Is Spreading All Over the World," *Business Insider*, November 5, 2013, có tại http://www.businessinsider.com/chinese-censorship-is-spreading-all-over-the- world-2013-11.

49. Ibid.

50. "State Enemies: China."

51. US State Department U.S. State Department, Bureau of Democracy Human Rights and Labor, "2013 Human Rights Report: China (includes Tibet, Hong Kong, and Macau)," có tại http://www.state.gov/j/drl/rls/hrrpt/2013/eap/220186.htm.

52. Will Sommer, "Post's Chinese Visa Fight Ends with a Whimper," *Washington City Paper*, September 17, 2012, có tại http://www.washingtoncitypaper.com/blogs/citydesk/2012/09/17/posts-chinese- visa-fight-ends-with-a-whimper/.

53. Peter Ford, "Report on China's 'Jasmine Revolution'? Not if You Want Your Visa," *Christian Science Monitor*, March 3, 2011, có tại http://www.csmonitor.com/layout/set/r14/World/Asia- Pacific/2011/0303/Report-on-China-s-Jasmine-Revolution-Not-if-you-want-your-visa.

54. Harrison Jacobs, "Journalist Paul Mooney on Why He Was Blocked from China and How Things Could Get 'Much, Much Worse,'" *Business Insider*, November 21, 2013, có tại http://www.businessinsider.com/paul-mooney-on-being-denied-chinese-visa-2013-11#ixzz2n5iYadYX.

55. Evan Osnos Evan Osnos, "What Will It Cost to Cover China?" *New Yorker*, November 19, 2013, available at http://www.newyorker.com/online/blogs/comment/2013/11/what-will-it-cost-to-cover-china.html. See also Robert Dietz, "Foreign Reporters on Reporting in China," for the Congressional-Executive Commission on China Roundtable, "China's Treatment of Foreign Journalists," December 11, 2013, có tại http://www.cecc.gov/sites/chinacommission.house.gov/files/CECC%20Roundtable%20 -%20Foreign%20Journalists%20-Robert%20Dietz%20Written%20Statement.pdf.

56. Keith B. Richburg Keith B. Richburg, "China Expels Al-Jazeera Reporter as Media Relations Sour," *Washington Post*, May 8, 2012, có tại http://www.washingtonpost.com/world/asia_pacific/china-expels-al-jazeera- reporter-as-media-relations-sour/2012/05/08/gIQAlip49T_story.html.

57. A.M. Rosenthal, cố bình luận gia trước là chủ bút của báo *New York Times*, đã viết, "Trong lịch sử Hoa Kỳ chưa bao giờ quốc gia này lại bị ảnh hưởng bởi một chế độ độc tài [như Trung Quốc]. Thực vậy, có lẽ không kể nước Anh, theo tôi nhớ thì chưa có nước nào có nhiều ảnh hưởng tới sinh hoạt chính trị, kinh tế và học thuật như vậy." Dẫn chứng trong Gertz, *China Threat*, 40–41.

50. Osnos, "What Will It Cost to Cover China?"

59. "Syria, China Worst for Online Spying: RSF," *Daily Star* (Lebanon), March 12, 2013, có tại http://www.dailystar.com.lb/Article.aspx?id=209739&link=Technology/Regional/2013/Mar- 12/209739-syria-china-worst-for-online-spying-rsf.ashx#axzz2r-FONYvA9.

60. "State Enemies: China."

61. Ibid

62. Ibid

63. Jacobs, "Chinese Censorship Is Spreading All Over the World."

64. Ibid

65. Laurie Burkitt and Paul Mozur, "Foreign Firms Brace for More Pressure in China," *Wall Street Journal*, April 4, 2013, có tại http://online.wsj.com/news/articles/SB10001424127887323916304578400463208890042.

66. Jacobs, "Chinese Censorship Is Spreading All Over the World."

67. Thêm các tài liệu về cách thức kiểm soát giới truyền thông của Trung Quốc xin đọc, "How Officials Can Spin the Media," China Media Project, June 19, 2010, có tại http://cmp.hku.hk/2010/06/19/6238/; "Media Dictionary: 'Propaganda Discipline,'" China Media Project, January 5, 2007, có tại http://cmp.hku.hk/2007/01/05/145/; Frank N. Pieke, *The Good Communist: Elite Training and State Building in Today's China* (Cambridge, UK: Cambridge University Press, 2009); Yanmin Yu, "The Role of the Media: A Case Study of China's Media Coverage of the U.S. War in Iraq," in Yufan Hao and Lin Su, eds., *China's Foreign Policy Making: Societal Force and Chinese American Policy* (Burlington, VT: Ashgate, 2005). See also Anne-Marie Brady and He Yong, "Talking Up the Market," in Anne-Marie Brady, ed., *China's Thought Management* (Oxford, UK: Routledge, 2012); Min Jiang, "Spaces of Authoritarian Deliberation: Online Public Deliberation in China," in Ethan J. Lieb and Baogang He, eds., *The Search for Deliberative Democracy in China* (New York: Palgrave Macmillan, 2006); Ying Chan, "Microblogs Reshape News in China," China Media Project, October 12, 2010, có tại http://cmp.hku.hk/2010/10/12/8021/; and Christopher R. Hughes, "Controlling the Internet Architecture within Greater China," in Françoise Mengin, ed., *Cyber China: Reshaping National Identities in the Age of Information* (New York: Palgrave Macmillan, 2004).

Chương 7
SÁT THỦ GIẢN

"Chặt chẽ không sơ hở như mây mù, tiến công như sấm chớp." [AL]

Tôn Tử, *Tôn Ngô Binh pháp*

Anh thủy thủ nói, "Thưa ông Bộ trưởng, mời ông ra lệnh tiến quân." Anh thủy thủ mặc đồng phục màu trắng loại A, đứng trên một bản đồ khổng lồ vùng Á Châu và Thái Bình Dương trên sàn nhà. Bản đồ được chia thành những ô hình sáu cạnh và chiếm tất cả sàn nhà lót bằng đá hoa đen và trắng. Tất cả mọi người đều tập trung vào một chỗ trên bản đồ là bờ biển của một nước bị Trung Quốc tấn công; nước này có bờ biển dài và đã có một lịch sử từng gây khó khăn cho những kế hoạch quân sự tốt nhất của Hoa Kỳ: Việt nam.

Một viên sĩ quan hải quân nói: "Ông bộ trưởng quốc phòng đang ra lệnh cho một hạm đội hải-không quân đi hết tốc lực về phía biển Nam Hải. Với lực lượng đó chúng ta ít ra cũng có thể bảo vệ được Hawaii"

AL. "Kỳ tật như phong, kỳ từ như lâm, xâm lược như hoả, bất động như san, nan tri như âm, động như lôi chấn"
 Phải nhanh như gió, bí hiểm như rừng, lan tỏa như lửa, vững như núi, bí mật như không, hành động như sấm sét
https://www.dtv-ebook.net/doc-truyen/ebook-binh-phap-ton-tu-va-200-tran-danh-noi-tieng-trong-lich-su-trung-quoc-ngo-nhu-tung-full-prc-da-su_2149.6433-1.html

Thời điểm giả định đó là năm 2030, và viên sĩ quan ra lệnh thay cho bộ trưởng quốc phòng là một thành viên trong toán tham gia cuộc tập trận giả, tại trường Naval War College ở Newport, Rhode Island. Trong hơn 70 năm, nhiều cuộc tập trận chiến lược như vậy đã được tiến hành ở trong căn phòng này. Có cuộc tập trận liên quan tới sự đua tranh trong thời bình để thử sự khéo léo về ngoại giao; những cuộc tập trận khác thì mô phỏng các cuộc tấn công quân sự, phong tỏa bằng hải quân, và chiến tranh toàn cầu. Chính tại phòng này, bây giờ được trang trí cầu kỳ bằng đá hoa và những vật kỷ niệm của Thế chiến II, mà cuộc tấn công của Nhật vào Pearl Habour đã được dự đoán – nhưng sau đó chẳng ai để ý tới. Vào phòng tập trận đó cũng giống như đi thăm Delphi[AM], trong đó những nhà tiên tri trước kia đã cố vấn cho Solon, nhà làm luật nổi tiếng, soạn thảo ra một trong những hiến pháp đầu tiên trên thế giới và đã nói với Alexander the Great rằng ông là "vô địch."

Ngày hôm đó không những tôi chỉ có mặt tại cuộc tập trận ấy mà tôi lại còn là người tham dự nữa. "Toán Đỏ" của tôi là phe Trung Quốc. Tôi đã được mời tới đó để suy nghĩ như một nhà lãnh đạo quân sự Trung Quốc, để sáng tạo và đưa ra các phương pháp giao chiến bất cân đối của Trung Quốc mà tôi đang tìm hiểu. Tôi sẽ dùng những phương pháp đó để chống lại một hạm đội mạnh nhất trong lịch sử của chiến tranh trên mặt biển.

Cuộc tập trận kéo dài hơn ba tiếng đồng hồ mới chấm dứt. Nhưng cuộc chuyển quân cuối cùng trong bàn cờ trên sàn nhà cho thấy là phía quân đội Hoa Kỳ đã bị chiếu bí vì bị bao vây và hoàn toàn bất lực. Lần đầu tiên trong lịch sử của những cuộc tập trận của Lầu Năm Góc, Hoa Kỳ đã bị thua. Để thắng, tôi đã dùng những chiến thuật xuất phát từ sự hiểu biết của tôi về chiến lược của Trung Quốc. Những vũ khí và các chiến

---

AM. Delphi là một vùng thánh địa ở miền trung Hy Lạp, di tích thánh đường lớn nhất thờ phụng thần Apollo là nơi phát ra những lời sấm truyền của nữ tiên tri Pythia. [N.D.]

lược quân sự hướng dẫn kế hoạch của tôi đã bắt nguồn từ nghệ thuật chiến tranh cổ của Trung Quốc đã được Quân đội Giải phóng Nhân dân hiện đại hóa hàng ngày. Các chiến thuật đó được gọi là "Sát thủ giản"[1], một võ khí trong truyện dân gian Trung Quốc, đã được dùng để thắng một địch thủ mạnh hơn.

Trong vòng mấy năm sau đó có 20 cuộc diễn tập tương tự như vậy đã được Lầu Năm Góc tiến hành. Khi nào đội Trung Quốc dùng những chiến thuật và chiến lược quy ước thì Hoa Kỳ thắng rõ rệt; tuy nhiên mỗi khi Trung Quốc dùng các phương pháp "Sát Thủ Giản" thì Trung Quốc thắng[2]. Những bài học thâu được từ những cuộc chiến đấu giả tưởng này là một yếu tố thúc đẩy việc thực hiện chiến lược "Pivot Asia"[3] [Hướng về Á Châu] dưới thời tổng thống Obama.

Nhiều viên chức Hoa Kỳ, trong đó có cả tôi, đã chậm hiểu là những chiến lược của Trung Quốc phần lớn để đáp ứng những sự e ngại của Trung Quốc, mà cho tới bây giờ chúng tôi vẫn chậm hiểu. Tệ hại hơn nữa là chúng tôi vẫn thường có những nhận thức sai lầm về cơ sở của những mối lo sợ của Trung Quốc. Việc có thêm các chứng cớ đáng kể—đặc biệt từ những thông tin do bà Lee cung cấp—đã giúp cho vài người chúng tôi, nhưng không phải là tất cả, mở mắt ra để nhìn thấy chúng tôi đã sai lầm như thế nào.

Trong khi các nhà lãnh tụ Trung Quốc hãy còn cảm thấy bất an, và ngay cả sợ hãi hoang tưởng, đối với Hoa Kỳ và các nỗ lực của Tây phương để "bao vây" Trung Quốc nhưng có rất ít chứng cớ cho thấy là Trung Quốc cố tình khiêu chiến với Hoa Kỳ. Thực vậy, sự đối đầu về quân sự trong ngắn hạn có thể là một trong những mối đe dọa lớn cho chiến lược Marathon và làm mất đi nhiều năm trong đó Trung Quốc đã nỗ lực cần cù xây dựng Trung Quốc thành một lực lượng bá quyền về kinh tế và địa lý chính trị. Các nhà lãnh đạo Trung Quốc biết rằng xây dựng trong tương lai gần một lực lượng quân sự có khả năng tác chiến quy ước ngang hàng với quân đội Hoa

Kỳ — với tàu chiến, máy bay, chiến xa và quân lính (mặc dầu Quân đội Giải phóng Nhân dân có quân số là 2,3 triệu là con số áp đảo so với lục quân Mỹ) thì sẽ gây ra báo động tại thủ đô của các nước Tây phương và có thể sẽ làm phát sinh một cuộc chạy đua võ trang. Các nhà lãnh đạo Trung Quốc đang tiến hành một cuộc chơi dài hạn với mục đích tăng cường khả năng chống đối của họ một cách thầm lặng và đồng thời cũng dần dần cải tiến những lực lượng quy ước của họ.

***

Trong dân gian của Trung Quốc, có câu truyện của một người anh hùng phải đối đầu với một kẻ thù mạnh hơn. Kẻ thù đó mạnh hơn một người khổng lồ và lại được trang bị bằng vũ khí tốn kém và có kỹ thuật tiên tiến nhất vào thời đại đó, khiến cho mọi người phải lo sợ. Nhưng vị anh hùng đó đã không ngại thách thức kẻ thù mạnh hơn trong một cuộc giao tranh sống còn vì người anh hùng ấy đã có một vũ khí bí mật. Vũ khí này nhọn và nhẹ, có thể dấu trong ống tay áo rộng, nhưng có khả năng chém gẫy kiếm hay vỡ sọ địch thủ. Vũ khí đó —gọi là cái giản — không có vẻ nguy hiểm nhưng, ở trong tay người anh hùng ấy, nó có thể làm địch thủ bị tử thương bằng một nhát. Người anh hùng đã tập luyện dùng võ khí đó trong nhiều năm; và sự phối hợp của một vũ khí khác thường cùng với yếu tố bất ngờ và sự hiểu biết của người anh hùng ấy về điểm yếu nhất của địch thủ đã khiến cho một kẻ địch có vẻ mạnh hơn rất nhiều chịu kém thế.

Huyền thoại này cũng giống như truyện trong kinh thánh về David và Goliath nhưng, thay vì là kẻ yếu thế được trời giúp, người anh hùng Trung Quốc được cứu bởi một vũ khí, gọi là Sát Thủ Giản [shashoujian]. Chữ này có nghĩa là "giết" (sát - sha), "tay" (thủ - shou) và "giản" (jian), tạm dịch sang tiếng Anh là "Assassin's Mace."

'Sát thủ giản' là cây át chủ bài bảo đảm thắng lợi đối với một đối thủ mạnh hơn. Cụm từ 'Sát Thủ Giản' có từ thời Chiến quốc và được dùng trong các sách cổ về thuật trị nước, trong các truyện tiểu thuyết võ hiệp và trong các báo hàng ngày của quân đội Trung Quốc. Người Trung Quốc dùng từ Sát Thủ Giản trong những tình huống khác nhau. Trong hẹn hò nam nữ, người có Sát Thủ Giản là người có một sự hấp dẫn nhẹ nhàng, khiến cho phái nữ phải say mê, ngay cả đối với những phụ nữ kiêu kỳ. Trong việc điều hành một cơ sở kinh doanh, một giám đốc điều hành có Sát Thủ Giản là người có một kỹ năng đặc biệt, khiến cho ông ta có thể vượt qua các đối tượng cạnh tranh lớn hơn. Trong trò chơi đá bóng, đội banh có Sát Thủ Giản là đội có vua phá lưới không ai chặn được.

Trung Quốc đang đầu tư một số rất lớn các nguồn lực của họ vào những khả năng bất cân đối để hy vọng có thể xây dựng được Sát Thủ Giản. Những người đào tị từ cuối năm 1990 và đầu thập niên 2000, đã nói tới những kỹ thuật mới về quân sự mà Quân đội Giải phóng Nhân dân đang khai triển và có tầm tấn công "xa hơn Đài Loan", có nghĩa là nó có thể hóa giải những kế hoạch do các chiến lược gia Hoa Kỳ phác họa và dự trù thực hiện. Một người đào tị đã đặc biệt nói tới Sát Thủ Giản một cách hứng thú và mô tả đó như là những đột phá trong chương trình vũ khí. Diễn trình được thảo luận nhiều nhất đã tập trung vào Đài Loan, trong đó Trung Quốc phát triển những chiến lược chống đột nhập để bảo đảm thành công nếu Hoa Kỳ mưu toan bảo vệ Đài Loan trong trường hợp có một cuộc tấn công từ Trung Hoa lục địa.

Các kỹ thuật Sát Thủ Giản thuộc vào các lý thuyết quân sự trong giới quân sự của Trung Quốc gọi là "Nhược thắng cường, nhu thắng cương"[4]. Muốn cho lý thuyết này được thành công, Trung Quốc cho rằng mới đầu họ có thể khiến cho đối phương bị mê hoặc và tự cao tự đại hay đánh lừa đối phương để hành động theo những đường lối sẽ giúp Trung Quốc thắng. Ưu thế về tình báo so với đối phương cũng là điều thiết yếu, nhất là để dự đoán những hành động của đối phương, đánh lừa được đối phương, phá rối liên minh của đối phương hay kín đáo xây dựng một liên minh chống lại liên minh của đối phương, tấn công đúng lúc để phá vỡ cái *thế* và chuyển các biến cố theo chiều hướng có lợi cho Trung Quốc. Những sự đánh giá này cũng giống như những huyệt châm cứu, nếu điểm huyệt vào đúng lúc có thể làm tê liệt một đối phương hùng mạnh hơn.

Lần đầu tiên tôi thấy từ Sát Thủ Giản vào năm 1995, khi đọc một bài báo có tựa đề là "Cách mạng Quân sự trong Hải chiến", tác giả là ba nhà chiến lược quân sự xuất chúng. Các tác giả liệt kê những kỹ thuật mới có thể giúp đánh bại Hoa Kỳ. Họ đã nối kết ưu thế về quân sự ở ngoài không gian với những thành công trong các cuộc hải chiến. Làm chủ không gian sẽ là điều kiện tiên quyết cho sự chiến thắng của hải quân trong đó vùng không gian sẽ trở thành một điểm cao chế ngự các cuộc giao tranh trên mặt biển. Bên nào có ưu thế trong các trận chiến điện tử sẽ vận dụng tối đa các vũ khí Sát Thủ Giản để thắng các cuộc hải chiến. Họ kêu gọi Trung Quốc đi tiên phong trong việc chuẩn bị các vũ khí Sát Thủ Giản: võ khí chiến thuật laser "sẽ được dùng trước để chống lại tàu chiến trong hệ thống phòng thủ bằng phi đạn", áp dụng kỹ thuật tàng hình (stealth technology) cho cả các tàu biển và các phi đạn có điều khiển (cruise missile). Các tác giả viết: "Những cuộc tấn công phủ đầu chớp nhoáng và mạnh sẽ được dùng nhiều hơn."[5] Thêm vào đó, các tác giả này liệt ra một số chiến thuật thiết yếu để chống lại một siêu cường như Hoa Kỳ, như tấn công các đài ra đa, hoặc các đài truyền tin bằng vũ khí thông minh; phá các làn sóng của các cơ sở truyền tin của quân địch bằng chiến tranh điện tử; tấn công các trung tâm truyền tin, các cơ sở và các tàu chỉ huy; phá hủy các hệ thống điện tử bằng các võ khí dùng xung điện từ (electromagnetic pulse); hủy hoại các phần mềm của của máy điện toán bằng virus điện toán và phát triển những vũ khí năng lượng định hướng.

Sau khi tìm hiểu, tôi nhận ra rằng, trong bối cảnh quân sự thì Sát Thủ Giản nói tới một loạt các vũ khí bất tương xứng đã khiến cho một thế lực yếu hơn có thể đánh bại một đối thủ có vẻ mạnh hơn bằng cách tấn công vào những điểm yếu nhất của quân địch. Phản ứng của tôi khi nhìn thấy từ đó được nhắc đi nhắc lại nhiều lần là tôi cho rằng có lẽ đây chỉ là những kỹ thuật và mục tiêu mà họ mong ước. Đồng thời cũng có sự mơ hồ ở trong từ Sát Thủ Giản khiến cho ta có thể tin rằng Sát Thủ Giản chỉ là một cách để mô tả một vũ khí như là tân tiến hay là có tính cách giả tưởng trong tương lai. Nhưng khi tôi tìm hiểu kỹ hơn và yêu cầu các chuyên viên phân tích tình báo của Mỹ xem tất cả các văn bản thì thấy Sát Thủ Giản được dùng rất nhiều.

Hoa Kỳ chỉ nhìn những cuộc tranh chấp qua lăng kính của phương tiện quân sự thay vì là một bức tranh chiến lược rộng hơn đã được các nhà tư tưởng ngày xưa của Trung Quốc như Tôn Tử đề cập tới. Chiến lược này nhấn mạnh về tình báo, kinh tế và luật pháp. "Hiển nhiên, chính việc sử dụng các phương tiện khác nhau như vậy đã mở rộng quan niệm về chiến tranh." Kiều và Vương[AN] đã viết trong một cuốn sách gây tranh luận sôi nổi năm 1999 là cuốn *Unrestricted Warfare* [超限战], *Siêu Hạn Chiến*. "Chiến trường ở ngay cạnh chúng ta và quân thù ở trên mạng. Nhưng sẽ không có mùi thuốc súng và cũng không có mùi máu... Hiển nhiên kỹ thuật chiến tranh đang vượt ngoài những lãnh vực của quân đội của các binh sĩ, các đơn vị quân đội và quân sự và càng ngày càng trở nên một vấn đề của các nhà chính trị, các nhà khoa học và ngay cả các chủ ngân hàng." Hai ngày sau khi xảy ra cuộc tấn công 11 tháng 9, hai đại tá được báo của đảng Cộng sản phỏng vấn nói là những cuộc tấn công đó có thể có ảnh hưởng thuận lợi cho Trung Quốc và chứng cớ đó cho thấy rằng Hoa Kỳ dễ bị tấn công bằng những phương pháp không có tính cách truyền thống.[6]

AN. Qiao Liang (Kiều Lương) và Wang Xiangsui (Vương Tương Tuệ).
https://en.wikipedia.org/wiki/Unrestricted_Warfare

***

Năm 2000 tôi viết một tài liệu về chương trình Sát Thủ Giản cho cơ quan CIA. Một năm sau, tôi nhận được điện thoại của cơ quan này. Phó tổng thống Dick Cheney và chánh văn phòng của ông đã thấy nói về Sát Thủ Giản trong các bài báo cáo hàng ngày cho tổng thống, tài liệu cập nhật của các chuyên viên phân tích của CIA cho tổng thống và cho các thành viên của Hội đồng An Ninh Quốc Gia. Phó tổng thống muốn tìm hiểu về bối cảnh của chương trình Sát Thủ Giản và xem lại để biết cụm từ đó có nghĩa như thế nào? Phụ tá của phó tổng thống ngạc nhiên khi đọc các báo cáo của tôi. Tôi đã dự đoán là Trung Quốc sẽ giảm xuất cảng về các vũ khí nguy hiểm và tôi nghĩ rằng khái niệm sát thủ giản chỉ là một ước vọng chứ không phải là một chương trình mà họ đang tích cực theo đuổi hay có thể thực hiện được vào lúc đó. Cheney cho phép thu thập thêm tin tức tình báo để xem Trung Quốc thực sự có một chương trình chống vệ tinh, một chương trình chống vũ khí tàng hình, hay có những phi đạn để tiêu diệt hàng không mẫu hạm không? Chẳng bao lâu, chúng tôi đã có được sự trả lời.

Bây giờ tôi biết rằng Sát Thủ Giản là một thành phần then chốt trong chiến lược quân sự của Trung Quốc trong sách lược Marathon 100 năm. Xây dựng những kỹ thuật như vậy không phải chỉ là một ước vọng hay là một ý niệm ngộ nghĩnh mà các nhà lãnh đạo quân sự Trung Quốc hy vọng là ngày nào đó họ sẽ có đủ nguồn lực để thi hành. Thực tế là họ đang làm các công việc đó và đầu tư hàng tỷ đô la để thực hiện một bước nhảy vọt nhiều thế hệ trong khả năng quân sự, có thể áp đảo những lực lượng quy ước của các thế lực lớn tại Tây Phương. Ý tưởng của họ là cần phải giữ chương trình đó ở một mức độ nhỏ, để không làm cho Tây phương cảm thấy bị đe dọa.

Các tham vọng của các nhà lãnh đạo Trung Quốc muốn nâng cao lực lượng tương đối của Trung Quốc bằng cách có được những kỹ thuật cao đã mở rộng ngoài công cuộc thành lập các hệ thống vũ khí có kỹ thuật cao. Kế hoạch Quốc gia Phát triển Kỹ thuật Cao[AO] của Trung Quốc được tiến hành từ tháng 3 năm 1986 (còn gọi là Kế hoạch 863) là một nỗ lực lớn của Trung Quốc để vượt qua những sự thiếu sót trong an ninh quốc gia bằng cách sử dụng khoa học và kỹ thuật. Kế hoạch 863 vẫn còn đang tiếp diễn và bao gồm công cuộc phát triển những kỹ thuật lưỡng dụng (có thể được dùng cả trong dân sự lẫn quân sự) như kỹ thuật sinh học, kỹ thuật laser và vật liệu tiên tiến. Kế hoạch này cũng đặt nền móng cơ bản cho chiến lược "sáng kiến tự chủ" trong Kế hoạch Ngắn hạn và Dài hạn năm 2006 (National Medium-and Long-Term Plan, MLP) để Phát triển Khoa học và Kỹ thuật (2005 – 2020). Chiến lược sáng kiến tự chủ của Trung Quốc bao gồm những nỗ lực của quốc gia để nhận định, hiểu, tái phát minh, và dùng một số khả năng về kỹ thuật được sử dụng cả trong dân sự lẫn quân sự qua những đầu tư về nghiên cứu và phát triển ở ngoại quốc, chuyển nhượng kỹ thuật và đào tạo các kỹ sư và các nhà khoa học Trung Quốc tại các cơ quan và các viện nghiên cứu ở ngoại quốc.

Trong những năm gần đây, các nhà lãnh đạo Trung Quốc đã tăng đáng kể tài trợ và tầm mức của kế hoạch 863. Thực vậy, kế hoạch MLP 2006 là một chương trình tham vọng nhất chưa từng có để phát triển khoa học và kỹ thuật quốc gia. Mười sáu siêu dự án trong kế hoạch MLP được coi là các dự án ưu tiên nhất trong số các dự án ưu tiên—liên hệ tới viễn thông, hàng không không gian và các lãnh vực khác. Các dự án này đã được công bố, tuy nhiên 3 trong số 16 dự án đó đã được coi là dự án mật. Tính chất lưỡng dụng (dân sự và quân sự) của công cuộc phát triển đó, trong Kế hoạch MLP 2006 và Kế hoạch 863, cho thấy những chương trình dài hạn về quân sự của Trung Quốc đã được càng ngày càng gắn liền trong cơ sở khoa học và kỹ thuật dân sự của Trung Quốc.[7]

Có nhiều người trong phe gọi là diều hâu chống Trung

AO. Quốc gia Cao Kỹ thuật Nghiên cứu Phát triển Kế hoạch.

Quốc tại Hoa Kỳ đã nói rùm beng về sự đe dọa của việc Trung Quốc tăng cường khả năng quân sự, gồm phát triển lực lượng hải quân trên đại dương[8], máy bay tàng hình mới và gia tăng hoả tiễn liên lục địa v. v.... Theo suy nghĩ của họ, chiến tranh với Trung Quốc sắp xầy ra và cuộc chiến tranh này sẽ diễn ra trên trời và trên đại dương. Tuy nhiên, các hành động của Trung Quốc đã thường đi ngược lại những nhận định của phe diều hâu này. Phe diều hâu chống Trung Quốc tại Hoa Kỳ dự đoán Trung Quốc sẽ cố gắng lập ra một lực lượng quân sự theo chiều hướng biểu dương lực lượng nhằm áp chế các nước lân bang và các nước khác – theo kiểu của Hitler và Stalin – nhưng dự đoán này đã tỏ ra là không có cơ sở.

Những thành phần của hệ thống biểu dương lực lượng của Hoa Kỳ bao gồm chương trình hỏa tiễn liên lục địa được đặt ở tiền phương và các căn cứ quân sự; khả năng tiếp nhiên liệu trên không; các máy bay oanh kích có bom hạt nhân và các khả năng chuyển quân tầm xa. Thay vì lập lại đường lối biểu dương lực lượng của Hoa Kỳ như Liên Xô đã làm thì Trung Quốc không làm, bởi vì biểu dương thanh thế như vậy đi ngược quy luật của các bài học đã rút được từ thời Chiến quốc, đó là Trung Quốc có thể khiêu khích lực lượng bá quyền quá sớm. Các nhà lãnh đạo Trung Quốc đã nghiên cứu và thấy Hoa Kỳ đã đặt trong một tình trạng báo động như thế nào khi Liên Xô tăng cường khả năng quân sự và hành động này đã khiến Hoa Kỳ chấm dứt sự hợp tác trong thời chiến với Stalin, khởi động một cuộc chiến tranh lạnh và thi hành một sự cấm vận lớn về giao thương và đầu tư của Hoa Kỳ đối với Liên Xô. Bắc Kinh đã nguyện là sẽ không đi theo gương của Moscow bởi vì làm như vậy sẽ làm hỏng chương trình Marathon.

Thay vì nâng cao khả năng biểu dương lực lượng để cạnh tranh với Hoa Kỳ, Trung Quốc đã đầu tư rất ít hay hoàn toàn không đầu tư vào các phương tiện để biểu dương lực lượng như máy bay oanh kích đường dài, lực lượng đánh bộ khổng lồ và những ICBM có trang bị vũ khí hạt nhân. Thực vậy Trung Quốc đã giảm rất nhiều trong khả năng biểu dương lực lượng. Chi tiêu của Trung Quốc vào các vũ khí tiên tiến đã gia tăng rất nhiều trong 10 năm qua. Năm 2002 báo cáo thường niên của bộ Quốc phòng nói là chi tiêu quân sự của Trung Quốc đã mạnh dạn khẳng định điều cũng được ghi nhận tại Bắc Kinh: ngân sách quốc phòng của Trung Quốc được cao gấp đôi mức Trung Quốc vẫn thường công bố.

Tại sao Trung Quốc lại nói sai về mức chi tiêu quân sự thật sự như vậy? Chắc chắn là các nhà lãnh đạo Trung Quốc đã cố ý nói sai như vậy với mục đích chiến lược, và ý tưởng đó đã lấy cảm hứng từ lịch sử thời xưa của Trung Quốc. Các nhà lãnh đạo Trung Quốc biết rằng để duy trì hình ảnh của một Trung Quốc phục hưng hoà bình thì Trung Quốc phải ít nói về những chi tiêu quân sự và về đầu tư trong các vũ khí tiên tiến vì họ sợ các quốc gia khác trong vùng và các nước Tây Phương —nhất là bá quyền Hoa Kỳ— lo ngại và sẽ phát động một cuộc chạy đua võ trang.

Theo một tài liệu nghiên cứu của RAND Corporation do Lầu Năm Góc tài trợ[9], từ bây giờ cho tới năm 2030, Trung Quốc cũng sẽ tiêu tới hơn 1 tỷ [AP] đô-la cho các vũ khí mới cho hải quân và không quân. Sự kiện này, phối hợp cùng với các xu hướng của Hoa Kỳ đang đi ngược lại—chẳng hạn như hải quân Hoa Kỳ sẽ có dưới 200 tàu mới vào năm 2050, phần lớn là các tàu nhỏ để chiến đấu gần bờ biển và không quân Mỹ hãy còn dùng nhiều kỹ thuật được khai triển vào những năm 1970 — cho thấy là tới giữa thế kỷ này lực lượng hai bên sẽ ngang nhau nếu không nói là Trung Quốc sẽ mạnh hơn. Cân bằng lực lượng quân sự trong tương lai đang dần dần thay đổi từ ưu thế ở mức mười chống một của Hoa Kỳ sang tới mức bằng nhau và rồi đó sẽ chuyển sang ưu thế của Trung Quốc. Cuộc điều trần tại Quốc hội vào tháng 12 năm 2013 cho thấy ngân

---

AP. 1 tỷ = 10^{12} [ND]

sách để làm tàu mới của hải quân Hoa Kỳ có thể thấp tới mức 15 tỷ đồng mỗi năm trong vòng 30 năm sắp tới; trong khi đó thì giá thành của mỗi một tàu mới của hải quân sẽ lên cao rất nhiều[10]. Cơ hội duy nhất để chúng ta tiếp tục giữ ưu thế là phải phát triển các kỹ thuật siêu việt và những biện pháp chống lại chương trình Sát Thủ Giản như chủ thuyết mới AirSea Battle của bộ Quốc phòng [Chiến tranh trên không và trên mặt biển]; trong đó các dụng cụ vũ khí của hải và không quân sẽ hợp lại để chống ý đồ của đối phương muốn ngăn chặn quyền tự do lưu thông trên mặt biển.[11]

Phần lớn những việc Trung Quốc đã làm để đẩy mạnh chương trình Sát Thủ Giản được rút từ các mạng lưới gián điệp hoạt động tại Hoa Kỳ. Năm 2005, chín ngày trước khi một gián điệp tình nghi do FBI theo rõi, tên là Tai Wang Mak (Mạch Đại Chí) và vợ của ông ta sắp sửa lên máy bay Cathay Pacific từ Los Angeles để đi Hồng Kông, nhân viên FBI đã thu băng một cuộc điện thoại của Tai gọi cho một người được biết là gián điệp ở Trung Quốc, nói là ông ta thuộc nhóm "Red Flower of North America", bí danh này được dùng theo thể thức của tình báo Trung Quốc. FBI đã thấy những văn kiện đã được xé nát ở trong thùng rác của người em của Tai, tên là Chi Mak, điệp viên Red Flower. Red Flower đã được giao cho nhiệm vụ thu thập các thông tin về những kỹ thuật tiên tiến nhất của hải quân Hoa Kỳ như động cơ đẩy rất êm của tàu ngầm, hệ thống truyền tin trên tàu và những khả năng của các khu trục hạm tiên tiến.[12] Nếu Chi đã thành công thì hoạt động đã giúp cho chương trình Sát Thủ Giản rất nhiều.

Hoa Kỳ đã là một đối tác sốt sắng trong việc phát triển những khả năng quân sự của Trung Quốc. Những vụ bán vũ khí và những vụ chuyển nhượng kỹ thuật mà tôi đã vận động Washington cho phép vào những năm 1980 là điều nên làm vào thời kỳ Chiến tranh Lạnh, nhưng bây giờ các hoạt động đó vẫn còn tiếp tục.

***

Ngoài việc làm mọi cách để tránh cho thế lực bá quyền Hoa Kỳ chú ý bằng cách khiến cho Hoa Kỳ tự mãn, chiến lược của Trung Quốc phần lớn cũng nhằm đáp ứng những loại đe dọa mà các nhà lãnh đạo Trung Quốc tin rằng Hoa Kỳ nhắm vào Trung Quốc. Nhiều viên chức Mỹ, trong đó có cả tôi, đã chậm không nhận ra là các lãnh đạo Trung Quốc đã coi sự đe dọa của Hoa Kỳ là quan trọng như thế nào. Các tài liệu tích lũy về vấn đề này đã thuyết phục được nhiều người, chứ không phải là tất cả, trong chúng tôi có một cái nhìn khác về những nhận thức của Trung Quốc. Trung Quốc không quan tâm nhiều tới việc biểu dương các lực lượng quy ước bằng quan tâm tới việc đối phó với sự đe dọa của Hoa Kỳ. Chương trình Sát Thủ Giản là một bộ phận then chốt trong đường lối này.

Tôi được Lầu Năm Góc giao cho nhiệm vụ nghiên cứu những nhận thức của Trung Quốc về mối đe dọa đó. Rất nhiều điều tôi tìm thấy vào lúc đó và bây giờ khiến cho nhiều người không thể tin được. Tuy nhiên những nhận thức của Trung Quốc về các sự đe dọa mà tôi gọi là "Bảy điều Lo sợ" của Trung Quốc đã phản ánh thái độ cố hữu trong giới quân sự và chính trị Trung Quốc. Đặc biệt bởi vì những người viết về các mối lo sợ này không muốn phổ biến những điều họ viết trong quần chúng. "Bảy điều Lo sợ" đó xuất phát từ nội bộ của giới quân sự Trung Quốc; đây không phải là một nỗ lực tuyên truyền để ảnh hưởng tới dư luận quần chúng.

Như các nhà lãnh đạo Trung Quốc nhìn, Hoa Kỳ đã tìm cách chinh phục Trung Quốc ít ra là từ thời Abraham Lincoln. Tôi hỏi các người Trung Quốc mà tôi được tiếp xúc cho tôi chứng cớ về cái âm mưu lớn lao này của Hoa Kỳ. Nhiều tác giả quân sự và dân sự Trung Quốc đã đưa cho tôi một lô sách và các bài viết. Từ những tài liệu này và những cuộc phỏng vấn mà tôi đã tiến hành trong 6 chuyến đi Trung Quốc từ năm 2001 cho tới 2012, tôi kết luận rằng các nhà lãnh đạo Trung Quốc tin rằng Hoa Kỳ cũng hành động như một bá quyền Trung Quốc vào thời Chiến quốc. Mới đầu tôi thấy có vẻ không hợp lý mà còn kỳ quặc là các nhà lãnh đạo Trung Quốc khẳng định là các tổng thống Mỹ từ John Tyler cho tới Bill Clinton, bằng cách này hay cách, khác đã học được những phương châm trị nước từ thời Chiến quốc và quyết định áp dụng những quan niệm bí hiểm này để kìm hãm sự phát triển của Trung Quốc. Đây là một sự việc hoàn toàn khác với thực tế. Thực vậy, Hoa Kỳ luôn luôn cố gắng ủng hộ chủ quyền của Trung Quốc nhằm phát huy phát triển kinh tế của Trung Quốc và để cho Trung Quốc có một tư thế mạnh trong cộng đồng của thế giới.[13]

Tôi ngạc nhiên thấy báo cáo của tôi xác nhận sự phát hiện mà tôi và những người khác trước kia đã bác bỏ là điều khó tin mặc dầu nó xuất phát từ những người đào tị Trung Quốc cao cấp nhất, Chen Jong Way là một người đào tị từ bộ ngoại giao Trung Quốc đã nhận định nhiều triệu chứng bệnh hoạn trong cách quyết định của Bắc Kinh, đó là: chỉ nhìn thấy những ý đồ xấu xa nhất trong các hành động của đối phương, ý thức hệ bị sơ cứng và không liên hệ với thực tế.[14] Có điều lạ là người Trung Quốc cho rằng trung tâm điểm của kế hoạch chiến tranh của Hoa Kỳ là Trung Quốc.

Bảy (7) mối lo sợ của Trung Quốc là:

Kế hoạch chiến tranh của Hoa Kỳ là phong tỏa Trung Quốc. Những hành động (của) phần lớn các người chịu trách nhiệm về chiến lược bị ảnh hưởng bởi những đặc tính tâm lý của họ như cảm xúc, văn hoá và sự lo sợ. Hình như Trung Quốc sợ bờ biển dài của họ bị phong tỏa và một chuỗi các hòn đảo ngoài khơi Trung Quốc khiến cho giới lãnh đạo coi là rất nguy hiểm cho họ.[15] Nhiều người trong giới quân sự Trung Quốc sợ rằng Trung Quốc có thể bị phong toả dễ dàng bởi các thế lực ngoại quốc vì địa hình trên bờ biển của dãy đảo đầu tiên kéo dài từ Trung Quốc tới Phillipines được coi là đường phòng thủ dễ bị tấn công.[16] Các hòn đảo này được xem là những chướng ngại vật thiên nhiên ngăn chặn đường đi ra biển của Trung Quốc.[17] Thực vậy, một cựu sĩ quan tham mưu trưởng của hải quân Nhật đã khoe rằng tàu ngầm Trung Quốc không thể nào đi ra khỏi dãy đảo Ryukyu, bắc hay nam Đài Loan hay qua eo biển Bashi (Luzon) để vào vùng nước sâu trong Thái Bình Dương qua dãy đảo mà không bị lực lượng chống tầu ngầm của Hoa Kỳ và Nhật phát hiện.[18] Các tác giả quân sự Trung Quốc thường thảo luận là cần có những cuộc tập trận và những kế hoạch hành quân để phá vỡ sự phong tỏa bằng các hòn đảo.[19] Một tài liệu phân tích vận trù học[AQ] mô tả 7 tuyến của quân địch mà các tầu ngầm của Trung Quốc phải vượt qua để phá vỡ sự phong tỏa.[20] Theo sự ước lượng của họ, họ cho rằng Hoa Kỳ chắc đã xây dựng một hệ thống phong tỏa gồm những lưới chống tầu ngầm, hệ thống nghe âm thanh dưới nước, thủy lôi, tầu chiến và máy bay chống tầu ngầm, tầu ngầm và các vệ tinh dò thám.[21]

Hoa Kỳ ủng hộ việc cướp đoạt tài nguyên biển của Trung Quốc. Các tác giả Trung Quốc nói rằng những tài nguyên quý báu trong hải phận của Trung Quốc đang bị cướp đoạt bởi các thế lực ngoại quốc vì hải quân của Trung Quốc yếu kém và do đó đe dọa sự phát triển tương lai của Trung Quốc. Đã có nhiều đề nghị được đưa ra để cải thiện tình trạng này. Zhang Wenmu, trước kia là chuyên gia nghiên cứu của think tank tại bộ Công an còn nói thêm như sau "Hải quân có liên hệ với thế lực trên mặt biển của Trung Quốc và thế lực trên mặt biển lại liên hệ tới sự phát triển tương lai của Trung Quốc. Theo tôi, nếu một quốc gia không có lực lượng trên mặt biển thì việc phát triển của quốc gia đó sẽ không có tương lai."[22] Một bài báo năm 2005 đăng trong tạp chí của quân đội *Military Economic Research* nói rằng nền kinh tế hướng ngoại của Trung Quốc, ngoại thương và các thị trường quốc tế đều đòi hỏi cần phải có một sự bảo đảm của một lực lượng quân sự hùng mạnh.[23]

AQ. Operations research

Hoa Kỳ có thể ngăn chặn những tuyến giao thông đường biển của Trung Quốc. Nhiều tài liệu của Trung Quốc đề cập tới nhược điểm của Trung Quốc về phương diện các tuyến giao thông trên đường biển, đặc biệt là tuyến giao thông sinh tử để vận chuyển dầu hỏa qua eo biển Malacca. Các người chủ trương có một thế lực hải quân trên đại dương đã dẫn chứng sự bất an trong việc nhập cảng nhiên liệu của Trung Quốc.[24] Theo một nhà quan sát Trung Quốc, các hạm đội của Hoa Kỳ, Nhật, và Ấn Độ hợp nhau lại có thể "tạo thành một áp lực áp đảo đường vận chuyển dầu hoả của Trung Quốc"[25], tuy nhiên một tài liệu nghiên cứu khác kết luận rằng chỉ có Hoa Kỳ có đủ lực lượng dám phong toả đường vận chuyển dầu hỏa của Trung Quốc."[26] Cũng như vậy, một cuốn sách giáo khoa có tựa là *Campaing Theory Study Guide* do các học giả tại Viện Đại học Quốc phòng viết năm 2002, đã nêu ra nhiều tình huống có thể xảy ra đối với việc ngăn chặn, đề phòng và bảo vệ những đường giao thông trên mặt biển.[27] Một bài viết quan trọng có tựa là *The Science of Campaign* cũng do viện đại học đó phổ biến đã thảo luận việc phòng vệ các tuyến giao thông trên mặt biển trong ấn bản năm 2006.[28] Một số tác giả thấy là rất khẩn thiết phải "Nhận định các vấn đề ... bị phong toả bằng đường biển hay đường dầu hoả bị cắt đứt... và Trung Quốc cần phải '[AR] sửa nhà trước khi mưa."[29] Các người chủ trương này hình như muốn chuyển ưu tiên từ việc xây dựng một thế lực hải quân xoay quanh tầm quan trọng của tầu ngầm sang việc xây dựng những hàng không mẫu hạm.

Hoa Kỳ muốn chia cắt đất đai của Trung Quốc. Trung Quốc đã phác họa những kế hoạch hành quân chống lại những cuộc xâm lấn trong một tài liệu huấn luyện đặc biệt dùng trong nội bộ của giới quân sự.[30] Một tài liệu nghiên cứu có ảnh hưởng được tiến hành năm 2005 bởi các nhà nghiên cứu thuộc viện Đại học Quân sự Quốc gia và Viện Hàn lâm Khoa học Quân

---

AR. Vị vũ trụ mâu - Từ điển trích dẫn http://hvdic.thivien.net/whv/%E6%9C%AA%E9%9B%A8%E7%B6%A2%E7%B9%86

sự Trung Quốc và các think tank cao cấp nhất về chiến lược đã đánh giá các nhược điểm của mỗi một trong số 7 chiến khu của Trung Quốc và đã xem xét những đường khác nhau mà quân đội xâm lăng có thể tiến quân.[31] Họ dùng địa hình quân sự của mỗi vùng và những mức độ của các cuộc xâm lăng bởi các quân đội ngoại quốc đã thường xảy ra trong lịch sử để tiên đoán khả năng tấn công trong lục địa trong tương lai, và còn nhận định những nước láng giềng nào là những kẻ có thể xâm lăng. Những sự thay đổi mới đây trong cơ cấu của Quân đội Giải phóng Nhân dân hình như hướng về công tác cải thiện khả năng kháng chiến chống lại một cuộc tấn công trên lục địa.[32]

Hoa Kỳ có thể giúp quân phản loạn trong Trung Quốc. Ba vùng chiến khu dọc theo biên giới phía bắc giáp giới Nga, gồm cả chiến khu Bắc Kinh được cho là dễ bị các cuộc tấn công của các xe bọc sắt và quân đội không vận như đã trình bày trong tài liệu *China's Theater Military Geography*[33] [Trung quốc Chiến khu Quân sự Địa lý[AS]]. Cuộc tập trận "Bắc Kiếm"[AT] tại Nội Mông năm 2005 — bao gồm những thành phần của 2 sư đoàn thiết giáp, hơn 2.800 xe tăng và các xe khác đã thực hiện một cuộc diễn tập hành quân bao gồm các lực lượng thiết giáp và một cuộc không vận trên một quãng đường dài hơn 2.000 km — là một trận mô phỏng một cuộc tấn công vào quân khủng bố được sự hỗ trợ của ngoại quốc. Các nhà phát ngôn Trung Quốc nói rằng kịch bản của cuộc tập trận là để chống những lực lượng ngoại quốc ủng hộ cho quân khủng bố nhưng không chỉ rõ Hoa Kỳ.[34]

Hoa Kỳ có thể xúi dục những cuộc nổi loạn, nội chiến hay khủng bố trong Trung Quốc. Các lời tuyên bố của Trung Quốc chống lại sự yểm trợ của ngoại bang cho phe ly khai tại Đài Loan, Tây Tạng và Tân Cương đã trở thành một phần của những luận điệu hàng ngày của Trung Quốc. Nhưng những lời

---

AS. Trung Quốc Chiến Khu Quân Sự Địa Lý
AT. "Bắc Kiếm Quân Diễn"

tuyên bố đó phản ảnh một mối quan tâm sâu xa đến sự toàn vẹn lãnh thổ của Trung Quốc.[35] Một nhà nghiên cứu trong ban Liên lạc Đối ngoại của Ủy Ban Trung Ương đảng Cộng sản Trung Quốc đã đặt những đe dọa nội bộ từ phe ly khai và phong trào Pháp Luân Công trên một cùng một bình diện như sự đe dọa do bá quyền Hoa Kỳ gây ra.[36]

Hoa Kỳ đe dọa tấn công bằng hàng không mẫu hạm. Trong ít ra là 10 năm, các tác giả quân sự Trung Quốc đã đánh giá sự đe dọa từ các hàng không mẫu hạm Hoa Kỳ, và phân tích các cách chống trả tốt nhất.[37] Sự phân tích về vận trù học[AU] đã đưa ra ý kiến là lực lượng của Trung Quốc có thể được dùng như thế nào để đối phó với những nhược điểm của hàng không mẫu hạm Hoa Kỳ,[38] trong khi đó thì các cuộc nghiên cứu khác, kể ra những hệ thống vũ khí đặc biệt mà Trung Quốc cần phải phát triển.[39] Phi đạn chống hàng không mẫu hạm của Trung Quốc là một trong những đáp ứng đối với mối lo sợ về những vụ tấn công từ các hàng không mẫu hạm.

Một sự khác biệt then chốt nữa mà tôi phát hiện trong khi xem lại các tài liệu của Quân đội Giải phóng Nhân dân là Trung Quốc chuẩn bị để sẵn sàng dùng cái mà họ gọi là đánh phủ đầu để làm tăng cái *thế* và chuyển các biến cố theo chiều hướng thuận lợi cho Trung Quốc. *Da ji zeng shi* (đả kích tăng thế) một câu đã thấy ở trong các tài liệu quân sự Trung Quốc và được thảo luận nội bộ trong lực lượng quân sự có nghĩa là "tấn công bằng lực để gia tăng thế." Trong lịch sử, Trung Quốc chưa bao giờ dùng quân đội để chinh phục đất đai, thay vào đó Trung Quốc đã dùng võ lực cho các mục đích chính trị khác như gây khủng hoảng về tâm lý, đảo ngược một tình trạng khẩn trương hay để tạo ra một sự việc đã rồi.[40] Như trong cuộc tham chiến bất ngờ chống lại quân đội Hoa Kỳ và Liên Hiệp Quốc tại Hàn quốc vào năm 1950[41] và trong những trận tấn công bất ngờ chống lại các nước láng giềng như Ấn Độ (năm

---

AU. Operations-research analysis

1962), Liên Xô (năm 1969) và Việt nam (năm 1979), các nhà lãnh đạo quân sự Trung Quốc tin rằng một cuộc tấn công phủ đầu bất ngờ có thể tạo ra sự khác biệt trong việc ấn định kết quả của một cuộc đối đầu quân sự và có thể đặt ra những điều kiện cho một cuộc tranh luận rộng rãi hơn về chính trị (chẳng hạn như một sự tranh chấp về đất đai). Không có điều gì đặc biệt thuần lý về sự can thiệp của Trung Quốc năm 1950, khi Hoa Kỳ có ưu thế quân sự khổng lồ như độc quyền về bom hạt nhân, có thể có 100.000 binh sĩ tiến công qua sông Áp Lục và các hàng không mẫu hạm có thể tới trong tầm để oanh kích. Đối với các lãnh tụ Trung Quốc vào năm 1950, sự tính toán không dựa vào cán cân lực lượng theo khái niệm cổ truyền. Ngày nay viễn tượng của một cuộc đối đầu quân sự giữa Hoa Kỳ và Trung Quốc có thể phát xuất từ một sự hiểu lầm tương tự như vậy do tính toán của các lãnh đạo Trung Quốc cho rằng một cuộc tấn công phủ đầu như thế sẽ không dẫn tới cuộc leo thang về chiến tranh.

Tuy ít khi được tuyên bố công khai nhưng có một ý kiến chung trong số các nhà làm chính sách và các chuyên gia về quốc phòng Hoa Kỳ làm việc trong vấn đề đối đầu với Trung Quốc. Họ nghĩ rằng một sự nghi ngờ sâu sắc trong số các lãnh tụ Trung Quốc có thể dẫn tới chiến tranh mà cả hai bên đều không muốn. Susan Shirk, trước kia là phó trợ lý bộ ngoại giao, phụ trách về Đông Á và Thái Bình Dương từ năm 1997 qua năm 2000, đã cảnh báo rằng chúng ta phải "trực diện với một sự rất có thể có và không tránh được là đối đầu với một nước Trung Quốc đang quật khởi vì một nước càng trở nên phồn vinh thì lại càng cảm thấy bất an và bị đe dọa."[42] Bà lập luận rằng đường lối của Hoa Kỳ đối với sự quật khởi của Trung Quốc "có thể giúp họ hoặc tăng cường tinh thần trách nhiệm hoặc khơi thêm ngọn lửa cảm xúc."[43] Những chuyên gia khác về Trung Quốc đã tán đồng quan điểm đó. Robert Suettinger, một chuyên gia phân tích của CIA, đã gọi hệ thống làm quyết định chính trị của các viên chức cao cấp của Trung

Quốc là mập mờ, không cởi mở, đa nghi, cứng rắn, quan liêu, có khuynh hướng chỉ nói những điều mà họ nghĩ rằng các lãnh đạo muốn nghe, và có tính chất giáo điều về chiến lược."⁴⁴

Để tiến hành một trận đánh phủ đầu, Quân đội Giải phóng Nhân dân cần phải có Sát Thủ Giản. Các viên chức Trung Quốc rất đắn đo khi nói với người Mỹ về công cuộc tìm hiểu quân sự của họ về Sát Thủ Giản. Khi tôi hỏi một nhân viên chiến lược cao cấp của Trung Quốc về chương trình đó, ông ta trả lời điều này tuyệt đối không được thảo luận. Tuy nhiên, sau khi đã thấy loại vũ khí Sát Thủ Giản được nhắc tới trong ba cuốn sách quân sự và trong hơn 20 bài viết của các nhà chiến lược quân sự hiện đại tại Trung Quốc, tôi có thể hình dung ra những vũ khí thuộc loại này mà Trung Quốc đang thảo luận — và đang chế tạo.

Vũ khí Sát Thủ Giản rẻ hơn rất nhiều so với các vũ khí mà nó phá huỷ. Vũ khí Sát Thủ Giản được chế tạo một cách hết sức bí mật. Sát Thủ Giản chỉ được dùng vào một lúc quyết định trong chiến tranh trước khi quân địch đã có thời giờ chuẩn bị, ảnh hưởng của nó đối với quân địch là tạo ra sự hỗn loạn, ngạc nhiên, kinh hoàng và quân địch cảm thấy hoàn toàn bị áp đảo. Như báo cáo năm 2002 của bộ Quốc phòng cho Quốc hội về khả năng quân sự của Trung Quốc, chiến lược của Trung Quốc nhấn mạnh các cuộc hành quân làm tê liệt khả năng tác chiến dùng kỹ nghệ cao trong việc tiến hành chiến dịch, bao gồm cả các cuộc hành quân để gây xáo trộn hay trì hoãn những chiến dịch của quân địch ngay từ lúc đầu, và các cuộc hành quân tập trung rất nhiều vào việc nhận định những loại và những vị trí của các vũ khí kỹ thuật cao có nhiều đe dọa nhất."⁴⁵

Mặc dầu trong truyền thuyết, Sát Thủ Giản chỉ là một vũ khí đơn độc, nhưng ngày nay Sát Thủ Giản là một tập hợp gồm nhiều vũ khí bất cân đối. Yang Zhibo, một đại tá thâm niên của không quân Trung Hoa đã viết: "Muốn xây dựng Sát Thủ Giản, Trung Quốc trước hết phải hoàn tất một chương trình phát triển. Đó là một tiến trình khó khăn có hệ thống và không chỉ áp dụng cho một hay hai vũ khí tiên tiến. Đó là một loại vũ khí mà tất cả mọi binh chủng sẽ dùng, bao gồm mọi quân đội, mọi vị trí và tổng hợp hệ thống tiến công trên bộ, trên biển và trên không.[46]

Nguyên chủ tịch trước đây của Trung Quốc, Giang Trạch Dân, là một người chủ trương rất mạnh chương trình Sát Thủ Giản do chính ông đã ra lệnh bắt đầu vào thập niên 1990. Năm 1999, ông nói với giới chỉ huy của lục quân: "Cần phải làm chủ càng sớm càng tốt một Sát Thủ Giản mới, cần có để bảo vệ chủ quyền và an ninh của quốc gia."[47] Vào cuối năm đó, ông ta lại nhắc lại:"Trung Quốc phải làm chủ rất nhiều Sát Thủ Giản để bảo toàn chủ quyền và an ninh của quốc gia càng nhanh càng tốt."[48] Năm 2000, ông nói, "Một nước lớn như Trung Quốc đáng lẽ đã phải có một số vũ khí Sát Thủ Giản trong cuộc tranh đấu chống bá quyền toàn cầu"[49], và khi thảo luận là có một sự đối nghịch về Đài Loan vào năm đó, ông ta nói:" Cần phải phát triển thật mạnh các vũ khí và trang bị Sát Thủ Giản."[50] Năm sau ông ta lại đòi, "Các Sát Thủ Giản mới cần phải có để bảo vệ chủ quyền và an ninh quốc gia."[51] Một chuyên gia Hoa kỳ đã kết luận rằng có một cơ quan chính thức tại Bắc Kinh được giao nhiệm vụ này.

Vấn đề đặt ra là ông Giang muốn nói là chống lại ai để bảo vệ chủ quyền của Trung Quốc? Câu trả lời như đã được gợi ý khi ông nói tới "cuộc đấu tranh chống lại phe bá quyền toàn thế giới", là Hoa kỳ. Trong bối cảnh của tình hình quân sự hiện đại, tất cả quan niệm về Sát Thủ Giản, xoay quanh việc tìm cách khai thác các nhược điểm của Hoa kỳ và vô hiệu hoá các điểm mạnh của Hoa kỳ. Chính vì vậy mà thiếu tướng Li Zhiun, vụ trưởng của chương trình nghiên cứu về quân đội ngoại quốc tại trường Đại học Quốc phòng Trung Quốc, đã xuất bản một quyển sách bao gồm các bài viết của 60 tác giả trong quân đội, liệt kê một danh sách rất dài những nhược điểm quân sự của Hoa kỳ.⁵² Chủ đề của cuốn sách là Hoa kỳ có thể bị đánh bại bằng một chiến lược dùng Sát Thủ Giản.

Một trong những nhược điểm của Hoa kỳ được nhận thấy là Hoa kỳ lệ thuộc vào hệ thống thông tin kỹ thuật cao. Không có một nước nào trên thế giới đã tích cực hoạt động như Trung Quốc trong việc thăm dò hệ thống phòng thủ và những nhược điểm của hệ thống điện toán liên quan tới những điểm then chốt của Hoa kỳ về quân sự, kinh tế, tình báo và hạ tầng cơ sở. Theo Lary Wortzel, người đã là thành viên của US-China Economic and Security Review Commission [Ủy ban Xem xét về Tình hình Kinh tế và An ninh] giữa Trung Quốc và Hoa kỳ nói rằng: "Có chứng cớ rất mạnh là chính quyền Trung Quốc đang chỉ huy và thi hành một chiến dịch tình báo lớn trên bình diện điện toán để chống lại Hoa kỳ.⁵³ Mặc dù Trung Quốc vẫn thường phủ nhận những cuộc tấn công như vậy nhưng, Quân đội Giải phóng Nhân dân có 16 đơn vị gián điệp "tập trung vào việc xâm nhập hệ thống điện toán, gián điệp bằng điện toán và chiến tranh điện tử."⁵⁴

Những năm đầu tiên của thế kỷ 21 cho thấy những đơn vị gián điệp đó và các lực lượng quân đội về điện toán đã có những khả năng rất lớn, trung tướng William Lord của không quân Hoa kỳ đã mô tả hành động của Trung Quốc là "một sự đe dọa cho toàn thể quốc gia" và đã nhận xét rằng Trung Quốc "đã tải xuống từ 10 cho tới 20,000 terabytes các dữ kiện" từ mạng điện toán của Lầu Năm Góc.⁵⁵ Báo *Washington Post* năm 2013, viết rằng một tài liệu mật của Defence Science Board [Ủy ban Khoa học Quốc phòng] cho thấy là các sự xâm nhập điện toán đã lọt vào hơn 24 hệ thống phát triển vũ khí của Hoa kỳ, trong đó có "hệ thống phi đạn Patriot, hệ thống phi đạn phòng thủ Aegis, các máy bay chiến đấu F/A-18, máy bay chiến đấu đa năng V-22 Osprey và các tầu Chiến đấu ven Bờ biển.⁵⁶ Báo *Washington Post* còn nói thêm là "các sĩ quan và các viên chức cao cấp ở trong ngành công nghiệp biết về các sự xâm nhập đó nói là phần lớn những sự xâm nhập đó là một trong các thành phần của một chiến dịch đang mở rộng của Trung Quốc để dò thám nhắm các công ty đấu thầu quốc phòng của Hoa kỳ và các cơ quan chính quyền."[57]

Một trong những loạt tấn công táo bạo nhất đã xảy ra giữa năm 2003 và 2005, nhắm vào quân đội Hoa kỳ, chính phủ Hoa kỳ và các trang mạng của các hãng thầu vũ khí của chính phủ. Các sự xâm nhập đó được gọi một tên chung là "Titan Rain", đã xâm nhập vào hàng trăm máy điện toán của chính quyền. Báo *Time* viết rằng các sự xâm nhập đó xuất phát từ một mạng lưới địa phương được nối liền với 2-3 cái router tại tỉnh Quảng Đông ở miền Nam Trung Quốc. Tuy nhiên các viên chức Hoa kỳ mới chỉ nói và nhận xét một cách chung chung về báo cáo đó và những báo cáo khác đã được công bố về các vụ tấn công.[58]

Trong những năm từ khi có vụ Titan Rain, một đơn vị duy nhất của Quân đội Giải phóng Nhân dân — đơn vị 61398 — "đã xâm nhập vào mạng của ít ra là 141 tổ chức, bao gồm các công ty, các tổ chức quốc tế và chính quyền ngoại quốc", theo Wortzel.[59] Thêm vào đó, một nhóm gồm các hacker từ Trung Quốc gọi là nhóm Hidden Lynx đã liên quan tới rất nhiều những vụ tấn công hệ thống điện toán tệ hại nhất xuất phát từ Trung Quốc. Các hacker Hidden Lynx đã tấn công các công ty kỹ thuật như Google và Adobe, các công ty cung cấp dịch vụ tài chính, các công ty đấu thầu quốc phòng và các cơ quan chính phủ.[60] Một công ty an ninh về hệ thống điện toán nói là hacker "rất kiên trì và kiên nhẫn như một người đi săn tin tình báo" và "đi tiên phong trong kỹ thuật 'watering hole'" bằng cách "cho virus vào máy điện toán ở ngay từ nơi cung cấp dụng cụ cho các mục tiêu dự định và sau đó sẽ đợi cho đến khi máy điện toán bị nhiễm virus có thể được thiết trí và tự động liên lạc với căn cứ."[61] Trong một sự phát triển liên hệ theo Paul Strassman, trước kia là nhân viên cao cấp của Mỹ về an ninh thông tin, hơn 730,000 máy điện toán của Mỹ đã bị nhiễm độc bởi "zombies" Trung Quốc — những softwares độc, có thể làm máy điện toán bị nhiễm trùng và cho các hacker biến các máy điện toán đó thành các máy điện toán "nô lệ" để dùng trong các cuộc tấn công hệ thống điện toán, có khả năng làm tê liệt cả một mạng hay một trang mạng bằng cách tràn ngập những dữ kiện (data dump).[62]

Thiếu tướng Sun Bailin của viện Khoa học Quân sự Trung Quốc đã viết là Hoa Kỳ lệ thuộc quá nhiều vào hệ thống "siêu xa lộ thông tin" và các hệ thống này rất dễ bị tấn công bằng cách "làm tê liệt hệ thống điện", phá hủy hệ thống cung cấp điện lực, các hệ thống hàng không dân sự, các mạng lưới vận tải, các hải cảng, các đài truyền hình, các hệ thống truyền thông, các công ty máy điện toán, các nhà máy và các nhà doanh nghiệp.[63] Trong tác phẩm *Weapons of the 21st Century* [Vũ Khí của Thế Kỷ 21], Chang Menxiong, trước kia là kỹ sư cao cấp của *Beijing Institute of System Engineering* [Bắc kinh Lý công Đại học viện] đã viết "tấn công và bảo vệ những vệ tinh, các thiết bị báo động sớm trên không và các phi cơ dùng trong chiến tranh điện tử và các căn cứ chỉ huy trên mặt đất sẽ trở thành những hình thức chiến đấu quan trọng."[64]

Sự phát triển 'Sát Thủ Giản' của Trung Quốc bắt đầu bằng những vũ khí có thể làm tê liệt hệ thống theo dõi, các hạ tầng cơ sở điện tử ở dưới đất, hay các hàng không mẫu hạm của Mỹ. Các vũ khí đó bao gồm các loại vũ khí xung điện từ electromagnetic pulse (EMP) làm tê liệt tất cả các dụng cụ điện tử trong một vùng rất lớn bằng cách tạo ra một ảnh hưởng điện từ giống như một vụ ném bom hạt nhân. Trong những năm vừa qua, Trung Quốc đã thử các vũ khí EMP trên chuột nhắt, chuột lớn, thỏ, chó và khỉ. Cơ quan đó cũng đang nghiên cứu các vũ khí dùng sóng vi ba có cường độ mạnh mà Chang nói là dùng để "phá hủy những dụng cụ điện tử của đối phương."[65] Ta cứ tưởng tượng sẽ có một cuộc Thế chiến thứ Ba xảy ra sau khi các virus điện toán, và các vũ khí đã phóng EMP và sóng vi ba làm tê liệt các máy điện tử, các điện thoại di động, các trung tâm kiểm soát hàng không của Mỹ và các cơ chế chỉ huy và kiểm soát các máy bay chiến đấu và các bom khôn trên chiến trường.

Chúng ta hãy xem lời tuyên bố dưới đây trên báo chính thức của báo Quân đội Giải phóng Nhân dân:

Có người nghĩ rằng một vụ tương tự như "vụ Pearl Harbor" không thể xảy ra được trong thời đại thông tin. Nhưng có thể coi như là một "vụ Pearl Harbor" của thế kỷ 21 nếu một cuộc tấn công bất ngờ được tiến hành nhắm vào các hệ thống thông tin hệ trọng chỉ huy và kiểm soát và truyền tin bằng các phương tiện như các vũ khí EMP... Ngay cả một siêu cường như Hoa Kỳ có những phi đạn hạt nhân và lực lượng quân đội hùng hậu cũng không thể nào tránh được.... Cũng theo lời của chính người Mỹ thì một xã hội công khai sử dụng nhiều máy điện toán như Hoa Kỳ rất dễ bị tấn công bằng điện tử từ mọi phía. Đó là vì nền kinh tế của Mỹ, từ ngân hàng cho đến hệ thống điện thoại và các trạm phát điện cho tới các nhà máy chế tạo sắt thép đều hoàn toàn lệ thuộc vào các mạng máy điện toán.... Khi một nước trở nên rất hùng mạnh về kinh tế và về kỹ thuật, thì nước đó sẽ càng ngày càng lệ thuộc vào các hệ thống điện toán hiện đại. Hoa Kỳ rất dễ bị tấn công hơn bất cứ một nước nào khác trên thế giới."

Trung Quốc tin rằng một nhược điểm trầm trọng nhất của Mỹ là quá lệ thuộc vào các vệ tinh. Các vệ tinh thu thập những tin tức tình báo một phần bằng cách chụp hình các vị trí của đối phương và theo dõi những sự liên lạc bằng vô tuyến điện (radio) và bằng điện thoại. Vệ tinh cũng còn được dùng để điều khiển các máy bay không người lái, những phi đạn có điều khiển và những vũ khí có điều khiển khác. Đó là lý do tại sao Trung tâm Chỉ huy Trung ương của Hoa Kỳ phụ trách về các hoạt động quân sự của Hoa Kỳ tại Trung Đông có thể đặt căn cứ tại Tampa - Florida và đó là lý do tại sao bộ Chỉ huy Thái Bình Dương của Mỹ tại Honolulu có thể liên lạc được với các hạm đội và các lực lượng khác trong một vùng có diện tích là 105 triệu dặm vuông (square smiles). [270 triệu km² - diện tích nước Mỹ là 9.8 triệu km²]. Năm 2004, Hoa Kỳ đã phái 7 trong số 12 hạm đội hàng không mẫu hạm vào vùng biển chung quanh Trung Quốc để biểu dương một lực lượng rất lớn nhưng, nếu không có truyền tin và các vệ tinh trinh sát ở trên không gian thì các nhóm, các thành phần của các hạm đội sẽ không thể nào liên lạc được với nhau.

Trong 20 năm, Trung Quốc đã xây dựng một số các vũ khí 'Sát Thủ Giản', để phá hoại hay làm tê liệt các vệ tinh ấy, trong số các vũ khí đó họ dùng những laser đặt ở dưới đất có thể làm mù hoặc phá vỡ các vệ tinh. Trung Quốc cũng chế tạo "parasitic microsatellites" [vi vệ tinh ký sinh], có thể bám vào một vệ tinh Hoa Kỳ để vô hiệu hóa vệ tinh hay lấy cắp các thông tin. Các vi vệ tinh khác có thể phá các luồng sóng điện tử, tạo ra các EMP hay là đẩy các vệ tinh ra ngoài quỹ đạo.[67]

Trung Quốc còn tìm cách phát triển thêm các hỏa tiễn phá hủy vệ tinh phóng từ dưới đất lên, phá tan các vệ tinh. Trong một cuộc thử nghiệm thành công năm 2007, Trung Quốc đã dùng vũ khí đó để phá hủy một vệ tinh của Trung Quốc đã hết hoạt động. Báo cáo của Lầu Năm Góc nói, "Cuộc thử nghiệm đó khiến nhiều quốc gia quan tâm vì những mảnh vụn bị bắn tung ra có thể gây rủi ro cho các dụng cụ của các quốc gia đang thăm dò không gian và tạo ra mối nguy hiểm cho những chuyến bay không gian có người."[68] Joan Johnson-Freese của Đại học Hải Chiến Hoa Kỳ nhận xét rằng "cuộc thử nghiệm "vô trách nhiệm của Trung Quốc đã gây ra hơn 3,000 mảnh vụn, do sự va chạm và các mảnh vụn này sẽ còn là một mối đe dọa cho các cuộc du hành ở trên những quỹ đạo thấp trong hàng chục năm."[69]

Trong số những điều làm cho người ta bận tâm về những cuộc thử nghiệm chống vệ tinh của Trung Quốc là sự thiếu minh bạch. Một phát ngôn viên của Hội đồng An ninh Quốc gia đã tuyên bố sau khi có cuộc thử nghiệm: "Trung Quốc đã không giải thích về ý định của cuộc thử nghiệm vũ khí này và cũng không nói là trong tương lai sẽ còn dự định làm những cuộc thử nghiệm như vậy nữa hay không». Ông nói thêm là «Trung Quốc cũng không giải thích là cuộc thử nghiệm đó có thích hợp như thế nào với quan điểm đã được công nhận là chống lại việc quân sự hoá của không gian."[70]

Có lẽ điều làm cho người ta e ngại nhất về cuộc thử nghiệm này là giới tình báo của Mỹ đã không biết trước được cuộc thử nghiệm đó. Trước đó, trong ba bản báo cáo thường niên của Lầu Năm Góc cho Quốc hội về Quân đội Giải phóng Nhân dân, bộ trưởng quốc phòng đã nói với Quốc hội là Trung Quốc "chỉ" có thể phá hủy được một vệ tinh bằng một "vũ khí hạt nhân."[71] Báo *Washington Times* viết rằng cuộc thử nghiệm đã "đánh tiếng chuông báo động" bằng cách lột trần một "nhược điểm then chốt," và một số viên chức về quốc phòng của Mỹ nói là có những khoảng cách rất lớn trong tình báo của Hoa Kỳ về loại vũ khí không gian nào khác và khả năng của loại vũ khí đó mà Trung Quốc có, có thể làm tê liệt hoặc phá vỡ các vệ tinh của Mỹ. Các vệ tinh này yểm trợ cho 90% của các công tác truyền tin quân sự cũng như là trong tình báo và trong việc điều khiển các phi đạn."[72]

Tiếp theo cuộc thử nghiệm 2007, Trung Quốc còn tiếp tục những cuộc thử nghiệm khác, trong đó có cuộc thử nghiệm năm 2013 với một phi đạn chống vệ tinh, được phóng từ dưới đất mà các viên chức Hoa Kỳ nói là đã được ngụy trang là một hỏa tiễn thám hiểm không gian.[73] Cũng vào cuối năm đó, lục quân Trung Quốc đã phóng ba vệ tinh có thể tấn công các vệ tinh của Mỹ mà một viên chức của Hoa Kỳ gọi "là một phần chương trình 'Star Wars' của Trung Quốc"; đó là "một điều quan tâm thực sự đối với sự phòng vệ quốc gia của Mỹ."[74] Quân đội Giải phóng Nhân dân cũng phát triển một tập hợp các vũ khí khác và những máy để phá, gây ra sự xáo trộn hay hủy bỏ những vụ truyền tin từ các vệ tinh; các vũ khí này có thể bao gồm cả laser, vũ khí vi ba, các vũ khí 'particle beam'[AV] và vũ khí EMP.[75]

Thêm vào việc lệ thuộc vào vệ tinh, một nhược điểm khác của giới quân sự Hoa Kỳ là lệ thuộc vào những lộ trình dài để tiếp tế đạn dược, nhiên liệu và những nguồn lực khác thiết yếu cho việc tiến hành chiến tranh. Trong trận chiến đầu tiên tại vùng Vịnh, hải quân Hoa Kỳ đã dùng tới 19 triệu gallons dầu hỏa một ngày và số đạn dược dùng nhiều gấp 20 lần số đạn dược dùng trong chiến tranh Triều Tiên. Những sự tiếp tế như vậy sẽ không thể nào có được nếu không có đường vận chuyển trên đường biển và những đường vận chuyển này có thể bị tấn công một cách không cân đối bằng tàu ngầm, mìn trên biển, ngư lôi và các hoả tiễn phá hàng không mẫu hạm. Tất cả những thứ đó đều đã có trong kho vũ khí của Trung Quốc. Một phần do sự đe dọa mà Trung Quốc có thể áp đặt lên các tuyến vận tải trên biển của Hoa Kỳ nên Viện Nghiên cứu Hải quân Trung Quốc tin rằng tầu ngầm là loại tầu quan trọng nhất trong thế kỷ 21.

Trung Quốc cũng còn đang phát triển một vũ khí 'sát thủ giản' để vô hiệu hoá ưu thế về không quân của Hoa Kỳ. Hoả tiễn AGM-88 (High Speed Anti-Radiation Missile, HARM) được gắn vào các máy bay quân sự của Hoa Kỳ để bảo vệ các máy bay đó bằng cách tìm ra những luồng radar của những hoả tiễn bắn từ dưới đất và phá hủy các hoả tiễn đó. Ưu thế không quân của Hoa Kỳ tùy thuộc phần lớn vào loại hỏa tiễn này, nhưng Trung Quốc đã tạo ra những hộp đen có hàng ngàn máy phát sóng vi ba, có thể phát ra 10,000 tín hiệu trên tần số mà hỏa tiễn HARM dùng để phát hiện những loại hỏa tiễn bắn từ dưới đất lên. Có lẽ Trung Quốc chưa hoàn thiện kỹ thuật đó nhưng, nếu Trung Quốc có thể thì cái hộp đen đó sẽ khiến cho hỏa tiễn HARM tưởng là có 10,001 hoả tiễn đang tiến về phía

---

AV. Vũ khí 'particle beam' có công dụng phá hoại cơ cấu nguyên tử hay phân tử của một cơ cấu. Trong các truyện khoa học giả tưởng, loại võ khí này có các tên như : Particle Accelerators Guns, Ion Cannons, Proton Beams, Lightning Rays, v.v. [ND]

của máy bay, nhưng trong đó thì 10,000 tín hiệu là tín hiệu giả và chỉ có một cái là tín hiệu thật hầu như không thể tìm được.

Các vũ khí 'sát thủ giản' sẽ giữ một vai trò quan trọng trong bất cứ một cuộc hải chiến về vấn đề Đài Loan, bởi vì đó là những phương tiện tốt nhất để Trung Quốc có thể thách thức lực lượng hải quân Hoa Kỳ lớn hơn và có kỹ thuật tiên tiến hơn. Để đánh bại những hạm đội cuả Hoa Kỳ, Trung Quốc đã chế tạo những hoả tiễn phóng từ bờ biển và những máy bay mà, theo một bài báo trong tập san *Naval War College Review*, được "coi là một phương tiện khiến cho những quốc gia đang phát triển và hạn chế về kỹ thuật có thể thắng được bằng những phương tiện bất cân đối với những vũ khí thấp kém hơn trong các lãnh vực chiến đấu bằng vũ khí quy ước." Hỏa tiễn liên lục địa DF21s/- CSS-5 của Trung Quốc có thể bắn trúng một hàng không mẫu hạm cách xa bờ hơn 1,500 dặm và các hoả tiễn siêu âm có điều khiển chính xác, có thể bắn trúng mục tiêu cách xa 180 dặm. "Các hỏa tiễn đó có thể được trang bị bằng những vũ khí quy ước, vũ khí chống phản xạ, vũ khí áp nhiệt (thermobaric) hay các đầu đạn dùng các luồng sóng điện từ (EMP warheads), ngay cả những đầu đạn hạt nhân," như tập san *Naval War College Review* đã báo cáo. Còn những hoả tiễn phòng thủ Aegis của Hoa Kỳ thì "không hữu hiệu để chống lại những loại hoả tiễn siêu âm có điều khiển."[76] Các báo cáo của Lầu Năm Góc nói rằng Trung Quốc đã "gia tăng rất nhiều các loại vũ khí càng ngày càng chính xác và càng có sức hủy diệt, và các máy bay oanh kích có tầm xa." Hơn nữa Trung Quốc đã có đủ hoả tiễn để tiêu diệt hoàn toàn tất cả tầu chiến trong các hạm đội lộ tổng hàng không mẫu hạm của Hoa Kỳ.[77]

Các vũ khí khác trong loại vũ khí Sát Thủ Giản của Trung Quốc bao gồm các ngư lôi phóng bằng hoả tiễn để phá hủy hàng không mẫu hạm, cũng như hàng ngàn các máy bay phản lực đã lỗi thời có thể chuyển sang thành máy bay không người lái, được điều khiển từ xa mang bom thêm nhiên liệu và chất nổ để lao vào tầu địch. Bắc Kinh cũng đang phát triển vũ khí được gọi là "vũ khí ảo thuật" như các loại vũ khí laser chiến thuật có thể làm tê liệt hệ thống phòng thủ chống tầu biển bằng các hoả tiễn. Trung Quốc còn đang trang bị một hạm đội tầu ngầm đang lớn mạnh bằng hoả tiễn thuỷ lôi Shkval. Loại hoả tiễn này có tầm hoạt động 7,500 yards [6858m], đi với tốc độ nhanh 230 dặm /1 giờ [370km] có thể đánh chìm một đoàn tầu. Hoa Kỳ chưa có những phương tiện phòng thủ được biết để chống lại các thủy lôi đó.[78] Một bài báo đăng trong tập san *Junshi Wenzhai* [Quân sự Văn Trích] năm 2001 của quân đội Trung Quốc đã thảo luận cách thức mà "các mìn rải trên biển", ngăn chặn các luồng sóng đúng lúc, gây hỗn loạn về điện tử cùng với các cuộc đột kích bằng tầu ngầm và những cuộc tấn công bất ngờ bằng hoả tiễn có điều khiển cùng các phương tiện khác bất ngờ tấn công quân địch" có thể diệt hạm đội của Mỹ.[79]

Nói tóm lại, dù đó là một cuộc chiến tranh để chống hải-lục-không quân của quân địch thì "lý thuyết hành quân" của Trung Quốc, như Lầu Năm Góc đã báo cáo, đòi hỏi phải "tiêu diệt hệ thống chỉ huy của quân địch; làm tê liệt hệ thống truyền tin và phá hủy hệ thống vũ khí tiên tiến nhất của địch quân; làm tê liệt hệ thống tiếp vận của quân địch và không cho đối phương lợi dụng sự hiệu ứng hiệp lực của ưu thế về kỹ thuật của họ."[80] Nói theo một ẩn dụ mà Trung Quốc thường dùng, chiến lược của Bắc Kinh giống như một người đánh võ dùng những kiến thức về yếu huyệt trên cơ thể để hạ một đối thủ lớn hơn. Người Mỹ thường biết nhiều về truyện thần thoại Hy Lạp tương tự, trong đó có một chiến tướng rất mạnh nhưng lại có một nhược điểm. Trong 20 năm qua, Trung Quốc đã xây dựng và phát triển những mũi tên dùng để tìm một mục tiêu duy nhất—đó là gót chân Achille của Hoa Kỳ.

Năm 2013, vài người trong phái diều hâu tại Bắc Kinh nói với tôi là họ không thể đo lường được rõ ràng xem Hoa Kỳ có thực sự thi hành chính sách mà tổng thống Obama gọi là "tái lập thế quân bằng" và "xoay trục" về châu Á.[81] Các người trong phe diều hâu đó lo ngại là không biết Trung Quốc có thể tính toán sai hay có thể Hoa Kỳ sẽ phản ứng quá mức đối với chương trình 'sát thủ giản' bằng cách xây dựng một lực lượng mạnh hơn hướng vào Trung Quốc. Nếu Hoa Kỳ tiếp tục kế hoạch hiện tại, giảm chi phí quốc phòng là 1 tỷ tỷ trong vòng 10 năm tới, thì theo như những người Trung Quốc, sẽ không có đủ tiền để lấy lại thế cân bằng. Tôi ngay thật trả lời: rất khó có thể dự đoán là Hoa Kỳ có thể gia tăng chi phí quốc phòng để đối phó với Trung Quốc.

CHÚ THÍCH CHƯƠNG 7

1. Nguồn tài liệu bao gồm Victor N. Corpus, "America's Acupuncture Points.Part 2: The Assassin's Mace," *Asia Times Online*, October 20, 2006, có tại http:// www. atimes.com/ atimes/ China/ HJ20Ad01. html; Michael Pillsbury, "The Sixteen Fears: China's Strategic Psychology," *Survival: Global Politics and Strategy* 54, no. 5 (October/ November 2012): 149– 82; "SteelJaw," "Required Reading: *Naval War College Review* Articles on China's DF-21/ ASBM," *U.S. Naval Institute blog*, November 15, 2009, accessed March 2, 2014, có tại http:// blog.usni.org/ 2009/ 11/ 15/ required-reading-naval-war-college-review-articles-on-chinas-df-21asbm; Bill Gertz, "China Building Electromagnetic Pulse Weapons for Use against U.S. Carriers," *Washington Times*, July 21, 2011, có tại http:// www.washingtontimes.com/ news/ 2011/ jul/ 21/ beijing-develops-radiation-weapons/? page = all; David Crane, "Chinese Electromagnetic Pulse (EMP) and High-Powered Microwave (HPM) Weapons vs. U.S. Navy Aircraft Carrier Battle Groups: Can the U.S. Military Effectively Counter 'Assassin's Mace'?," *DefenseReview.com*, July 22, 2011, có tại http:// www.defensereview.com/ chinese-electromagnetic-pulse-emp-and-high-powered-microwave-hpm-weapons-vs-u-s-navy-aircraft-carrier-battle-groups-can-the-u-s-military-effectively-counter-assassins-mace/; Editors of New Atlantis, "The Assassin's Mace," *New Atlantis* 6 (Summer 2004): 107– 10, có tại http:// www.thenewatlantis.com/ publications/ the-assassins-mace; U.S. Department of Defense, Office of the Secretary of Defense, *Military Power of the People's Republic of China* (Washington, DC, 2005); Pillsbury, *China Debates the Future Security Environment*; David Hambling, "China Looks to Undermine U.S. Power with 'Assassin's Mace,'" *Wired*, July 2, 2009, có tại http:// www.wired.com/ dangerroom/ 2009/ 07/ china-looks-to-undermine-us-power-with-assassins-mace/; "China Developing EMP 'Assassin's Mace': Report," *China Post*, July 25, 2011, có tại http:// www.chinapost.com.tw/ taiwan/ china-taiwan-relations/ 2011/ 07/ 25/ 310981/ China-developing.htm; Leonard David, "Pentagon Report: China's Growing Military Space Power," *SPACE.com*, March 6, 2008, có tại http:// www.space.com/ 5049-pentagon-report-china-growing-military-space-power.html; Shaun Waterman, "U.S. Slow Learner on Chinese Weaponry," *Washington Times*, April 5, 2012, có tại http:// www.washingtontimes.com/ news/ 2012/ apr/ 5/ us-slow-learner-on-chinese-weaponry/? page = all; Mark L. Herman, Mark D. Frost, and Robert Kurz, *Wargaming for Leaders: Strategic Decision Making from the Battlefield to the Boardroom* (New York: McGraw-Hill, 2009); Robert Mandel, "Political Gaming and Foreign Policy Making During Crisis," *World Politics* 30, no. 4 (July 1977): 610– 25. Mandel wrote that scenarios in earlier games included a Soviet invasion of China, tensions between India and Pakistan, island disputes between China and Vietnam, Chinese infiltration of Burma (now Myanmar), and insurgency in India.

2. Muốn biết thêm, xem, Bill Gertz, "China's High-Tech Military Threat," *Commentary*, April 1, 2012, có tại http://www.commentarymagazine.com/article/chinas-high-tech-military-threat/; and Jan van Tol, Mark Gunzinger, Andrew F. Krepinevich, and Jim Thomas, "AirSea Battle: A Point-of- Departure Operational Concept," Center for Strategic and Budgetary Assessments, May 18, 2010, có tại http://www.csbaonline.org/ publications/2010/05/airsea-battle-concept/.

3. Gertz, "China's High-Tech Military Threat."

4. For an excellent survey of Chinese anti-access strategies and investments, see James C. Mulvenon, Murray Scot Tanner, Michael S. Chase, David Frelinger, David C. Gompert, Martin C. Libicki, and Kevin L. Pollpeter, *Chinese Responses to U.S. Military Transformation and Implications for the Department of Defense* (Santa Mon-

ica, CA: RAND, 2006); Roger Cliff, Mark Burles, Michael S. Chase, Derek Eaton, and Kevin L. Pollpeter, *Entering the Dragon's Lair: Chinese Antiaccess Strategies and Their Implications for the United States* (Santa Monica, CA: RAND, 2007); and Ronald O'Rourke, "China Naval Modernization: Implications for US Navy Capabilities—Background and Issues for Congress," CRS Report for Congress, RL33153, May 29, 2007.

5. Zhongchang, Zhang Haiying, and Zhou Xinsheng, "21 Shiji Haizhan Chutan" ["21st Century Naval Warfare"], *Zhongguo Junshi Kexue* [China Military Science], no. 1 (1995): 28–32, in Pillsbury, *Chinese Views of Future* Warfare, xxxviii.

6. Bill Gertz, *The China Threat: How the People's Republic Targets America* (Washington, DC: Regnery, 2013), introduction to the paperback version, page ix.

7. Michael Raska, "Scientific Innovation and China's Military Modernization," *Diplomat*, September 3, 2013, có tại http://thediplomat.com/2013/09/scientific-innovation-and-chinas-militarymodernization/.

8. For classic examples, see Edward Timperlake and William C. Triplett II, *Red Dragon Rising: Communist China's Military Threat to America* (Washington, DC: Regnery, 2002); Gertz, *China Threat*; Steven W. Mosher, Hegemon: *China's Plan to Dominate Asia and the World* (San Francisco: Encounter Books, 2000); and Jed Babbin and Edward Timperlake, *Showdown: Why China Wants War with the United States* (Washington, DC: Regnery, 2006); Ted Galen Carpenter, *America's Coming War with China: A Collision Course over Taiwan* (New York: Palgrave Macmillan, 2005); and Richard C. Bush and Michael E. O'Hanlon, *A War Like No Other: The Truth About China's Challenge to America* (Hoboken, NJ: John Wiley & Sons, 2007).

9. Keith Crane et al., *Modernizing China's Military: Opportunities and Constraints* (Santa Monica, CA: RAND Corporation, 2005).

10." U.S. Asia-Pacific 10. "U.S. Asia-Pacific Strategic Considerations Related to PLA Naval Forces Modernization," Hearing before the Subcommittee on Seapower and Projection Forces, House Armed Services Committee, December 11, 2013, có tại http://armedservices.house.gov/index.cfm/hearings-display?ContentRecord_id=-FA9EE283-A136-4C44-B489-F1814AFAB9EA. The witnesses called to testify at this hearing included Seth Cropsey, senior fellow, the Hudson Institute; Andrew Erickson, associate professor, U.S. Naval War College; Ronald O'Rourke, specialist in naval affairs, Congressional Research Service; and Jim Thomas, vice president and director of studies, Center for Strategic and Budgetary Assessments. For background, see Seth Cropsey, *Mayday: The Decline of American Naval Supremacy* (New York: Overlook, 2013).

11. For more on AirSea Battle, see, for example, Jose Carreno, Thomas Culora, George Galdorisi, and Thomas Hone, *Proceedings* (vol. 130/8/1,290, U.S. Naval Institute, August 2010); J. Noel Williams, "Air-Sea Battle: An Operational Concept Looking for a Strategy," *Armed Forces Journal* (September 2011); and Adam Segal, "Chinese Computer Games: Keeping Safe in Cyberspace," *Foreign Affairs* 91, no. 2 (March/April 2012).

12. Gertz, *Enemies*, 54; and Wise, *Tiger Trap*, 216–17. As Wise writes, "With Chi Mak convicted, the rest of the family pleaded guilty in rapid succession. In March 2008, Chi Mak was sentenced to twenty-four years in federal prison" (217).

13. For more on Chinese threat perceptions of the United States, see, for example,

Yawei Liu and Justine Zheng Ren, "An Emerging Consensus on the U.S. Threat: The United States According to PLA Officers," *Journal of Contemporary China* 23, no. 86 (2014): 255–74.

14. See Chen Youwei, "China's Foreign Policymaking as Seen Through Tiananmen," *Journal of Contemporary China* 12, no. 37 (November 2003): 715–38.

15. Gao Fugang and Sun Mu, "Study of Operational Effectiveness of Blockade Running of Escorted Submarine," *Junshi Yunchou Yu Xitong Gongcheng [Military Operations Research and Systems Engineering]* (September 3, 2006): 39–42. For additional details and references, see Pillsbury, "Sixteen Fears."

16. Such blockade methods are described in articles such as Tai Feng, "Multipronged Blockade of the Ocean: Japan's Measures after the Offshore Submarine Incident," *Xiandai Wuqi [Modern Weapons]* (March 2005): 51 (trans. Toshi Yoshihara, U.S. Naval War College); Li Zuyu, "Combat Uses of Japan's Airpower," *Shipborne Weapons* (March 2007): 48 (trans. Toshi Yoshihara); Wu Peihuan and Wu Yifu, "Acting with a Motive: The Japan–US Island Defenses Exercises," *Modern Weaponry* (February 2006): 8 (trans. Toshi Yoshihara).

17. The references cited in this study include Ge Genzhong, "Submarine Operation in Informatized Warfare," *Qianting Xueshu Yanjiu* [Submarine Research] 22, no. 1 (2004); Mao Chuangxin et al., Case Study of Submarine Warfare (Qingdao: Naval Submarine Academy, 1997); Zhang Wenyu et al., "Introduction to Asymmetric Operations of Submarines," *Qianting Xueshu Yanjiu* [Submarine Research] 22, no. 1 (2004); Rong Haiyang et al., Submarine Tactics (Qingdao: Naval Submarine Academy, 2001); Qin Gang, *Submarines in Naval Warfare* (Nanjing: Naval Command Academy, 1997); Wan Chun, *Surface Warship Tactics* (Nanjing: Naval Command Academy, 2004); Cheng Wangchi et al., "A Method to Estimate Force Required for Submarine to Run a Blockade," *Junshi Yunchou Yu Xitong Gongcheng [Military Operations Research and Systems Engineering]* 18, no. 1 (2004): 21–23.

18. Quoted in Toshi Yoshihara and James R. Holmes, "China's New Undersea Deterrence," *Joint Force Quarterly*, issue 50 (2008), 37. See also Andrew Erickson and Lyle Goldstein, "Gunboats for China's New 'Grand Canals'?: Probing the Intersection of Beijing's Naval and Oil Security Policies," *Naval War College Review* 62, no. 2 (Spring 2009), có tại https://www.usnwc.edu/getattachment/f655705e-0ef3-4a21-af5a-93df77e527fa/Gunboats-for-China-s-New-Grand-Canals-Probing-t. See also J. Michael Cole, "China's Maritime Surveillance Fleet Adds Muscle," *Diplomat*, January 3, 2013, có tại http://thediplomat.com/2013/01/chinas-maritimesurveillance-fleet-adds-muscle/; Mark Landler, "A New Era of Gunboat Diplomacy," *New York Times*, November 12, 2011; and "China Adds Destroyers to Marine Surveillance: Report," *Straits Times, Asia Report*, December 31, 2012, có tại http://www.straitstimes.com/the-big-story/asiareport/china/story/china-adds-destroyers-marine-surveillance-report-20121231.

19. Zhang Dengyi, "Guanhao Yonghao Haiyang, Jianshe Haiyang Qiangguo" ["Manage and Use the Ocean Wisely, Establish a Strong Maritime Nation"], *Qiushi*, no. 11 (2001), 46; Feng Liang and Zhang Xiaolin, "Lun Heping Shiqi Haijun de Zhanlue Yunyong" ["A Discussion of the Navy's Strategic Use in Peacetime"], *Zhongguo Junshi Kexue [China Military Science]*, no. 3 (2001): 78; and Lu Rude, "Zai Da Zhanlue zhong gei Zhongguo Haiquan Dingwei" ["Defining Sea Power in China's Grand Strategy"], *Renmin Haijun* [People's Navy] (June 6, 2007).

20. Gao Fugang and Sun Mu, "Study of Operational Effectiveness of Blockade Running of Escorted Submarine."

21. Ibid. See also Da Wei, "Zhongguo de Haiyang Anquan Zhanlue" ["China's Maritime Security Strategy"], in Yang Mingjie, ed., *Haishang Jiaodao Anquan yu Guoji Hezuo* [*Sea Lane Security and International Cooperation*] (Beijing: Shishi chubanshe, 2005), 365.

22. Zhang Wenmu, "Jingji Quanqiuhua yu Zhongguo Haiquan" ["Economic Globalization and Chinese Sea Power"], *Zhanlue yu Guanli* [*Strategy and Management*] 1 (2003): 96.

23. He Jiacheng, Zou Lao, and Lai Zhijun, "Guoji Junshi Anquan Xingshi ji Woguo de Guofang JingjiFazhan Zhanlue" ["The International Military Situation and China's Strategy of National Defense Economic Development"], *Junshi Jingji Yanjiu* [Military Economic Research] 1 (2005): 12.

24. Shi Chunlun, "A Commentary on Studies of the Last Ten Years Concerning China's Sea Power," *Xiandai Guoji Guanxi* [*Contemporary International Relations*] (April 20, 2008); and Liu Jiangping and Zhui Yue, "Management of the Sea in the 21st Century: Whither the Chinese Navy?," *Dangdai Haijun* [Modern Navy] (June 2007). See details in Pillsbury, "*Sixteen Fears.*"

25. Da Wei, "Zhongguo de Haiyang Anquan Zhanlue," 119. See also Gabriel B. Collins and William S. Murray, "No Oil for the Lamps of China?" *Naval War College Review* 61, no. 2 (Spring 2008): 79–95; Erickson and Goldstein, "Gunboats for China's New 'Grand Canals'?"; "Chinese Admiral Floats Idea of Overseas Naval Bases," Reuters, December 30, 2009, http.//www.reuters.com/article/2009/12/30/uschina-navy-idUSTRE5BT0P020091230. China's fear about its sea lines of communication is heightened by its concerns that global "peak oil" production has been reached, increasing China's future vulnerability to a blockade. See Cao Kui and Zou Peng, "Discussion of China's Oil and Energy Security," *Teaching of Politics* (November 2005); "A Study of Energy Security," Chinese Academy of Social Sciences, December 5, 2007, có tại http://www.cass.net.cn/file/20071205106095.html; and "The Real Meaning of 'Energy Security,'" Office of the National Energy Leading Group, September 18, 2006, có tại http://www.chinaenergy.gov.cn/.

26. Erickson and Goldstein, "Gunboats for China's New 'Grand Canals'?"

27. *Zhanyi Xue* [*The Science of Campaign*] (Beijing: NDU Press, 2000); Xue Xinglin, *Zhanyi Lilun Xuexi Zhinan* [A Guide to the Study of Campaign Theory] (Beijing: National Defense University Press, 2002); *Zhongguo Renmin Jiefangjun Lianhe Zhanyi Gangyao* [*People's Liberation Army Outline on Joint Campaigns*] (Beijing: Central Military Commission, 1999). The text of the outline for China's future military was issued in 1999 and is secret, but its existence is discussed in *A Guide to the Study of Campaign Theory* [*Zhanyi Lilun Xuexi Zhinan*] and in many other places. Its issuance was announced in "Zhongyang Junwei Zhuxi Jiang Zemin Qianshu Mingling Wojun Xinyidai Zuozhan Tiaoling Banfa" ["CMC Chairman Jiang Zemin Signs Order Implementing Our Army's New Generation of Operational Regulations"], *Renmin Ribao* [People's Daily], January 25, 1999, có tại http://www.people.com.cn/item/ldhd/Jiangzm/1999/mingling/ml0003.html.

28. Zhang Yuliang, ed., *Science of Campaigns* (Beijing: National Defense University Press, 2006), 297–303

29. Quoted in Gabriel B. Collins, Andrew S. Erickson, Lyle J. Goldstein, and William S. Murray, eds., *China's Energy Strategy: The Impact on Beijing's Maritime Policies* (Annapolis, MD: China Maritime Studies Institute and the Naval Institute Press, 2008), 320.

30. Xu Genchu, *Lianhe Xunlian Xue* [Science of Joint Training] (Beijing: Military Science Press, 2007). Tập này, cũng như nhiều tập khác dẫn chứng tại đây đều có ghi junnei faxing, nghĩa là "phổ biến nội bộ quân sự." Đây không phải tài liệu "mật" theo nghĩa là phải giữ kín, nhưng được bầy bán tại một khu riêng mà chỉ có sĩ quan Quân đội Giải phóng Nhân dân mới được vào. Bìa các tài liệu này không có số ISBN.Chính phủ Hoa kỳ đã phổ biến cho các học giả tại thư viện của các Harvard University và University of California, Berkeley, nhưng không biết cách nào họ đã có được các tài liệu đó.

31. Guang Tao and Yao Li, *Zhongguo Zhanqu Junshi Dili* [China's Theater Military Geography] (Beijing: People's Liberation Army Press, 2005).

32. See chapter 2 of Cennis Blasko 32. See chapter 2 of Dennis Blasko, The Chinese Army Today, 2nd ed. (New York: Routledge, 2012), 16– 46.

33. Guang Tao and Yao Li, *Zhongguo Zhanqu Junshi Dili*.

34. "CCTV-7 Shows North Sword 2005 Exercise, PLA's Li Yu Meeting Foreign Observers," Beijing CCTV-7, September 28, 2005; "Chinese Military Paper Details North Sword 2005 PLA Exercise," PLA *Daily*, September 28, 2005; "PLA Airborne in '1st Live' Drill vs. 'Digitized' Armor Unit in 'North Sword,'" *Kongjun Bao* [Air Force Daily], September 29, 2005; "Xinhua Article Details 'North Sword 2005' Exercise Held at Beijing MR Base," *Xinhua Domestic Service*, September 27, 2005; and "China Launches Its Biggest-Ever War Exercises," *People's Daily Online*, September 27, 2005, có tại http://english.people.com.cn/200509/27/eng20050927_211190.html.

35. For an overview of this issue, see Murray Scot Tanner, "How China Manages Internal Security Challenges and Its Impact on PLA Missions," in Roy Kamphausen, David Lai, and Andrew Scobell, eds., *Beyond the Strait: PLA Missions Other Than Taiwan* (Carlisle, PA: U.S. Army War College Strategic Studies Institute, 2009), có tại http://www.isn.ethz.ch/Digital-Library/Publications/Detail/?ots591=0c54e3b3-1e9c-be1e-2c24-a6a8c7060233&lng=en&id=99803. See also "2030: China Faces the Fate of Dismemberment: The U.S. Strategy for a Global Empire and China's Crisis," a 2009 speech by PLA Colonel Dai Xu at a meeting at the Nanjing-based PLA Institute of International Relations Studies, in Miles Yu, "Inside China: PLA Strategist Reflects Military's Mainstream," *Washington Times*, April 11, 2013, có tại http://www.washingtontimes.com/news/2013/apr/11/inside-china-pla-strategist-reflects-militarys-mai/?page=all#pagebreak.

36. The official was identified as Yu Hongjun, deputy director of the research division of the Central Committee Liaison Department, who gave an interview to the Qinghua University World Affairs Forum, according to *Shijie Zhishi* [World Knowledge] 23 (December 1, 2002): 34–39.

37. Li Xinqi, Tan Shoulin, and Li Hongxia, "Precaution Model and Simulation Actualization on Threat of Maneuver Target Group on the Sea," *Qingbao Zhihui Kongzhi Xitong Yu Fangzhen Jishu* [Intelligence Control Systems and Simulation Methods] (August 1, 2005); Pillsbury, *China Debates the Future Security Environment*, 83–85. Additional sources include Major General Guo Xilin, "The Aircraft Carrier Formation Is Not an Unbreakable Barrier," *Guangming Ribao Online*, December 26, 2000; Zhou

Yi, "Aircraft Carriers Face Five Major Assassins," *Junshi Wenzhai* [*Military Digest*] (March 1,2002): 4–6; Feng Changsong, Xu Jiafeng, and Wang Guosheng, "Six Aircraft Carrier Busters," *Zhongguo Guofang Bao* [*China Defense News*], March 5, 2002, 4; Dong Hua, "Aircraft Carrier's Natural Enemy: Antiship Missiles," *Junshi Wenzhai* [*Military Digest*] (July 1, 2002): 50–52; Xiao Yaojin and Chang Jiang, "China's Existing Tactical Missiles Can Fully Meet the Need of a Local War Under High-Tech Conditions," *Guangzhou Ribao* [*Guangzhou Daily*], October 21, 2002; and Wang Jiasuo, "Aircraft Carriers: Suggest You Keep Out of the Taiwan Strait!" *Junshi Wenzhai* [Military Digest] (April 1, 2001): 58–59.

38. For examples of operations-research analysis on antiaircraft carrier methods, see "Preliminary Analysis on the Survivability of a U.S. Aircraft Carrier," *Zhidao Feidan* [*Guided Missiles*] 5 (2000): 1– 10; "Study of Attacking an Aircraft Carrier Using Conventional Ballistic Missiles," *Dier Paobing Gongcheng Sheji Yuanjiuyuan* [*Second Artillery Corps Research Institute of Engineering Design*], Xian, 2002; "Concept of Using Conventional Ballistic Missiles to Attack a Carrier Fleet," *Keji Yanjiu* [*Science and Technology Research*] 1 (2003); *Movement Forecast Model and Precision Analysis of Maneuvering Targets at Sea* (Beijing: Second Artillery Engineering Academy, 2005), cited in Pillsbury,"Sixteen Fears"; "Research on Optimization Methods for Firepower Allocation Plans in Joint Strike Fires," *Junshi Yunchou Yu Xitong Gongcheng* [*Military Operations Research and Systems Engineering*] (2005), cited in Pillsbury, "Sixteen Fears."

39. For a comprehensive discussion of Chinese Air Force doctrinal developments and new operational concepts, see Kevin M. Lanzit and Kenneth Allen, "*Right-Sizing the PLA Air Force: New Operational Concepts Define a Smaller, More Capable Force*," in Roy Kamphausen and Andrew Scobell, eds., *Right-Sizing the People's Liberation Army: Exploring the Contours of China's Military (*Carlisle, PA: Strategic Studies Institute, U.S. Army War College, 2007), 437–79.

40. Michael D. Swaine and Zhang Tuosheng, eds., with Danielle F. S. Cohen, *Managing Sino-American Crises: Case Studies and Analysis* (Baltimore: Johns Hopkins University Press, 2006). See also Michael D. Swaine, America's Challenge: Engaging a Rising China in the Twenty-First Century (Washington, DC: Carnegie Endowment for International Peace, 2011); G. John Ikenberry, "The Rise of China and the Future of the West," *Foreign Affairs* (January/February 2008); Fred C. Bergsten et al., *China's Rise: Challenges and Opportunities* (Washington, DC: Peterson Institute for International Studies and Center for Strategic and International Studies, 2008); and Michael D. Swaine, "Chinese Crisis Management: Framework for Analysis, Tentative Observations, and Questions for the Future," in Andrew Scobell and Larry M. Wortzel, eds., *Chinese Decisionmaking under Stress* (Carlisle, PA: Strategic Studies Institute, U.S. Army War College, 2005), 5–53.

41. As viewed by Thomas C. Schelling, *Arms and Influence* (Santa Barbara, CA: Praeger, 1966), 55, n. 11, "It is not easy to explain why the Chinese entered North Korea so secretly and so suddenly. Had they wanted to stop the United Nations at the level, say, of Pyongyang, to protect their own border and territory, a conspicuous early entry in force might have found the UN Command content with its accomplishments and in no mood to fight a second war against Chinese armies for the remainder of North Korea. They chose instead to launch a surprise attack, with stunning tactical advantages *but no prospect of deterrence*" (italics mine). According to China's top commander in Korea, General Peng, "The enemy had boasted the ability of its air force to cut off our communication and food supply. This gave us an opportunity to

deceive the enemy about our intention. By releasing some POWs, we could give the enemy the impression that we are in short supply and are retreating." Hao Yu-fan and Zhai Zhihai, "China's Decision to Enter the Korean War: History Revisited," *China Quarterly* 121 (March 1990): 94–115. Multiple deceptions were used to encourage MacArthur's arrogance and complacency. Russell Spurr, *Enter the Dragon: China's Undeclared War Against the U.S. in Korea, 1950–1951* (New York: Henry Holt, 1989); Jonathan R. Pollack, "Korean War," in Harry Harding and Yuan Ming, eds., *Sino-American Relations, 1945–1955: A Joint Reassessment of a Critical Decade* (Wilmington, DE: Scholarly Resources, 1989), 213–37; Sergei N. Goncharov, John W. Lewis, and Xue Litai, Uncertain Partners: *Mao, Stalin, and the Korean War* (Stanford, CA: Stanford University Press, 1993).

42. Susan L. Shirk, China: Fragile Superpower: How China's Internal Politics Could Derail Its Peaceful Rise (New York: Oxford University Press, 2007), 5.

43. Ibid., 269.

44. Robert L. Suettinger, *Beyond Tiananmen: The Politics of U.S.-China Relations 1989–2000* (Washington, DC: Brookings Institution Press, 2003).

45. "DoD Annual Report to Congress—Military Power of the People's Republic of China, 2002," U.S. Department of Defense (July 2002), có tại http://www.defense.gov/news/Jul2002/d20020712china.pdf.

45. Quoted in Andrew Scobell and Larry Wortzel, eds., *Civil-Military Change in China: Elites, Institutes,and Ideas* After the 16th Party Congress (Carlisle, PA: Strategic Studies Institute, U.S. Army War College, September 2004), 315, có tại http://www.strategicstudiesinstitute.army.mil/pdffiles/pub413.pdf.

47. Ibid., 324.

48. Jason E. Bruzdzinski, "Demystifying Shashoujian: China's 'Assassin's Mace' Concept," in Scobell and Wortzel, *Civil-Military Changes in China*, 324.

49. Cary Huang, "Jiang Zemin Reportedly Urges the Development of Strategic Weapons," Hong Kong iMail, August 5, 2000, cited in Scobell and Wortzel, *Civil-Military Change in China*, 359.

50. "Jiang Zemin Orders Effectual Preparations for Use of Force," *Ching Chi Jih Pao*, November 29, 2000, cited in Bruzdzinski, "Demystifying Shashoujian."

51. Wang Congbiao, "Studying Jiang Zemin's 'On Science and Technology,'" Guangzhou Yangcheng Wanbao, February 13, 2001, in Foreign Broadcast Information Service (FBIS). FBIS was an opensource intelligence component of the Central Intelligence Agency's Directorate of Science and Technology. It monitored, translated, and disseminated within the U.S. government openly available news and information from media sources outside the United States. In November 2005, it was announced that FBIS would become the newly formed Open Source Center, tasked with the collection and analysis of freely available intelligence. See http://en.wikipedia.org/wiki/Foreign_Broadcast_Information_Service.

52. James R. Lilley and David Shambaugh, *China's Military Faces the Future* (Studies on Contemporary China) (Washington, DC: American Enterprise Institute, 1999), 66.

53. "U.S.-China Economic and Security Review Commission 2013 Report to Con-

gress: China's Military Modernization, U.S.-China Security Relations, and China's Cyber Activities," Hearing before the Armed Services Committee, U.S. House of Representatives, 113th Cong. 10 (November 12, 2013), testimony of Dr. Larry M. Wortzel, commissioner, U.S.-China Economic and Security Review Commission, có tại http://docs.house.gov/meetings/AS/AS00/20131120/101510/HHRG-113-AS00-Wstate-WortzelL-20131120.pdf.

54. Ibid.

55. Dawn S. Onley and Patience Wait, "Red Storm Rising," Government Computer News, August 17, 2006, có tại http://gcn.com/articles/2006/08/17/red-storm-rising. aspx.

56. "U.S.-China Economic and Security Review Commission 2013 Report to Congress," testimony of Dr. Larry M. Wortzel.

57. Ellen Nakashima, "Confidential Report Lists U.S. Weapons System Designs Compromised by Chinese Cyberspies," Washington Post, May 27, 2013, có tại http://www.washingtonpost.com/world/national-security/confidential-report-lists-us-weapons-systemdesigns-compromised-by-chinese-cyberspies/2013/05/27/a42c3e1c-c2dd-11e2-8c3b-0b5e9247e8ca_story.html

58. Nathan Thornburgh, "The Invasion of the Chinese Cyberspies," Time, August 29, 2005, có tại http://content.time.com/time/magazine/article/0,971,1098961,00.html.

59. "U.S.-China Economic and Security Review Commission 2013 Report to Congress," testimony of Dr. Larry M. Wortzel.

60. Jim Finkle, "Hacker Group in China Linked to Big Cyber Attacks: Symantec," Reuters, September 17, 13, có tại http://www.reuters.com/article/2013/09/17/us-cyberattacks-chinaidUSBRE98G0M720130917.

61. "Hidden Lynx—Professional Hackers for Hire," Symantec, September 17, 2013, có tại http://www.symantec.com/connect/blogs/hidden-lynx-professional-hackers-hire.

62. Shaun Waterman, "China 'Has .75M Zombie Computers' in U.S.," United Press International, September 17, 2007, có tại http://www.upi.com/Emerging_Threats/2007/09/17/China-has-75Mzombie-computers-in-US/UPI-73941190055386/.

63. Lilley and Shambaugh, China's Military Faces the Future, 71.

64. Chang Mengxiong, "21 Shiji Wuqi He Jundui Zhanwang" [Weapons of the 21st Century], Zhongguo Junshi Kexue [China Military Science] 30, no. 1 (Spring 1995): 19–24, 49, in Pillsbury, China Debates the Future Security Environment, 292.

65. Ibid., 254.

66. Zhang Shouqi and Sun Xuegui, Jiefangjun Bao, May 14, 1996, cited in Louis M. Giannelli, The Cyber Equalizer: The Quest for Control and Dominance in Cyber Spectrum (Bloomington, IN: Xlibris, 2012), 147.

67. Corpus, "America's Acupuncture Points. Part 2: The Assassin's Mace."

68. "Annual Report to Congress: Military Power of the People's Republic of China 2008," U.S. Department of Defense, March 2008, có tại http://www.defense.gov/pubs/pdfs/China_Military_Report_08.pdf.

69. Joan Johnson-Freese, "China's Antisatellite Program: They're Learning," China-U.S. Focus, July 12, 2013, có tại http://www.chinausfocus.com/peace-security/chinas-anti-satellite-program-theyrelearning/.

70. Emily Miller, "Officials Fear War in Space by China," *Washington Times*, January 24, 2007, có tạihttp://www.washingtontimes.com/news/2007/jan/24/20070124-121536-8225r/?page=all.

71. Shirley Kan, *CRS Report for Congress: China's Antisatellite Weapon Test*, April 23, 2007.

72. Miller, "Officials Fear War in Space by China."

73. Bill Gertz, "China Conducts Test of New Antisatellite Missile," *Washington Free Beacon*, May 14, 2013, có tại http://freebeacon.com/china-conducts-test-of-new-antisatellite-missile/. See alsoAndrea Shalal, "Analysis Points to China's Work on New Antisatellite Weapon," Reuters, March 17, 2014, có tại http://www.reuters.com/article/2014/03/17/us-china-space-reportidUSBREA2G1Q320140317.

74. Bill Gertz, "China Launches Three ASAT Satellites," *Washington Free Beacon*, August 26, 2013, có tại http://freebeacon.com/china-launches-three-asat-satellites/.

75. Leonard David, "Pentagon Report: China's Growing Military Space Power."

76. Corpus, "America's Acupuncture Points. Part 2: The Assassin's Mace."

77. "Annual Report to Congress: Military Power of the People's Republic of China," U.S. Department of Defense, July 28, 2003, 51, có tại http://www.defense.gov/pubs/2003chinaex.pdf.

78. Corpus, "America's Acupuncture Points. Part 2: The Assassin's Mace."

79. Scobell and Wortzel, *Civil-Military Change in China*, 342.

80. "Annual report to Congress 80. "Annual Report to Congress: Military Power of the People's Republic of China," U.S. Department of Defense, July 28, 2003, 21, có tại http://www.defense.gov/pubs/2003chinaex.pdf.

81. See, for example, President Obama's first public speech about the U.S. pivot to Asia, "Remarks by President Obama to the Australian Parliament," Canberra, Australia, the White House, Office of the Press Secretary, November 27, 2011, có tại http://www.whitehouse.gov/the-pressoffice/2011/11/17/remarks-president-obama-australian-parliament. See also Hillary Clinton,"America's Pacific Century," *Foreign Policy*, October 11, 2011, có tại http://www.foreignpolicy.com/articles/2011/10/11/americas_pacific_century.

Chương 8
TẤN HÀI KỊCH TƯ BẢN

> Thuận tay bắt dê[AW]
> *Tam thập lục kế*

Năm 2005, một người đào tị Trung Quốc mà tôi gọi là Ms. Tang, xác nhận với chúng tôi thành phần kinh tế trong chiến lược Marathon của Trung Quốc — cạnh tranh với và vượt qua Hoa Kỳ để thành một thế lực kinh tế đứng hàng đầu trên thế giới. Các viên chức cao cấp của đảng Cộng sản Trung Quốc từ cấp thứ trưởng trở lên đều học tập chiến lược này trong một chương trình bí mật tại trường của Ủy ban Trung ương Đảng, tại một địa điểm ở trung tâm Bắc Kinh. Các học viên này bao gồm các người sẽ được bổ nhiệm làm tướng và bắt buộc phải hoàn tất chương trình mới được thăng chức. Chương trình gồm các tài liệu nghiên cứu về lịch sử. Quan trọng hơn, người đào tị đó nói là phân khoa này dùng những tài liệu dịch của ít ra là 6 cuốn sách về đề tài bằng cách nào Hoa Kỳ đã trở thành một nền kinh tế lớn nhất trên thế giới qua hai thế kỷ, và Trung Quốc phải theo gương Hoa Kỳ như thế nào, nhưng phải tiến nhanh hơn[1].

AW. Kế "Thuận thủ khiên dương" theo nghĩa đen là thuận tay dắt con dê về.[ND]

Bà ấy nói những bài học then chốt là từ sách của Charles Darwin và các đề tài liên quan tới những đường lối mà chính quyền Hoa Kỳ đã dùng để ủng hộ các công ty vượt qua các công ty Đức và Anh trong thời gian từ năm 1840 tới Thế chiến I. Lớp học này dạy rằng đề tài đó là một phần quan trọng cho thấy Hoa Kỳ đã làm như thế nào để trở thành một bá quyền — và đó là điều Trung Quốc cần phải làm nếu nó muốn qua mặt Hoa Kỳ. Bà ấy nói lớp huấn luyện này nghiên cứu khoảng hơn 20 trường hợp cụ thể trong đó có thảo luận mà các nhà lãnh đạo Trung Quốc đã học và áp dụng những bài học từ lịch sử của nhiều công ty Hoa Kỳ trong những ngành công nghiệp khác nhau; và tập trung vào vai trò chiến lược của chính quyền Hoa.

Các chiến lược của Hoa Kỳ được nghiên cứu bao gồm các đề tài như bảo vệ thị trường trong nước, tài trợ các công ty trong nước và khuếch trương xuất cảng. Lớp huấn luyện nghiên cứu cách làm việc của Hoa Kỳ trong việc thi hành các biện pháp chống độc quyền để gia tăng sự cạnh tranh, đó là một thí dụ khác mà Trung Quốc đã đi theo. Hệ thống của Hoa Kỳ về các quy định của thị trường chứng khoán đã thu hút nhiều tư bản hơn từ các nhà đầu tư khiến cho Hoa Kỳ trở thành một nước có một trị trường lớn nhất và hữu hiệu nhất trên thế giới. Bà ấy nói thêm rằng bài học bao trùm hết tất cả là các ngành công nghiệp được chính phủ đỡ đầu đã mở rộng thị trường của Hoa Kỳ. Trong thế kỷ thứ 19 và đầu thế kỷ thứ 20, Hoa Kỳ đã khuyến khích các hãng kinh doanh lớn mở rộng thêm thị trường, phần lớn là nhờ trợ cấp. Các viên chức trong Đảng của Trung Quốc được dạy rằng Hoa Kỳ đã lấy cắp kỹ thuật xay bột bằng phương pháp tự động xay nhỏ dần các hạt ngũ cốc trong đó hàng loạt các xe vận tải lúa mì và lúa mạch đã được chuyển thành bột và ngũ cốc. Xí nghiệp đầu tiên dùng kỹ thuật ăn cắp của Âu châu này là công ty Pillsbury để làm bột, bà ấy nhìn thẳng vào mặt tôi[AX] vừa nói vừa cười[2]. Người ta

---

AX. Tên của tác giả là Michael Pillsbury (trùng tên với hãng xay bột).[ND]

cũng cho rằng chính phủ Hoa Kỳ đã giúp các công ty cất rượu như Anheuser-Busch và các công ty làm nước ngọt như Coca Cola và các công ty khác lập các nhà máy sản xuất ở ngoại quốc. Tôi biết một số những điều này là đúng.

Lớp huấn luyện cũng dậy rằng Hoa Kỳ đã vượt qua mặt nước Đức trong vai trò đứng đầu kỹ nghệ làm giấy với một kỹ thuật mới sau khi đã sáp nhập các công ty với nhau dưới sự trợ giúp của chính quyền Hoa Kỳ vào năm 1900. Cũng như vậy đối với ngành sản xuất thép, chính phủ Hoa Kỳ trong hình thức nào đó đã giúp Andrew Carnegie trở thành công ty có uy thế bá quyền đầu tiên trong ngành sản xuất thép năm 1879. Sau đó Hoa Kỳ quyết định thống lĩnh việc sản xuất đồng và nhôm bằng cách lấy các kỹ thuật của Âu Châu. Rồi Hoa Kỳ lại thống lĩnh ngành công nghiệp cao su và ngành dầu vào những năm 1880[3]. Công ty B. F. Goodridge bắt đầu trở thành công ty đứng đầu toàn cầu với sự trợ giúp của chính quyền Mỹ.

Trước Thế chiến I, Hoa Kỳ đã hoàn tất hầu hết các mục tiêu chiến lược để chiếm ngôi thế lãnh đạo của Âu Châu. Một phần qua việc thành lập công ty General Electric vào giữa thập niên 1890, và công ty này được cho là đã có sự trợ giúp của chính quyền Mỹ để vượt qua các công ty Đức như Siemens và AEG. Công ty General Electric được nói là đã lấy cắp những ý tưởng của công ty Siemens và AEG để thành lập một công ty tín dụng nhận trả lại tiền nợ [đã cho vay] bằng các cổ phần đầu tư trong nhiều công ty về lợi ích công cộng mà công ty đó trang bị.

Giai đoạn thứ hai của quá trình này, hay "đợt hai" theo như bà ấy nói, là từ năm 1914 cho đến năm 1950, khi Hoa Kỳ giữ vai bá chủ trong những ngành công nghiệp mới như sản xuất xe hơi, điện tử và dược phẩm. Chính quyền Hoa Kỳ được nói là đặc biệt rất thân cận với General Motors, và đã giúp công ty này tạo ra các đầu máy xe lửa chạy bằng dầu cặn (diesel), khiến cho các đầu máy xe lửa chạy bằng hơi nước dùng trong

Âu Châu trở thành lỗi thời. Bà ấy cũng nói là chính phủ Hoa Kỳ đã ủng hộ 5 công ty dầu khí qua mặt được công ty British Petroleum và Royal Dutch Shell để chiếm được các dự trữ dầu trên thế giới. Bà ấy nói các lãnh tụ của đảng Cộng sản Trung Quốc được dạy bằng phương pháp nào mà Hoa Kỳ đã khai thác những môn bài của các kỹ thuật dược phẩm của Đức để sản xuất ra aspirin, thuốc trụ sinh và Novocaine.

Sau Thế chiến II, "làn sóng thứ 3" của chính quyền Hoa Kỳ ủng hộ các công ty khổng lồ của họ được nói là tập trung vào việc chế ngự các ngành công nghiệp hàng không không gian và công ty hoá dầu. DuPont được nói là đã cưỡng chiếm, có lẽ là ép buộc, lấy môn bài từ ngành công nghiệp British Imperial Chemical Industries để sản xuất polymers[4]. Bà ấy cũng thảo luận vai trò của chính quyền Hoa Kỳ trong việc nuôi dưỡng các sản phẩm dược chất mới, như năm 1942 khi công ty Merck đưa ra thị trường thuốc penicillin lần đầu tiên được sản xuất ở mức công nghiệp.

Tôi hỏi bà ấy là ở trong các lớp học đó có bao giờ dùng tới chữ Marathon không thì bà ấy nói "có", và nói rằng tôi cần phải tìm một quyển sách đã được dịch ra có bán trong tiệm sách của trường Trung ương Đảng gọi là *Invovation Marathon: Lessons from High Technology Firms*, tác giả là Marianne Glinek và Claudia Bird Schoonover do đại học Oxford University Press xuất bản năm 1990. Một cuốn sách khác thảo luận khái niệm về marathon, theo bà ấy nói, là cuốn *Computer Wars: How the West Can Win in a post-IBM* World tác giả là Charles R. Morris và Charles H. Ferguson[5].

Tôi hỏi thế thì Hoa Kỳ có cung cấp mô hình nào để cứu vớt những công ty quốc doanh kiểu Liên Xô không? Bà ấy nói 'không'. Hoa Kỳ không có những công ty nào như vậy, ngoại trừ công ty Tennessee Valley Authority. Tất cả những ý tưởng cho chiến lược đó của Trung Quốc là do World Bank [Ngân hàng Thế giới] cung cấp. Câu chuyện của chúng tôi đã kéo dài hơn một tiếng đồng hồ, quyển sổ tay của tôi đã ghi kín hết tất cả. Bây giờ tới lúc hỏi thăm các nhà kinh tế tại văn phòng của Ngân hàng Thế giới tại Bắc Kinh.

***

Trong vòng 20 năm vừa qua, các nhà lãnh đạo Trung Quốc đã thuyết phục thế giới là Trung Quốc đang trên đường tiến tới tự do kinh tế, bao gồm cả quyền tư hữu và thị trường tự do. Bìa báo *Time* và *Newsweek* đã khoe rằng Trung Quốc đang theo "con đường kinh tế tư bản" và tiếp theo đó là chế độ dân chủ theo kiểu Tây Phương. Công cuộc canh tân hóa mạnh của Trung Quốc bắt đầu từ 1978 với sự trợ giúp của Ngân hàng Thế giới và các định chế Tây Phương khác, và công cuộc này đã có những thành công đáng kể. Trung Quốc đã có một thời gian gần như là phát triển kinh tế không ngừng trong hơn 30 năm. Mặc dù có những giao động nhỏ trong thời gian này, nhưng nền kinh tế đã tăng trưởng gấp 3 lần mức độ tăng trưởng trung bình trên thế giới. Từ năm 2001, mức độ tăng trưởng kinh tế trung bình hàng năm là 10.1%. Năm 1980, GDP biểu kiến của Trung Quốc là khoảng $70 tỉ, tới năm 2011, nó đã lên tới $7 ngàn tỷ[6]. Năm 1980, Trung Quốc còn là một nền kinh tế trì trệ, nhưng ngày nay đã tự hào là một nền kinh tế lớn thứ nhì trên thế giới, chỉ đứng sau có Hoa Kỳ. Khoảng 95 công ty của Trung Quốc đã được ghi vào danh sách Global 500 năm 2014 của báo Fortune[7]. Năm trong số các công ty của Trung Quốc này ở trong số 50 công ty lớn nhất[8]. Năm 2000 Trung Quốc không có công ty nào ở trong danh sách này cả. Ngày nay Trung Quốc là nước sản xuất xe hơi nhiều nhất thế giới, tiêu thụ năng lượng nhiều nhất thế giới và là nước xả thán khí carbon dioxide nhiều nhất thế giới[9]. Trung Quốc vẫn còn là nước đông dân nhất thế giới với dân số là 1,35 tỷ, mặc dầu có những nỗ lực đáng kể để giới hạn sự gia tăng dân số[10].

Điều đó gần như là một sự nhiệm màu về kinh tế, và Tây Phương – trong đó có Hoa Kỳ – phần lớn đã chịu trách nhiệm về hiện tượng đó. Các nhà bình luận, giới truyền thông và các giới chính trị đã ca tụng sự chuyển hướng của Trung Quốc về một nền kinh tế theo chế độ tư bản và thị trường tự do, mặc dù Trung Quốc hoàn toàn không làm như vậy. Tới năm 2014, gần một nửa của nền kinh tế Trung Quốc hãy còn trong tay chính quyền, hàng mấy chục năm sau khi có huyền thoại là chế độ tư bản đã tới Trung Quốc.

Theo phần lớn các chuyên gia Tây Phương đó là nhờ những sự cải cách khiêm tốn và ý muốn giữ hối suất tiền tệ ở một mức thấp một cách giả tạo khiến cho tiền công trở nên thấp, giá sản xuất rẻ và đã phá giá của Tây Phương[11]. Tuy nhiên điều đã thúc đẩy sự tăng trưởng của Trung Quốc hơn bất cứ một yếu tố nào không phải do cải cách, mà là do quyết tâm của chính quyền tài trợ cho các công ty quốc doanh, và các công ty quốc doanh hãy còn chiếm tới 40% GDP của Trung Quốc[12]. Các công ty quốc doanh này, được Bắc Kinh tặng cho cái danh hiệu "những xí nghiệp quán quân của quốc gia", là thành phần then chốt của chiến lược Marathon 100 năm. Mặc dù các công ty này kém hữu hiệu nhưng nó đã cạnh tranh và ép công ty của Tây Phương để giúp đẩy mạnh sự tăng trưởng của quốc gia[13]. Quyết tâm theo đuổi một chính sách trọng thương quyết liệt này xuất phát từ thời xưa của Trung Quốc khi các vương quốc trong thời Chiến quốc đã dùng kinh tế của nhà nước làm một bộ phận tiến hành chiến tranh.

Người ta vẫn hiểu lầm về nền kinh tế của Trung Quốc. Các nhà kinh tế nổi tiếng trên thế giới cũng thú nhận là không hiểu hết về cách hoạt động của nền kinh tế khổng lồ vô địch Trung Quốc. Đó là một trong những lý do tại sao Trung Quốc có thể rêu rao là đang tiến bước tới cởi mở kinh tế mà không bị ai để ý theo dõi hay bị lật tẩy. Ronald Coase, nhà kinh tế đã được giải Nobel, và Ning Wang đã cảnh báo vào năm 2013 là, "Có rất nhiều điều chúng ta không biết về sự biến thể thị trường của Trung Quốc. Hơn thế nữa, nhiều sự kiện được đưa ra về vấn đề này thực ra là không đúng[14]". Các tác giả đó đã dẫn chứng những thí dụ rất đáng ngạc nhiên về việc các nhà lãnh đạo Trung Quốc che giấu chiến lược của họ và nói với các nhà lãnh đạo ngoại quốc là họ đang theo đuổi một phương thức kinh tế tư nhân và thị trường tự do nhưng, thực ra không phải như vậy[15]. Các học giả khác cũng ghi nhận những luận điệu tương tự khi Trung Quốc giải thích chiến lược của họ "chuyển sang chủ nghĩa tư bản" theo một đường lối thích hợp với hy vọng hão huyền của thế giới.

Trong những buổi họp khác Trung Quốc cố tình giảm bớt viễn tượng tăng trưởng sau khi biết rằng những ước lượng nội bộ vào những năm đầu tiên của thập niên 1990 cho là GDP của Trung Quốc sẽ vượt qua GDP của Hoa Kỳ vào khoảng năm 2020. Tại sao Trung Quốc lại phải che giấu những yếu tố chiến lược của những thành công của họ trong 30 năm về phát triển kinh tế? Tại sao lại phải nói quá trớn về mức độ tiến tới thị trường tự do? Câu trả lời rất giản dị: các nhà lãnh đạo tại Bắc Kinh, dựa theo các bài học về trị nước của Trung Quốc thời xưa, đã cố ý làm cho đối phương có tâm lý tự mãn bằng cách đưa ra những thông điệp có tính cách trấn an và che giấu những sự kiện đáng lo ngại khiến cho người ta nghi ngờ về chính sách thù nghịch của Trung Quốc. Nếu những ước lượng nội bộ của Trung Quốc về việc vượt quá Hoa Kỳ vào năm 2020 đã được nói ra một cách khoe khoang thì điều đó có thể khiến cho thế lực bá quyền hiện tại không an tâm và sẽ mưu toan kìm hãm Trung Quốc. Vì vậy, theo phương thức đó, Trung Quốc đã nói với người ngoại quốc là họ đang gặp biết bao nhiêu trở ngại và cố làm giảm bớt những viễn tượng phát triển của họ.

Trong những năm gần đây, một vài nhà phân tích Tây Phương đã thách thức quan niệm phổ biến được các nhà lãnh đạo Trung Quốc đưa ra[16]. Họ đã nhìn thấy là Trung Quốc đang theo đuổi một chiến lược trọng thương trắng trợn bằng cách trợ cấp cho những ngành công nghiệp then chốt và đồng thời có những nỗ lực do chính phủ yểm trợ để mua các tài nguyên thiên nhiên và các dự trữ năng lượng phát xuất từ mối lo ngại là nguồn cung cấp dầu khí trên thế giới đã lên đến mức cao nhất. Theo họ suy nghĩ, chiến tranh về tài nguyên thiên nhiên là điều không thể tránh được trong những năm sắp tới và do đó Trung Quốc phải mua những tài nguyên thiên nhiên ở ngoại quốc và dự trữ ở trong nước để cho những người khác không có được cái nguồn lực khan hiếm đó[17].

Nhiều nhà chiến lược Trung Quốc tin vào thuyết "peak oil" [đỉnh dầu[AY]], thuyết này cho rằng nguồn năng lượng sẽ sắp hết và giá tăng sẽ lên rất nhanh. Theo quan điểm này, thế giới là một ván *cờ vây* khổng lồ, trong đó các tài nguyên như đồng, dầu hỏa và lithium cần phải được nắm giữ không cho đến tay các đối thủ. Phản ánh mối quan tâm phổ biến trong phần lớn sự phân tích về những thách thức có tính cách địa dư chiến lược của Trung Quốc, một nhà phân tích của Viện Khoa học Xã hội Trung Quốc đã viết: "Trực diện với một sự thách thức về tài nguyên khan hiếm về năng lực của thế giới, trong tương lai Trung Quốc và Hoa Kỳ không thể nào tránh được sự bất đồng và xung đột, nhất là trong lãnh vực dầu khí[18]." Wang Xianglin viết, "Phân tích của các chuyên gia cho thấy Trung Quốc sẽ phải trực diện với mức sản xuất dầu cao nhất năm 2015 và từ đó sẽ đi xuống. Sau khi đã tới mức sản xuất dầu cao nhất, Trung Quốc sẽ phải trực diện với một vấn đề rất lớn; sự thiếu hụt về dầu khí càng ngày càng gia tăng, sự tiêu thụ dầu khí càng ngày càng tùy thuộc vào nhập cảng."[19]

Người ngoài cuộc chưa tố cáo sự kiện Trung Quốc đưa ra những thông điệp có tính cách lừa dối như vậy. Thay vào đó, luận điệu sai lầm của Trung Quốc đã được đa số chấp nhận.

AY. Đỉnh dầu, một hiện tượng dựa trên học thuyết của M. King Hubbert là thời điểm mà sự hình thành dầu hỏa đạt đến đỉnh điểm, sau đó nó được dự đoán sẽ bước vào giai đoạn suy giảm. https://vi.wikipedia.org/wiki/%C4%90%E1%BB%89n-h_d%E1%BA%A7u

Nhiều người tin rằng đường lối chỉ huy cũ của Mao Trạch Đông trong vụ diệt trừ chim sẻ bây giờ đã được áp dụng để ra lệnh Trung Quốc phải đi theo chính sách tự do kinh doanh và ngoại thương theo luật lệ quốc tế. Các nhà lãnh đạo Trung Quốc biết rằng họ đã khiến Liên Xô xa lánh vì cảm thấy bị đe dọa bởi những lời tuyên bố huênh hoang của Trung Quốc, và do đó Liên Xô đã cắt tất cả viện trợ cho Trung Quốc. Các lãnh đạo Trung Quốc thấy là phải tránh làm mất lòng Tây Phương như vậy, bởi vì các lãnh đạo Trung Quốc đã biết là không bao giờ nên thực hiện một chiến dịch ‹giết chim sẻ› như vậy nữa. Thay vào đó họ sẽ thuyết phục các lãnh tụ Tây Phương rằng bây giờ Trung Quốc muốn giống như Tây Phương. Màn kịch giả dối này không khó thực hiện như chúng ta tưởng.

Cùng với chuột, ruồi, muỗi, chim sẻ là bốn loại côn trùng mà Mao cho là mối đe dọa về vệ sinh — và sự tiến triển về kinh tế — của Trung Quốc. "Chiến dịch diệt chim sẻ"[AZ] vĩ đại năm 1958 là một thành phần của chiến dịch Đại Nhảy Vọt đã được hình thành vì nóng lòng muốn đưa nền kinh tế nông nghiệp của Trung Quốc lên thế kỷ thứ 20. Mao và các cố vấn cao cấp đã lý luận rằng chim sẻ ăn hại hàng ngàn tấn ngũ cốc mà đáng lẽ có thể dùng để nuôi dân chúng, và thúc đẩy các công xã và sự công nghiệp hóa lớn lao — trung tâm điểm của chiến dịch thi đua — để đưa nền kinh tế lên mức ngang hàng với Tây Phương. Nông dân đã đi ra khắp miền quê, phá các tổ và đập vỡ trứng, gõ nồi niêu đuổi hàng đàn chim sẻ. Chiến dịch đó đã thành công một cách tàn bạo. Tới năm 1959, chim sẻ đã gần như bị tiêu diệt tại Trung Quốc.

Điều mà chính quyền Trung Quốc không biết được là ngoài việc ăn lúa, chim sẻ còn ăn rất nhiều sâu bọ nữa. Trong những năm sau đó, không có chim sẻ để ăn sâu bọ nên châu chấu đã phá hoại mùa màng, thêm vào đó là những trận hạn hán trầm trọng, nên giữa năm 1958 và năm 1961 hơn 30 triệu

---

AZ. "Đả ma tước vận động" [ND]

người Trung Quốc đã chết vì nạn đói. Thí nghiệm đầu tiên của Trung Hoa Cộng sản để tiến lên thành một nền kinh tế có khả năng cạnh tranh với phương Tây đã thất bại.

Khi Đặng Tiểu Bình trở thành "lãnh tụ tối cao" của Trung Quốc năm 1978, và suy nghĩ về nền kinh tế lạc hậu của Trung Quốc dưới thời Mao, Đặng Tiểu Bình quyết tâm sẽ theo đuổi một đường hướng kinh tế khác[20]. Đặng thấy rằng nếu không có một lãnh vực tư sống động thì Trung Quốc sẽ không bao giờ trở thành một thế lực có khả năng cạnh tranh toàn cầu. Ông ta bắt đầu tiến hành những cuộc cải cách lớn dần dần từ bỏ lý thuyết Marx – Lenin. Các cuộc cải cách này, được tóm lược dưới khẩu hiệu "Bốn Hiện đại"[BA], tập trung vào nông nghiệp, công nghệ, kỹ thuật và quân sự. Trong số những chính sách quan trọng nhất là việc phối hợp kế hoạch toàn quốc với lực lượng thị trường để phục vụ "chủ nghĩa xã hội với đặc tính Trung Quốc." Ngày nay đa số những người ngoại cuộc tin rằng hệ thống chỉ huy theo kiểu của Mao đã được thay thế bằng tự do kinh doanh và chính sách ngoại thương tôn trọng luật lệ quốc tế. Vì có một giới gồm những người cả tin quốc tế gồm các chủ ngân hàng quốc tế, các giới kinh điển và các chuyên gia của các think tank nên Trung Quốc đã đánh lừa họ với thông điệp là Trung Quốc muốn càng ngày càng trở nên giống như Tây Phương. Nhưng nhìn kỹ vào nền kinh tế của Trung Quốc thì ta lại thấy hoàn toàn khác hẳn.

***

Tháng 10/2001, Lầu Năm Góc cho phép tôi nhận một việc làm thứ hai và tôi đã gia nhập ủy ban mới được thành lập gọi là Ủy ban Quốc hội Hoa Kỳ - Trung Quốc với tư cách là "cố vấn cao cấp về nghiên cứu" đầu tiên của Ủy ban. Ủy ban đã được thành lập trong khuôn khổ của nỗ lực vận động Thượng viện Mỹ biểu quyết dự luật cho phép Trung Quốc được tham

---

BA. Năm 1976, Trung Quốc chủ trương thực hiện "Bốn hiện đại hóa": công nghiệp, nông nghiệp, khoa học – kỹ thuật và quốc phòng.

gia WTO [Tổ chức Tự do Mậu dịch Thế giới.] Theo văn kiện thành lập Ủy ban, nhiệm vụ của chúng tôi là xác định những ảnh hưởng về chính sách kinh tế của Trung Quốc đối với sự an ninh của Hoa Kỳ. Đảng Dân chủ rất nghi ngờ những ý định của Trung Quốc khi muốn gia nhập WTO và về tiếng nói của những người chủ trương cho rằng tự do mậu dịch chắc hẳn sẽ đưa dân chủ tới Trung Quốc.

Chủ tịch của Ủy ban và tôi đã nhận được tài liệu thuyết trình của CIA trong đó có nhấn mạnh hai điểm, và hai điểm đó về sau đều sai hết: điểm thứ nhất là Trung Quốc đang tiến tới thị trường tự do và sẽ bán hết tất cả số lượng khổng lồ các công ty quốc doanh và điểm thứ hai là Trung Quốc không thể nào qua mặt được Hoa Kỳ về kinh tế, và ngay cả khi nó có thể – chẳng hạn như vào năm 2100 – thì lúc đó Trung Quốc sẽ là một nền dân chủ có thị trường tự do, yêu chuộng hòa bình, ít ra là theo bài viết có tựa đề là "The Golden Arches Theory of Conflict Prevention" [Lý thuyết cái Cổng Vàng ngăn ngừa sự Xung đột[BB]] được báo *New York Times* phổ biến mà lúc đó rất được thịnh hành. Theo cuốn sách *The Lexus and the Olive Tree* của Thomas Friedman, thuyết này nói rằng "không có hai nước nào có McDonald's lại có chiến tranh với nhau vì cả hai nước đều đã có McDonald's."[21]

Sau đó chúng tôi bay sang Bắc Kinh để phỏng vấn các viên chức của Trung Quốc.

Chuyến máy bay Boeing 747 chúng tôi đi hầu như không có khách. Các tiếp viên trên máy bay đều có vẻ lo sợ — lúc đó mới là khoảng một tháng sau cuộc khủng bố ngày 11/9. Người Hoa Kỳ quả thực lo ngại nhưng, mối lo ngại của họ đã không đúng chỗ, đáng lẽ họ phải lo ngại nhiều hơn về nước mà chúng tôi đang bay tới.

Vào những năm 1950, Trung Quốc là một trong những nước nghèo nhất thế giới. GDP tính theo đầu người còn thấp

---
BB. "Cổng Vàng" là thương hiệu của chain store McDonald.

hơn cả mức GDP của Âu châu và Hoa Kỳ vào những năm 1820, khi Âu Châu và Hoa Kỳ đang ở giai đoạn phát triển công nghiệp. Ngay cả vào năm 1975, lợi tức đầu người của Trung Quốc hãy còn ở mức thấp nhất trên thế giới[22]. Tuy nhiên sau vài chục năm, tình trạng kinh tế đã tốt hơn rất nhiều, mức độ tăng trưởng của Trung Quốc chẳng bao lâu đã vượt gấp 5 lần mức độ tăng trưởng của Hoa Kỳ.

Năm 2001, nhiều người tin rằng mức tăng trưởng trên 10% của Trung Quốc không thể duy trì được mãi. Những nhận định mà chúng tôi nhận được qua các tờ trình bí mật của CIA cũng phản ánh phần lớn những nhận định của các kinh tế gia. Hầu hết, các dự đoán của Hoa Kỳ về nền kinh tế của Trung Quốc đều có vẻ bi quan. Trung Quốc có một lực lượng lao động nghèo, thiếu trình độ giáo dục, Trung Quốc có rất ít tài nguyên thiên nhiên trong nước so dân số và Trung Quốc hãy còn bị lúng túng với sự thất bại của ý thức hệ của Mác-Lê. Trong nhiều chục năm ở Trung Quốc có rất ít các nhà kinh doanh, giới quan lại chính trị nắm chức vụ điều khiển không có một kiến thức gì về hoạt động kinh doanh đương thời hay việc quản lý kinh tế tốt. Nhiều người tin rằng, tăng suất phát triển là 10% hay hơn, không thể duy trì hàng mấy chục năm được. Không có một nước lớn nào tại Tây Phương đã thực hiện được mức tăng trưởng nhanh như vậy, ngay cả Hoa Kỳ vào thời gian phát triển công nghiệp cực thịnh. Nhiều người tin rằng chắc chắn mức độ tăng trưởng sẽ chậm hơn rất nhiều. Như một nhà kinh tế của CIA, về sau nói với tôi một cách có vẻ như để bào chữa rằng: "Mô thức của chúng tôi đã sai."

Ngày nay những nhận định về sự phục hưng của Trung Quốc đã ngược lại. Không một định chế tài chính đáng tín nhiệm nào tin rằng nền kinh tế của Trung Quốc sẽ tiếp tục nhỏ hơn nền kinh tế của Mỹ trong một thời gian dài. Theo những nhận định thường thấy trong nhiều tài liệu, sự tăng trưởng của Trung Quốc đã được thực hiện bằng phương pháp 'dò đá qua sông', câu ngạn ngữ mà Đặng Tiểu Bình vẫn thường dẫn chứng với các khách ngoại quốc.[23] Câu ngạn ngữ này bao hàm ý là Trung Quốc không có một kế hoạch chiến lược phát triển toàn diện mà thay vào đó Trung Quốc đã làm thử và may mắn đã gặp được cách thức phát triển thành công. Các nhà lãnh đạo Trung Quốc thường dùng câu ngạn ngữ này để giải thích sự phục hưng kinh tế mầu nhiệm của Trung Quốc.[24]

Tuy nhiên, giải thích sự thành công ngẫu nhiên này chỉ là một phần của sự thật. Thật vậy, nó được đưa ra một cách khôn ngoan để đáp ứng với những lời phê bình và đồng thời để bảo đảm sự bí mật của nguồn gốc và mục đích thật sự của chiến lược phát triển của Trung Quốc.

Để thực hiện được ngôi bá quyền kinh tế toàn cầu, Đặng đã dùng nguyên tắc có từ xưa của đạo Lão, đó là nguyên tắc vô vi — được dịch nguyên nghĩa là «không làm gì hết" hay "không cố gắng"; trên thực tế, đó là phương thức hành động thực hiện được những điều lớn nhất bằng cách dựa vào thế lực của kẻ khác. Đặng có tinh thần rất thực tiễn, nhận ra rằng trong hoàn cảnh kinh tế thế giới sau Thế chiến II, dựa trên Hội nghị Bretton Woods năm 1944 thì không thể nào chỉ căn cứ vào những giáo điều Mác-Lê. Để theo kịp Hoa Kỳ và các nước phát triển khác, Trung Quốc cần gia nhập tổ chức WTO [Tự do Mậu dịch Quốc tế], và vay tiền của Qũy Tiền tệ Quốc tế (IMF) và Ngân hàng Thế giới (World Bank) — là những tổ chức được thúc đẩy rất mạnh bởi các chính quyền và các giới lãnh đạo kinh doanh trong thế giới Tây Phương.

Điều mà người ta cho rằng một nước Cộng sản Trung Quốc vui lòng tuân theo những điều kiện của hội viên của WTO, cũng không được nhiều người trong chính quyền Mỹ thực sự tin. Kết quả là phải mất 15 năm Trung Quốc mới được gia nhập vào WTO và sự gia nhập đó đã được thực hiện bằng một thỏa hiệp chi tiết nhất đối với bất cứ một thành viên mới nào của WTO — ngược lại, trước đó vài năm Ấn Độ đã được gia nhập với những điều kiện ít khắt khe hơn. Trung Quốc biết rằng gia nhập WTO sẽ được lợi rất nhiều. Nhưng liệu Hoa Kỳ có cho Trung Quốc vào không? Khi gia nhập WTO năm 2001, Trung Quốc đồng ý tuân theo quy định của tổ chức này là: các chính phủ của thành viên của WTO sẽ không ảnh hưởng trực tiếp hay gián tiếp với những quyết định về thương mại của các xí nghiệp quốc doanh của họ.[25] Tuy nhiên Trung Quốc đã không giữ các lời cam kết đó, tất cả các xí nghiệp quốc doanh của Trung Quốc đều hoạt động để phục vụ những mục tiêu của nhà nước thay vì để đáp ứng các lực của thị trường, và đảng Cộng sản Trung Quốc không ngần ngại gì trong việc quyết định những đầu tư của công ty quốc doanh. Nếu một công ty hầm mỏ của Trung Quốc được ra lệnh khai thác mỏ tại Afghanistan hay Angola để nới rộng tầm ảnh hưởng chính trị của Trung Quốc thì công ty đó sẽ làm dù là hoạt động lỗ vốn.[26]

Người đào tị Trung Quốc mà tôi gọi là Ms. Lee đã cung cấp những trường hợp chi tiết mà bà ấy đã thu thập được từ các buổi họp mật cho thấy Trung Quốc đã nói dối như thế từ năm 1995 tới 2000 để Quốc hội Mỹ cho Trung Quốc được hưởng quy chế liên hệ giao thương bình thường và để dọn đường cho Trung Quốc gia nhập WTO. Ms Lee tiết lộ rằng chiến lược của các nhà lãnh đạo Trung Quốc là để hoàn toàn nắm chắc phần thắng phải ủng hộ những người muốn bỏ phiếu thuận và ém nhẹm các thông tin về sách lược kinh tế trọng thương của Trung Quốc. Họ lý luận rằng nếu Quốc hội biết rằng Trung Quốc không chủ trương thị trường tự do trong tương lai gần — hay mãi mãi — thì Quốc hội sẽ không biểu quyết chấp thuận. Trung Quốc phát động một chương trình tuyên truyền và gián điệp tinh vi hơn bất cứ một chương trình nào mà giới tình báo của Mỹ có thể nghi ngờ. Bà ấy giải thích chi tiết là Trung Quốc đã nghiên cứu các sự chia rẽ trong giới chính trị của Mỹ ra sao để khai thác những quan điểm khác nhau trong giới ấn định chính sách ngoại giao của Hoa Kỳ, và Trung Quốc đã theo sự hướng dẫn trong một bài do Mao Trạch Đông viết từ những năm 1930 về cách phân tích các sự khác biệt về chính trị.[27] Trong số những thông điệp then chốt Trung Quốc đưa ra vào lúc đó là các xí nghiệp quốc doanh sẽ được dần dần giải thể, chính sách thị trường tự do sẽ được phát triển, tiền tệ Trung Quốc sẽ không bị thao túng, Trung Quốc sẽ không tích lũy bội thu về ngoại thương và lẽ dĩ nhiên các sáng kiến và sở hữu trí tuệ của Hoa Kỳ sẽ được tôn trọng. Đó là những điều WTO đòi hỏi ở các thành viên. Cũng trong cuộc tranh luận về việc thâu nhận Trung Quốc vào WTO, China Initiative[BC] đã khỏng thành công trong việc thuyết phục tổng thống Clinton đưa ra những điều kiện vào trong cuộc thương thuyết có ảnh hưởng tới số phận của hai cho tới ba ngàn tù nhân chính trị Trung Quốc.

Hạ viện biểu quyết chấp thuận bình thường hoa ngoại thương vào ngày 24/5/2000 với số phiếu 237 thuận và 197 chống.[28] Tiếp theo là Thượng Viện chấp thuận vào ngày 19/9, với số biểu quyết là 83 thuận và 15 chống.[29]

Trong một thí dụ điển hình về *vô vi* và nghiên cứu *thế* để chuyển lực và động lực của kẻ khác theo chiều hướng có lợi cho mình, Trung Quốc đã mượn những kỹ thuật tốt nhất của Tây Phương để phát triển thị trường chứng khoán và thị trường vốn, một ngành công nghiệp về các quỹ hỗ tương, quỹ hưu bổng, các chương trình đầu tư quốc gia của chính phủ, thị trường tiền tệ, sự gia nhập của ngoại quốc, một ngân hàng trung ương có hoạt động quốc tế, tiền vay để mua nhà, thẻ tín dụng và một ngành công nghiệp sản xuất xe hơi trong giai đoạn sơ khai. Tất cả những điều đó với sự tích cực hướng dẫn của các định chế như Ngân hàng Thế giới và các xí nghiệp tư như Goldman Sachs. Trong khi đó chính quyền Cộng sản, ngoài những hành động cố ý làm ngơ, đã công khai chấp thuận và khuyến khích những chương trình ngầm, táo bạo lấy cắp kỹ

BC. Chương trình nghiên cứu của Brown University để tìm hiểu hơn về Trung Quốc và dùng kinh nghiệm của Trung Quốc để hiểu thêm trong công cuộc nghiên cứu đối chiếu toàn cầu. [ND]

thuật và sở hữu trí tuệ của Tây Phương. Ngành làm hàng giả đã chiếm tới 8% của GDP của Trung Quốc.[30]

Justin Lin, một cố vấn cao cấp của Trung Quốc, năm 2008 đã trở thành kinh tế gia chính của Ngân hàng Thế giới, là một trong những nguồn tin cho biết rõ nhất về nguồn gốc của sách lược kinh tế của Trung Quốc qua những bài viết và những diễn văn của ông, trong đó có nhiều bài viết bằng tiếng Anh.[31] Các tài liệu của ông ta đưa ra rất đáng tin cậy. Tôi nhớ tên của ông từ hồi học hai năm tại Đại học Quốc gia Đài Loan năm 1971, lúc đó ông được bầu làm chủ tịch hội sinh viên. Mười năm sau đó ông ta đào tị sang Trung Hoa Lục địa và học xong bằng Master về kinh tế chính trị tại Đại học Bắc Kinh và về sau đã học xong cấp bằng tiến sĩ về kinh tế tại Đại học Chicago. Tiến sĩ Lin đã quay trở về để cố vấn cho Trung Quốc về vấn đề cải tổ cơ cấu các xí nghiệp quốc doanh được thiết lập theo kiểu của Liên Xô trước kia.[32]

Sự mô tả của tiến sĩ Lin về tình hình phục hưng kinh tế của Trung Quốc rất đáng ngạc nhiên: từ lâu Đặng Tiểu Bình đã nói rất sơ lược về bản chất của chiến lược cố ý của Trung Quốc là kinh tế thị trường là trung tâm điểm cho kế hoạch đua tranh của Trung Quốc. Lin đã viết ba cuốn sách rất trung thực về chiến lược kinh tế của Trung Quốc mà ông cho rằng đã xuất phát từ hai nguồn: đó là lịch sử cổ thời của Trung Quốc và Ngân hàng Thế giới.[33] Những điểm này được xác nhận bởi ít ra là một người đào tị khác; người này đã nói thêm chi tiết về vai trò của Ngân hàng Thế giới và bằng cách nào mà những nhà chủ trương thị trường tự do của Hoa Kỳ đã — một cách nghịch lý — cung cấp những bài học mà Trung Quốc dùng để củng cố phương thức trọng thương của họ đối với thế giới. Các quan điểm của Lin — cho rằng Trung Quốc quả thật có một chiến lược rất lớn lao — đã đi ngược với một chuyên gia Trung Quốc có thẩm quyền nhất về Hoa Kỳ là Wang Jisi [Vương Tập Tư], một người đã từng học tại Oxford, và đứng đầu một viện nghiên cứu có uy tín tại Bắc Kinh. Wang, cũng giống như Đặng Tiểu Bình, thường lập luận rằng Trung Quốc không có một sách lược lớn mà trong 30 năm qua chỉ mò mẫm làm việc. Wang đã viết một bài, tựa là "China's Search for a Grand Strategy" [Trung Quốc tìm một chiến lược lớn] đăng trong báo Foreign Affairs năm 2011 nói rằng những ai xác định rằng Trung Quốc đã có một chiến lược thì đó là điều sai lầm; rất có thể quan điểm đó là sản phẩm xuất phát từ những động cơ chống Trung Quốc của họ.[34] Cũng như vậy, cho tới khi qua đời năm 1997, Đặng đã nói với các khách đến thăm là Trung Quốc không có một chiến lược toàn diện về phát triển kinh tế.[35]

Năm 1983, A. W. Clausen, chủ tịch Ngân hàng Thế giới, đã đến Trung Quốc gặp Đặng. Hai người đã bí mật thỏa thuận với nhau là một toán các kinh tế gia của Ngân hàng Thế giới sẽ nghiên cứu kinh tế của Trung Quốc và, nhìn về tương lai trong 20 năm sau đó, sẽ đề nghị cách nào Trung Quốc có thể theo kịp được Hoa Kỳ về kinh tế. Trong thời kỳ đó, Ngân hàng Thế giới chỉ phổ biến những báo cáo mơ hồ về Trung Quốc cần phải tiến tới một nền kinh tế thị trường tự do.[36] Một cách kín đáo, các nhà kinh tế của Ngân hàng Thế giới đã đề nghị khác hẳn: họ đã giải thích cách thức nào Trung Quốc sẽ qua mặt được Hoa Kỳ. Hình như Ngân hàng không có đề nghị hoàn toàn che giấu các ý tưởng đó và giả bộ nói là Trung Quốc đang đi theo chủ nghĩa tư bản. Nhưng sự che giấu đó là một quyết định riêng của Trung Quốc căn cứ theo nguyên tắc của thời Chiến quốc để cho lực lượng bá quyền hiện tại cảm thấy tự mãn.

Năm 1985, đoàn chuyên gia của Ngân hàng Thế giới một cách kín đáo đã ghi nhận rằng Trung Quốc có thể theo kịp thế giới phát triển vào năm 2050. Muốn làm như vậy sẽ cần một tăng suất phát triển hàng năm khá cao ít ra là 5,5% một năm. Chỉ có Nhật Bản đã theo được Hoa Kỳ và các nước phát triển khác từ một nền kinh tế lạc hậu tương tự như Trung Quốc. Ngân Hàng đã khuyến cáo là Trung Quốc cũng có thể theo kịp được nếu họ áp dụng một sách lược nào đó. Chưa có một nước nào đã thử sách lược đó, nhưng có một số nước đã thử thí nghiệm một phần của chiến lược đó.[37]

Ngân hàng Thế giới nhận định rằng tỷ lệ tiết kiệm của Trung Quốc rất cao và nếu Trung Quốc có thể thực hiện được sự gia tăng năng suất đặc biệt cao bằng cách dùng khoa học và kỹ thuật đi đôi với giới hạn gia tăng dân số thì mục tiêu đó, tuy có nhiều tham vọng, nhưng có thế thực hiện được. Ngân hàng Thế giới cũng kín đáo đưa ra 6 khuyến cáo mà không tiết lộ cho thế giới bởi vì Ngân hàng đã quyết định một cách khá nhạy cảm về chính trị là ủng hộ phương thức xã hội chủ nghĩa của Trung Quốc và Trung Quốc không thực tâm nỗ lực chủ trương một nền kinh tế tự do. Khuyến cáo thứ nhất là, trong 20 năm sau năm 1985, Trung Quốc cần phải thay đổi thành phần của hàng xuất cảng để gia tăng và nhấn mạnh các sản phẩm đã chế tạo, nhất là các sản phẩm kỹ thuật cao. Khuyến cáo thứ hai: ngân hàng cảnh báo các nhà lãnh đạo Trung Quốc đừng có sa lầy vào việc vay vốn từ các nguồn ngoại quốc. Khuyến cáo thứ ba, các nhà kinh tế của Ngân hàng đã cảnh báo Trung Quốc là chỉ khuyến khích đầu tư ngoại quốc trực tiếp trong những ngành kỹ thuật tiên tiến và các kỹ thuật quản lý hiện đại. Khuyến cáo thứ tư là phải mở rộng đầu tư ngoại quốc và các chương trình đầu tư hợp doanh ra ngoài các vùng kinh tế đặc biệt tới các vùng khác nữa. Khuyến cáo thứ năm là phải dần dần giải thể các công ty ngoại thương của Trung Quốc để cho các xí nghiệp quốc doanh tự sắp xếp về hoạt động ngoại thương của họ. Và sau hết Ngân hàng khuyến cáo thành lập một khung dài hạn cho toàn thể nền kinh tế Trung Quốc trong những thời kỳ nhất định.[38]

Tới năm 1990, một phái đoàn lớn nhất của Ngân hàng Thế giới đã đến Bắc Kinh. Không tiết lộ những hoạt động sau bức màn của phái đoàn, các nhà lãnh đạo Trung Quốc đã làm theo hầu hết tất cả những khuyến cáo của Ngân hàng. Peter

Harrold đã trở thành nhà kinh tế chính của Ngân hàng và được trợ giúp bởi E.C. Hwa, là người đã tham gia rất nhiều vào công cuộc nghiên cứu năm 1984. Một thứ trưởng của Trung Quốc về sau nói với tôi Hwa là một trong những người cha đẻ xây dựng nền kinh tế của Trung Quốc, mặc dầu hầu như Hwa không được biết đến ngoài giới kinh tế của Trung Quốc. Không có ai nghe nói tới ông Hwa bao giờ cả.

Vào những năm sau khi Liên Xô đã sụp đổ, các nhà kinh tế Trung Quốc tranh luận là có nên theo gương của Liên Xô và Đông Âu, trong đó các xí nghiệp quốc doanh đã được tư nhân hoá, bằng cách bán theo giá tự do trên thị trường. Tuy các viên chức Hoa Kỳ lúc bấy giờ không biết, nhưng có một vài nhà chính trị Trung Quốc có tư tưởng cải cách muốn theo mô hình tư nhân hoá của Nga. Lúc bấy giờ Trung Quốc lại đứng trước một ngã ba đường. Các chuyên gia của Hoa Kỳ về Trung Quốc đã bỏ lỡ cuộc tranh luận trong những năm trước khi có vụ Thiên An Môn và đã không làm gì hết khi hai lãnh tụ Cộng sản đã bị truất phế bởi vì là những người có tư tưởng thật sự cải cách. Rồi sau đó Hoa Kỳ quyết định không ủng hộ những người Trung Quốc lưu vong tại Paris. Hình như tổng thống Clinton cũng không biết cả về cuộc tranh luận là Trung Quốc có nên tiến lên thị trường tự do và chế độ tư sản hay tạo ra một loạt các công ty dưới quyền kiểm soát của chính phủ hoạt động để ăn cắp kỹ thuật, làm hàng giả mạo, thu thập tin tức tình báo để qua mặt Hoa Kỳ.

Nếu đã biết như vậy thì đáng lẽ chúng ta đã phải khôn ngoan ủng hộ những người chủ trương theo con đường cởi mở hóa nhưng, những tiếng nói của phe cứng rắn hơn, như Zhou Xiaochuan [Châu Tiểu Xuyên], về sau là thống đốc ngân hàng trung ương của Trung Quốc đã thắng. Châu đã sớm liên kết với Ngân hàng Thế giới, và đã giúp cho chiến lược Marathon của Trung Quốc rất nhiều. Về sau chúng ta biết rằng, sau khi Liên Xô sụp đổ năm 1991, một số nhà chính trị có ảnh hưởng muốn đi theo mô hình cải cách của Nga. Đáng lẽ chúng ta đã có thể ủng hộ những người chủ trương đó chống lại những người như Châu. Nhưng, lúc đó chúng ta không biết gì về cuộc tranh luận bí mật này.

Châu bác bỏ tư nhân hoá và cải cách chính trị. Thay vào đó, ông ta và đồng minh trong giới các nhà kinh tế của Ngân hàng Thế giới đã đề nghị duy trì sự kiểm soát của Đảng về chiến lược để cải thiện cho các công ty quốc doanh được sinh lời hơn. Châu soạn thảo một tài liệu mật cho Ngân hàng Thế giới mô tả những chi tiết về kế hoạch của ông ta, bác bỏ chủ trương hướng về thị trường của lý thuyết kinh tế Tây Phương và những bài học từ những kinh nghiệm thành công của cuộc cải cách của Nga và Đông Âu.

Thay vào đó Châu và người đứng đầu phân bộ về Trung Quốc của Ngân hàng Quốc tế là Peter Harrold đã đưa ra một sách lược mới để chuyển đổi những công ty quốc doanh không hữu hiệu, tổ chức tồi tệ và quản lý luộm thuộm. Các công ty này đều lỗ vốn rất nhiều và được bù lỗ bằng tín dụng trực tiếp của các ngân hàng do chính phủ kiểm soát.[39] Mục đích là phải cứu các con khủng long và chuyển những con khủng long đó thành những lực lượng quán quân cho quốc gia, đó là một điều trước kia chưa bao giờ làm.

Sau khi đã nghiên cứu kỹ thì các chuyên gia Trung Quốc và các nhà kinh tế của Ngân hàng Thế giới quyết định chống tư sản hoá và chống cải cách chính trị và cùng nhau xác định là con đường ổn định nhất cho nền kinh tế là duy trì các chính sách con đường xã hội chủ nghĩa và sự độc quyền chính trị cho đảng cộng sản Trung Quốc. Họ bác bỏ tư sản hoá một phần vì lý do là họ ước lượng những cơ quan quốc doanh công nghiệp của Trung Quốc trị giá 2 tỷ tỷ quan trong khi đó tiền tiết kiệm của dân Trung Quốc ước lượng là 1 tỷ quan. Như vậy thì người công dân Trung Quốc không thể nào có tiền để đầu tư và trở thành sở hữu chủ của các công ty quốc doanh. Do đó Trung

Quốc sẽ không đi theo con đường tư nhân hóa các xí nghiệp quốc doanh theo kiểu Liên Xô. Ở miền nông thôn cũng không có tư sản nữa. Ngay cả tới năm 2014, sáu trăm triệu người nông dân Trung Quốc vẫn chưa làm chủ miếng đất của mình.

Châu đưa ra một văn kiện mật cho Ngân hàng Quốc tế nói chi tiết về kế hoạch của ông ta bác bỏ kinh tế hướng về thị trường theo kiểu Tây Phương và những bài học từ những kinh nghiệm thành công của Nga và Đông Âu.

Một phần của cuộc tranh luận này được Mao Yushi [Mao Vu Thức] tiết lộ năm 2013, khi ông ta được giải thưởng Milton Friedman năm 2012 vì Thành tích Đẩy mạnh Tự do, do viện Cato[40] trao tặng. Nếu các viên chức Mỹ đã biết về sự xung đột giữa phe ôn hòa chủ trương thị trường tự do và phe diều hâu thì có lẽ Washington đã có những quyết định khác.

***

Vào đầu thập niên năm 1990, các người Tây Phương làm việc trong ngành tài chính có thể nói tới công ty bia Tsingtao, là công ty duy nhất được biết ngoài Trung Quốc. Ngày nay, một số công ty lớn trên thế giới là công ty Trung Quốc và là công ty quốc doanh như công ty Sinopec, Bank of China, China Telecom, China Mobile và Huawei.[BD] Nhiều quốc gia cũng có các xí nghiệp quốc doanh, nhưng các xí nghiệp đó được thành lập để huy động các tài nguyên kinh tế cho những ngành công nghiệp được coi là then chốt cho sự thịnh vượng của nền kinh tế trong nước, vì người ta cho rằng thị trường tự do không có thể đáng tin cậy để bảo đảm cung cấp đầy đủ cho từng ngành then chốt được.

Trung Quốc đã đưa quan niệm đó nhiều bước xa hơn và xây dựng theo mô thức của *chaebol*,[BE] của Nam Hàn và các tổng công ty của Nhật.[BF] Trong mô thức công ty quốc doanh

---

BD. Tên đầy đủ là Công ty trách nhiệm hữu hạn Kỹ thuật Hoa Vi [ND]
BE. Chaebol (tài phiệt) tên gọi các tập đoàn kinh doanh lớn của Nam Hàn
BF. Zaibatsu (tài phiệt): một từ tiếng Nhật dùng để chỉ các tập đoàn kinh doanh tài

của Trung Quốc, đảng Cộng sản Trung Quốc đã tạo ra cơ quan quốc doanh và xác định mục đích chiến lược của các cơ quan đó. Các mục đích này phải giúp cho quyền lợi quốc gia, điển hình là phải hỗ trợ ít ra một trong Bốn Hiện Đại Hoá.[BG]

Ủy ban Trung ương của đảng Cộng sản Trung Quốc bổ nhiệm các người đứng đầu các xí nghiệp quốc doanh; trong số đó có nhiều người đã từng phục vụ trong ngành tình báo hay quân sự; và mối liên hệ đó vẫn còn được duy trì khi các công ty quốc doanh tiếp tục hoạt động. Các ngân hàng chính phủ của Trung Quốc giúp đỡ các công ty quốc doanh nhiều hơn các hãng tư nhân. Với một số vốn rất lớn các xí nghiệp quán quân của quốc gia này đã được khuyến khích để có được các kỹ thuật của ngoại quốc và các nguyên liệu từ nước ngoài. Tất cả những sự trợ cấp của chính quyền này – tuy không hữu hiệu và dễ tạo ra tình trạng tham nhũng– đã cho các công ty của Trung Quốc những thế cạnh tranh mạnh hơn đối với Tây Phương.[41] Hầu hết tất cả 100 các công ty Trung Quốc được liệt vào trong số danh sách 500 công ty lớn trên thế giới của Fortune Global đều là những công ty quốc doanh.

Trong một sự đảo lộn lập trường đáng kể, Ngân Hàng Thế Giới và Quỹ Tiền Tệ Quốc Tế trước kia vẫn có khuynh hướng chủ trương phát triển lãnh vực tư bây giờ xác nhận rằng những quy định của Trung Quốc đòi hỏi các xí nghiệp quốc doanh (XNQD) phải bảo vệ quyền lợi của chính quyền Trung Quốc. Đây là một sự vi phạm những cam kết trước kia của Trung Quốc. Thực vậy, năm 1993 Ngân Hàng Thế Giới đã hành động tới mức là cảnh báo trong một văn bản mật rằng các cải cách khác của Trung Quốc sẽ thất bại nếu các XNQD không được cải thiện và phải trở thành những công ty sinh lời. Quan niệm này nhắm doanh nghiệp hoá các XNQD, nghĩa là sẽ nới lỏng sự kiểm soát của nhà nước để khiến cho một số các xí nghiệp đó phải phá sản hay giải thể; trong khi các xí nghiệp

---

chính và công nghiệp ở Nhật.

BG. Tứ Hiện Đại: nông nghiệp, công nghiệp, quốc phòng, và khoa học kỹ thuật

còn lại sẽ được củng cố từ những xí nghiệp nhỏ bị lỗ vốn để trở thành một vài đại công ty lớn sinh lời.⁴² Đây là khởi điểm của những công ty mà hàng chục năm sau đã được coi là hệ thống các công ty quán quân quốc gia.

Ngân Hàng Thế Giới còn cố vấn cho Trung Quốc đi xa hơn nữa — và Trung Quốc đã nghe theo. Ngân Hàng Thế Giới khuyên tạo ra những 'portfolio holding companies' [công ty đầu tư gián tiếp] giống như các quỹ hỗ tương trong các nền kinh tế có thị trường tự do. Trong số các đề nghị có một đề nghị đáng kinh ngạc nhất là thị trường chứng khoán phải được thành lập để bán các cổ phần trong các công ty quốc doanh. (Thị trường chứng khoán thường chỉ dành cho các công ty tư chứ không cho các cơ quan chính quyền.) Sự sắp xếp này được gọi một cách bóng bẩy là tư nhân hoá một phần. Một lần nữa Trung Quốc lại theo mẫu mực của Ngân hàng Thế giới – cũng vẫn trong vòng bí mật. Tuy Hoa Kỳ, Âu châu và Nhật đã chế tài Trung Quốc sau vụ Thiên An Môn nhưng, Ngân Hàng Thế Giới vẫn tiếp tục lặng lẽ giúp Trung Quốc. Một lần nữa, sau khi nghe lời của Ngân hàng, Trung Quốc cũng thành lập một hệ thống tương đương với hệ thống Dự trữ Liên bang của Trung Quốc.⁴³

Từ năm 2003, các viên chức Trung Quốc bắt đầu nói tới việc thành lập những công ty quán quân quốc gia, theo một kế hoạch bí mật tài trợ cho 50 công ty Trung Quốc để các công ty này được ghi vào trong sổ danh sách Fortune Global 500 vào năm 2010. Họ đã thực hiện được mục đích đó. Các công ty quán quân ở trong các ngành công nghiệp chiến lược như chế tạo vũ khí, điện lực, năng lượng, kỹ thuật tin học, hàng không dân sự và vận chuyển đường biển đã nhận được sự trợ cấp của đảng Cộng sản dưới hình thức cấp đất, trợ cấp chi phí về năng lượng, các chính sách thuế má thuận lợi và được vay tiền với lãi suất thấp hơn lãi suất trên thị trường do các ngân hàng của nhà nước cung cấp (và cũng không mong đợi là sẽ được trả nợ hoặc trả nợ rất ít).⁴⁴

Ngày nay, tỷ lệ của các xí nghệp dưới quyền sở hữu và kiểm soát của nhà nước ở trong nền kinh tế của Trung Quốc rất lớn. Những con số có được cho thấy là các XNQD và các công ty do XNQD kiểm soát chiếm tới hơn 40% của sản xuất không phải là nông sản trong GDP. Nếu sự đóng góp của những doanh nghiệp dưới sự kiểm soát gián tiếp của chính quyền như của các xí nghiệp tập thể tại các thành phố và các xí nghiệp hương trấn[BH] thì tỷ số của các xí nghiệp dưới quyền kiểm soát của chính quyền có thể lên tới 50% GDP hay hơn nữa. Đây là một điều khó ăn khó nói nếu họ muốn thuyết phục thế lực bá quyền cũ là chúng tôi đang đi về hướng chủ nghĩa tư bản và chẳng bao lâu nữa giai cấp trung lưu của chúng tôi sẽ đòi hỏi có dân chủ.

Năm ngân hàng lớn nhất của Trung Quốc đã nắm giữ 50% của tất cả các khoản ký thác của người Trung Quốc. Trong một quốc gia gồm 1,35 tỷ người chỉ có 29 ngân hàng của các chính phủ trung ương và địa phương, 34 ngân hàng trong các vùng đặc khu hành chánh và hai ngân hàng tư.[45] Con số tất cả 65 ngân hàng Trung Quốc này tương phản với con số 9,000 ngân hàng tư tại Hoa Kỳ.[46] Vào cuối năm 2013, ngân hàng trung ương của Trung Quốc đã tích lũy khoảng $3,66 tỷ tỷ ngoại tệ dự trữ.[47] Con số khổng lồ này bằng khoảng 40% của tất cả GDP của Trung Quốc.[48]

Chứng cớ về thành tích trong trường kỳ của các XNQD cũng không rõ rệt.[49] Phần lớn các nhà kinh tế đồng ý rằng các XNQD có khuynh hướng tuân theo các chỉ thị có tính cách chính trị chứ không phải theo mức cầu của thị trường. Các xí nghiệp này rất khó khăn để thích nghi với các sự thay đổi về số cầu của các sản phẩm và dịch vụ và, có khuynh hướng tương đối không hữu hiệu bằng các công ty cạnh tranh trong lãnh vực

---

BH. Tiếng Anh là 'Township and Village Enterprises' (TVE) - Doanh nghiệp tập thể do chính quyền hoặc tập thể nông dân ở các hương và trấn ở Trung Quốc thành lập từ sau cải cách 1978. https://vi.wikipedia.org/wiki/X%C3%AD_nghi%E1%B-B%87p_h%C6%B0%C6%A1ng_tr%E1%BA%A5n

tư. Các công ty này thường là nạn nhân của tệ nạn bè phái và hệ thống quản trị ít khi được minh bạch.

Sự can thiệp của nhà nước tạo ra tình trạng kém hiệu năng trong các xí nghiệp quốc doanh của Trung Quốc. Nếu không có sự trợ giúp của Tây Phương thì các xí nghiệp quốc doanh đã sống ngắc ngoải và rút cuộc cũng đã bị đào thải bởi sự cạnh tranh của các doanh nghiệp tư.[50] Tuy nhiên các XNQD đã phát triển bởi vì các người Tây phương đã cứu các xí nghiệp đó. Các công ty Tây phương như là Goldman Sachs và Morgan Spenny[BI] đã cải tổ cơ cấu của XNQD và đã dạy cho các cấp chỉ huy của các xí nghiệp này những cách thức để tuân theo các yêu cầu quốc tế về tài chính và kế toán.[51] Kết quả là các XNQD đã trở thành các công ty đại chúng[BJ] qua hình thức bán cổ phần trên thị trường chứng khoán quốc tế từ London đến New York và có những thị trường phụ tại Thượng Hải, Thẩm Quyến và Hong Kong.

Có một vài XNQD lớn và nổi tiếng đã được tạo ra bởi các ngân hàng đầu tư của Tây Phương. Chẳng hạn, China Mobile đã được thành lập bằng cách gom góp các công ty viễn thông quản trị tồi tệ ở các tỉnh và bán cho các tổ chức quản lý vốn quốc tế. Nhờ dual listing[BK], năm 1997 công ty đã gây vốn được $4,5 tỷ[52] và ngày nay đã trở thành công ty điện thoại di động lớn nhất thế giới. Công ty lớn đến nỗi khi Apple thông báo sẽ bán Iphone qua công ty China Mobile thì cổ phần của Apple đã tăng lên gần 4%.[53]

Những người Tây Phương đã giữ một vai trò rất quan trọng trong việc huấn luyện các nhà kinh doanh và các nhà đầu tư Trung Quốc. Chẳng hạn Trung Quốc đã dự các lãnh đạo cao cấp của các trường doanh nghiệp tại Hoa Kỳ và Âu châu

---

BI. The Goldman Sachs Group, Inc. là một công ty liên quốc Mỹ về ngân hàng đầu tư và dịch vụ tài chánh có văn phòng trung ương tại New York City.
Morgan Stanley là một ngân hàng đầu tư đứng hàng đầu trên thế giới cung cấp dịch vụ như quản lý các cổ phần đầu tư và cung cấp dịch vụ tín dụng.
BJ. Tiếng Anh là 'Public company'
BK. Dual-listed company': công ty bán cổ phần trên hai thị trường chứng khoán.

và mời họ giúp phát triển các chương trình MBA riêng cho Trung Quốc. Các người trước kia đứng đầu trường London Business School và trường Rotterdam School of Management bây giờ làm việc tại trường China Europe International Business School, và các trường doanh nghiệp như Duke và Harvard cũng đang huấn luyện những nhà quản lý kinh doanh quan trọng tại Trung Quốc.[54] Các công dân Trung Quốc có bằng MBA từ Stanford và Wharton thường làm việc với các hãng đầu tư mạo hiểm [venture capital] và các hãng private equity và sau đó họ đã nhanh chóng được đưa sang Trung Quốc để tìm ra các cơ hội đầu tư.

Tuy biết về những lời phê bình của Tây Phương đối với chính sách kinh tế, các nhà lãnh đạo Trung Quốc chắc vẫn tiếp tục dùng các xí nghiệp quốc doanh, ít ra là trong tương lai gần, vì nhiều lý do. Thứ nhất, cho tới nay các XNQD đã thành công về kinh tế, Trung Quốc đã phục hưng từ một nền kinh tế xập xệ trở thành một nền kinh tế khổng lồ chỉ trong một thế hệ. Thứ hai, các XNQD của Trung Quốc đã tiếp tục giúp và biện minh cho quyền cai trị của đảng Cộng sản Trung Quốc, "xã hội chủ nghĩa với đặc tính Trung Quốc" là một chiêu bài Đảng đã dùng để vận động quần chúng. Thứ ba, các nhà lãnh đạo Trung Quốc tin rằng các ngành công nghiệp quan trọng đối với nền kinh tế và sự an ninh quốc gia của sẽ đi về hướng đúng, chỉ khi nào những ngành đó được hoàn toàn, hay phần lớn chịu sự kiểm soát của chính quyền. Chính quyền phải giữ một vai trò quan trọng bằng cách giữ quyền sở hữu đa số của các xí nghiệp đó. Thứ tư, các công ty quốc doanh là những cơ chế then chốt để duy trì sự kiểm soát của Đảng trong nước bởi vì nó là công cụ để ban bố đặc quyền và biện minh cho sự chính danh của Đảng. Thứ năm, các XNQD đã khuyến khích các sáng kiến trong Trung Quốc và do đó giảm thiểu sự lệ thuộc vào các kỹ thuật ngoại quốc và — một mục tiêu quốc gia. Và sau hết, có lẽ các nhà lãnh đạo Trung Quốc muốn đi từ từ để tránh những kinh nghiệm tồi tệ của nước Nga sau thời kỳ chế độ Xô Viết, đó là bán các xí nghiệp quốc doanh cho các phe đảng chính trị với giá rẻ mạt và đưa tới kết quả là có một nhóm rất giàu, đang điều hành những công ty yếu kém không thể nào cạnh tranh với quốc tế.

Kế hoạch 5 năm mới nhất của Trung Quốc bao gồm chiến lược của những xí nghiệp quán quân ở trong các ngành công nghiệp quan trọng có chính sách chiến lược, có tính cách mũi nhọn và mới thành lập.[55] Trung Quốc đã bắt đầu vào các thị trường quốc tế bằng cách bán các trang bị kỹ thuật tinh vi do Trung Quốc chế tạo. Điều này đã nêu lên sự e ngại vượt ngoài ảnh hưởng kinh tế của các XNQD. Thí dụ, công ty Kỹ thuật Huawei, một trong những công ty viễn thông lớn nhất thế giới có thể có những mối liên hệ mật thiết với dịch vụ tình báo Trung Quốc.[56] Cùng với thời gian, nhiều dụng cụ thiết bị truyền thông trên thế giới bao gồm các dịch vụ kết nối các đại công ty, các cơ quan chính quyền và các giới quân sự của Hoa Kỳ rất có thể sẽ dùng những mạng lưới của Huawei. Hiển nhiên có thể xảy ra những đe dọa trong một thế giới càng ngày càng trở nên toàn cầu hoá. Liệu các cơ quan gián điệp của Trung Quốc có thể theo dõi hay chuyển hướng một số tuyến truyền thông được không? Họ có thể dùng những mạng lưới này để lấy trộm các thông tin được không?[57] Họ có thể tạo ra những nút "kill buttons" trong trường hợp khẩn cấp trong tương lai và chặn đứng tất cả những sự liên lạc then chốt ở trong mạng lưới quốc tế được không? Vì các lý do này, mà các chính quyền Hoa Kỳ và nước Anh và các chính quyền khác đã cấm bán các dụng cụ trang bị của Huawei trong nước của họ.

Trung Quốc cũng đầu tư tư bản ra ngoại quốc để mở rộng các xí nghiệp quốc doanh. Trung Quốc đã đặt ra một câu để mô tả hoạt động quốc tế hoá về các hoạt động kinh doanh của họ đó là chiến lược *zou chu qu* "tẩu xuất khứ". Trung Quốc hô hào quốc tế hóa đồng nhân dân tệ để thay thế đồng đô-la trong các dự trữ ngoại tệ trên thế giới.[58] Trong khuôn khổ chính sách *zou chu qu* ['tẩu xuất khứ' – 'go global'] các XNQD Trung Quốc bắt đầu một chiến lược gọi là *haiwai chaodi* ['hải ngoại sao để' - 'lưới vét hải ngoại'] cho phép mua các công ty ngoại quốc với một giá rất rẻ.[59] Với rất nhiều vốn cung cấp từ các ngân hàng của nhà nước và không cần có lời nhiều, các công ty quốc doanh đã có rất nhiều cơ hội để mua đứt các công ty cạnh tranh với họ.

Ở trung tâm điểm của chính sách kinh tế của Trung Quốc là một cơ quan bao trùm hết tất cả gọi là cơ quan quốc gia về phát triển và cải cách, cơ quan này ấn định chính sách của nhà nước cho các ngành công nghiệp chiến lược, và chấp thuận các đầu tư lớn như những sự sát nhập và mua các XNQD. Cơ quan này có một quyền lực rất rộng lớn, có thể đặt ra giá cả cho các sản phẩm tiêu thụ, từ một chai rượu whisky cho đến một lít xăng. Cơ quan này cũng có vẻ là trung tâm đầu não của chiến lược kinh tế của Trung Quốc.[60]

Khi Trung Quốc mở rộng hơn nữa vào các thị trường quốc tế, có một điều mà các nhà cạnh tranh của Trung Quốc có thể tin chắc đó là Trung Quốc không tôn trọng luật lệ hiện hữu, theo một báo cáo mới đây của chính phủ Mỹ, Trung Quốc bắt đầu nâng cao các rào cản không có tính cách thuế vụ để bảo vệ cho các ngành công nghiệp không bị ngoại quốc cạnh tranh. Các rào cản này bao gồm "các hoạt động của các công ty ngoại quốc, trợ cấp rất nhiều cho những hàng nội địa và, tích lũy các hàng hoá; đánh thuế một cách không công bằng và đánh thuế chống phá giá một cách không chính đáng, cũng như kéo dài thời gian chấp thuận cho việc áp dụng các kỹ thuật sinh học đối với các sản phẩm nông nghiệp của Hoa Kỳ."[61] Tất cả những điều này, đều vi phạm các điều lệ của WTO.

Việc không tôn trọng các luật lệ đó đã có lợi cho Trung Quốc. Theo một tài liệu nghiên cứu, một thí dụ ngoạn mục về mức độ mà Trung Quốc đã phát triển rất nhanh trong tỉ phần của thị trường thế giới là bằng cách gia tăng trợ cấp, cho miễn hoặc hoãn thuế, cung cấp đất với giá rẻ, và kỹ thuật trong bốn ngành kỹ nghệ then chốt là sắt thép, bộ phận xe hơi, làm kính và sản xuất giấy - trong tất cả 4 lãnh vực này, Trung Quốc không có một ưu thế tương đối nào cả, bao gồm cả lao động.[62] Theo kinh tế của thị trường tự do cổ điển, những chính sách như thế này có thể làm rối loạn; không hữu hiệu và rất tốn kém. Nhưng những kết quả cho thấy lại trái ngược hẳn. Trong 10 năm, Trung Quốc đã vượt qua Hoa Kỳ để trở thành một quốc gia sản xuất giấy lớn nhất thế giới. Trung Quốc đã thực hiện được tới 30% sản lượng sản xuất kính của toàn cầu và xuất cảng đã tăng nhiều hơn mức sản xuất trong nước. Trung Quốc đã chuyển từ một nước nhập cảng thép vào năm 2000 thành một nước sản xuất và xuất cảng lớn nhất, chiếm 40% của thị trường thế giới. Sau năm 2001, Trung Quốc bắt đầu trở thành một trong những nhà sản xuất lớn nhất trên thế giới và xuất cảng lớn nhất về các bộ phận xe hơi. Điều này không phải do tiền lương thấp, bởi vì tiền lương chỉ có bằng 10% trong chi phí sản xuất của các lãnh vực này và cũng không phải là do phá giá đồng bạc. Điều không cần phải nói là Trung Quốc không bao giờ khiến người ta chú ý tới đến sự xâm chiếm thành phần của thị trường như vậy và cũng không bao giờ công khai giải thich các lý do đó.

Trung Quốc cũng làm giả các sản phẩm không phải của Trung Quốc trên một quy mô rất lớn, sự làm giả này bao gồm sản xuất trái phép, phân phối trái phép và dùng các sản phẩm và các kiểu hay các kỹ thuật then chốt bằng những phương tiện bất chính và không có giấy phép. Năm 2002, chương trình ABC News ước lượng là các xí nghiệp ngoại quốc bị mất doanh thu do các hàng giả tại Trung Quốc lên tới 20 tỷ đô la / năm.[63] Những nguồn khác tin rằng con số đó có thể cao hơn rất nhiều.[64] Trong một diễn văn mới đây đọc trước National Association of Manufacturers, Thomas Boam, trước kia làm tham tán công sứ của sứ quán Hoa Kỳ tại Bắc Kinh, nói rằng «từ 10-30% GDP của Trung Quốc là nhờ vào các sản phẩm làm giả hay lấy cắp".⁶⁵ có những ước lượng khác cho rằng, các sản phẩm giả và lấy cắp dựa trên các sản phẩm của Tây Phương chiếm tới từ 15-20% của số hàng bán lẻ tại Trung Quốc; trong một vài thị trường địa phương tại Trung Quốc, tỉ số này có thể lên tới 90%.

Một báo cáo mới đây của Văn phòng Phản Gián điệp của Chính quyền Hoa Kỳ đã mô tả Trung Quốc là "một nước hoạt động mạnh nhất và kiên trì nhất trong lãnh vực gián điệp kinh tế."⁶⁶ Trung Quốc thu nhận những thông tin kinh tế nhạy cảm, trong đó có những bí mật về doanh nghiệp, các diễn trình kỹ thuật đã đăng ký, các kế hoạch kinh doanh, các kỹ thuật tiến tiến và các hàng xuất khẩu có kiểm soát để hỗ trợ cho các ngành công nghiệp nội địa của họ. Trung Quốc làm chuyện đó bằng cách dùng những phương pháp cổ truyền và các phương pháp thâu lượm thông tin trên mạng. Có lẽ, việc Trung Quốc sử dụng các phương pháp trên mạng là những hoạt động mạnh nhất trên thế giới.

Việc sử dụng và mức độ tinh vi của những phương pháp này đã gia tăng rất nhiều từ năm 2000 vì tầm quan trọng gia tăng rất nhanh của các mạng lưới điện tử. Các người Trung Quốc là những người khai thác rất tinh vi các kỹ thuật trên mạng để yểm trợ cho các ngành công nghiệp nội địa, dùng mạng điện tử để lấy cắp các thông tin kinh tế nhạy cảm từ giới kinh doanh, chính quyền, các cơ sở đại học, các tổ chức nghiên cứu và những tổ chức khác là mục tiêu rình mò của họ. Để tránh không bị phát hiện, họ đã dùng những dụng cụ đã phát triển rất nhanh như những phần mềm gây hại, những công cụ cybertools sharing, hacker proxies, chuyển hướng các hoạt động trên mạng qua một nước thứ ba hay thứ tư, và nhiều các kỹ thuật khác.

Các chuyên gia về doanh nghiệp và an toàn trên mạng của Mỹ đã phát hiện hàng đợt tấn công vào các mạng xuất phát từ Trung Quốc. Điều không may là giới tình báo trong nhiều trường hợp đã không thể nào xác nhận ai là chủ mưu.[67] Người ta ước lượng các sự thất thoát vì những cuộc tấn công này là không đáng tin cậy, nhưng cũng có thể có một ý niệm về mức độ lớn lao của những sự mất mát gây ra trên mạng. Năm 2010, Dongfan Chung, một kỹ sư đã làm việc với các công ty của Mỹ, chế tạo máy bay ném bom B-1, các phi thuyền con thoi không gian và các dự án khác, đã bị kết tội làm gián điệp kinh tế để hỗ trợ cho ngành công nghiệp hàng không của Trung Quốc. Khi ông ta bị bắt, trong nhà ông ta đã có khoảng 250 000 trang gồm các tài liệu nhậy cảm. Người ta không biết số lượng thông tin ông ta đã chuyển cho các viên chức Trung Quốc từ năm 1979 đến năm 2006 là bao nhiêu. Nhưng tất cả các dữ kiện trong 250 000 trang có thể thu lại vào một đĩa CD với tốn phí dưới 1 đô la.[68]

Năm 2005, hai người đào tị đã tiết lộ nguồn gốc của thành phần kinh tế trong chiến lược Marathon của Trung Quốc khác với Mr. White và Mrs. Green, những sự tiết lộ của họ hoàn toàn ăn nhập với nhau. Phần lớn các chiến lược của Trung Quốc có tính cách pha trộn các kỹ thuật, không phải là kỹ thuật về thị trường tự do hay chiến lược của tư bản mà là phối hợp các kỹ thuật do các nhân viên của Ngân hàng Thế giới lập ra tại Bắc Kinh đi đôi với quan điểm bị bóp méo về lịch sử kinh tế của Hoa Kỳ. Những người làm kế hoạch này đã liên kết với chính sách chống thị trường tự do của các nhà lãnh đạo Trung Quốc và họ đã đánh bại phe chủ trương các chính sách cải tổ kinh tế hướng về thị trường tự do. Thay vào đó họ đã đưa ra một chiến lược trọng thương lại căng, phần lớn đã được dấu kín trong 30 năm qua. Phe diều hâu đã lại thắng. Chúng ta không có thể ảnh hưởng tới cuộc tranh luận đó ra sao, bởi vì một lần nữa chúng ta không biết phe nào là diều hâu, phe nào là bồ câu.

CHÚ THÍCH CHƯƠNG 8

1. Chương trình huấn luyện dùng bản dịch cuốn sách của Angus Madison, *Dynamic Forces and Capitalist Development: A Long-Run Comparative View* (New York: Oxford University Press, 1991); tài liệu nghiên cứu của Thomas K. McCraw tựa là "Government, Big Business, and the Wealth of Nations," trong Alfred D. Chandler, Franco Amatori, and Takashi Hikino, eds., *Big Business and the Wealth of Nations* (Cambridge, UK: Cambridge University Press, 1999); và cuốn sách của Alfred D. Chandler, *The Visible Hand: The Managerial Revolution in American Business* (Cambridge, MA: Harvard University Press, 1993). Chương trình cũng dùng bản dịch cuốn sách của Chalmers Johnson có tựa là *MITI and the Japanese Miracle: The Growth of Industrial Policy, 1925–1975* (Stanford, CA: Stanford University Press, 1982). Một cuốn sách liên hệ là bản dịch cuốn sách do Thomas K. McCraw chủ biên, *America vs. Japan: A Comparative Study* (Cambridge, MA: Harvard Business School Press, 1986). Họ cũng cho dịch bộ sách đã cải biên của McCraw là *The Essential Alfred Chandler: Essays toward Historical Theory of Big Business* (Cambridge, MA: Harvard Business School Press, 1988) và cuốn sách của Michael Porter, *The Competitive Advantage of Nations* (New York: Free Press, 1990).

2. Allison Watts, "The Technology That Launched a City," *Minnesota History Magazine* 57 (Summer 2000): 86–97, có tại http://collections.mnhs.org/MNHistoryMagazine/articles/57/v57i02p086-097.pdf. Theo Watts, năm 1874 người sáng lập ra công ty Pillsbury Company quyết định gửi kỹ sư người Áo William de la Barre tới Hungary để tìm kỹ thuật mới này. " Các người Hungary rất thận trọng muốn giữ bí quyết và de la Barre phải giả dạng để ghi chép về máy móc mới của họ ... Chẳng bao lâu, phương pháp xay nhỏ dần dần này thay thế phương pháp dùng cối đá xay bởi vì các trục quay bằng thép dùng ít năng lượng hơn, lâu mòn hơn, và cho nhiều bột hơn. Sáng kiến này cũng khiến cho bột không bị đổi mầu vì nhiệt, không làm vỡ màng vỏ hạt thành những mảnh cám nhỏ mầu nâu lẫn trong bột, và bảo trì dễ hơn cối xay đá hay trục cán bằng sứ." Xin đọc thêm John W. Oliver, *History of American Technology* (New York: Ronald Press, 1956); William J. Powell, *Pillsbury's Best: A Company History from 1869* (Minneapolis: Pillsbury Publishing, 1985); John Reynolds, *Windmills & Watermills* (New York: Praeger, 1970); and George D. Rogers, "History of Flour Manufacture in Minnesota," in *Collections of the Minnesota Historical Society* 10, pt. 1 (St. Paul: Minnesota Historical Society, 1905).

3. Bằng cách dùng phương pháp lưu hóa [vulcanizing process] và máy để đúc và chế biến cao su thành các sản phẩm như ủng, bao tay, áo mưa, ống dùng trong công nghiệp và các chất cách điện.

4. Phương pháp này giúp DuPont sản xuất Styrofoam, nylon và các sợi nhân tạo khác.Tới năm 1985, các sợi nhân tạo này chiếm tới 75% tổng số sợi nhân tạo dùng tại Hoa Kỳ.

5. Charles H. Ferguson and Charles R. Morris, *Computer Wars: How the West Can Win in a Post-IBM World* (New York: Times Books, 1993).

6. *The Economist Pocket World in Figures,* 2014 ed. (London: Profile Books, 2013), 24.

7. "Fortune Global 500," *CNN Money*, có tại http://money.cnn.com/magazines/fortune/global500/index.html.

8. Theo thứ tự lớn nhỏ Sinopec, China National Petroleum, State Grid, Industrial &

Commercial Bank of China, và China Construction Bank.

9. Đọc thêm các tài liệu về sự phát triển kinh tế mạnh của Trung Quốc như, "China Aims to Quadruple GDP, Build a Well-Off Society, and Become the World's Largest Economy by 2020," *China Economic Times*, December 17, 2002, FBIS, CPP20021217000175, cited in Shirk, *China: Fragile Superpower*, 275. See also Joel Andreas, *Rise of the Red Engineers: The Cultural Revolution and the Origins of China's New Class* (Stanford, CA: Stanford University Press, 2009); Yongnian Zheng, *Will China Become Democratic?: Elite, Class, and Regime Transition* (New York: Cavendish Square Publishing, 2004); Robert Lawrence Kuhn, *How China's Leaders Think: The Inside Story of China's Past, Current, and Future Leaders* (Hoboken, NJ: John Wiley & Sons, 2010); Eamonn Fingleton, *In the Jaws of the Dragon: America's Fate in the Coming Era of Chinese Dominance* (New York: St. Martin's Press, 2008); and Dambisa Moyo, *Winner Take All: China's Race for Resources and What It Means for the World* (New York: Basic Books, 2012).

10. *Economist Pocket World in Figures*, 2014 ed., 14. Các nỗ lực này – bắt đầu ít lâu sau khi Cộng hòa Nhân dân Trung Quốc được thành lập năm 1949 – không công hiệu lắm, cho đến năm 1979, khi chính sách "Gia đình Một Con" được áp dụng toàn quốc. Người ta nói Mao Chủ tịch cho là dân số khoảng 600 triệu" là vừa. Susan Greenhalgh, *Just One Child: Science and Policy in Deng's China* (Berkeley: University of California Press, 2008), 46–53. Năm 1958 Mao nói, "Trước kia tôi nói dân số tới 800 triệu là cùng.Bây giờ có thể lên tới hơn một tỷ cũng không có gì đáng ngại" (52).

11. Đọc thêm "China 2030: Building a Modern, Harmonious, and Creative Society,"Washington, DC: World Bank, DOI: 10.1596/978-0-8213-9545-5, License: Creative Commons Attribution CC BY 3.0.

12. Annalyn Censky, "World Bank to China: Free Up your Economy or Bust," *CNN Money*, February 27, 2012, có tại http://money.cnn.com/2012/02/27/news/economy/china_world_bank/.

13. Đọc thêm về 'xí nghiệp quán quân' của Trung Quốc Accenture Consulting, "China Spreads Its Wings: Chinese Companies Go Global" (2007), có tại http://www.accenture.com/NR/rdonlyres/1F79806F-E076-4CD7-8B74- 3BAFBAC58943/0/6341_chn_spreads_wings_final8.pdf; Geoff Dyer and Richard McGregor, "China's Champions: Why State Ownership Is No Longer a Dead Hand," *Financial Times*, March 16, 2008, có tại http://www.ft.com/intl/cms/s/0/979f69c8-f35b-11dc-b6bc-0000779fd2ac.html; Andrew Szamosszegi and Cole Kyle, "An Analysis of State-owned Enterprises and State Capitalism in China," U.S.-China Economic and Security Review Commission, October 26, 2011, Annual Report to Congress (Washington, DC: U.S. Government Printing Office, 2011); and Joseph Casey, "Patterns in U.S.-China Trade Since China's Accession to the World Trade Organization," U.S.-China Economic and Security Commission, November 2012, có tại http://origin.www.uscc.gov/sites/default/files/Research/USChina_TradePatternsSinceChinasAccessiontotheWTO.pdf.

14. Ronald Coase and Ning Wang, *How China Became Capitalist* (New York: Palgrave Macmillan, 2012),x.

15. Tháng 10 năm 1984, trong một cuộc gặp mặt với tổng thống Đức Helmut Kohl tại Bắc Kinh, Đặng Tiểu Bình nói là nông dân và phần lớn vùng nông thôn đã có thị trường tự do. Coase và Wang viết " Câu nói của Đặng là một tuyệt tác phẩm về che giấu. Trung Quốc hoàn toàn chưa bỏ chính sách cấm canh tác tư nhân và còn bác bỏ ý tưởng đó."Ibid., 162.

16. Vấn đề này là một phần của nhiệm vụ mà Quốc hội đã giao cho Ủy ban Kinh tế và An ninh giữa Hoa Kỳ và Trung Quốc nghiên cứu trong các báo cáo thường niên. Các báo cáo này có tại http://www.uscc.gov/Annual_Reports.

17. Pillsbury, *China Debates the Future Security Environment*, chapter 6.

18. Xiao Lian, CASS Research, Global Economy and Politics Research Center, "Prospect and Measures for China-U.S. Energy Cooperation," *Yafei Zongheng* (2008): 4.

19. Wang Xianglin, ed., "The Influence of Somali Pirates on China's Maritime Security," *International Relations Academy Journal* (2009): 5.

20. Phiên họp toàn thể lần thứ 3 của Ban Chấp hành Trung ương đảng Cộng sản Trung Quốc lần thứ 11 ngày 18-22, 1978 chấp thuận sự chuyển hướng này.

21. Thomas L. Friedman, *The Lexus and the Olive Tree: Understanding Globalization* (New York: Farrar, Straus and Giroux, 1999), 195.

22. University of California, Santa Cruz Atlas, "Gross Domestic Product," cập nhật ngày 24/02/2003 ,có tại http://ucatlas.ucsc.edu/gdp/gdp.html.

23. Carol Lee Hamrin, một chuyên gia nghiên cứu cao cấp của bộ Ngoại giao về Trung Quốc viết trong cuốn *China and theChallenge of the Future: Changing Political Patterns* (Boulder, CO: Westview Press, 1990) rằng Trung Quốc dùng một kế hoạch dài hạn gọi là *Global 2000 Report to the President: Entering the Twenty-First Century* (60). Người Trung Quốc mời tác giả của báo cáo này, Gerald Barney, đến Trung Quốc để lập ra nhóm "China 2000"(47). Tôi tin là việc này đã đóng góp vào sách lược Marathon. Một tài liệu nghiên cứu China 2000 thứ nhì được soạn thảo trong thời gian 1983 đến 1985 bởi trung tâm nghiên cứu của Quốc Vụ Viện Trung Quốc. Hamrin nói đây là "một nỗ lực nội bộ đi song song với công trình nghiên cứu bên ngoài của Ngân hàng Thế giới do Đặng Tiểu Bình nhờ làm vào mùa hè năm đó [1983]" (123). Có sự tham gia của hơn 400 chuyên gia. Tài liệu nghiên cứu dùng các con số dự báo để lập các mô thức toán học dự phóng chiều hướng tới năm 2050 và 2080, dùng "system dynamics national model" do giáo sư Jay Forrester lập ra tại MIT (126). Hamrin dẫn chứng một tài liệu Trung Quốc viết, "Vào giữa thế kỷ tới, nước ta có thể sắp tới hay đạt được trình độ phát triển kinh tế của các nước tiên tiến, và đến cuối thế kỷ tới, chúng ta còn có thể vượt hơn họ" (127). Báo cáo của Trung Quốc kết luận là nếu Trung Quốc vượt qua các nước đó thì "giấc mơ mà nhiều người – trong đó có biết bao anh hùng và chiến sĩ hy sinh qua nhiều thế kỷ – đã ôm ấp từ lâu cùng các lý tưởng cao đẹp, sẽ trở thành hiện thực.Trong tinh thần đó, thế kỷ 21 có thể gọi là thế kỷ của Trung Quốc!" (127). Xin đọc tường thuật của Barney về các sự kiện dẫn tới việc soạn thảo kế hoạch phát triển 20 năm tại Gerald O. Barney, ed., *The Future of China: Collected Papers* (Arlington, VA: Global Studies Center, 1985). Cũng đọc Carol Lee Hamrin and Suisheng Zhao, eds., *Decision-Making in Deng's China: Perspectives from Insiders* (Armonk, NY: M.E. Sharpe, 1995). Muốc đọc thêm về Hamrin, xin vào trang mạng của bà Global China Center tại http://www.globalchinacenter.org/about/scholars/senior-associate/dr-carollee-hamrin.php.

24. Xin đọc Shujie Yao, *Economic Growth, Income Distribution, and Poverty Reduction in Contemporary China* (London: Routledge Curzon, 2012), 9.

25. "Report of the Working Party on the Accession of China," World Trade Organization, October 1, 2001, 8, có tại http://unpan1.un.org/intradoc/groups/public/documents/apcity/unpan002144.pdf. Xin đọc thảo luận tổng quát hơn về đề tài Trung Quốc gia nhập WTO, Supachai Panitchpakdi and Mark L. Clifford, *China and the*

WTO (New York: John Wiley & Sons, 2002); and Testimony of Calman J. Cohen, president, Emergency Committee for American Trade (ECAT), before the U.S.-China Economic and Security Review Commission, "Hearing on Evaluating China's Past and Future Role in the World Trade Organization," June 9, 2010.

26. Vấn đề này được thảo luận tại Elizabeth C. Economy and Michael Levi, *By All Means Necessary: How China's Resource Quest Is Changing the World* (New York: Oxford University Press, 2014).

27. Chen-ya Tien, *Chinese Military Theory: Ancient and Modern* (Lanham, MD: Mosaic Press, 1992), chapter 6.

28. Xem biên bản biểu quyết về H.R. 4444, May 24, 2000, có tại http:// thomas.loc.gov. 28.

29. Xem biên bản điểm danh phiếu biểu quyết tại Thượng viện về H.R. 4444, Sept. 19, 2000, có tại http://www.senate.gov.

30. Minxin Pei, "Intellectual Property Rights: A Survey of the Major Issues," báo cáo cho Asia Business Council, September 2005, có tại http://www.asiabusinesscouncil.org/docs/IntellectualPropertyRights.pdf. See also Andrew Mertha, *The Politics of Piracy: Intellectual Property in Contemporary China* (Ithaca, NY: Cornell University Press, 2005).

31. Xem Jamil Anderlini, "Justin Lin Criticises China Growth Pessimists," *Financial Times*, July 29, 2013, có tại http://www.ft.com/intl/cms/s/0/3e62c9de-f83e-11e2-b4c4-00144feabdc0.html#axzz2vZMIjwOr.

32. Lin lại được báo chí nhắc tới trong năm 2002 khi thân phụ của ông qua đời. Ông xin phép chính quyền Đài Loan cho ông về Đài Loan để thụ tang. Chính quyền Đài Loan chấp thuận đơn – đồng thời ký trát bắt giữ ông. Rich Chang and Chris Wang, "Justin Lin Faces Arrest If He Returns: MND," *Taipei Times*, March 15, 2012, có tại http://www.taipeitimes.com/News/taiwan/archives/2012/03/15/2003527832.

33. Justin Yifu Lin, *Benti Changwu: Dialogues of Methodology in Economics* (Singapore: Cengage Learning, 2005); Justin Yifu Lin, Fang Cai, and Zhou Li, *The China Miracle: Development Strategy and Economic Reform* (Hong Kong: Chinese University Press, 2003); and Justin Yifu Lin, *Economic Development and Transition* (New York: Cambridge University Press, 2009).

34. Wang Jisi, "China's Search for a Grand Strategy," *Foreign Affairs* (March/April 2011), có tại http://www.foreignaffairs.com/articles/67470/wang-jisi/chinas-search-for-a-grand-strategy.

35. Hamrin, *China and the Challenge of the Future*, chapter 3.

36. Năm 2002, Joseph Stiglitz viết "trong gần 20 năm [tôi] cũng tham gia vào các cuộc thảo luận về chuyển tiếp từ chế độ Cộng sản sang nền kinh tế thị trường. Kinh nghiệm của tôi về sự chuyển tiếp bắt đầu năm 1980 khi tôi mới thảo luận các vấn đề này với các nhà lãnh đạo Trung Quốc vào lúc Trung Quốc bắt đầu chuyển sang kinh tế thị trường. Tôi rất tán thành chính sách chuyển từ từ của Trung Quốc, vì chính sách đó đã có kết quả tốt trong 20 năm qua," Joseph Stiglitz, *Globalization and Its Discontents* (New York: W.W. Norton & Company, 2002), x–xi.

37. World Bank, "China–Long-term Development Issues and Options," World Bank country economic report (October 31, 1985), có tại http://econ.worldbank.org/ex-

ternal/default/main?pagePK=64165259&theSitePK=469372&piPK=64165421&menuPK=64166093&entityID=000178830

38. Ibid., 16

39. Đọc thêm về hậu quả của những năm phát triển tín dụng đối với khu vực ngân hàng của Trung Quốc của Lingling Wei and Daniel Inman, "Chinese Banks Feel Strains After Long Credit Binge," *Wall Street Journal,* August 15, 2013, có tại http://online.wsj.com/news/articles/SB10001424127887323446404579010781178659564.

40. "Mao Yushi: Winner of the 2012 Milton Friedman Prize for Advancing Liberty," Cato Institute, có tại http://www.cato.org/friedman-prize/mao-yushi.

41. U.S.-China Economic and Security Review Commission, *2013 Annual Report to Congress* (Washington, DC, November 20, 2013), có tại http://www.uscc.gov/Annual_Reports/2013-annual-report-congress; Andrew Szamosszegi and Cole Kyle, *An Analysis of State-Owned Enterprises and Capitalism in China: A Report Submitted to the U.S.-China Economic and Security Review Commission* (Washington, DC: Capital Trade, 2011).

42. Peter Harrold, ed., "Macroeconomic Management in China," World Bank Discussion Paper no. 222, Washington, DC: The World Bank, 1993. See also Peter Harrold and Rajiv Lall, "China: Reform and Development in 1992–1993," World Bank Discussion Paper no. 215, Washington, DC: The World Bank, 1993.

43. World Bank, "China—Long-term Development Issues and Options"; Harrold, "Macroeconomic Management in China"; "China 2030: Building a Modern, Harmonious, and Creative Society," Washington, DC: World Bank, DOI: 10.1596/978-0-8213-9545-5, License: Creative Commons Attribution CC BY 3.0.and 2013.

44. U.S.-China Economic and Security Review Commission, *Annual Report to Congress 2009* (Washington, DC: U.S. Government Printing Office, 2009), 57–65; World Bank and the Development Research Center of the State Council, P. R. China, 2013; "China 2030: Building a Modern, Harmonious, and Creative Society." See also John B. Sheahan, "Alternative International Economic Strategies and their Relevance for China," World Bank, Staff Working Paper 759 (February 28, 1986): 1, 7–8, 14, có tại http://documents.worldbank.org/curated/en/1986/02/1554704/alternativeinternational-economic-strategies-relevance-china.

45. "China's Banks by the Numbers," *Wall Street Journal,* November 26, 2013, có tại http://online.wsj.com/news/articles/SB10001424127887324823804579013190828816938?mg=reno64-wsj&url=http%3A%2F%2Fonline.wsj.com%2Farticle%2FSB10001424127887324823804579013190828816938.html

46. Trung Quốc mới đây đã cho ngân hàng ngoại quốc được coi là công ty trong nước. Vào tháng 3 năm 2014 có 20 ngân hàng được quy chế đó.

47. "PBOC Says No Longer in China's Interest to Increase Reserves," Bloomberg, November 20, 2013, có tại http://www.bloomberg.com/news/2013-11-20/pboc-says-no-longer-in-china-s-favor-toboost-record-reserves.html.

48. Dự trữ ngoại tệ của các nước bao gồm các thứ như vàng, dollars, pounds, special drawing rights [quyền rút vốn đặc biệt với IMF], và các tài sản luân chuyển khác (liquid assets). Các dự trữ này thường do chính phủ giữ để thanh toán các thiếu hụt về cán cân ngoại thương giữa quốc gia và các đối tác giao dịch khác.

49. Có một số quốc gia đã dùng các xí nghiệp quốc doanh một cách có lợi trong những giai đoạn đầu của diễn trình phát triển. Điều này thường có trong các trường hợp khi thị trường tự do hãy còn yếu hay không có, các công nghiệp mới hãy còn ít, cạnh tranh của ngoại quốc mạnh hơn, hay cần phải quản lý thận trọng các tài nguyên hiếm. Nhật, Nam Hàn, và một số các nước được gọi là Mãnh hổ châu Á đã áp dụng đường lối đó.

50. Fraser J. T. Howie and Carl E. Walter, *Red Capitalism: The Fragile Financial Foundation of China's Extraordinary Rise* (Hoboken, NJ: John Wiley & Sons, 2011), 10.

51. Ibid., 163.

52. Ibid., 178.

53. David Fazckas, "Stocks Rise to New Record Highs on Strong Economic, Corporate News; Apple Strikes Deal in China; Facebook Joins the S&P 500," *Yahoo! Finance*, December 23, 2013, có tại http://finance.yahoo.com/blogs/hot-stock-minute/stocks-rise-to-new-record-highs-on-strong-economic—corporate-news—apple-strikes-deal-in-china—facebook-joins-the-s-p-500-161042521.html.

54. Beth Gardiner, "B-Schools Embrace China," *Wall Street Journal*, June 15, 2011, có tại http://online.wsj.com/news/articles/SB10001424052702304392704576375930102778602.

55. "China failing WTO Pledge on State-Owned Firms," *Asia Today Online*, March 17, 2012, có tại http://www.asiatoday.com.au/archive/feature_reports.php?id=560.

56. Stephen McDonell, "Chinese Telco Huawei Tries to Shake Off Spy Image After NBN Ban," *ABC News* 24, June 11, 2013, có tại http://www.abc.net.au/news/2013-06-10/chinese-telco-huaweitries-to-shake-off-spy-image/4744886

57. DocOffice on the National Counterintelligence Executive, "Counterintelligence Security: Foreign Spies Stealing US Economic Secrets in Cyberspace," Report to Congress on Foreign Economic Collection and Industrial Espionage, 2009–2011, October 2011, có tại http://www.ncix.gov/publications/reports/fecie_all/Foreign_Economic_Collection_2011.pdf.

58. Như nhà báo Michael Schuman viết vào tháng 12 năm 2013, "Các nhà làm chính sách tại Bắc kinh hồi này có vẻ hài lòng. Trong nhiều năm qua họ đã chỉ trích sự thống trị của đồng đô la trong thương mại và tài chánh thế giới và than phiền là thế giới bị chi phối bởi chính trị và đường lối quản lý kinh tế không đáng tin cậy của Washington ... Trong nhiều năm các nhà làm chính sách Trung Quốc đã hăng say cổ võ cho việc quốc tế hoá đồng nhân dân tệ nhưng vẫn chưa có ai hưởng ứng." Michael Schuman, "China's Quest to Take on the U.S. Dollar Has a Long Way to Go," *Time*, December 10, 2013, có tại http://world.time.com/2013/12/10/chinas-quest-to-take-on-the-u-s-dollar-has-a-long-wayto-go/. Melissa Murphy and Wen Jin Yuan nhận xét "người ta đã tập trung suy đoán vào tương lai của đồng đô-la Mỹ, phần lớn bởi vì các nhận xét của các viên chức cao cấp Trung Quốc đã khiến các quan sát viên kết luận là đồng nhân dân tệ đang được chuẩn bị để tiếm quyền làm tiền dự trữ trên thế giới thay đồng đô-la." Melissa Murphy and Wen Jin Yuan, *Is China Ready to Challenge the Dollar?: Internationalization of the Renminbi and Its Implications for the United States* (Washington, DC: Center for Strategic and International Studies, 2009), 1. See also Nile Bowie, "Renminbi Rising: China's 'de-Americanized World' Taking Shape?" *RT*, October 29, 2013, có tại http://rt.com/op-edge/china-leadershipalternative-dollar-916/; Wang Jiang, Li Xiaoning, Qiao Liang, Wang Xiangsui, *Xin*

CUỘC ĐUA MARATHON 100 NĂM   319

Zhanguo Shidai [The New Warring States Era] (Beijing: Xinhua chubanshe, 2003). Năm 2013, Ngân hàng Thế giới phổ biến báo cáo , China 2030: Building a Modern, Harmonious, and Creative Society, trong đó có dẫn chứng 6 báo cáo giải thích bằng cách nào Trung Quốc sẽ tiến hành để khiến đồng nhân dân tệ trở thành đơn vị tiền dự trữ quốc tế. Các báo cáo này là : Yiping Huang, "RMB Policy and the Global Currency System," Working Paper 2010-03, Peking University, China Center for Economic Research, Beijing, 2010; Markus Jaeger, "Yuan as a Reserve Currency: Likely Prospects and Possible Implications," Deutsche Bank Research, 2010; Jong-Wha Lee, "Will the Renminbi Emerge as an International Reserve Currency?" Asian Development Bank, Manila, 2010, có tại http://aric.adb.org/grs/papers/Lee.pdf; John H. Makin, "Can China's Currency Go Global?" Economic Outlook, American Enterprise Institute for Public Policy Research, Washington, DC, January 2011; Friedrich Wu, Rongfang Pan, and Di Wang, "Renminbi's Potential to Become a Global Currency," China and World Economy 18, no. 1 (2010): 63–81; and Xiaochuan Zhou, "China's Corporate Bond Market Development: Lessons Learned," BIS Papers 26, Bank for International Settlements, Basel, 2005.

59. Ma Lianhua, "Gongxinbu Buzhang Li Yizhong: Mingnian Jiang Jiakuai Tuidong Jianbing Chongzu" ["Minister of the MIIT Li Yizhong: Will Accelerate Merger and Restructure Next Year"], Zhongguo Qingnian Bao, December 24, 2009.

60. See Jack Freifelder, "Pollution-Reporting Move a 'Turning Point' in Smog Battle: Official," China Daily USA, January 21, 2014, có tại http://usa.chinadaily.com.cn/us/2014-01/21/content_17247647.htm.

61. U.S.-China Economic and Security Review Commission, 2013 Annual Report to Congress, 11.

62. Usha C. V. Haley and George T. Haley, Subsidies to Chinese Industry: State Capitalism, Business Strategy, and Trade Policy (New York: Oxford University Press, 2013), especially the detailed synopsis on pp. xx–xxv.

63. Mark Litke, "China Big in Counterfeit Goods," ABC News, April 21, 2002, có tại http://abcnews.go.com/WNT/story?id=130381, cited in Oded Shenkar, The Chinese Century: TheRising Chinese Economy and Its Impact on the Global Economy, the Balance of Power, and Your Job (Upper Saddle River, NJ: Pearson Prentice Hall, 2006), 100.

64. Chẳng hạn kinh tế gia James Kynge ước lượng là chỉ trong năm 2004 các xí nghiệp Mỹ, Âu châu và Nhật đã bị thất thoát $60 tỷ chỉ vì hàng giả của Trung Quốc. "Modern China: The Promise and Challenge of an Emerging Superpower," World Savvy Monitor, no. 2 (June 2008), có tại http://worldsavvy.org/monitor/index.php?option=com_content&id=157&Itemid=174.

65. Shenkar, Chinese Century, 102.

66. Office of the National Counterintelligence Executive, "Foreign Spies Stealing US Economic Secrets in Cyberspace: Report to Congress on Foreign Collection and Industrial Espionage," 2009–2011, October 2011.

67. Ibid., Executive Summary.

68. "Foreign Spies Stealing U.S. Economic Secrets in Cyberspace: Report to Congress on Foreign Economic Collection and Industrial Espionage, 2009–2011," Office of the National Counterintelligence Executive, October 2011, page 2, có tại http://www.ncix.gov/publications/reports/fecie_all/Foreign_Economic_Collection_2011.pdf.

Chương 9
MỘT TRẬT TỰ THẾ GIỚI MỚI CỦA TRUNG QUỐC NĂM 2049

Phản khách vi chủ[BL]
Tam thập lục kế

Trong hơn 20 năm qua, Hoa kỳ đã là siêu cường duy nhất trên thế giới. Không có một lực lượng nào mạnh bằng lực lượng quân sự Hoa kỳ; nền kinh tế Hoa kỳ cũng vậy– cho tới bây giờ. Thế giới xem phim ảnh của Hoa kỳ, hát các bài hát phổ thông của Hoa kỳ, uống nước ngọt của Hoa kỳ, ăn thức ăn của các chain restaurant của Hoa kỳ, học tại các đại học Hoa kỳ và theo dõi các cuộc bầu cử tổng thống của Hoa kỳ. Phần lớn hơn 7 tỷ người trên thế giới không thể tưởng tượng một thế giới trong đó nền văn hóa, quân đội và kinh tế của Hoa kỳ không ảnh hưởng tới biết bao nhiêu khía cạnh của cuộc sống của họ. Cũng như vậy, phần lớn người dân Mỹ không có một ý niệm là thế giới sẽ ra sao nếu nước của họ không phải là một siêu cường trên thế giới.

BL. Từ chỗ là khách biến thành vai chủ, lấn dần dần đất của địch để đến chỗ địch không còn chỗ đứng
https://vi.wikipedia.org/wiki/Ba

Đã đến lúc phải bắt đầu tưởng tượng một thế giới như vậy. Tới năm 2050, nền kinh tế của Trung quốc sẽ lớn hơn Hoa kỳ rất nhiều–theo một vài dự đoán, có lẽ lớn gấp 3–và lúc đó thế giới sẽ là một thế giới đơn cực trong đó Trung quốc đứng đầu thế giới. Các kịch bản khác dự phóng Trung Quốc và Hoa kỳ sẽ là hai siêu cường, và cũng có kịch bản dự đoán sẽ là một thế giới ba siêu cường gồm Trung quốc, Ấn độ và Hoa kỳ.

Một yếu tố chung cho tất cả các kịch bản đó là Trung Quốc sẽ là một nước chế ngự về kinh tế, đồng đô-la Mỹ không còn là một loại hóa tệ đứng đầu nữa, nhưng sẽ phải nhường bước cho một hệ thống tiền tệ đa dạng trong đó có đồng đô la, đồng euro và nhân dân tệ. Trung Quốc sẽ chi tiêu nhiều hơn Mỹ về quân sự, Trung Quốc sẽ có thể tạo ảnh hưởng mạnh đối với các láng giềng và các đồng minh giống như Hoa kỳ đã làm trong mấy chục năm qua. Và trong một chừng mực nào đó, Trung Quốc sẽ có thể uốn nắn thế giới theo ý muốn của họ.

Thế giới đó sẽ như thế nào? Có thể là dễ hơn hay khó hơn để những kẻ bị áp bức lật đổ được các chế độ chuyên chế? Không khí có thể dễ thở hơn, sạch hơn hay độc hơn? Các định chế bảo vệ tự do mậu dịch và quyền tự do con người có thể mạnh hơn hay yếu hơn?

Lẽ dĩ nhiên một số những câu hỏi này không thể trả lời được. Nhưng có một điều chắc chắn là nếu Trung Quốc tiếp tục duy trì những ưu tiên hiện tại, tiếp tục những chiến lược hiện tại và duy trì những giá trị mà Trung Quốc đã có từ khi Mao Trạch Đông nắm chính quyền, thì một thế giới được dựng lên theo mẫu của Trung Quốc sẽ khác hẳn với thế giới mà chúng ta biết hiện nay.

Một thế giới dưới quyền lãnh đạo của Trung Quốc vào năm 2049 sẽ tệ hơn nếu phe diều hâu ấn định các chính sách của Trung quốc. Nếu phe ôn hòa và phe cải cách thực sự chiếm được quyền chủ động với sự trợ giúp của Tây phương thì một Trung Quốc vĩ đại như vậy cũng sẽ không đến nỗi là mối đe dọa quá lớn. Trong chừng mực nào chúng ta có thể ảnh hưởng được sự lựa chọn của Trung Quốc giữa phe diều hâu và phe ôn hòa? Vấn đề này sẽ được đề cập tới trong chương cuối cùng. Điều mà chúng ta cần phải biết là nếu chúng ta thất bại trong việc giúp đỡ phe cải cách thực sự thì thế giới sẽ như sau.

CÁC GIÁ TRỊ CỦA TRUNG QUỐC SẼ THAY THẾ CÁC GIÁ TRỊ CỦA HOA KỲ

Xã hội Hoa kỳ là một xã hội rất thiên về cá nhân, nước chúng ta được xây dựng bởi các người theo chủ nghĩa cá nhân như Thomas Jefferson và Benjamin Franklin và một số những người chống đối đã không chịu nhận mình là một thành phần của Đế quốc Anh. Chúng ta vinh danh họ, hiến chương nhân quyền của chúng ta bảo vệ quyền của tất cả người Hoa kỳ cho họ muốn nói gì thì nói, muốn cầu nguyện gì cũng được và được sống ở trong nhà một cách an toàn, không bị nhân viên công lực khám xét một cách vô lý. Quyền của các người dân Mỹ định số mạng của họ là thiêng liêng.

Tuy nhiên đối với Trung Quốc, quyền con người theo nghĩa của Hoa kỳ không có. Nhà học giả về văn học Lydia Liu đã nêu ra rằng có một nhà truyền đạo người Mỹ tên là Martin, vào những năm 1860, trong khi dịch lần đầu tiên những luật quốc tế ra tiếng Trung Quốc, đã nhận thấy rằng trong tiếng Trung Quốc không có từ để chỉ quyền, do đó ông ta phải đặt ra một từ mới, mà bây giờ vẫn còn dùng là quyền lợi, bao gồm "quyền" và "lợi." Xã hội của đảng Cộng sản Trung Quốc đã giúp lập ra là một xã hội tập thể và đó là một sự kiện văn hóa đã có từ trước năm 1949. Hai nhà nghiên cứu chiến lược kinh doanh quốc tế đã tìm hiểu kỹ về Trung quốc, nói rằng: "Tại Trung Quốc nếu là một người thì chỉ là một phần phụ của nhân loại lớn hơn." Tuy hiến pháp của Trung Quốc có nói nhiều về tự do ngôn luận, tự do hội họp và tự do tôn giáo, nhưng những quyền này trên thực tế hầu như không được bảo đảm.

Trong hàng chục năm, chính phủ Trung Quốc đã không cho nhân dân được hưởng quyền tự do cá nhân và khi quốc gia đã trở nên mạnh hơn thì Trung Quốc lại bắt đầu xen lấn cả vào quyền của các công dân Trung Quốc sống ngoài nước. Sau khi Wen Yunchao [Ôn Vân Siêu], một nhà hoạt động bảo vệ nhân quyền tại Trung Quốc đã đọc một diễn văn tại Liên Hiệp Quốc thì điện thoại di động, email, và trương mục Twitter của ông ta đã bị xâm nhập và phá, hình như một cách có phối hợp bởi chính quyền Trung Quốc. Trong một buổi điều trần tại Quốc hội Hoa kỳ, khi nghị sĩ Sherrod Brown hỏi ông Ôn tại sao ông ta không bị bỏ tù như những người phản đối khác ở Trung Quốc, ông ta trả lời bởi vì ông ta không ở trong Trung Quốc. Thêm vào đó, năm 2009, Trung Quốc phát động một dự án có ngân sách $6,58 tỷ gọi là *waixuan gongzuo* [ngoại tuyến công tác], nghĩa là tuyên truyền ngoài nước. Mục đích của dự án này lúc đó – và bây giờ – hãy còn tiếp tục nhằm tạo ra một mạng lưới các văn phòng quốc tế để mô tả Trung Quốc dưới những hình ảnh thuận lợi hơn tại các quốc gia khác.

Các tổ chức bảo vệ nhân quyền ngoại quốc thường bị đả kích. Như Louisa Greve, phó chủ tịch của National Endowment for Democracy [Quỹ Quốc gia Bảo vệ Dân chủ] đã điều trần: Trung Quốc thường xâm nhập vào hệ thống điện toán của các tổ chức bảo vệ nhân quyền và các tổ chức dân sự NGO. Mục đích của các sự xâm nhập và phá phách này là để "làm lung lạc những người bất đồng ý kiến, làm cho hoạt động tốn kém hơn và khiến họ sợ hãi." Greve kết luận là "đây là việc mở rộng rất đáng kể những hoạt động ngoài lãnh thổ của Trung Quốc áp dụng những chiến thuật đàn áp của những quốc gia chuyên chế."

Vấn đề đặt ra là những hành động đàn áp đó sẽ tiếp tục là những hành động riêng lẻ hay khi một nước Trung Quốc mạnh dạn hơn nó sẽ biến thành những hành động thông thường. Một khi Trung Quốc đủ mạnh về kinh tế và quân sự để thách thức Hoa kỳ và các đồng minh thì các viên chức Trung Quốc có thể dùng những vụ tấn công trên mạng để sách nhiễu những người nói lên những điều Trung Quốc không chấp thuận. Nhiều người ở ngoài Trung Quốc, từ Á châu sang Bắc Mỹ, do đó sẽ phải thận trọng giữ lời nói và không biết rằng họ có bị trừng phạt bởi những điều họ nói hay không.

TRUNG QUỐC SẼ "DIỀU HỢP" SỰ BẤT ĐỒNG TRÊN MẠNG.

Một trong những vũ khí của Trung Quốc chống lại tự do ngôn luận trên mạng là kiểm duyệt trên Internet. Có hơn một triệu người Trung Quốc được thu dụng để làm việc kiểm soát trên mạng. Phần lớn người dùng Internet trên thế giới là người Trung Quốc, nhưng bởi vì các viên chức chính quyền Trung Quốc theo dõi và không cho tiếp cận với các trang mạng về nhân quyền, các báo ngoại quốc và nhiều các nhóm chính trị và văn hóa nên người dân Trung Quốc không được tiếp cận với cùng loại Internet mà các dân tộc tự do có thể tiếp cận. "Điều hợp" là một cách nói bóng gió cho kiểm duyệt.

Trung Quốc đã có những nỗ lực lớn để xóa mờ những ký ức về vụ tàn sát tại công trường Thiên An Môn. Vào tháng 6 năm 2012, lần kỷ niệm thứ 23 của cuộc đàn áp của quân đội, các người kiểm duyệt Trung Quốc đã chặn tất cả những gì có liên hệ tới vụ đàn áp đó trên mạng Internet tại Trung quốc. Khi ba người hoạt động chống đối xin phép để được tổ chức một cuộc tuần hành tưởng niệm, họ đã bị bỏ tù. Khi các người dùng Internet cố gắng lọt qua kiểm duyệt bằng cách đưa một cái hình con vịt vàng vào trong bức hình có tính cách biểu tượng của một sinh viên đứng trước đoàn chiến xa thì chính quyền Trung Quốc đã cấm dùng câu "con vịt vàng." Đoàn quân kiểm duyệt của Trung Quốc lan tràn đến nỗi ngày 4 tháng 6 là ngày kỷ niệm cuộc biểu tình chống đối tại quảng trường Thiên An Môn được gọi một cách mỉa mai là ngày "bảo trì Internet."

Thêm vào việc êm nhẹm thông tin, chính quyền Trung

Quốc thuê hàng đoàn người blogger ủng hộ chính quyền để ca ngợi các quan điểm chính thức, bôi nhọ những người hoạt động đối lập và phổ biến những thông tin sai lầm. Thủ đoạn phổ biến thông tin sai lầm này là một thử thách cho những người dùng Internet để phân biệt được tin nào là tin thật và tin nào là tuyên truyền của chính quyền.

Tất cả mọi chế độ áp bức đã lạm dụng sự kiểm soát thông tin trong hàng ngàn năm. Sự khác biệt then chốt giữa các kiểm soát trong nước trong quá khứ và sự kiểm soát có thể có được trên toàn cầu của Trung Quốc vào năm 2050 là càng ngày Trung Quốc càng có thể kiểm soát không những điều gì mà công dân Trung Quốc có thể thấy mà còn có thể kiểm soát những gì mà công dân các nước có thể thấy. Thủ đoạn săn bắt trên Internet của Trung Quốc thường chỉ giới hạn trong Trung Quốc, nhưng càng ngày các chiến thuật này càng được sử dụng trên quốc tế. Những sáng kiến kiểm soát Internet của Trung Quốc đã được tiếp thu và thực hành trong ít ra 11 nước khác.

Lẽ dĩ nhiên Trung Quốc có thể sẽ không bao giờ ngăn chặn được báo *New York Times* và báo *Wall Street Journal* phổ biến các tin tức thật về Trung Quốc, nhưng số các quốc gia cùng hợp tác với Trung Quốc để không cho công dân của họ xem những website như vậy có lẽ sẽ gia tăng khi ảnh hưởng và thế lực của Trung Quốc gia tăng. Chẳng hạn như hai công ty khổng lồ của Trung Quốc là Huawei và ZTE là những công ty lớn cung cấp các dụng cụ trang bị về Internet và viễn thông cho một số nước tại Trung Á và Đông Nam Á, Đông Âu và châu Phi. Những quốc gia khách hàng đó – trong đó có Kazakhstan, Việt nam, Belarus, Ethiopia và Zambia – rất có thể sẽ coi sự kiểm soát chặt chẽ về chính trị và các kỹ thuật kiểm soát là một mô thức để kiểm soát Internet – và có thể mua những kỹ thuật đó của Trung quốc.

TRUNG QUỐC SẼ TIẾP TỤC CHỐNG ĐỐI DÂN CHỦ HÓA

Các viên chức Trung Quốc thích một thế giới có nhiều chế độ chuyên chế hơn và ít chế độ dân chủ hơn. Từ năm 1955, Bắc kinh đã công bố Năm Nguyên tắc Chung sống Hòa bình, ngăn cấm sự can thiệp vào nội bộ của các nước khác. Khi thế lực của Trung Quốc tiếp tục gia tăng thì Trung Quốc cũng có thể bảo vệ các chính quyền độc tài thân Trung Quốc và phá hoại các chính quyền đại diện cho dân; và hành động này có lẽ cũng sẽ gia tăng rất nhiều. Giống như nhiều nỗ lực của Trung Quốc đẩy mạnh chiến lược Marathon, các nỗ lực như vậy đã bắt đầu bằng cách thao túng tin tức và thông tin. Một phần của ngân khoản 6,58 tỷ đô la dùng cho tuyên truyền quốc ngoại đã cổ võ cho hình thức chính quyền chuyên chế. Bắc kinh đã chính thức và nhắc đi nhắc lại nhiều lần ủng hộ Tổng thống Robert Mugabe của Zimbabwe và cũng không ngại ngùng gì trong việc công khai ủng hộ Omar al-Bashir, tổng thống của Sudan đã bị truy tố là một phạm nhân chiến tranh đang bị truy nã, sợ không dám đi ngoại quốc vì có thể bị dẫn độ tới The Hague để xử tội.

Một chiến thuật khác nữa của Trung Quốc để nâng đỡ các chính quyền chuyên chế là hình thức cho vay và đầu tư một cách chiến lược. Trong năm 2009 và 2010, Trung Quốc đã cung cấp nhiều tiền vay cho các xí nghiệp và các chính quyền tại các nước đang phát triển nhiều hơn Ngân hàng Thế giới. Trung Quốc dùng thế lực kinh tế này để đẩy mạnh bài bản chính trị của họ khắp trên thế giới. Hiện nay Trung Quốc đang chi $2 tỷ tỷ [trillion] tiền dự trữ của chính phủ để tiến hành những chương trình chống Tây phương qua việc cho vay viện trợ vô điều kiện tại châu Phi. Theo Freedom House "Sự viện trợ không điều kiện này – không đòi hỏi tôn trọng nhân quyền và không có sự bảo đảm về tài chánh – đã làm nghiêng cán cân về phía có lợi cho các chính quyền tham nhũng trong một nhóm rất nhiều các quốc gia đang phát triển trên thế giới."

Zimbabwe là "một trong số những thí dụ tại châu Phi rõ nhất và được nhiều người biết nhất" về hậu quả của Trung Quốc, theo Stephen Halper của đại học University of Cambridge. Trung Quốc đã giúp cho Mugabe duy trì nắm tay sắt trong việc cai trị quốc gia đang bị tan hoang của ông ta, trước hết bằng cách cung cấp vũ khí, và sau đó bằng cách gửi các máy móc, dụng cụ theo dõi trên Internet và các kỹ thuật khác quan trọng để giúp của ông ta kiểm soát dân chúng Zimbabwe. Trung Quốc cũng đã phủ quyết các chế tài của Liên hiệp quốc đối với Mugabe.

Một trong các chiến lược của Trung Quốc là tạo ra "những sự sắp xếp hai bên cùng có lợi" đối với các chính quyền châu Phi, dựa trên nguyên tắc bất can thiệp. Chính quyền Trung Quốc làm ngơ trước các sự ngược đãi mà giới cộng tác về kinh doanh với Trung Quốc đã thi hành đối với dân châu Phi, với một chính sách là "chỉ có kinh doanh và không có điều kiện chính trị", như chủ tịch trước của Trung Quốc là Hồ Cẩm Đào đã nói. Bằng cách không tôn trọng các tiêu chuẩn quốc tế Trung Quốc có thể làm suy yếu dân chủ hơn nữa và tăng cường chế độ chuyên chế tại châu Phi.

Trung Quốc đã áp dụng mô thức Zimbabwe tại châu Á, châu Phi và Nam Mỹ. Trung Quốc đã ủng hộ các chế độ độc tài tại Syria, Uzbekistan, Angola, Cộng hòa Trung tâm Châu Phi, Campuchia, Sudan, Myanmar, Venezuela và Iran. Khi nền kinh tế của Trung Quốc gấp ba lần nền kinh tế của Hoa kỳ thì các hành động của Trung Quốc áp chế các nỗ lực giải quyết các mâu thuẫn và cải tiến việc cai trị sẽ có ảnh hưởng lớn hơn nữa.

Lẽ dĩ nhiên có thể là từ nay tới năm 2049 Trung Quốc sẽ từ bỏ chuyên chế và theo chế độ dân chủ trong nước và ngoại quốc. Nhưng có rất ít lý do để có thể lạc quan. Hàng mấy chục năm nay nhiều học giả Tây phương đã dự đoán là Trung Quốc đang đi trên một chặng đường dài để tiến tới dân chủ tự do, nhưng rất nhiều các nhà học giả này đã cảm thấy ngượng ngùng vì những dự đoán lạc quan của họ, mặc dù có một số nhỏ vẫn còn tiếp tục hy vọng – tuy không có cơ sở – là dân chủ đang tới với Trung quốc. Nói cho cùng, sự mơ tưởng hão theo bản chất của nó thì rất khó để mà cưỡng lại.

TRUNG QUỐC SẼ LIÊN MINH VỚI CÁC ĐỊCH THỦ CỦA HOA KỲ

Sự thực phũ phàng là các nhà lãnh đạo Trung Quốc coi Hoa kỳ như là một đối thủ tranh chấp trong cuộc tranh đấu toàn cầu mà họ nhất định phải thắng. Quan điểm đó về mối liên hệ với Hoa kỳ giải thích tại sao nhiều lần Trung Quốc đã giúp đỡ cho các nước thù nghịch của Hoa kỳ với mục đích làm yếu kém thế lực của Hoa kỳ, nhất là trong cuộc chiến tranh chống khủng bố của Hoa kỳ. Năm 2001 tình báo Hoa kỳ phát hiện là Cộng hòa Nhân dân Trung Quốc đang giúp đỡ Taliban và lúc đó Taliban đang nuôi dưỡng quân khủng bố trong mạng lưới của Osama Bin Laden, cụ thể là hai công ty viễn thông lớn của Trung Quốc giúp Taliban xây dựng một hệ thống điện thoại quan trọng tại Kabul. Công tác này tiếp tục ngay cả sau khi có vụ tấn công ngày 11 tháng 9.

Khi bị chất vấn về những báo cáo về hợp đồng điện thoại tại Afghanistan thì Trung Quốc đã hành động hầu như chẳng khác gì những chế độ đã súi dục chế độ chuyên chế. Khi bị hỏi vặn, Trung Quốc làm ra bộ như không biết về các hoạt động của những công ty gọi như là tư đã được nói tới trong những báo cáo. Nhưng các công ty đó không phải là công ty tư và Bắc kinh cũng không phải là không biết. Một trong các công ty đó đã được thành lập bởi ít ra là một viên chức trong Quân đội Giải phóng Nhân dân và đã thực hiện xây dựng mạng lưới truyền thông cho quân đội Trung Quốc.

Mối liên hệ của Trung Quốc với Taliban đã mở rộng ra

ngoài công tác làm hệ thống điện thoại. Năm 1998, Taliban nhận được viện trợ của chính quyền Trung Quốc có lẽ bởi vì Taliban đã bí mật cho Bắc kinh các hỏa tiễn có điều khiển Tomahawk không nổ do chính quyền của tổng thống Clinton dùng để phá các căn cứ khủng bố tại Afghanistan – đây là một mối lợi tình báo bất ngờ cho Trung Quốc. Ba năm sau ngày có cuộc tấn công khủng bố 11 tháng 9, một nhóm các viên chức Trung Quốc tại Kabul đã ký kết một thỏa hiệp viện trợ kinh tế và kỹ thuật với Taliban. Đây mới chỉ là hai trong số nhiều thỏa hiệp mà Trung Quốc đã ký với Taliban.

Sự hợp tác của Trung quốc với mạng lưới khủng bố al Qaeda không hoàn toàn gián tiếp. Các báo cáo tình báo do Lầu Năm Góc nhận được vào tháng 12 năm 2001 cho thấy Trung Quốc đã cung cấp vũ khí cho al Qaeda sau cuộc khủng bố ngày 11 tháng 9. Quân Taliban và al Qaeda ở trong lực lượng đó đã nhận được những hỏa tiễn địa không do Trung Quốc làm vẻn vẹn có một tuần sau vụ tấn công, và lực lượng đặc biệt của Mỹ đã phát hiện 30 hỏa tiễn như vậy vào tháng 5 năm 2002. Do đó không có gì ngạc nhiên là một người chỉ huy Taliban công khai khen ngợi Trung Quốc đã giúp đỡ. Ông ta nói với một tờ báo bằng tiếng Urdu ở Pakistan là "Trung Quốc đang ... hỗ trợ và cộng tác với chính quyền Taliban."

Trung Quốc cũng giúp đỡ chế độ của Sadam Hussein tại Iraq. Một công ty trong số những công ty truyền thông của Trung quốc đã làm việc với Taliban cũng liên quan tới vụ vi phạm lệnh chế tài của Liên Hiệp Quốc đối với Iraq. Vào tháng 5 năm 1999, làm việc qua chương trình dầu hỏa đổi lấy thực phẩm của Liên Hiệp Quốc, Trung Quốc đã xin Liên Hiệp Quốc cho phép để bán các hệ thống truyền thông bằng thủy tinh sợi cho Iraq. Sau khi Liên Hiệp Quốc từ chối hai lần công ty cũng vẫn coi như không có gì và vẫn chuyển các dụng cụ trang bị cho Iraq.

Khi tôi còn làm việc tại Lầu Năm Góc trong chiến tranh

thứ nhì tại Iraq, một viên chức cao cấp bộ quốc phòng Mỹ xác nhận với tôi là Trung Quốc đã giúp Iraq "xây dựng một mạng lưới thủy tinh sợi để phối hợp kỹ hơn hệ thống phòng không của Iraq. Hệ thống này phần lớn là các giây cáp thủy tinh sợi được chôn xuống để bảo đảm không bị ảnh hưởng vì thời tiết hay bị các cuộc tấn công của liên quân." Khi các báo cáo về sự viện trợ về quân sự này được công bố, tổng thống George W. Bush nhận rằng những báo cáo đó đã khiến chúng ta rất bận tâm. Tổng thống nói với các phóng viên, "Chúng tôi rất quan tâm về sự hiện diện của Trung Quốc tại Iraq và chính quyền của tôi đã gửi tới Trung Quốc sự đáp ứng thích hợp. Vâng, điều này là một điều rất rắc rối vì nó liên quan tới việc giúp Iraq để thực hiện một hệ thống có thể gây nguy hiểm cho các phi công của chúng ta." Để đáp lại, Trung Quốc lại phủ nhận lời kết tội đó: đây chỉ là lời đồn, một cớ để cho Hoa kỳ và Anh oanh kích Iraq." Shen Guofang [Trầm Quốc Phóng], phó trưởng phái đoàn Trung Quốc tại Liên Hiệp Quốc nói, "Trung Quốc không có một nhân viên quân sự hay dân sự nào làm việc tại Iraq." Trên thực tế công ty Trung Quốc đã có một văn phòng tại Iraq và các viên chức của Iraq cũng đã tới thăm các văn phòng của công ty ở miền nam Trung Quốc. Iraq đã đặt hàng từ năm 2000 tới 2001 và đã xác nhận những sự liên lạc phi pháp vào năm 2002 khi Iraq nộp cho Liên Hiệp Quốc một hồ sơ 12,000 trang về chương trình cấm võ khí của Iraq. Ba công ty Trung Quốc đã cung cấp cáp quang và các dụng cụ truyền thông cho hệ thống phòng không của Iraq.

Vào cuối năm 2003, một cựu chỉ huy về phòng không của quân đội Iraq nhận rằng không những các chuyên gia về viễn thông của Trung Quốc mà các viên chức quân sự của Trung Quốc đã giữ những vai trò đáng kể trong việc hỗ trợ cho lực lượng Iraq trong những tháng trước khi có cuộc tiến công của Hoa kỳ vào tháng 3 năm đó. Ông ta nói: "Các viên chức đó đến vào mùa xuân 2002 và được Saddam đích thân đón tiếp, có vài người trong bọn họ còn để râu mép và đội khăn keffiyeh để cho có vẻ giống chúng tôi hơn." Theo viên cựu sĩ quan Iraq này thì Trung Quốc đã chế tạo một bộ phận đánh lừa kỹ thuật cao để làm lạc hướng các bom do máy bay của Mỹ và đồng minh ném và thường khiến cho các bom đó đi lạc hướng. "Bộ phận đó chỉ đáng giá có 25 đô la, nhưng rất thành công," ông ta nói.

Một người bạn Trung Quốc tệ hại nữa của các quốc gia lưu manh là một nhà sản xuất vũ khí của chính quyền gọi là China North Industry Corporation hay là NORINCO. Năm 2002, công ty này đã bị bắt quả tang bán những loại thép đặc biệt cho Iran trong chương trình hỏa tiễn của Iran, và năm sau Iran đã bị áp dụng chế tài về kinh tế. Paula De Sutter, phụ tá bộ trưởng ngoại giao phụ trách về kiểm soát, chấp hành và thi hành, đã thuyết trình với China Joint Security Commission là "chính quyền Trung Quốc đã không làm gì để chặn đứng các hành động phổ biến những võ khí của NORINCO. Bà Sutter còn nói trong khi "chính quyền Trung Quốc nói là chống lại việc phổ biến các hỏa tiễn và nói là họ cấm các công ty và cơ quan Trung Quốc tham dự vào việc chuyển giao trái với các cam kết với Hoa kỳ" nhưng "thực tế phũ phàng đã hoàn toàn khác hẳn." Và bà đã tiếp tục đưa ra một danh sách các hứa hẹn của Trung Quốc không xuất khẩu các hỏa tiễn và các sản phẩm nguy hiểm tới các nước như Pakistan và cho thấy là trong mọi trường hợp, chính quyền Hoa kỳ đã chứng minh là Trung quốc đã lừa dối.

DeSutter cũng trình bày về việc Trung Quốc vô trách nhiệm bán kỹ thuật làm các võ khí hủy diệt hàng loạt. Mặc dầu Trung Quốc đã ký một số các thỏa hiệp không phổ biến võ khí, bà nói, "nhưng rõ ràng là Trung Quốc tiếp tục đóng góp vào các chương trình võ khí hạt nhân của Pakistan và Iran." Thêm vào đó, Trung Quốc cũng đóng góp vào chương trình hơi độc và võ khí hóa học tại một số quốc gia lưu manh trong đó có Iran. Và, theo bà De Sutter, "mặc dầu là một hội viên của Công ước Võ khí Sinh học, Trung Quốc vẫn duy trì một chương trình [võ khí sinh học] đi ngược lại với những lời cam kết đó." "Giống như rất nhiều những điều mà Trung Quốc nói cho thế giới biết về các chương trình của chính quyền, Trung Quốc nói rằng Trung Quốc chưa bao giờ nghiên cứu sản xuất hay có các võ khí sinh học. Điều đó hoàn toàn không đúng."

TRUNG QUỐC SẼ XUẤT KHẨU ĐẠI NẠN Ô NHIỄM KHÔNG KHÍ

Vào tháng giêng 2013, một đám sương mù hôi thối đã bao trùm Bắc kinh. Được mệnh danh là đại nạn không khí ô nhiễm, đám sương mù đó đã kéo dài nhiều tuần lễ, trong thời gian đó, cả dân Bắc kinh lẫn các khách viếng thăm đều "có thể ngửi, nếm và sặc sụa" trong ô nhiễm. Sự quật khởi của Trung Quốc ngày nay cũng giống như một cuộc Cách mạng Công nghiệp dùng thuốc kích thích nhưng lần này với tình trạng như vậy Trung quốc có khả năng phá hủy phần lớn hành tinh. Thực vậy, Trung Quốc đã bắt đầu làm như thế.

Trung Quốc không những dự tính là sẽ có GDP gấp đôi Hoa kỳ, nhưng Trung quốc cũng dự tính là sẽ sản xuất những mức khí độc hại gấp đôi Hoa kỳ vào năm 2015. Theo một cuộc nghiên cứu của báo *Economist*, "Giữa năm 1990 và 2050 số lượng khí thải tích lũy từ năng lượng [của Trung Quốc] sẽ lên tới 500 tỷ tấn – tương đương với số khí thải sản xuất trên toàn thế giới từ lúc bắt đầu cuộc Cách mạng Công nghệ cho đến năm 1970." Kết quả của tai nạn ô nhiễm đó sẽ gây ra chết chóc cho hàng ngàn người mỗi năm. Tổ chức Cộng tác Kinh tế và Phát triển OECD dự đoán, "với sự gia tăng các khí thải từ vận tải và công nghiệp, số trẻ bị chết vì sinh non liên hệ tới ô nhiễm không khí được dự đoán sẽ gia tăng gấp đôi lên tới 3,6 triệu trường hợp mỗi năm và phần lớn các sự tử vong đó xảy ra tại Trung Quốc và Ấn độ." Sương mù độc hại và bồ hóng ô nhiễm từ Trung Quốc đã che phủ nhiều vùng ở nước Nhật trong nhiều ngày liên tiếp. Ô nhiễm còn băng qua Thái Bình Dương và tạo thành 29% của các vi thể ô nhiễm tại California. Và lẽ dĩ nhiên tình trạng trái đất bị nóng lên thì không chỉ giới hạn trong bất cứ quốc gia nào.

Một nguyên nhân chính của các khí thải của Trung Quốc là Trung Quốc lệ thuộc vào than đá là một trong những nhiên liệu tạo ra ô nhiễm không khí tệ hại nhất. Cơ quan Thông tin về Năng lượng của Hoa kỳ báo cáo là Trung Quốc đốt một số than nhiều bằng tất cả các nước khác cộng lại. Mặc dầu Trung Quốc thông báo là sẽ có biện pháp để cải thiện ảnh hưởng môi trường của họ nhưng những thành tích của Trung Quốc cho thấy tình trạng này sẽ còn tiếp tục tệ hại hơn. Trung Quốc vẫn còn là một trong một vài nước trợ cấp cho việc tiêu thụ than. Các nhiên liệu hóa thạch được dùng chiếm tới 75% của tất cả các nguồn tiêu thụ năng thương mại của Trung Quốc, và nó sẽ tiếp tục là nguồn nhiên liệu chính của Trung Quốc cho tới một tương lai dự kiến. Mức tiêu thụ than của Trung Quốc gia tăng 9% vào năm 2011, chiếm 87% của sự gia tăng tiêu thụ than đá trên toàn thế giới.

Trong khi Trung Quốc tiếp tục phát triển, vấn đề ô nhiễm sẽ càng ngày càng tệ hại hơn. Muốn giảm mức độ sản xuất khí thải thì Trung Quốc sẽ phải giảm một cách đáng kể tăng suất phát triển; và đó là điều bất khả xâm phạm đối với các mục tiêu phát triển khác. Sự kiện này đã khiến cho thế giới vào năm 2049 bị bắt buộc phải–thực sự–ngửi, nếm và sặc sụa trong thành công của Trung quốc.

SÁCH LƯỢC PHÁT TRIỂN CỦA TRUNG QUỐC SẢN SINH RA MỘT SỰ Ô NHIỄM VÀ NHIỄM ĐỘC ĐÁNG KỂ

Để nắm vững chính quyền, giới lãnh đạo Trung Quốc biết rằng cần phải gia tăng phát triển. Nếu chúng ta dự phóng tình trạng bế tắc hiện tại tới 30 năm nữa thì hậu quả rất đáng lo ngại. Từ những năm 1980, Trung Quốc đã xây dựng 10,000 nhà máy hóa dầu dọc theo sông Dương Tử và 4,000 nhà máy dọc theo sông Hoàng Hà. Do hậu quả của các nhà máy này và của chính sách Trung Quốc coi phát triển ưu tiên hơn bảo vệ môi trường, 40% của các dòng sông tại Trung Quốc đã bị ô nhiễm nặng và 20% trong số các dòng sông đó phẩm chất của nước độc tới nỗi không thể nhúng tay vào một cách an toàn chứ đừng nói là uống. Ít ra là 55% của các nước ngầm tại Trung Quốc – và Trung Quốc cũng không có nhiều nước ngầm – không uống được. Thực vậy, những nước phế thải mà các nhà máy của Trung Quốc xả xuống sông đã gây ra 60,000 vụ chết non mỗi năm. Lẽ dĩ nhiên bởi vì nhà nước kiểm soát thông tin và có mạng lưới rộng lớn để kiểm duyệt, nhiều người Trung Quốc không biết là nước uống của họ có thể đang giết họ. Các nước láng giềng của Trung Quốc cũng đang bị ảnh hưởng bởi chính sách phát triển vô trách nhiệm của Trung quốc. Vì nước ở Trung Quốc bị nhiễm độc nên phần lớn hoạt động ngư nghiệp đã chuyển sang vùng đang tranh chấp ở biển Đông và Nam Trung Quốc và Thái bình dương. Chỉ trong năm 2011, đội tuần tra bờ biển của Hàn Quốc đã đuổi ra 400 tàu đánh cá xâm nhập bất hợp pháp vào vùng biển của Hàn Quốc. Hiện tại đã có những cuộc tranh chấp giữa Trung Quốc và Việt Nam, Philippines và Nhật và có khả năng tiến tới những cuộc tranh chấp võ trang.

  Các nước láng giềng của Trung Quốc cũng có lý do để lo ngại về phong trào mê xây đập của Trung quốc. Trung Quốc dự định sẽ gia tăng khả năng thủy điện gấp 3 lần vào năm 2020, điều này khiến cho nhiều giòng sông tại Trung Quốc trở thành những lạch nước. Vì Trung Quốc không công nhận sự chia sẻ quyền dùng nước và không chia sẻ những thông tin về việc sử dụng nước cho nên những nước láng giềng của Trung Quốc sẽ phải chấp nhận là nguồn nước của họ sẽ bị suy sụp hay họ sẽ phải cưỡng lại Trung Quốc bằng một hình thức có thể tạo ra tình hình bất ổn và có nhiều rủi ro.

Sự quản lý tài nguyên nước của Trung Quốc sẽ có ảnh hưởng rất nhiều, không những đối với châu Á mà còn đối với toàn thể thế giới. Các nhà khoa học dự đoán rằng tới năm 2050 dân số thế giới sẽ tăng tới hơn 9 tỷ người và gần 70% của dân số thế giới sẽ sống trong vùng đô thị. Điều này sẽ có những hậu quả đáng kể cho việc quản lý chất phế thải và nước. Sự kiện này có vẻ như là một vấn đề hoàn toàn có tính cách nội bộ của Trung Quốc tuy rằng không phải như vậy, nó sẽ là một vấn đề toàn cầu khi Trung Quốc mạnh gấp 3 lần Hoa kỳ. Ngày nay có nhiều người kêu gọi phải có phong trào bảo vệ môi trường lớn hơn trong Trung Quốc, nhưng điều này vẫn chưa xảy ra.

CÁC LÀNG UNG THƯ

Sự tai hại về tính mạng con người do ô nhiễm nước và không khí tại Trung Quốc có thể nhìn thấy trực tiếp qua một số các làng ung thư đã xuất hiện gần những nhà máy ở Trung Quốc. Các nhà máy đó xả chất phế thải, chất hóa học độc và các vật liệu đáng nghi ngờ xuống sông, giết các sinh vật, làm hại nước và gây ra quái thai và có thể khiến cho tử vong. Phần lớn bởi vì các tiêu chuẩn ở Trung Quốc hãy còn lạc hậu một cách tệ hại so với tiêu chuẩn ở các nước công nghiệp. Chỉ có 40% của các quy định của Trung Quốc đạt tiêu chuẩn quốc tế. Trung Quốc đã tạo ra những vùng tập trung ung thư nhiều hơn trong vài chục năm, nhiều hơn tất cả thế giới cộng lại.

Sự tai hại không chỉ tập trung trong các làng dọc theo các bờ sông ở Trung Quốc. Hiện nay ung thư là nguyên nhân tử vong hàng đầu tại Bắc kinh, lý do chính là nơi đó bị ô nhiễm cao nhất. Tỷ số ung thư tại Trung Quốc hãy còn thấp hơn tại Hoa kỳ nhưng nếu Trung Quốc tiếp tục đi theo con đường hiện tại thì tình trạng đó sẽ không kéo dài bao lâu.

Trung Quốc thường nói là các nước phát triển cũng đã gây ra vấn đề ô nhiễm khi họ đang công nghiệp hóa, nhưng ít ra có hai điểm khiến cho Trung Quốc khác hẳn. Thứ nhất, cuộc cách mạng công nghiệp của Trung Quốc lớn hơn, do đó sự tai hại thực sự và có thể xảy ra chưa bao giờ lớn như vậy. Chẳng bao lâu nữa Trung Quốc sẽ có mức tiêu thụ lớn nhất trong việc dùng nhiên liệu hóa thạch, chất hóa học và các chất gây ô nhiễm khác.

Thứ nhì, Trung Quốc không có một tổ chức dân sự mạnh và hữu hiệu để đại diện cho quyền lợi của những người bị sống trong môi trường gây ung thư và những chất độc khác do việc phát triển nhanh của Trung Quốc gây ra. Một phụ nữ sống trong làng ung thư và đã mất chồng và con vì bệnh ung thư đã nói: "Tôi chỉ mong muốn được thở không khí trong lành, uống nước trong sạch và trồng trọt trên đất đai không bị ô nhiễm, nhưng tôi chắc đó là đòi hỏi quá mức." Như nghị sĩ Sherrod Brown đã giải thích, "không có tự do báo chí để phanh phui những vấn đề này cho công chúng biết," ngay cả khi sự thực đã được phô bày thì "cũng không có một tổ chức xã hội dân sự tự do để tiếp tục công cuộc vận động trong dài hạn."

Khi nền ngoại thương của Trung Quốc đã gia tăng thì việc sản xuất nông sản và chế biến nông sản cũng có những ảnh hưởng bất lợi cho quốc tế. Những cách làm việc đáng chê bai của Trung Quốc bao gồm việc dùng thuốc trừ sâu nguy hiểm hay đã bị ngăn cấm để gia tăng thu hoạch, sử dụng các chất kháng sinh không an toàn và những chất hormone để khiến cho gia súc và cá tăng trưởng nhanh và sử dụng những chất bảo quản bất hợp pháp để gia tăng khả năng tiếp thị của những sản phẩm chế biến chưa hoàn tất. Những cách làm việc này đã khiến cho các sản phẩm thực phẩm của Trung Quốc bị cấm từ Đông Á cho tới các nước trong Liên hiệp Âu châu, Nhật và Hoa kỳ.

KẺ LỪA DỐI THẮNG—TRUNG QUỐC SẼ RA CHIÊU BẰNG CÁC CÔNG TY QUÁN QUÂN

Trong vấn đề giao thương và phát triển, Hoa kỳ đang bị thua Trung Quốc, lý do rất giản dị: Trung Quốc lừa dối. Trung Quốc lấy cắp kỹ thuật, củng cố thế độc quyền của Trung Quốc, bảo vệ một cách không công bằng các xí nghiệp quốc doanh chống lại sự cạnh tranh của ngoại quốc. Trong hàng chục năm, Trung Quốc đã phá luật lệ theo đó các quốc gia hiện đại vẫn buôn bán từ nước nọ sang nước kia và có chung những quy định về đầu tư. Trung Quốc đặt ra những luật chơi riêng của mình và khi thế lực của Trung Quốc gia tăng thì càng ngày càng có số lớn hơn các quốc gia bắt buộc phải tuân theo các luật chơi đó.

Một thành phần then chốt của chiến lược phát triển thành công của Trung Quốc là chiếm hữu–thường bằng các phương tiện bất hợp pháp–khoa học và kỹ thuật ngoại quốc. Trung Quốc đã thành lập các công ty làm đồ giả, sử dụng tới từ 10,000 cho tới 15.000 công nhân. Mục tiêu của chính sách phát triển công nghiệp của Trung Quốc có hậu quả là khuyến khích việc lấy cắp các tài sản trí thức, và một số rất lớn các cơ sở công và tư của Trung Quốc đã làm hành động đó. Tình trạng ăn cắp các tài sản trí thức tại Trung Quốc đã quá quắt đến nỗi một công ty bán phần mềm chỉ bán có một chương trình duy nhất tại Trung Quốc nhưng sau đó đã nhận tới 30 triệu lời yêu cầu để cập nhật phần mềm đó.

Trung Quốc đứng đầu tệ nạn ăn cắp IP và rất hay lẻn vào các hệ thống điện toán của các công ty thương mại ngoại quốc, lấy những IP của họ để chuyển sang các doanh nghiệp Trung Quốc khiến cho Trung Quốc trở thành một quốc gia thủ phạm lớn nhất thế giới về ăn cắp tài sản IP. Điều này khiến cho người Trung Quốc có thể lừa dối để tiến trên bực thang kỹ thuật. Những vụ ăn cắp IP như vậy khiến cho các công ty trên thế giới bị thiệt hại ước lượng $107 tỷ trong số thương vụ hàng năm và khiến cho mất 21 triệu công việc chỉ ở Hoa kỳ. Trong tương lai, khi nền kinh tế của Trung Quốc còn lớn hơn nữa và khi sự liên kết của Trung Quốc còn mở rộng hơn nữa thì rất khó có thể khiến cho các nhà có sáng kiến muốn đầu tư vào tài sản trí thức bởi vì giá trị của tài sản đó rất dễ bị mất đi do sự ăn cắp đại quy mô.

Thêm vào việc bắt buộc chuyển nhượng kỹ thuật, Trung Quốc còn tạo ra sân chơi nghiêng về phía có lợi cho các xí nghiệp quốc doanh của Trung Quốc. Các xí nghiệp này kiểm soát rất nhiều ngành kinh tế và giữ vai trò quan trọng trong 7 khu vực chiến lược quan trọng là quốc phòng, tạo năng lượng, dầu khí, viễn thông, than, hàng không và vận tải đường biển.

Các nhà lãnh đạo Trung Quốc ra lệnh cho các công ty quốc doanh được trợ cấp bằng số lượng dự trữ ngoại tệ khổng lồ, vì vậy cho nên nhắm mục tiêu vào các thị trường quốc tế là một chuyện rất thường xảy ra. Từ năm 1985 tới 2005, Trung Quốc đã sử dụng 300 tỷ đô la để giúp đỡ một xí nghiệp quốc doanh lớn nhất. Các công ty này đã được cấp vốn rẻ và những vật liệu sản xuất mua với giá thấp mà các công ty cạnh tranh quốc tế không bao giờ có được, và các công ty quốc doanh đó đang tích cực gia tăng đầu tư ra ngoại quốc. Các công ty này đang săn lùng để mở rộng thị trường của họ, khai thác các tài nguyên thiên nhiên và tạo ra những kỹ thuật tiên tiến hơn.

Trung Quốc đã thắng thế khi tạo ra sự bất tương xứng trong vấn đề tiếp cận với thị trường. Tổ chức OECD đã xác định rằng luật đầu tư ngoại quốc của Trung Quốc là luật khó khăn nhất trong số 20 quốc gia lớn nhất trên thế giới. Chính sách chống độc quyền của Trung Quốc là một thí dụ điển hình nhất. Trung Quốc thi hành luật chống độc quyền năm 2007, nhưng các công ty quốc doanh đều được miễn những điều luật đó. Thay vào đó đạo luật chủ yếu trực tiếp nhắm vào các công ty ngoại quốc đang muốn đầu tư vào các doanh nghiệp Trung quốc. Hơn nữa Trung Quốc còn dùng một số những chiến thuật đáng nghi ngờ trong việc điều tra những vụ vi phạm luật chống độc quyền, trong đó có cả những khoản cảnh cáo không cho các công ty mướn luật sư và áp lực các công ty đó phải tự thú nhận đã có những hành động chống cạnh tranh, trái với luật chống độc quyền.

Một công cụ khác mà chính quyền Trung Quốc dùng để không cho các công ty tiếp cận với thị trường là thể thức cứu xét về An ninh Quốc gia đối với Đầu tư Ngoại quốc. Khác với tổ chức tương tự như vậy của Hoa kỳ là Ủy ban Đầu tư Ngoại quốc ở Hoa kỳ, quy định của Trung Quốc thêm vấn đề "an ninh kinh tế" và "ổn định xã hội" vào danh sách những vấn đề quan tâm và những lý do để ngăn chặn đầu tư ngoại quốc trong thị trường. Các công ty ngoại quốc ở Trung Quốc phải đối đầu với những sự ngăn cấm, đặt giới hạn cho sở hữu ngoại quốc và giới hạn về vấn đề thuê nhân viên, thực hiện những cuộc thử nghiệm nhiều lần một cách không cần thiết và phải đợi rất lâu mới được chính quyền cho giấy phép. Kết quả là Trung Quốc đã gạt bỏ những công ty ngoại quốc ra khỏi nền kinh tế của Trung Quốc sắp trở nên là nền kinh tế lớn nhất thế giới, trong khi đó thì Trung Quốc vẫn tiếp tục được hưởng quy chế tối huệ quốc đối với các thành viên của WTO.

TRUNG QUỐC SẼ CÀNG NGÀY CÀNG LŨNG ĐOẠN LIÊN HIỆP QUỐC VÀ CƠ QUAN WTO

Liên Hiệp Quốc không phải là tổ chức hoàn thiện nhưng nó là một thể chế chính trị duy nhất trên thế giới có hội viên hầu hết là các nước trên thế giới. Nó cũng là diễn đàn duy nhất trên thế giới trong đó bất cứ một nước nào cũng có thể tiếp xúc với các nước khác để thảo luận và cộng tác trong các vấn đề như y tế, lao động, viễn thông, tài chánh, an ninh và ngoại thương. Mạng lưới cộng tác này hỗ trợ cho trật tự, chính trị quốc tế nhưng ưu điểm chính của Liên Hiệp Quốc – các nước khắp thế giới đều là hội viên – sẽ không thể nào tồn tại được trong một thế giới dưới sự chế ngự của Trung quốc.

Năm 2001 Trung Quốc và nhiều quốc gia khác ở Á châu đã thành lập một tổ chức mà họ coi là có tiềm năng đối nghịch với NATO, đó là Tổ chức Hợp tác Thượng hải (Shanghai Cooperation Organization, SCO.) Các hội viên của SCO là Trung quốc, Kazakhstan, Kyrghistan, Nga, Tajikistan và Uzbekistan. Cả SCO và NATO đã ký một hiến chương, bổ nhiệm một tổng thư ký thường trực và đặt những trung tâm chuyên về các vấn đề ở các thủ đô ở trong vùng và có họp thượng đỉnh thường niên. Tuy nhiên SCO còn đi xa hơn vấn đề chỉ hợp tác về an ninh của NATO mà còn bao gồm cả những cơ chế để hợp tác về ngoại thương, tài chánh và các vấn đề pháp luật.

Sự khác biệt lớn nhất giữa SCO và NATO là bản chất của các chính quyền của các hội viên. NATO là một liên minh của 28 thể chế dân chủ còn SCO phần lớn là một liên minh của các chính quyền chuyên chế. Tuy rất có thể là các quốc gia hội viên quan sát của SCO–như nước Ấn độ dân chủ–có thể trở nên hội viên và mang các giá trị dân chủ vào SCO nhưng viễn tượng tương lai có thể xảy ra là Trung Quốc sẽ giữ vai trò thống trị bởi vì tư thế của Trung Quốc là quốc gia có nền kinh tế lớn nhất và lực lượng quân sự lớn nhất.

Bắc kinh đã mở rộng vai trò của Trung Quốc trong SCO. Chẳng hạn để giúp đỡ về tài chánh, Trung Quốc đã cho vay hàng tỷ đô la tín dụng cho các quốc gia hội viên qua Quỹ Hội đồng Kinh doanh Phát triển SCO. SCO cũng tạo ra một Hiệp hội Ngân hàng Quốc tế và một diễn đàn để các cố vấn của giới kinh điển nghiên cứu về các vấn đề như giáo dục, y tế, văn hóa, tư pháp và lập pháp. Bộ Ngoại giao của Trung Quốc đã mô tả SCO là trường hợp thành công của "quan niệm an ninh mới của Bắc kinh." Hội viên của SCO cũng thường tổ chức những buổi thao diễn quân sự chung với nhau và thường được đề cao ở trong các báo chí chính thức của Trung quốc.

Tới năm 2050 SCO sẽ bao gồm ba trong số những nền kinh tế thế giới, nếu Ấn độ mở rộng tư thế quan sát viên thành hội viên thực thụ. Các hội viên của SCO sẽ có một ảnh hưởng kinh tế có thể làm lũng đoạn bất cứ một định chế toàn cầu nào bằng cách không tham gia vào tổ chức đó hay không chấp hành những quyết định của tổ chức đó. Trong trường hợp này, một Liên Hiệp Quốc không có các thành viên của SCO giống như một Hội Quốc Liên [League of Nations] mà không có Hoa kỳ, bởi vì Trung Quốc và các đồng minh của SCO đã chiếm một tỷ phần càng ngày càng gia tăng về GDP trên thế giới. Có một vài chuyên gia đã đề nghị SCO tạo ra một hệ thống giao thương chỉ dùng tiền tệ của các quốc gia thành viên của SCO.

Cũng giống như Liên Hiệp Quốc, tổ chức WTO cũng đang trực diện mối đe dọa là càng ngày càng trở nên không thích hợp nữa. Lúc đầu WTO là một tổ chức đưa ra những luật lệ nhằm phát huy tự do mậu dịch và tạo những thị trường tự do hơn, nhưng bây giờ WTO đã bị kẹt trong một mạng lưới của các thị trường mới xuất hiện. Thành tích của Trung Quốc trong việc cố ý trì hoãn thi hành một số những lời hứa hẹn khi Trung Quốc gia nhập WTO và cải thiện thị trường đã làm suy yếu WTO. Mặc dầu làm những chiến thuật này, Trung Quốc vẫn còn tiếp tục đòi hỏi thêm những nhượng bộ ở trong các quốc gia phát triển trong những cuộc thương thuyết.

Trong một vài chục năm nữa, Hoa kỳ và các quốc gia Tây phương sẽ không còn có ưu thế được là những nền kinh tế lớn; và ưu thế đó đã khiến cho họ có thể áp dụng những tiêu chuẩn và những nguyên tắc của giao thương tự do. Trừ phi Tây phương có thể thuyết phục Trung Quốc sớm chấp nhận những nguyên tắc này thì sự biến chuyển về quyền lực sẽ tạo ra những bước thụt lùi lớn trong công cuộc mở rộng thị trường và kinh doanh tự do và nó sẽ làm trở ngại WTO và những nỗ lực tương tự như vậy trong việc phát triển giao thương đa phương.

Nếu Trung Quốc thành công trong việc làm yếu Liên Hiệp Quốc và WTO thì đó cũng là đúng với mục tiêu của họ để tạo ra một trật tự thế giới mới bằng cách làm cho các định chế cũ mất chính danh. Như Thời kỳ Chiến quốc ở Trung Quốc đã cho thấy, quốc gia thách thức tranh quyền thường kết tội thế lực bá quyền cũ là không tôn trọng những triều đại của các nhà vua. Mục đích là để kêu gọi các vương quốc khác từ bỏ thế lực bá quyền cũ và ủng hộ vương quốc mới bởi vì bá quyền cũ đã tỏ ra không tôn trọng những vương quốc. Do đó thế lực bá quyền cũ đã mất tính cách chính danh để cai trị. Đây là một diễn trình chậm và diễn ra trong hàng chục năm. Ngày nay thế lực đứng lên thách thức thế lực hiện hữu phải làm mất chính danh và quyền lực trên thế giới của thế lực bá quyền cũ để thành công. Điều này có nghĩa là Trung Quốc phải làm cho những định chế hiện tại do Tây phương tạo ra, như Liên Hiệp Quốc và WTO, bị mất chính danh. Bằng cách tạo ra hình ảnh là trật tự hiện tại đang ở trong giai đoạn suy vong cuối cùng thế lực mới đứng ra thách thức có thể thay đổi hệ thống cho thích hợp với mô hình xét lại của nó.

TRUNG QUỐC SẼ PHỔ BIẾN VÕ KHÍ ĐỂ KIẾM LỜI

Trong nhiều năm Trung Quốc đã bán các kỹ thuật làm hỏa tiễn cho các nước lưu manh để chế tạo võ khí sát hại hàng loạt, hành động một cách gây hấn với các nước láng giềng, trang bị cho quân khủng bố và đàn áp chính nhân dân của họ. Khách hàng của Trung Quốc bao gồm Iran, Libya và Syria. Thỏa hiệp Kiểm soát Kỹ thuật Chế tạo Phi đạn (Missile Technology Control Regime MTCR[BM]) đã được ký kết để ngăn cản các quốc gia như vậy không mua được các hàng xuất khẩu liên hệ tới hỏa tiễn.

Năm 1998 Hoa kỳ đã chuẩn bị ký kết với Trung Quốc

BM. Thỏa hiệp Kiểm soát Kỹ thuật Chế tạo Phi đạn (Missile Technology Control Regime MTCR) là một cơ chế đa phương kiểm soát xuất khẩu. Cơ chế này là một sự hợp tác tự nguyện không chính thức giữa 35 quốc gia để ngăn ngừa sự phổ biến kỹ thuật chế tạo phi đạn và phi thuyền không người lái có khả năng mang đầu đạn 500kg trên một khoảng cách hơn 300km. https://en.wikipedia.org/wiki/Missile_Technology_Control_Regime [ND]

một thỏa hiệp kín mà tôi chắc chắn là Trung Quốc sẽ nhận. (Lúc đó tôi cũng còn ngây thơ như các bạn đồng nghiệp của tôi.) Nội dung thỏa hiệp là để đổi lấy việc kiểm soát sự xuất khẩu các hỏa tiễn, Hoa kỳ sẽ "mở rộng hợp tác thương mại và khoa học không gian với Trung Quốc", sẽ "đưa ra một văn bản tổng quát do tổng thống ký để miễn trừ cho Trung Quốc không bị chế tài bởi vụ Thiên an môn và bao gồm cả những sự buôn bán và phóng các vệ tinh thương mại trong tương lai," và gia tăng con số các vệ tinh của Hoa kỳ có thể được phóng bằng các hỏa tiễn của Trung quốc.

Đề nghị của Hoa kỳ cũng bao gồm một cách khôn ngoan những khoản vừa dụ dỗ và cũng có nhiều khoản răn đe. Nhờ tư cách hội viên của MTCR, Trung Quốc sẽ "có được uy tín về chính trị, có khả năng để ảnh hưởng tới các quyết định tương lai của MTCR, sẽ được che chở rất nhiều về những lệnh chế tài của Hoa kỳ về các hỏa tiễn trong tương lai và tư cách hội viên sẽ giúp làm nhanh chóng những sự cứu xét của các hàng xuất cảng dưới tầm kiểm soát của MTCR sang Trung quốc," theo một bản tường trình của Hội đồng An ninh Quốc gia đã được tiết lộ, do tác giả Gary Samore viết. Còn những điều răn đe, báo cáo đó cũng ghi nhận rằng Hoa kỳ sẽ "nói rõ cho Trung Quốc biết rằng nếu không có tiến triển về vấn đề hỏa tiễn thì điều đó sẽ ngăn cản chúng ta gia tăng số lượng phóng các hỏa tiễn và có thể khiến cho số vệ tinh để Trung Quốc phóng sẽ bị ít đi."

Phản ứng của Trung Quốc đối với đề nghị đó cho chúng ta thấy rõ ý định của Trung Quốc cũng tựa như các ưu tiên của Trung quốc. Trung Quốc đã thẳng tay bác bỏ các đề nghị của Hoa kỳ. Trung Quốc không quan tâm tới vấn đề hợp tác kỹ thuật và uy tín chính trị bằng việc xuất khẩu võ khí cho các nước lưu manh.

Phản ứng của Trung Quốc cũng cho chúng ta biết rất nhiều về ý tưởng của một thế giới do Trung Quốc lãnh đạo trong tương lai sẽ ra sao. Thay vì làm chậm bớt sự phổ biến của các võ khí sát hại hàng loạt, thì một nước Trung Quốc càng ngày càng mạnh sẽ còn thúc đẩy chương trình đó. Thay vì cô lập các quốc gia lưu manh, Trung Quốc sẽ làm cho quốc gia đó mạnh thêm. Và thay vì hợp tác với Hoa kỳ và các đồng minh của Hoa kỳ, Trung Quốc sẽ lũng đoạn và làm suy yếu các nước đó trong bất cứ cơ hội nào, nhất là khi điều đó liên quan tới vấn đề an ninh quốc gia.

Ngay cả dù Trung Quốc tham gia MTCR thì cũng có lý do để nghi ngờ không biết Trung Quốc có chấp hành những điều lệ của thỏa hiệp đó hay không. Trong một báo cáo khiến cho người ta sửng sốt về tính cách lừa đảo về võ khí của Trung Quốc, nghị sĩ Jessy Helms đã nói: "Trong vòng 20 năm qua, Cộng hòa Nhân dân Trung hoa đã hứa chính thức 15 lần không phổ biến võ khí hạt nhân, trong đó có 7 lời hứa liên quan tới kỹ thuật võ khí hạt nhân, 6 lời hứa liên hệ tới việc chuyển nhượng kỹ thuật hỏa tiễn và 2 điều cam kết lúc Cộng hòa Nhân dân Trung hoa gia nhập Quy ước Võ khí Sinh học vào năm 1997". Nghị sĩ nói thêm: "Không có một lời hứa nào đã được tôn trọng". Các nhân viên của nghị sĩ Helms đưa ra một sơ đồ cho thấy những thời điểm mà Trung Quốc đã nuốt lời và vi phạm khiến cho nguy hại tới an ninh quốc gia của Hoa kỳ. Những sự vi phạm này bao gồm việc bán các võ khí hạt nhân, các phụ tùng của võ khí hạt nhân cho Pakistan và Iran, cũng như việc chuyển các kỹ thuật hỏa tiễn liên lục địa cho Pakistan, Iraq, Syria, Iran, Libya và Bắc Hàn.

Tháng 11 năm 2003 lại có một chứng cớ có lẽ rõ ràng nhất về mối liên lạc của Trung Quốc với một mạng lưới phổ biến võ khí rộng hơn khi chính quyền Libya cung cấp cho các viên chức Tây phương một số rất lớn các văn kiện trong đó có những bản chỉ dẫn về kỹ thuật in bằng tiếng Trung hoa để làm một trái bom 1,000 lbs bằng những chất nổ bình thường và bao chung quanh lõi là những chất phóng xạ để tạo ra một vụ nổ hạt nhân. Các bài đăng của các giới truyền thông cho rằng các văn kiện này cho thấy là các chuyên gia về võ khí hạt nhân của Trung Quốc vẫn tiếp tục cộng tác với các nhà khoa học hạt nhân của Pakistan trong nhiều năm sau khi lúc đầu đã cung cấp những bản vẽ cho Pakistan và Libya.

Tại sao Bắc kinh không ngưng việc xuất khẩu những võ khí và phi đạn như vậy tới những chế độ lưu manh? Trợ lý Bộ trưởng Ngoại giao Paula DeSutter năm 2006 đã nói rằng sự thất bại đó phản ánh sự kiện hoặc chính quyền Trung Quốc không thể chống lại sự phổ biến võ khí hay đơn giản ra là không muốn làm như vậy. Có lẽ không muốn làm như vậy thì đúng hơn. Mục đích của Trung Quốc là một phần làm giảm ảnh hưởng của các cường quốc trên thế giới như Hoa kỳ bằng cách phổ biến các võ khí tới các chính quyền chuyên chế và thường chống Tây phương.

***

Hiện tại chưa có một tuyên ngôn nào của Trung Quốc về trật tự thế giới nhưng trong 20 năm vừa qua, hai chủ tịch kế tiếp nhau của Trung Quốc đã nhắc tới những ý định của Trung quốc. Tháng 9 năm 2005, chủ tịch Hồ Cẩm Đào đã đọc một bản diễn văn quan trọng tại đại hội đồng Liên Hiệp quốc có tựa là[BN]: "Nỗ lực Kiến thiết một Thế giới Cộng đồng Hài hoà, Phồn vinh và Hòa bình Vĩnh cửu." Trong diễn văn đó ông ta đã bàn về ý tưởng "một thế giới hòa hợp." Trong diễn văn ông Hồ Cẩm Đào nói một cách mơ hồ là "Chúng ta hãy cùng nhau làm việc để xây dựng một thế giới hòa hợp, hòa bình lâu dài và thịnh vượng." Tám năm sau người kế vị của ông là Tập Cận Bình cũng cho ta biết một ý niệm quan trọng về thế giới trong tương lai chỉ giới hạn trong 5 từ trong diễn văn quan trọng của ông. "Phát triển quan trọng nhất". Sau đó ông ta còn nói "Chúng ta phải luôn luôn củng cố nền tảng vật chất và văn hoá

BN. Chủ trương "Nỗ Lực Kiến Thiết Trì Cửu Hòa Bình,Cộng Đồng Phồn Vinh Đích Hòa Hài Thế Giới Đích" [Nỗ lực Xây dựng một Cộng đồng Thế giới Hài hoà, Phồn vinh và Hòa bình Vĩnh cửu [ND]

để thực hiện giấc mơ Trung Quốc." Ông Tập đã trình bày mục đích về một thế giới hòa hợp theo các giá trị của Trung Quốc.

Nếu không nhìn vào bối cảnh của các lời tuyên bố đó thì diễn văn của ông Hồ và ông Tập hình như có vẻ vô hại. Nhưng như đã giải thích ở trong Chương 1, ý niệm về hòa hợp của Trung Quốc trong lãnh vực địa lý chính trị có nghĩa là một sự thống chế đơn cực, và như được giải thích trong Chương 2, "mộng Trung Quốc" là Trung Quốc phải trở thành một siêu cường duy nhất trên thế giới, trội hơn hẳn các nước khác về kinh tế, quân sự và văn hóa.

Nói tóm lại, nếu mộng Trung Quốc trở thành sự thực vào năm 2049 thì thế giới trong đó Trung Quốc là trung tâm điểm sẽ nuôi dưỡng những chế độ chuyên chế; nhiều trang mạng sẽ đầy những lịch sử được viết lại để bôi nhọ Tây phương và ca ngợi Trung Quốc; ô nhiễm sẽ tiếp tục gây độc không khí trong nhiều nước trong khi các nước đang phát triển áp dụng mô thức của Trung Quốc "phát triển trước, môi trường sau" trong cuộc chạy đua xuống dốc về an toàn thực phẩm và tiêu chuẩn môi trường. Trong khi tình trạng xuống cấp về môi trường lan rộng thì nhiều chủng loại sẽ bị biến mất, mực nước đại dương sẽ dâng lên và bệnh ung thư sẽ tràn lan. Một số các tổ chức quốc tế sẽ không thể nào bước vào để can thiệp một cách hiệu nghiệm như họ làm bây giờ bởi vì các tổ chức đó sẽ bị gạt ra bên lề. Các cơ quan độc quyền của nhà nước Trung Quốc và các liên minh kinh tế do Trung Quốc kiểm soát sẽ chế ngự thị trường trên thế giới và một trong những liên minh quân sự mạnh nhất có thể sẽ bị dưới quyền kiểm soát của Bắc kinh; và các liên minh này có thể chi tiêu về nghiên cứu quân sự, về quân số và hệ thống võ khí nhiều hơn Hoa kỳ.

Đây không thể nào là một viễn tượng tương lai để chúng ta mong tiến tới. Tuy nhiên trên thực tế có nhiều người chưa cố gắng để tìm hiểu hậu quả lâu dài của chiến lược Trung Quốc đang làm như vậy. Áp lực để Trung Quốc thay đổi càng ngày càng trở nên khó thực hiện. Không may là đòn bẩy gây ảnh hưởng của chúng ta đã yếu đi ngay cả khi một vài người đã thức tỉnh. Những "cơn ác mộng" có thể xảy ra đó mà chúng ta có thể nhìn thấy phát xuất từ thế lực bá quyền của một Trung Quốc không cải cách sẽ nổi lên vào giữa thế kỷ đã được mặc nhận trong thế quân bằng tương lai của lực lượng quân sự. Trong các câu truyện của thời Chiến quốc, sự gia tăng lực lượng quân sự bằng một thế lực đang lên để thay thế bá quyền cũ xảy ra vào giai đoạn cuối của câu truyện. Việc xây dựng chương trình Sát Thủ Giản hay phát động một sự thử thách toàn cầu chống lại lực lượng quân sự của Hoa kỳ sẽ phải hoãn lại nếu Trung Quốc tiếp tục đi theo mô thức của lịch sử. Xây dựng một thế lực hải quân trên đại dương, lập những căn cứ ở ngoại quốc và triển khai một lực lượng không quân mạnh, bất cứ một chính sách nào trong các chính sách đó được thi hành quá sớm sẽ khiến cho thế lực bá quyền hiện tại cảm thấy không yên tâm. Đây là một sự sai lầm sinh tử mà Liên Xô đã mắc phải. Ngay cả những người lái xe taxi tại Bắc kinh cũng hiểu rõ như vậy.

CHÚ THÍCH CHƯƠNG 9

1. Robert Fogel, "$123,000,000,000,000," *Foreign Policy*, January 4, 2010, có tại http://www.foreignpolicy.com/articles/2010/01/04/123000000000000.

2. Mark O. Yeisley, "Bipolarity, Proxy Wars, and the Rise of China," *Strategic Studies Quarterly* (Winter 2011): 75–91, có tại http://www.au.af.mil/au/ssq/2011/winter/yeisley.pdf; and "After You," *Economist*, June 15, 2013, có tại http://www.economist.com/news/books-and-arts/21579430-will- bipolar-world-be-peaceful-after-you.

3. Arvind Virmani and Ashley J. Tellis, "Tripolar World: India, China, and the United States in the 21st Century,"CarnegieEndowment for International Peace, February 9, 2011, có tại http://carnegieendowment.org/2011/02/09/tri-polar-world-india-china-and-united-states-in-21st- century/247d; and Arvind Virmani, "A Tripolar World: India, China, and U.S.," ICRIER (Indian Council for Research on International Economic Relations), May 18, 2005, có tại http://www.icrier.org/pdf/TripolarWrld_IHC5.pdf.

4. "Global Development Horizons, Multipolarity: The New Global Economy," World Bank, 2011, 7.

5. Lydia Liu, "The Translator's Turn," in Victor Mair, ed., *Columbia History of Chinese Literature* (New York: Columbia University Press, 2001), 1057. Nhà truyền giáo W. A. P. Martin chuyển ngữ cuốn *Elements of International Law* sang tiếng Trung Quốc năm 1864. Liu nói, "Ông ấy và các bạn phiên dịch người Trung Quốc gặp khó khăn trong việc dịch các từ 'rights' và các từ tương tự sang tiếng Trung Quốc."

6. James A. Ogilvy and Peter Schwartz with Joe Flower, "China's Futures: Scenarios for the World's Fastest-Growing Economy, Ecology, and Society," *Foreign Affairs* (July/August 2000): 13, có tại http://www.foreignaffairs.com/articles/56128/richard-n-cooper/chinas-futures-scenarios-for-the-worlds- fastest-growing-economy-.

7. See Edward Wong, "Reformers Aim to Get China to Live Up to Own Constitution," *New York Times*, February 3, 2013, có tại http://www.nytimes.com/2013/02/04/world/asia/reformers-aim-to-get- china-to-live-up-to-own-constitution.html.

8. Ông Ôn nói là trương mục Twitter của ông bị tràn ngập bởi các thông điệp tweet vớ vẩn.Cuộc tấn công lớn nhất xảy ra ngày 23/04/2012 khi trương mục của ông bị tràn ngập bởi 590,000 thông điệp rác rưởi trong suốt 24 tiếng đồng hồ. Ông còn nói thêm, "Có nhiều kẻ nặc danh còn đưa lên mạng những thông tin lăng mạ tôi tới 10,000 lần mỗi ngày." Mức độ và số lượng tấn công khổng lồ như vậy không thể nào xuất phát từ một cá nhân mà phải do một đội quân thực hiện. "Chinese Hacking: Impact on Human Rights and Commercial Rule of Law," Hearing before the Congressional-Executive Commission on China, 113th Cong., 2 (June 25, 2013), tuyên bố của Wen Yunchao (bút hiệu trên mạng là "Bei Feng"), nhà báo và blogger độc lập, học giả biệt thỉnh tại Institute for the Study of Human Rights, Columbia University, có tại http://www.cecc.gov/sites/chinacommission.house.gov/files/CECC%20Hearing%20-%20Chinese%20Hacking%20-%20Wen%20Yunchao%20Written%20Statement.pdf.

9. "Chinese Hacking: Impact on Human Rights and Commercial Rule of Law," Hearing before the Congressional-Executive Commission on China, 113th Cong. (June 25, 2013), có tại http://www.cecc.gov/events/hearings/chinese-hacking-impact-on-human-rights-and-commercial-rule-of-law. Một video trên mạng cho thấy một cuộc xử tử công khai tại một vùng nông thôn Trung Quốc đã lại khơi động cuộc tranh luận về án tử hình tại một nước mà các tổ chức bảo vệ nhân quyền đã luôn luôn tố cáo là

nước thi hành án xử tử nhiều nhất thế giới. "Video Reignites Death Penalty Debate in China," *Wall Street Journal*, August 13, 2013, có tại http://blogs.wsj.com/chinarealtime/2013/08/13/death- penalty-debate-resurfaces-in-china/.

10. Willy Lam, "Chinese State Media Goes Global," *Asia Times Online*, January 30, 2009, có tại http://www.atimes.com/atimes/China/KA30Ad01.html.

11. Xin đọc Edward Wong, "Human Rights Advocates Vanishas China Intensifies Crackdown," *New York Times*, March 11, 2011.

12. Điều trần, "Chinese Hacking: Impact on Human Rights and Commercial Rule of Law," Congressional-Executive Commission on China, June 25, 2013.

13. "Chinese Hacking: Impact on Human Rights and Commercial Rule of Law," Hearing before the Congressional-Executive Commission on China, 113th Cong. 3(-June 25, 2013), statement of Louisa Greve, Vice President, Asia, Middle East and North Africa, and Global Programs, National Endowment for Democracy, có tại http://www.cecc.gov/sites/chinacommission.house.gov/files/CECC%20Hearing%20-%20Chinese%20Hacking%20-%20Louisa%20Greve%20Written%20Statement.pdf.

14. Ibid

15. Nhân viên trong 'ngành' này gồm các cảnh sát mạng, kỹ sư phần cứng, thảo chương viên, và nhân viên theo dõi mạng có nhiêm vụ lọc và kiểm soát các người Trung Quốc sử dụng mạng. "A Giant Cage," Special Report: China and the Internet, *Economist*, April 6, 2013, có tại http://media.economist.com/sites/default/files/sponsorships/TM19/20130406_China_and_the_Internet.pdf. Mới đây, khi Zhang Qianfan, một học giả có tinh thần phóng khoáng tại đại học Bắc kinh, so sánh giấc mộng Trung Quốc với chủ nghĩa duy hiến, những các người chủ kiểm duyệt đã xóa các nhận xét của ông về tầm quan trọng của hiến pháp. "Xi Jinping's Vision: Chasing the Chinese Dream," *Economist*, May 4, 2013, có tại http://www.economist.com/news/briefing/21577063-chinas-new-leader-has-been-quick-consolidate-his-power-what-does-he-now-want-his/comments?page=8.

16. Callahan, *China Dreams*, 51.

17. Peter Ford, "Tiananmen Still Taboo in China After All these Years," *Christian Science Monitor*, June 4, 2013, có tại http://www.csmonitor.com/World/Global-News/2013/0604/Tiananmen-still-taboo- in-China-after-all-these-years-video.

18. Alexander Abad-Santos, "How Memes Became the Best Weapon against Chinese Internet Censorship," *Atlantic Wire*, June 4, 2013, có tại http://www.thewire.com/global/2013/06/how- memes-became-best-weapon-against-chinese-Internet-censorship/65877/.

19. Ibid. Các từ khác bị kiểm duyệt là ""Tibetan independence," (Tây Tạng độc lập), ""brainwash," (tẩy não) và "Ai Weiwei." (Ngải Vị Vi) David Bamman, Brendan O'Connor, Noah A. Smith, "Censorship and Deletion Practices in Chinese Social Media," *First Monday* 17, no. 3 (March 2012), có tại http://firstmonday.org/ojs/index.php/fm/article/view/3943/3169. Khi tác giả bất đồng chính kiến Yu Jie [Dư Kiệt] xuất bản cuốn sách chỉ trích tổng lý [Ôn Gia Bảo] của Trung Quốc, ông bị công an giam giữ; nội tướng của ông nói công an không cho biết rõ lý do. Trước đó ông đã bị bắt nhiều lần. Có khi bị thẩm vấn tới 12 tiếng đồng hồ. Các sách của ông bị cấm xuất bản trong nước. Ông tranh đấu cho tự do phát biểu, tự do xuất bản và tự do tín ngưỡng. "Yu Jie: Dissident Chinese Author Taken Away by Police," *Huffington Post*, July 6, 2010, có tại http://www.huffingtonpost.com/2010/07/06/yu-jie-dissident-chinese_n_636115.html.

20. "The Economist Explains: How Does China Censor the Internet?," *Economist*, April 21, 2013, có tại http://www.economist.com/blogs/economist-explains/2013/04/economist-explains-how- china-censors-Internet.

21. Peter Navarro with Greg Autry, *Death by China: Confronting the Dragon—A Global Call to Action* (Upper Saddle River, NJ: Pearson Prentice Hall, 2011), 189; "Freedom on the Net 2012: A Global Assessment of Internet and Digital Media," Freedom House, September 24, 2012, 2, có tại http://www.freedomhouse.org/report/freedom-net/freedom-net-2012#.Uu_6rOmPLml. My Chinese visionary colleagues describe this as the "China effect," "Beijing consensus," "the spirit of Chinese culture," "China's peaceful rise," "yellow man's burden to civilize," and "rejuvenation of the Chinese nation."

22. "Freedom on the Net 2012: A Global Assessment of Internet and Digital Media," 2.

23. Ibid. Trung Quốc đang nhanh chóng lập các chi nhánh truyền thông tại khắp nơi trên thế giới để chống lại các tin tức bất lợi cho Trung Quốc bằng cách phổ biến những tài liệu của người Trung Quốc.Trung Quốc đang đào tạo các nhà báo và tiến hành chương trình trao đổi nhà báo với giới truyền thông châu Phi.Claire Provost and Rich Harris, "China Commits Billions in Aid to Africa as Part of Charm Offensive—Interactive," *Guardian*, April 29, 2013, có tại http://www.theguardian.com/global-development/interactive/2013/apr/29/china-commits-billions-aid- africa-interactive.

24. Chẳng hạn, sau vụ tấn công 11 tháng 9 tại Hoa Kỳ, Trung Quốc một mặt gửi lời phân ưu với Hoa Kỳ, mặt khác lại khuyến khích phổ biến trên mạngcác luận điệu chống Hoa Kỳ. Anne-Marie Brady, *Marketing Dictatorship*, 99.

25. Cơ quan Tuyên truyền Quốc ngoại được thành lập để theo dõi trên mạng trong và ngoài nước. Họ nói là các nước Tây phương dùng sự kiểm soát giới truyền thông trên thế giới để nói xấu Trung Quốc với danh nghĩa là cổ võ cho nhân quyền và tự do. Ibid., 9, 13, 99

26. Javier Corrales, Daniel Kimmage, Joshua Kurlantzick, Perry Link, Abbas Milani, and Rashed Rahman, *Undermining Democracy: 21st Century Authoritarians* (Washington, DC: Freedom House, June 2009), 3. Có điều lạ là Trung Quốc tránh hợp tác với 4 quốc gia có quan hệ ngoại giao với Đài Loan: Burkina Faso, Gambia, São Tomé and Príncipe, và Swaziland. Provost and Harris, "China Commits Billions in Aid to Africa as Part of Charm Offensive—Interactive."

27. Chris Hogg, "China Banks Lend More Than World Bank—Report," BBC, January 11, 2011, có tại http://www.bbc.co.uk/news/world-asia-pacific-12212936.

28. Stefan Halper, *The Beijing Consensus: How China's Authoritarian Model Will Dominate the Twenty- First Century* (New York: Basic Books, 2010), 38.

29. Corrales et al., *Undermining Democracy*, 4.

30. Halper, *Beijing Consensus*, 85. See also Joshua Eisenman, "Zimbabwe: China's African Ally," *China Brief* 5, no. 15 (2005).

31. Halper, *Beijing Consensus*, 85–86. Phần lớn các dự án của Trung Quốc là vận tải, kho chứa hàng hóa và năng lượng. Trung Quốc đổ hàng triệu đô-la vào các dự án y tế, giáo dục, và văn hóa. Thí dụ như thiết lập hệ thống đèn giao thông dùng năng lượng mặt trời tại Liberia, xây trường nghệ thuật thị giác tại Mozambique và một viện ca kịch opera tại Algeria.Provost and Harris, "China Commits Billions in Aid to Africa as Part of Charm Offensive—Interactive."

32. Navarro with Autry, *Death by China*, 103.

33. James George, "China Arms Africa: Ignores UN Sanctions," Examiner. com, August 26, 2012, có tại http://www.examiner.com/article/china-arms-africa-ignores-un-sanctions.

34. Halper, *Beijing Consensus*, 39.

35. Ibid. See also Arvind Subramanian, *Eclipse: Living in the Shadow of China's Economic Dominance* (Washington, DC: Peterson Institute for International Economics, 2011).

36. "Chinese Firms Helping Put Phone System in Kabul," *Washington Times*, September 28, 2001, có tại http://www.washingtontimes.com/news/2001/sep/28/20010928-025638-7645r/.

37. Ibid

38. Gertz Bill Gertz, *Treachery: How America's Friends and Foes Are Secretly Arming Our Enemies* (New York: Three Rivers Press, 2004), 117

39. Ibid., 118.

40. Ibid., 119.

41. "Text: President Bush's News Conference," WashingtonPost.com, February 22, 2001, có tại http://www.washingtonpost.com/wp-srv/onpolitics/transcripts/bush-text022201.htm.

42. Maggie Farley, "U.S. Pushes for Response from China," *Los Angeles Times*, February 22, 2001, có tại http://articles.latimes.com/2001/feb/22/news/mn-28550.

43. Gertz, *Treachery*, 121

44. Ibid.124

45. Ibid 125

46. "China and the environment "China and the Environment: The East Is Grey," *Economist*, August 10, 2013, có tại http://www.economist.com/news/briefing/21583245-china-worlds-worst-polluter-largest-investor-green-energy-its-rise-will-have.

47. Ibid.

48. Ibid.

49. "Executive Summary," in *OECD Environmental Outlook to 2050: the Consequences of Inaction*, OECD Publishing, 2012, 24.

50. Philip Bump, "China Air Pollution Already up 30 Percent," *Atlantic Wire*, April 3, 2013, có tại http://www.theatlanticwire.com/global/2013/04/china-air-pollution-2013/63836/. "The new normal in Beijing is sending your kids to school wearing gas masks ($60 each) and for those who can afford it, stocking up on IQAirHealthPro indoor air filters (about $1,000 per room). Another sought-after product: pressurized canopies to cover school sports fields so school children can play outside.... There's also pressurized fresh airin a can ... flavors include 'pristine Tibetan' and 'postindustrial Taiwan.'" Christina Larson, "China's Autos Need to Emit Less Pollution," *Bloomberg Businessweek*, February 4, 2013, có tại http://www.businessweek.

com/articles/2013-02-04/chinas-autos-need-to- emit-less-pollution.

51. Edward Wong, "Beijing Takes Steps to Fight Pollution as Problem Worsens," *New York Times*, January 30, 2013, có tại http://www.nytimes.com/2013/01/31/world/asia/ beijing-takes-emergency-steps- to-fight-smog.html?_r=0.

52. *Developing Countries Subsidize Fossil Fuels, Artificially Lowering Prices*, Institute for Energy Research, January 3, 2013, có tại http://www.instituteforenergyresearch.org/2013/01/03/developing-countries subsidize-fossil-fuel- consumption-creating-artificially-lower-prices/.

53. Wong, "Beijing Takes Steps to Fight Pollution as Problem Worsens." According to one study, free coal policies in the 1990s caused China to lose 2.5 billion life years. Charles Kenny, "How Cleaning China's Dirty Air Can Slow Climate Change," *Bloomberg Businessweek*, August 5, 2013, có tại http://www.businessweek.com/articles/2013-08-05/how-cleaning-china-s-dirty-air-can-slow-climate- change.

54. Elizabeth C. Economy, "China's Water Pollution Crisis," *Diplomat*, January 22, 2013, có tại http://thediplomat.com/2013/01/forget-air-pollution-chinas-has-a-water-problem/.

55. Ibid.

56. Ibid.

57. Ibid.

58. Theo các người đánh cá Trung Quốc, mười năm trước đây có thể đi cách xa bờ 90 hải lý để đánh cá nhưng bây giờ phải đi xa tới 130 đến 160 hải lý để đánh cá, và số lượng cá bắt được đã giảm 3/4 trong cùng một thời kỳ . Số các loại hải sản có giá trị thương mại đã giảm từ 70 loại xuống 10 loại trong những năm gần đây.*China's Water Challenge: Implications for the U.S. Rebalance to Asia: Hearing before the Senate Foreign Relations Subcommittee on East Asian and Pacific Affairs*, 113th Cong., 5 (July 24, 2013), phát biểu của Elizabeth C. Economy, C. V. Starr chuyên gia cao cấp và giám đốc của Asia Studies, Council on Foreign Relations, có tại http://www.foreign.senate.gov/imo/media/doc/Economy_Testimony.pdf.

59. Ibid.

60. For more on China's large-scale dam projects—and opposition to them—see Andrew Mertha, *China's Water Warriors: Citizen Action and Policy Change* (Ithaca, NY: Cornell University Press, 2008).

61. "Executive Summary," in *OECD Environmental Outlook to 2050: The Consequences of Inaction*, OECD Publishing, (2012), 20, có tại http://www.oecd.org/environment/indicators-modelling- outlooks/oecdenvironmentaloutlookto2050theconsequencesofinaction.htm.

62. "State-Owned Enterprises: The State Advances," *Economist*, October 6, 2012, có tại http://www.economist.com/node/21564274.

63 Jonathan Watts, "China's 'Cancer Villages' Reveal Dark Side of Economic Boom," *Guardian*, June 6, 2010, có tại http://www.theguardian.com/environment/2010/jun/07/china-cancer-villages- industrial-pollution.

64. Tới năm 2020, số người chết vì bệnh ung thư sẽ tăng từ 2.5 triệu lên tới 3 triệu mỗi năm. Christina Larson, "China Releases Grim Cancer Statistics," *Bloomberg Busi-*

nessweek, April 9, 2013, có tại http://www.businessweek.com/articles/2013-04-09/grim-cancer-statistics-from-china.

65. David McKenzie, "In China 'Cancer Villages' Is a Reality of Life," CNN, May 29, 2013, có tại http://www.cnn.com/2013/05/28/world/asia/china-cancer-villages-mckenzie/.

66. *Food and Drug Safety, Public Health, and the Environment in China: Hearing before the Congressional-Executive Commission on China*, 113th Cong., 2 (May 22, 2013), phát biểu của nghị sĩ Sherrod Brown, chủ tịch, Congressional-Executive Commission on China, có tại http://www.cecc.gov/sites/chinacommission.house.gov/files/documents/hearings/2013/CECC%20Hearing%20Food%20Safety%20-%20Chairman%20Brown%20Written%20Statement.pdf.

67. Watts, "China's 'Cancer Villages' Reveal Dark Side of Economic Boom."Họ có được tài nguyên và tìm được nơi tiêu thụ các sản phẩm chất lượng xấu mà không thể được chấp nhận trong các thị trường Tây phương. Navarro with Autry, *Death by China*.

68. Watts, "China's 'Cancer Villages' Reveal Dark Side of Economic Boom."Liên hiệp Châu Âu (EU) cấm nhập cảng các sản phẩm có nguồn gốc động vật từ Trung Quốc sau khi thấy có dược phẩm thú y còn sót lại trong sản phẩm. Nhật Bản cấm nhập rau spinach đông lạnh vì thấy có hàm lượng thuốc trừ sâu bọ gấp 180 lần tiêu chuẩn cho phép của Nhật. Mỹ cấm nhập thức ăn cho súc vật nuôi làm cảnh và đồ chơi có sơn nhiễm chất chì. Nhiều nước Đông Á phát hiện các cá nuôi trong các hồ có thuốc trừ rong rêu gây ung thư và dược phẩm thú y.

69. The IP Commission *The IP Commission Report: The Report of the Commission on the Theft of American Intellectual Property* (Seattle: National Bureau of Asian Research, 2013), 12, có tại http://www.ipcommission.org/report/IP_Commission_Report_052213.pdf.

70. Ibid., Executive Summary, 3.

71. *IP Commission Report*. Năm 2012, Verizon, cùng với 18 tổ chức và cơ quan chính phủ khác, thấy rằng 96% hoạt động tình báo trên thế giới, trong đó việc ăn cắp bí mật thương mại và tài sản trí tuệ, đều xuất phát từ Trung Quốc, 18. See also "U.S. Government, Industry Fed Up with Chinese Cyber Theft; What's Being Done?," *PBS Newshour*, July 8, 2013, có tạihttp://www.pbs.org/newshour/bb/military-july-dec13-cybercrime_07-08/

72. Giảm rào cản trong giao thương quốc tế giúp cho các nước kém phát triển sản xuất và bán nhiều hơn các sản phẩm và dịch vụ kỹ thuật thấp cho các nước có kỹ thuật cao hơn và khiến cho các nước có kỹ thuật cao có thể đóng cửa các cơ sở sản xuất loại sản phẩm kỹ thuật thấp và chuyển lao động sang ngành sản phẩm kỹ thuật cao hơn. Sự phồn vinh nói chung sẽ gia tăng và nhiều nước có thể tiến lên trình độ kỹ thuật cao hơn. Từ năm1950 tới 2012 số lượng sản phẩm trên thế giới đã tăng gấp hơn 16 lần và mức sinh hoạt của dân chúng cũng cao hơn .*IP Commission Report*, 9.

73. Ibid., 25

74. Ibid., 12

75. Angela Huyue Zhang, "The Single Entity Theory: An Antitrust Time Bomb for Chinese State-Owned Enterprises," *Journal of Competition Law & Economics* 8, no. 4 (2012).

76. Ibid.

77. "Perverse Advantage: A New Book Lays Out the Scale of China's Industrial Subsidies," *Economist*, April 27, 2013, có tại http://www.economist.com/news/finance-and-economics/21576680-new- book-lays-out-scale-chinas-industrial-subsidies-perverse-advantage/comments?page=2.

78. Ibid. Các ngành công nghiệp đều được hưởng giá trợ cấp về cung cấp năng lượng. Các công ty cạnh tranh phải đối phó với các đại công ty được hưởng trợ cấp và kiếm nguồn vốn tự do trong một thị trường tiền tệ được bảo vệ chặt chẽ.

79. Zhang, "Single Entity Theory."

80. "State-Owned Enterprises: The State Advances."

81. Ibid

82. "Chinese State-Owned Enterprises under the Microscope: Increased Antitrust Scrutiny by the EU and Chinese Authorities," Herbert Smith Freehills LLP, October 3, 2011, có tại http://www.herbertsmithfreehills.com/-/media/HS/L-031011-5.pdf.

83. Joy C. Shaw and Lisha Zhou, "China Sets Antitrust Milestone with Investigation into Large SOE," *Financial Times*, November 5, 2011, có tại http://www.ft.com/intl/cms/s/2/94fc97c6-0f73-11e1- 88cc-00144feabdc0.html.

84. Theo thủ tục gia nhập, đáng lẽ Trung Quốc phải mở thị trường trang trải [tiền tệ] vào năm 2006, nhưng Unionpay [Trung Quốc Ngân Liên] hầu như vẫn còn giữ độc quyền trong thị trường trang trải quốc nội. "State-Owned Enterprises:The State Advances."

85. "Market Access: Barriers to Market Entry," *AmCham China News*, April 29, 2011, có tại http://www.amchamchina.org/article/7938.

86. Các quan sát viên tại Tổ chức Hợp tác Thượng hải (SCO) gồm có Afghanistan, India, Iran, Mongolia, and Pakistan; các đối tác đối thoại là Belarus, Sri Lanka, and Turkey.

87. Julie Boland, *Ten Years of the Shanghai Cooperation Organization: A Lost Decade? A Partner for the U.S.?*(Washington, DC: Brookings Institution, 21st Century Defense Initiative policy paper, June 20, 2011),4, có tại http://www.brookings.edu/~/media/research/files/papers/2011/6/shanghai%20cooperation%20organizati tion_boland.

00. Ibid., 8

89. Amit Baruah, "Can Brics Rival the G7?" *BBC News India*, March 28, 2012, có tại http://www.bbc.co.uk/news/world-asia-india-17515118.

90. Xiaoyu Pu and Randall L. Schweller, "After Unipolarity: China's Visions of International Order in the Era of U.S. Decline," *International Security* 36, no. 1 (Summer 2011): 41–72.

91. Wendy Friedman, *China, Arms Control, and Nonproliferation* (New York: RoutledgeCurzon, 2005), 94

92. Bill Gertz, *Betrayal: How the Clinton Administration Undermined American Security* (Washington, DC: Regnery, 2001), 99

93. Ibid.

94. "Helms Outlines China's Broken Promises," *Washington Times*, July 23, 2001, có tại http://www.washingtontimes.com/news/2001/jul/23/20010723-024410-3938r/.

95. Gertz, *Treachery*, 136.

96. *The Administration's Perspective on China's Record on Nonproliferation: Hearing before the U.S.- China Economic Security Review Commission*, 109th Cong., 11 (September 14, 2006), trình bầy của Paula DeSutter, phụ tá ngoại trưởng để phối kiểm, chấp hành và thi hành, có tại http://2001-2009.state.gov/t/vci/rls/rm/72302.htm.

97. Hu Jintao, "Build Toward a Harmonious World of Lasting Peace and Common Prosperity" (speech, UN summit, New York, September 15, 2005), có tại http://www.un.org/webcast/summit2005/statements15/china050915eng.pdf

98. Callahan, *China Dreams*, 44. Quan niệm của Hồ về một "Thế giới Cộng đồng Hài hoà" được mô tả rõ trong hai văn kiện chính thức nhấn mạnh tính chất đa dạng của các nền văn minh, và Trung Quốc là một quốc gia hiếu hòa trong lịch sử, mà không nhắc tới nhiều giai đoạn lịch sử mở mang cũng như thu hẹp đầy bạo lực của Trung Quốc, 47–48.

99. Hu Jintao, "Build Toward a Harmonious World of Lasting Peace and Common Prosperity."

100. Yang Lina, "President Vows to Bring Benefits to People in Realizing 'Chinese Dream,'" *Xinhua*, March 17, 2013, có tại http://news.xinhuanet.com/english/china/2013-03/17/c_132240052.htm.

Chương 10
TIẾNG SÚNG BÁO ĐỘNG

Trăm nghe không bằng một thấy[BO]
Ngạn ngữ Trung Quốc

Đầu năm 2013 có cuốn phim *Gravity*, trong đó các phi hành gia—do Sandra Bullock và George Clooney thủ vai—đã nhận được thông điệp đáng lo ngại từ Trung tâm Điều khiển Houston. Nga đã phóng một hoả tiễn vào một trong những vệ tinh đã hết hạn của họ. Vụ nổ đã tạo ra một giải các mảnh vụn rất nguy hiểm di chuyển về phía các phi hành gia Mỹ khi họ đang ra ngoài không gian để làm một công việc sửa chữa thường lệ viễn vọng kính không gian Hubbell; nhưng công việc bình thường này trở thành một cuộc phấn đấu để sinh tồn. Cuối cùng nhân vật do Bullock thủ vai đã thành công trở về trái đất nhờ một trạm không gian Trung Quốc không có người, trong đó có một cái vỏ phi thuyền mà Bullock dùng để trở về trái đất.

Trong số những bài điểm phim khen ngợi cũng có một số những điều than phiền là cuốn phim có những điểm không thực tế. Do sức căng bề mặt[BP] nên khi Bullock khóc thì nước

---

BO. Bách văn bất như nhất kiến [ND]

BP. Sức căng bề mặt (surface tension): hiện tượng trong đó bề mặt của một chất lỏng, khi tiếp xúc với một chất hơi – như không khí – trở thành có tính chất như một màng co dãn - https://www.thoughtco.com/surface-tension-definition-and-experiments-2699204

mắt không thể nào bay khỏi mặt cô ấy được như thấy trong phim. Hành trình của cô ấy từ viễn vọng kính không gian Hubbell tới trạm không gian của Trung Quốc và tạm ghé tại trạm không gian quốc tế không thể nào có được bởi vì ba cơ sở này ở ba quỹ đạo khác nhau. Và trên thực tế Bullock đã phải mặc một cái tã chứ không phải là mặc bộ áo lót ôm sát thân mình—điểm không đúng với sự thật này được nói tới nhiều nhất.

Nhưng có những vấn đề khác trong cuốn phim đó khiến chúng ta phải suy nghĩ. Các nhận xét đó không liên quan tới những chi tiết không chính xác có tính cách kịch tính mà với chiến lược Marathon 100 năm.

Trước hết nhân vật do Sandra Bullock thủ vai sẽ không được cho vào—chứ đừng nói là điều khiển trạm không gian của Trung Quốc. Khi các nhà kỹ thuật Trung Quốc chế tạo hệ thống của họ thì có lẽ họ đã cố ý làm phi thuyền không gian để cho nó không có thể tiếp diện được với các phi thuyền không gian của Hoa Kỳ.[1] Họ không muốn có sự cộng tác giữa Hoa Kỳ và Trung Quốc trong không gian.

Điểm thứ hai, người Nga chưa bao giờ phóng một hỏa tiễn để phá một trong những vệ tinh của họ như cuốn phim đã mô tả. Nhưng chính Trung Quốc đã làm điều đó năm 2007. Dùng một vũ khí chống vệ tinh ở dưới đất (loại vũ khí này một ngày nào đó có thể dùng để phá các vệ tinh của Hoa Kỳ), Trung Quốc đã bắn một vệ tinh thời tiết đã hết hạn ra khỏi quỹ đạo. Theo báo cáo của Lầu Năm Góc, "cuộc thí nghiệm của Trung Quốc đã khiến cho nhiều nước bận tâm, những đám mảnh vụn gây ra sẽ tạo ra những rủi ro cho các dụng cụ trang bị của các quốc gia đang hoạt động tại không gian và gây ra sự nguy hiểm cho những chuyến bay không gian có người."[2] Các viên chức tình báo Hoa Kỳ không được Trung Quốc báo trước về vụ bắn vệ tinh của họ mà thực tế họ đã nhiều lần bảo đảm là chính phủ Trung Quốc không có một chương trình chống vệ tinh. Một cách cẩu thả và vô ý thức, Trung Quốc đã gây ra một mảng các mảnh vụn lớn nhất và nguy hiểm nhất trong lịch sử hoạt động không gian, nhưng trong phim đó người Nga lại bị chê trách là làm như vậy.

Hậu quả của những sự bóp méo sự thật đó là trong phim *Gravity* người Trung Quốc được coi như các anh hùng trong khi đó người Nga bị coi là những nhân vật xấu. Các người viết truyện phim cho *Gravity* đã cố ý bóp méo lịch sử về sự kiện đã xảy ra ở trong không gian và bóp méo những sự kiện thực tế có thể xảy ra. Nhưng điều này không lấy gì đáng ngạc nhiên: dân số rất lớn của Trung Quốc có thể là một thị trường khán giả khổng lồ cho phim Mỹ và mang lại tiền lời kếch xù cho các cơ sở làm phim tại Hollywood, với điều kiện là người Trung Quốc phải được mô tả dưới những hình ảnh thích hợp. Nếu không, cuốn phim sẽ bị cấm chiếu tại Trung Quốc.[3]

Một lần nữa vì những thiển cận và tư lợi của mình, các nhà lãnh đạo Tây Phương và các nhà hướng dẫn dư luận đã cho công chúng nhìn Trung Quốc qua các mắt kính màu hồng. Lẽ dĩ nhiên đó chính là điều mà Trung Quốc đã dự tính.

***

Hành động phá hoại một vệ tinh thời tiết của Trung Quốc vào năm 2007 là phát súng đầu tiên trong một loạt các phát súng cảnh cáo có tính cách cố ý khiêu khích và gây hấn hầu như để thử quyết tâm của Hoa Kỳ và các nước đồng minh và thử giới hạn về những điều gì được coi là có thể chấp nhận được theo các quy định quốc tế — mà phần lớn thế giới đã không để ý, không biết tới hay cố giải thích để coi như không có. Các hành động như vậy đã càng ngày càng trở nên trắng trợn hơn trong những năm từ 2007. Kết quả là những sự căng thẳng tại Đông Á bây giờ đã lên tới mức cao nhất từ khi có Thế chiến II.

Ngay sau vụ thử nghiệm võ khí chống vệ tinh của Trung Quốc, có sự thay đổi rõ ràng trong luận điệu đối với Hoa Kỳ và đối với tổng thống mới Barrack Obama. Vào tháng 12/2009, tổng thống Obama tới Copenhagen là nơi mà đại diện của 192 quốc gia đã họp để phê chuẩn những chính sách quốc tế mới về sự thay đổi khí hậu. Cuộc họp thượng đỉnh này đã được đánh dấu bằng một sự thay đổi đáng kể trong luận điệu công khai của các viên chức Trung Quốc. Họ tỏ vẻ bất lịch sự hơn thường lệ, thường ngắt lời của các nhà ngoại giao Tây Phương và không có đóng góp xây dựng gì vào các cuộc thảo luận.[4] Thủ tướng Ôn Gia Bảo đã coi khinh các nguyên thủ quốc gia khác bằng cách từ chối không tham dự phần lớn các cuộc thảo luận. Trung Quốc đã khiến cho các nhà quan sát ngạc nhiên bằng cách ký một thoả hiệp bên lề với các nước đang phát triển khác để chặn đứng những sự cam kết người ta mong muốn có trong bản dự thảo các thoả hiệp về thay đổi khí hậu, và thực ra là có ý muốn phá hoại mục đích của cuộc hội nghị.[5] Theo một viên chức cao cấp của Hoa Kỳ, khi hội nghị kết thúc phái đoàn Trung Quốc đã ngang nhiên tổ chức một cuộc họp không có sự tham dự của tổng thống Obama để ngăn chặn các sáng kiến của Hoa Kỳ. Âm mưu của họ đã bị tiết lộ khi tổng thống Obama và bộ trưởng ngoại giao Hillary Clinton đã bất ngờ tới tham dự cuộc hội họp mà không cần báo trước.[6]

Từ trước đến nay Đài Loan vẫn là nguồn tranh cãi giữa Hoa Kỳ và Trung Quốc, nhưng luận điệu đanh thép mà Cộng hòa Nhân dân Trung Quốc phản đối việc bán vũ khí từ lâu cho Đài Loan vào cuối tháng giêng năm 2010 — khi chính quyền Obama chấp thuận một vụ bán vũ khí trị giá $6,4 tỷ cho Đài Loan — đã gây ra sự tái suy nghĩ toàn diện về tương quan giữa Hoa Kỳ và Đài Loan và khiến cho những cuộc bán vũ khí trong tương lai trở nên không chắc chắn. Trung Quốc gọi sự buôn bán đó là một "sự can thiệp trắng trợn vào nội bộ của Trung Quốc", đây là luận điệu gay gắt hơn bao giờ hết so với những điều Bắc Kinh đã làm trước kia. Sau đó Trung Quốc tạm ngưng các tiếp xúc quân sự với Hoa Kỳ và áp dụng chế tài đối với một số công ty đã bán các dụng cụ trang bị cho Đài

Loan.⁷ Chịu nhường trước áp lực này, chính quyền quyết định không tiến hành dự định của Hoa Kỳ là bán các máy bay tiên tiến F16 cho Đài Loan; khiến cho Quốc hội phản đối và trách Hoa Kỳ là đã không dám đứng lên chống lại Trung Quốc.⁸ Sau đó chính quyền Obama đã mở rộng sự liên kết quân sự giữa Hoa Kỳ và Trung Quốc.⁹

Sự gia tăng thái độ hung hăng của Trung Quốc là do các nhà lãnh đạo Trung Quốc nhận thấy rằng 'thế' đã chắc chắn nghiêng về phía Trung Quốc và sự suy yếu tương đối của Hoa Kỳ đã diễn ra nhanh hơn là họ tiên liệu. Nhận định này là sản phẩm của việc Trung Quốc đã dùng một số các tiêu chuẩn rộng để đánh giá một cách toàn diện thế lực của một quốc gia.¹⁰ Cuộc khủng hoảng tài chính toàn cầu năm 2008 và 2009 xuất phát từ Wall Street được Bắc Kinh coi là điểm báo hiệu của những sự kiện sẽ tới. Các nhà bình luận Trung Quốc tin rằng nền kinh tế Hoa Kỳ sẽ phục hồi nhưng sẽ không bao giờ được như trước nữa. Trong thời gian sắp tới vai trò lãnh đạo kinh tế toàn cầu rút cục sẽ bị phân tán nhiều hơn và ít lệ thuộc vào đồng đô la.¹¹ Trung Quốc đã đợi cho đến khi 'thế' đã nghiêng về phía họ trước khi hành động một cách táo bạo hơn trên quốc tế; điều này phản ánh chiến lược áp dụng kiên nhẫn của Trung Quốc dù rằng phải đợi đến mấy chục năm.

Một điều cho thấy sự tính toán này của Trung Quốc xảy ra vào năm 2010. Đó là một bản tài liệu tường trình mật dài 4 trang của một chuyên gia ngoại giao của Trung Quốc đã trình cho các viên chức trong Ủy ban Trung ương Trung Quốc. Tờ trình này có mục đích trả lời câu hỏi: "Sự thách thức về ngoại giao quan trọng nhất đối với chúng ta trong 10 năm sắp tới là gì?" Theo các điểm đã ghi nhận mà chính quyền Hoa Kỳ có được thì chuyên gia trả lời là, "Làm cách nào để quản lý sự suy yếu của Hoa Kỳ" (*guanli meiguo shuailo* - quản lý Mỹ quốc thoái lộ). Ông ta thảo luận nhiều chiến thuật có thể dùng để thực hiện mục đích đó. Nếu các điều ghi nhận chính xác thì tờ trình của ông ta hàm ý là Trung Quốc sẽ qua mặt Hoa Kỳ trong vòng 10 năm.

Một chứng cớ nữa về sự đi xuống của Hoa Kỳ xảy ra năm 2012: đó là những điều bao hàm trong phản ứng của Trung Quốc đối với một tài liệu nghiên cứu của chính phủ Hoa Kỳ nói rằng cán cân quân sự đã nghiêng về phía Trung Quốc như được trình bày trong một cuốn sách có thẩm quyền năm 2011 của Đại học Quốc phòng Hoa Kỳ, *The Paradox of Power: Sino-American Strategic Restraint in an Age of Vulnerability*, của David C. Gompert và Phillip C Saunders. Trung Quốc đã cho dịch và phổ biến cuốn sách đó và nói với các khách ngoại quốc là Trung Quốc không chấp nhận chính sách tự chế do Hoa Kỳ đề nghị nhưng rất thán phục nhận định trung thực về sự suy yếu quân sự tương đối của Hoa Kỳ và sự gia tăng thế lực của Trung Quốc về lực lượng hạt nhân, tấn công trên mạng và võ khí không gian.[12] Các viên chức Trung Quốc nói với tôi là những kết luận của cuốn sách là điều phát hiện đáng chú ý. Họ nói cuốn sách cho thấy rằng chính quyền Hoa Kỳ đã xác nhận sự thành công của Trung Quốc trong việc thay đổi thế cân bằng lực lượng quân sự trong vùng theo chiều hướng thuận lợi cho Trung Quốc. Thực vậy, nhiều nhân vật chính trị và quân sự Trung Quốc đã ngạc nhiên là Hoa Kỳ đánh giá Trung Quốc đã trở nên mạnh như thế nào. Theo các lời nhận định mà tôi nghe thấy tại Bắc Kinh năm 2012 và 2013, tôi kết luận rằng tài liệu nghiên cứu này vô tình đã cung cấp chứng cớ cho các sĩ quan Trung Quốc đang tranh luận là đã đến lúc để khai thác như thế nào sự cân bằng nghiêng về phía Trung Quốc về quân sự.

Người ta nói với tôi rằng có nhiều nhân vật trong chính quyền và giới quân sự của Trung Quốc không tin nhận định của cuốn sách cho là "Hoa Kỳ không dám làm cản trở sự quật khởi của Trung Quốc hoặc bao vây Trung Quốc bằng các liên minh và bằng võ lực hay phát động một cuộc chiến tranh lạnh giữa

Trung Quốc và Mỹ."[13] Quan điểm của họ là điều đó tốt không thể tin được và có thể là một nỗ lực cố ý để đánh lừa Trung Quốc khiến cho Trung Quốc cảm thấy yên tâm. Tuy nhiên họ cũng đánh giá cao những nhận định của các tác giả là cán cân quân sự đã nghiêng về phía Trung Quốc. Họ cũng không hiểu tại sao chính quyền Mỹ lại cho phổ biến bằng chứng về sự suy yếu của Hoa Kỳ và những điều nhận định bi quan cho rằng 'thế' đã trở nên bất lợi cho Hoa Kỳ. Họ bác bỏ nhận định của tôi rằng đó chỉ là những quan điểm riêng hai tác giả.

Các sĩ quan và các nhà học giả Trung Quốc trong nhiều buổi họp đã chế giễu những nỗ lực của tôi làm giảm tầm quan trọng của cuốn sách khi tôi nói đó là đề nghị riêng của hai tác giả chứ không phải là nhận định chính thức của chính sách Hoa Kỳ. Họ cười và nói họ biết một tác giả là người bạn thân và cũng là đồng tác giả của nhiều bài báo viết với Evan Medeiros là một viên chức tham mưu chính về Trung Quốc cho tổng thống Obama trong Hội đồng An ninh Quốc gia. Còn tác giả kia cũng không phải là người thiếu thẩm quyền: theo quan điểm Trung Quốc, ông ta là phó cho Dennis Blair, giám đốc về tình báo quốc gia của Mỹ, trước kia đã từng là tư lệnh của Hạm đội Mỹ tại Thái Bình Dương. Họ chắc chắn rằng đây là một thông điệp, một dấu hiệu là sự cân bằng về thế lực đã nghiêng về phía Trung Quốc và một sự thay đổi về 'thế' đã diễn ra. Và họ đồng ý với những điều phát hiện của cuốn sách là sự đe dọa của Hoa Kỳ leo thang chiến tranh hạt nhân để răn đe sự tấn công của Trung Quốc vào Đài Loan "là nhẹ và sẽ giảm đi" khi khả năng trả đũa bằng hạt nhân của Trung Quốc đã gia tăng.[14] Nhưng họ cũng không hiểu tại sao Hoa Kỳ lại tiết lộ điều phát hiện bất lợi đó cho công chúng.

Điều có thể hiểu được là Hoa Kỳ và Trung Quốc có thể không đồng ý kiến về cách lý giải sự cân bằng thế lực. Nói cho cùng thì hai quốc gia hoạt động ở trong những môi trường chiến lược khác nhau và không phải trực diện với những đe dọa giống nhau, do đó rất có thể là họ không nhấn mạnh các yếu tố giống nhau trong khi xác định thế lực của quốc gia.[15] Năm 1982 trong khi viết về những sự nhận định khác nhau giữa Liên Xô và Hoa Kỳ về chiến lược của hai siêu cường này, Andrew Marshall, giám đốc của Office of Net Assessment của Lầu Năm Góc đã nhận xét,

> Một thành phần quan trọng của bất cứ một sự đánh giá thích hợp về sự cân bằng chiến lược cần phải gần giống cách đánh giá theo kiểu của Liên Xô. Nhưng không được dùng những tiêu chuẩn tính toán của Hoa Kỳ dựa trên những giả định hơi khác... [mà] trên thực tế, nếu có thể, phải là một sự đánh giá dựa trên những cơ cấu giống như của Liên Xô, dùng những kịch bản mà họ cho là rất có thể xảy ra, dùng những tiêu chuẩn và những phương pháp của họ để đo lường kết quả. Những sự tính toán của Liên Xô có thể có những giả định khác về những kịch bản khác nhau và mục tiêu khác nhau, tập trung vào những biến số khác nhau... thực hiện những sự tính toán khác nhau, dùng những phương pháp đo lường về mức độ hiệu nghiệm khác nhau và có lẽ họ cũng dùng một diễn trình và phương pháp để đánh giá khác nhau. Kết quả là sự đánh giá của Liên Xô có thể khác hẳn với sự đánh giá của Hoa Kỳ.[16]

Điểm thứ hai, ngoài vấn đề là sản phẩm của sự lý giải phần lớn có tính cách chủ quan, tư thế tương đối của hai quốc gia khác nhau trong quan hệ cân bằng thế lực cũng có thể chỉ được nhận định một cách đầy đủ sau khi tình trạng đó đã xảy ra. Như nhà chính khách nổi tiếng người Anh là Lord Bolingbroke đã nhận xét,

> Quan sát thông thường khó có thể nhận thấy thời điểm chính xác xảy ra sự thay đổi về mức độ quyền lực. Thế lực đang lên không nhận thấy ngay sự hùng mạnh của mình và cũng không tin vào sự hùng mạnh đó cho đến sau khi đã thành công. Còn thế lực nào rất bận tâm theo dõi sự thay đổi của tình trạng cân bằng thế lực cũng có những nhận định sai lầm như vậy do những thành kiến tương tự. Họ tiếp tục sợ thế lực không còn khả năng gây hại cho họ hoặc họ sẽ tiếp tục không sợ một thế lực càng ngày càng trở nên hùng mạnh.[17]

Suy nghĩ về tính cách chủ quan trong việc đánh giá sự cân bằng thế lực, một vài học giả Hoa Kỳ đã bác bỏ quan niệm là thế cân bằng đã nghiêng hay ít ra là có khuynh hướng nghiêng về Trung Quốc trong tương lai. Năm 2011, Malcolm Beckley của đại học Tufts đã lập luận là "Hoa Kỳ chưa suy yếu; thực ra vào năm 1991 Hoa Kỳ đã trở nên giàu hơn, sáng tạo hơn và mạnh hơn về quân sự so với Trung Quốc."[18] Trước khi khẳng định rằng "Trung Quốc đang lên nhưng chưa theo kịp."[19] Lẽ dĩ nhiên cả hai sự nhận định này đều thích hợp đối với cả Trung Quốc lẫn Hoa Kỳ trong việc đánh giá thế cân bằng của về các lực lượng của nhau.[20]

Hơn thế nữa vì các quốc gia đánh giá sự cân bằng thế lực khác nhau cho nên Bắc Kinh có thể bắt đầu tin rằng họ đang tiến lên phía trước một thời gian lâu trước khi Hoa Kỳ công nhận như vậy. Vào những thập niên cuối cùng của cuộc chạy đua Marathon, sự kiện này có thể dẫn tới những sự ngộ nhận khác nhau và rất có thể sẽ dẫn tới chiến tranh.[21]

***

Với tình trạng Marathon sắp sửa thành công, Trung Quốc thấy rằng bây giờ họ có thể có vẻ hung hăng hơn trước nhưng vẫn giới hạn những ước vọng lớn hơn của họ. Những ưu tiên cấp thời của họ có tính cách quốc nội nhiều hơn. Đã có những sự căng thẳng nổi lên ở trong những vùng biển bao quanh Trung Quốc từ vùng biển phía nam với Việt nam, Phillipines, Malaysia và Brunei tới bờ biển phía đông với Nhật.

Từ năm 2010, Trung Quốc đã lôi ra những bản đồ cũ hàng thế kỷ để chứng minh sự liên kết lịch sử của Trung Quốc với các hòn đảo về phía Đông và phía Nam để biện minh cho những lời tuyên bố chủ quyền đất đai của họ. Vùng biển phía nam trở thành một điểm nóng khi tại buổi họp thượng đỉnh vào tháng 5/2010 với Hoa Kỳ, Trung Quốc đã xác nhận chủ quyền của họ tại Spratlys Island[BQ] để có thêm hàng chục ngàn dặm

---

BQ. Quần đảo Trường Sa (tiếng Việt); Nánshā Qúndǎo (Nam Sa Quần đảo - tiếng

vuông vùng đại dương có những tài nguyên dồi dào về năng lượng và hải sản trong những vùng họ coi là vùng đặc quyền kinh tế của họ cũng như nối dài vùng lãnh hải của họ tới gần bờ biển của Việt nam và Phillipines.[22]

Bộ trưởng ngoại giao Hillary Clinton đã khiến Trung Quốc phản ứng giận dữ khi bày tỏ ý muốn của Hoa Kỳ muốn đứng làm trung gian trong việc tranh chấp giữa Trung Quốc và những nước láng giềng phía nam. Sau đó nhiều tháng Trung Quốc đã làm khó dễ các tàu thuyền đi biển của Việt nam và Phillipines.[23] Tổng thống Philippines là Benigno S. Aquino III đã so sánh tình trạng này với tình trạng mà Tiệp Khắc đã phải trực diện vào năm 1938: "Tới lúc nào mà chúng ta cần phải nói thế là đã quá đủ? Chúng tôi thấy là thế giới cần phải nói như vậy—và qúy vị cần phải nhớ rằng Sudetenland đã được tặng cho Hitler để lấy lòng Hitler với mục đích ngăn ngừa Thế chiến II."[24] Trung Quốc đã coi những nhận định của Aquino là quá lố".[25]

Nhưng đối với Nhật Bản thì sự căng thẳng lên cao nhất. Một số các tác giả Trung Quốc coi người Nhật là dân "tạp chủng", là lính đánh thuê cho Hoa Kỳ tại Á Châu. Dân Trung Quốc vẫn còn phẫn nộ về thời kỳ chiếm đóng tàn bạo của Nhật tại Trung Quốc trong Thế chiến II. Trong vùng biển Đông, một dải những mỏm đá kéo dài ra phía tây của quần đảo Nhật đã trở thành những nơi chạm súng mà có thể biến thành những trận hải chiến lớn.

Vào ngày 7/9/2010 một thuyền đánh cá của Trung Quốc đã đâm vào một tàu tuần tra của Nhật gần những hòn đảo đang tranh chấp mà Trung Quốc gọi là đảo Diaoyu [Điếu Ngư] còn người Nhật gọi là Senkaku. Thuyền trưởng và thủy thủ của chiếc tàu của Trung Quốc đã bị hải quân Nhật bắt giữ đưa về Nhật và Trung Quốc đã phản đối kịch liệt.[26] Phản ứng của Trung Quốc là cấm xuất khẩu sang Nhật một số những khoáng

---

Trung Quốc); Kepulauan Spratly (tiếng Mã Lai và tiếng Indonesia); Kapuluan ng Kalayaan (tiếng Tagalog) [ND]

chất hiếm và bắt giữ 4 người quốc tịch Nhật và nói rằng họ đã vi phạm những vùng có giới hạn quân sự của Trung Quốc.[27]

Hai năm sau tôi lấy làm ngạc nhiên khi hai đội thuyền gồm 6 chiếc tàu tuần tra biển của Trung Quốc đi vào vùng Senkaku/Điếu Ngư, áp đảo tất cả các nỗ lực của Nhật săn đuổi họ.[28] Cuộc tuần tra đã diễn ra sau khi Trung Quốc loan báo mở rộng vùng lãnh hải của họ để bao gồm các hòn đảo đó.[29] Tôi ngạc nhiên bởi vì biến cố này đánh dấu khởi điểm của nhiều tháng trong đó Trung Quốc gia tăng sự tuần tra chung quanh các hòn đảo; có khi các tàu của Trung Quốc đã hoạt động trong vùng hàng mấy tuần và thường đi sát tới giới hạn 14 dặm của các hòn đảo.[30] Đồng thời các cuộc biểu tình chống Nhật đã nổi lên khắp Trung Quốc sau khi chính quyền Nhật đã mua tất cả các hòn đảo của tư nhân trong vùng Senkaku/Điếu Ngư.[31] Hàng ngàn người biểu tình đã bao vây sứ quán Nhật tại Bắc Kinh trong khi đó thì những nhóm khác cũng biểu tình phản đối tại hàng chục thành phố khác tại Trung Quốc.[32] Chính quyền Trung Quốc cố ý khuyến khích các cuộc biểu tình phản đối bằng cách loan báo những điều như "Nhật Bản đã vi phạm các quyền của Trung Quốc và do đó điều tự nhiên là chúng ta phải bày tỏ quan điểm của chúng ta."[33]

Vào ngày 23/11/2013 chúng ta đã cần làm một điều khi bộ Quốc phòng Trung Quốc thông báo việc thành lập một vùng nhận dạng phòng không (Air Defense Identification Zone, ADIZ) trong biển Đông Trung Quốc. Các quốc gia khác, trong đó có Nhật và Hoa Kỳ, trước kia cũng đã từng thành lập những vùng nhận dạng hàng không nhưng, Trung Quốc đặc biệt là đã kèm theo các điều kiện rất khắt khe, bắt các máy bay khi đi qua vùng đó không những phải tự xác nhận máy bay và cung cấp bản đồ tuyến bay mà còn phải giữ liên lạc vô tuyến với cơ quan quản lý vùng của Trung Quốc.[34] Ít lâu sau khi Bắc Kinh tuyên bố, tôi rất lấy làm vui mừng là bộ trưởng Quốc phòng Hoa Kỳ Chuck Hagel đã cho phép 2 máy bay B-52 bay qua vùng nhận dạng hàng không của Trung Quốc để xác nhận là Hoa Kỳ không công nhận những điều kiện của Trung Quốc. Tôi đã nói với ông bộ trưởng là Trung Quốc sẽ không phản ứng.

Để đáp lại sự phản đối của Nhật Bản, bộ Ngoại giao Trung Quốc nói rằng: "Nhật không có quyền được đưa ra những nhận định vô trách nhiệm và có ác ý để kết tội Trung Quốc" và "Chúng ta đòi hỏi Nhật phải chấm dứt các hành động có phương hại tới sự toàn vẹn lãnh thổ của Trung Quốc."[35] Thủ tướng Shinzo Abe của Nhật đã tạo ra một vụ tranh cãi tại Diễn đàn Kinh tế Thế giới tại Davos, Thụy sĩ vào tháng 01/2014, khi ông ta so sánh những sự căng thẳng giữa Trung Quốc và Nhật Bản về các đảo ở biển Đông với những quan hệ giữa Đức và Anh trước khi có Thế chiến I. Ai cũng thấy rằng hai nước đó đã có chiến tranh với nhau năm 1914 sau khi đã có những quan hệ kinh tế rất mạnh mẽ với nhau, cũng như Trung Quốc và Nhật Bản bây giờ.[36]

Một thử nghiệm lớn về tính hữu hiệu của chiến lược Marathon của Trung Quốc là Nhật sẽ đáp ứng như thế nào với sự gia tăng gây hấn ở trong vùng biển phía Tây của Nhật. Trong ít ra là 20 năm qua, Trung Quốc đã theo đuổi một phương châm của thời Chiến quốc đó là làm suy yếu phe cứng rắn ở trong quốc gia đang đua tranh, trong trường hợp này là Nhật Bản. Trung Quốc đã phát động một chương trình nói xấu Nhật Bản khắp Á Châu và có cả những chương trình hướng vào các khán giả của Nhật. Thông điệp đó vẫn không thay đổi, phe diều hâu của Nhật Bản đang ngầm cố ý tái lập chủ nghĩa quân phiệt tại Nhật vào những năm 1930 và như vậy cần phải nhận dạng phe quân phiệt và khiến cho phe đó mất thế lực về chính trị.

Trung Quốc còn nói xấu Nhật thêm bằng thông điệp là Trung Quốc coi sự phồn vinh của Nhật và lập trường của Nhật là đồng minh chính của Mỹ tại Á châu là sản phẩm của những quyền lợi đã thâu được một cách bất chính trong Thế chiến II.

Giáo sư Arne Westad của trường London School of Economics gọi hiện tượng này là "một hình thức độc hại mới của chủ nghĩa quốc gia bài Nhật được chính quyền chủ trương."[37] Các nước trong vùng chịu ảnh hưởng của "văn minh đạo Khổng" thường được coi là chấp nhận sự lãnh đạo của Trung Quốc và không được phục hồi những đế quốc xưa hay đứng về phe của một bá quyền bên ngoài như Hoa Kỳ.[38] Một cuộc thăm dò vào tháng 8/2013 về quan điểm của các công dân Trung Quốc và Nhật đối với các nước của họ cũng cho thấy hiểu rõ về vấn đề này hơn.[39] Cuộc thăm dò này do báo *China Daily* và think tank Genron NPO của Nhật đặt làm, đã hỏi 1.805 công dân Nhật và 1.540 công dân Trung Quốc về quan điểm của họ đối với nước Nhật và Trung Quốc. Cuộc thăm dò cho thấy rằng 90% những người trả lời Trung Quốc có quan điểm bất thuận lợi đối với Nhật, tỉ số này gia tăng từ mức 62% trước đó một năm. Cũng tương tự như vậy 90% người Nhật trả lời cũng đều có quan điểm không thuận lợi hay tương đối không thuận lợi đối với Trung Quốc, so với tỉ số 84,3% năm trước.

Sự thù nghịch đã lên đến đỉnh cao nhất từ khi có những cuộc thăm dò từ 9 năm trước. Khi được hỏi tại sao sự thù nghịch giữa Trung Quốc và Nhật đã gia tăng nhiều như vậy, thì nhiều người cho rằng lý do chính là vấn đề các đảo Senkaku/Điếu Ngư: 77,6 % các người trả lời Trung Quốc và 53,2% của các người trả lời Nhật đã coi vấn đề tranh chấp của các hòn đảo là nguồn gốc chính của thái độ thù nghịch của họ.

Một lý do thông thường nữa là những sự bất bình trong lịch sử: 63,8% của những người Trung Quốc đã nói Nhật Bản đã "không xin lỗi thích đáng và tỏ sự hối hận về việc đã xâm lăng Trung Quốc" là một trong các lý do mà họ có quan điểm không thân thiện đối với Nhật. Có lẽ một sự phát hiện đáng ngại nhất là 52,7% của những người trả lời Trung Quốc và 23,7% của những người trả lời Nhật tin rằng sẽ có một cuộc xung đột quân sự giữa Trung Quốc và Nhật vào một thời điểm nào đó trong tương lai.

Có thể là sự gia tăng gây hấn của Trung Quốc đối với Nhật Bản thực ra bất lợi cho những mục đích dài hạn của Trung Quốc để thắng thế trong các mục tiêu dài hạn của chiến lược Marathon– và, dù sao với cách suy nghĩ thận trọng và có tính cách chiến lược của các nhà lãnh đạo Trung Quốc thì khó có thể mà Trung Quốc sẽ khiêu khích đồng minh gần cận nhất của Mỹ trong vùng nếu Trung Quốc vẫn còn e ngại thế lực bá quyền của Hoa Kỳ. Dưới một vài khía cạnh, cuộc tranh chấp của Trung Quốc chống lại Nhật, có thể coi như là những trận tranh đấu thử trong cuộc phấn đấu ngầm chống lại Hoa Kỳ– nếu Trung Quốc có thể làm suy yếu Hoa Kỳ thì Trung Quốc sẽ tiếp tục làm cho thế lực bá quyền đang suy yếu trở nên yếu hơn.

Vào năm 2013, một phần để đáp ứng với hành động ăn hiếp trong vùng càng ngày càng gia tăng của Trung Quốc, Hoa Kỳ và Nhật đã đồng ý mở rộng liên minh an ninh của họ; mục đích là để chứng tỏ quyết tâm của Nhật muốn giữ một vai trò then chốt trong vùng; và việc này sẽ đưa tới việc Hoa Kỳ đưa các máy bay tuần thám tới Nhật và sẽ đi kiểm soát các vùng lãnh hải của Nhật, trong đó có vùng lãnh hải quanh đảo Senkaku và tất cả những dãy các hòn đảo đang tranh chấp. Bộ trưởng ngoại giao và quốc phòng Hoa Kỳ, John Kerry và Chuck Hagel, đã đích thân sang Tokyo để ký thoả hiệp này. Tuy Hoa Kỳ từ chối tham gia vào sự tranh chấp nhưng Hagel xác nhận rằng chính quyền Obama cam kết là hiệp định an ninh giữa Nhật và Hoa Kỳ đã khiến cho Hoa Kỳ có nhiệm vụ phải giúp Nhật để chống lại những cuộc tấn công, và thỏa hiệp đó bao gồm cả các đảo.

Các nhà lãnh đạo Nhật đã công khai nói đến chuyện tu chính hiến pháp hoà bình của Nhật, trong đó ngăn cấm việc dùng võ lực để giải quyết các sự tranh chấp quốc tế và chỉ cho phép duy trì một lực lượng tối thiểu cần có để bảo vệ đất nước. Thường họ rất thận trọng nhưng người Nhật đã nói trắng ra về sự cạnh tranh chiến lược với Trung Quốc và sự đe dọa của chính sách tiếp tục gây hấn của Trung Quốc trong vùng. Trung Quốc đã phản đối gay gắt đối với viễn tượng là thế lực quân sự của Nhật sẽ được tăng cường và do đó rất có thể sẽ diễn lại giống như tình trạng tăng cường hải quân giữa Anh và Đức trước Thế chiến I. Cũng nên ghi nhận rằng không phải lúc nào Trung Quốc cũng có một thái độ thiếu thân thiện đối với sự phát triển quân sự của Nhật. Thực vậy trong những năm 1970, Trung Quốc đã khuyến khích Nhật gia tăng chi tiêu quốc phòng từ mức 1% GNP lên tới 3%. Năm 1978, Đặng Tiểu Bình nói với một phái đoàn Nhật là ông "tán thành việc tăng cường lực lượng tự vệ của Nhật."[40] Lúc đó Trung Quốc đang muốn chiêu mộ thêm một đồng minh mới để chống lại Liên Xô.[41] Tuy nhiên 10 năm sau, Trung Quốc đã đánh giá *thế* đã có sự thay đổi và năm 1988 Huan Xiang, cố vấn an ninh quốc gia cho Đặng, đã chỉ trích Nhật gay gắt.[42]

Mối e ngại về sự ổn định của nền dân chủ của Nhật vốn đã có sẵn từ lâu tại Trung Quốc; nhiều học giả Trung Quốc tin rằng có nhiều người trong phe khuynh hữu của Nhật "muốn sửa đổi hiến pháp của Nhật để phục hồi lại hệ thống đế quốc hồi xưa." Các nhà phân tích Trung Quốc thường bình phẩm về việc các nhà chính trị Nhật thường hay tới lễ ở đền Yasukuni là một đền Thần đạo của Nhật, để tưởng niệm các người đã tử nạn về chiến tranh từ năm 1867 tới năm 1951, trong đó có một số những tội phạm chiến tranh Nhật trong thời kỳ chiến tranh thứ II. Những nhà phân tích này viết rằng những cuộc viếng thăm đền như vậy có mục đích là để "động viên tinh thần nhắm vào việc bành trướng xâm lăng tại Trung Quốc.[43] Nhiều nhà chiến lược Trung Quốc tin rằng sự lớn mạnh của lực lượng quân sự Nhật, sẽ một ngày trở nên "không thể kiểm soát được."[44]

Viễn tượng của một chủ nghĩa quân phiệt của Nhật trong tương lai cũng làm cho Trung Quốc không yên tâm. He Xin, có lẽ là một tác giả theo chủ nghĩa quốc gia cực đoan được nhiều người biết nhất và là một cố vấn cho thủ tướng Lý Bằng, đã tiên đoán năm 1988 là những nhu cầu chiếm đoạt tài nguyên của Nhật sẽ khiến cho Nhật mưu toan chiếm Trung Quốc làm "thuộc địa." Ông ta nói thêm: "Từ thế kỷ thứ 19, Nhật chưa bao giờ từ bỏ mục đích chiến lược toàn cầu vẫn có từ lâu của họ... Đồng thời, cũng trong kế hoạch chiến lược toàn diện, Nhật sẽ chia cắt đất nước Trung Quốc và cô lập Trung Quốc."[45]

Hơn nữa, vào tháng 11/1995, Trung Quốc đòi Mỹ phải đóng cửa căn cứ Okinawa và đặt vấn đề là hiệp ước an ninh hỗ tương giữa Mỹ và Nhật có cần thiết không trong hoàn cảnh sau chiến tranh lạnh.[46] Lu Guangye, một học sĩ tại viện Quốc phòng Chiến lược của Trung Quốc còn đi xa hơn và cảnh cáo, "NATO và liên minh quân sự giữa Nhật và Hoa Kỳ đã trở thành hai bàn tay hắc ám giúp thế lực bạo quyền làm những việc ác độc."[47]

Lu Zhongwei [Lục Trung Vĩ], phó chủ tịch của viện Bang giao Quốc tế Hiện đại của Trung Quốc [Trung Quốc Hiện Đại Quốc Gia Quan Hệ Nghiên Cứu Viện], là một think tank từ lâu của Đảng, cũng ghi nhận rằng, "Trong lịch sử ngoại giao Á Châu chưa bao giờ có một sự cộng đồng sinh tồn giữa một Trung Quốc hùng mạnh và một Nhật Bản hùng mạnh."[48] Gao Heng của Viện Khoa học Xã hội Trung Quốc cũng tin rằng sự chiếm đóng của Hoa Kỳ tại Nhật đã không loại bỏ chủ nghĩa quân phiệt của Nhật. Hơn thế nữa ông ta lập luận rằng Hoa Kỳ muốn dùng Nhật để chống lại Liên Xô, Bắc Hàn và Trung Quốc, trong thời gian Mỹ chiếm đóng "Mỹ đã duy trì tất cả bộ máy chiến tranh của Nhật (mặc dù đã thay đổi tên)."[49] Các nhà nghiên cứu Trung Quốc cũng ghi nhận là Nhật đang kìm hãm chính sách lãnh địa của Trung Quốc và can dự vào chủ quyền của Trung Quốc trong vụ các hòn đảo Nam Sa [Spratly Island] và Diaoyutai [Điếu Ngư Đài] hay Senkaku Islands."[50] Chủ thuyết có tên là Miyazawa lập một diễn đàn trong vùng để thảo luận vấn đề an ninh Á Châu, mô phỏng theo Hội nghị về An ninh và Hợp tác tại Âu Châu cũng bị các tác giả Trung

Quốc chỉ trích là một nỗ lực mập mờ để kìm hãm Trung Quốc. Báo *New York Times* năm 1993 nói là một viên chức Trung Quốc tiết lộ là giới quân sự Trung Quốc đã đề nghị gia tăng chi tiêu về quốc phòng trong kế hoạch 5 năm để đối phó với những khả năng quân sự của Nhật.[51]

Một mối quan tâm cấp thời đối với Trung Quốc là việc Nhật phát triển hệ thống phòng thủ chống hoả tiễn với sự hợp tác của Hoa Kỳ. Các lời bình luận chi tiết của Trung Quốc cũng nhấn mạnh rằng mục tiêu của Nhật là để có thêm vũ khí hạt nhân và các hàng không mẫu hạm.[52] Các nhà phân tích Trung Quốc cũng nói rằng hiện nay Nhật đã có những tàu thủy vận tải "có chức năng như những hàng không mẫu hạm."[53] Ngay cả vấn đề vũ khí hạt nhân, vài nhà Trung Quốc cũng dự đoán là trong tương lai Nhật cũng như Ấn Độ sẽ trở thành một thế lực hạt nhân. "Chắc chắn là Nhật có khả năng sản xuất bom hạt nhân... Nhật đã có những biện pháp tránh né sự thanh tra quốc tế và đã bí mật thực hiện các công trình nghiên cứu về vũ khí hạt nhân," Ding Bangquan đã viết như vậy trong *Khuynh hướng Quân sự Thế giới*, một tờ báo do Viện Hàn lâm Khoa học Quân sự Trung Quốc xuất bản.[54]

Năm 2009, tôi và các đồng nghiệp vẫn còn lầm lẫn cho rằng Trung Quốc cũng suy nghĩ như chúng tôi. Chúng tôi đã hiểu lầm những chứng cớ về thái độ hung hăng của Trung Quốc đối với Hoa Kỳ và các nước láng giềng, bởi vì điều đó không thích hợp với các giả định của chúng tôi lúc bấy giờ và cũng vì những người mà chúng tôi được biết ở Trung Quốc đã bảo đảm cho chúng tôi là những vụ hay những thời kỳ mà Trung Quốc có vẻ đã kiêu căng hơn không phải là một phần của một kế hoạch toàn diện. Tôi không phải là người duy nhất tỏ ý không có nghi ngờ gì về Trung Quốc. Nói cho cùng, theo tôi hiểu, chiến lược Marathon là không có gì cần phải gấp rút để tới đích–ít ra là cũng không cần tới đích sớm. Một loạt những thời kỳ mà Trung Quốc ngẫu nhiên trở nên có vẻ hiếu chiến hơn đã là đề tài tranh luận tại Hoa Kỳ. Thông điệp của Trung Quốc là không có một kế hoạch toàn diện–hay một chiến lược–nối liền các sự kiện riêng lẻ đó. Điều này thích hợp với những thông điệp trước là Trung Quốc không có một chiến lược. Thật vậy, một chuyên gia hàng đầu của Trung Quốc về Hoa Kỳ là Wang Jisi [Vương Tập Tư] đã viết một bài như vậy trong báo *Foreign Affairs*.[55]

Các đồng nghiệp của tôi và tôi đương nhiên coi là Trung Quốc sẽ tránh không khiêu khích bá quyền Hoa Kỳ với bất cứ giá nào và sẽ cần phải có 20 năm nữa thì thế lực kinh tế và quân sự của Trung Quốc mới có thể khiến cho Hoa Kỳ e ngại. Tất cả những điều này có nghĩa là Trung Quốc sẽ không toan tính tỏ một thái độ ngang ngạnh đối với các nước láng giềng và Hoa Kỳ vì điều này bất lợi cho Trung Quốc. Tuy nhiên tới năm 2014, các viên chức của chính phủ Hoa Kỳ đã nói với Quốc hội là [Trung Quốc] có một đường lối hành động khiêu khích mới. Tại sao lại cần phải có một thời gian lâu như vậy mới nhận được sự kiện này?

Một lý do mà giới tình báo và tôi đã không nhìn thấy những dấu hiệu của thái độ hung hăng hơn của Trung Quốc là chúng tôi đã lý giải sai lập trường có vẻ ôn hoà của Trung Quốc đối với Đài Loan. Bắt đầu từ thời Hồ Cẩm Đào vào những năm 2000, Trung Quốc đã tránh không đe dọa Đài Loan bằng vũ lực, thay vào đó đã nhấn mạnh nhiều hơn vào các phương pháp gián tiếp và nhẹ nhàng hơn; phần lớn gồm các phương tiện kinh tế và tìm cách ảnh hưởng chính quyền của Đài Loan.[56] Với đường lối này, Trung Quốc đã có những thành công đáng kể để thuyết phục các đảng đối lập và các đảng cầm quyền của Đài Loan, các giới lãnh đạo kinh doanh, giới thông tin báo chí và dân chúng. Người ta nói rằng Hồ Cẩm Đào đã nói với các cố vấn thân cận là "mua" Đài Loan dễ hơn và đỡ tốn kém hơn là chinh phục Đài Loan.[57] Trung Quốc và Đài Loan ký một thoả hiệp hợp tác kinh tế vào năm 2009 để bình thường hóa quan hệ kinh tế giữa hai nước và bây giờ một tuần có tới 700 chuyến bay mang tới 2,8 triệu du khách Trung Quốc tới Đài Loan vào năm 2013. Hơn nữa Bắc Kinh đã trực tiếp nỗ lực chiêu dụ các giới lãnh đạo kinh doanh ở Đài Loan, và nhiều người trong số họ đã là những người chủ trương rất mạnh về việc sát gần lại nhau giữa Đài Loan và Trung Quốc. Các thương gia của Đài Loan thân Trung Quốc đã mua các báo lớn của Đài Loan và các đài truyền hình và do đó đã giúp cho Bắc kinh có thể ảnh hưởng tới những nguồn thông tin và ảnh hưởng tới những nguồn khác đã nhận được tài trợ của Trung Quốc.[58]

  Mãi tới chuyến đi Bắc Kinh năm 2013 vào mùa thu, tôi mới thấy là tôi đã sai lầm như thế nào và tôi mới nhìn thấy Trung Quốc đã hành động nhanh chóng như thế nào để khai thác sự suy yếu của Hoa Kỳ theo nhận định của Bắc Kinh. Thời tiết ở Bắc Kinh vào lúc đó là nắng và mát nhưng trên đường xe cộ lưu thông có vẻ tệ hơn trước. Hơn một triệu người dân đã đi ra khỏi thành phố vì sau một tuần lễ mưa trời bắt đầu đẹp. Tôi không muốn đến buổi họp trễ với 5 tướng Trung Quốc và 60 chuyên gia về an ninh để tham dự một cuộc họp hai ngày tại Presidential Hotel, khoảng hơn 11km về phía Tây của sứ quán Mỹ. Tôi đi sớm trước một tiếng đồng hồ và muốn đi qua công trường Thiên An Môn là nơi có những phòng họp mật của bộ Chính trị nhưng, đó là một lỗi lầm rất lớn, trên đường Thiên An có một vụ kẹt xe dài tới hơn một dặm, người lái xe thở dài và tôi bảo ông ta rẽ sang tay phải, đi dọc theo tường thành màu đỏ của Cấm Thành rồi rẽ sang tay trái rồi đi tắt về phía Bắc.

  Tôi đọc lại những bài chuẩn bị của tôi trong cuộc tranh luận bằng tiếng phổ thông về thế cân bằng quân sự. Người tranh luận với tôi là một người nổi tiếng trong những giới quân sự diều hâu là thiếu tướng Zhu Chenghu [Chu Thành Hổ]; ông này đã tạo ra sự chú ý trên báo chí năm 2005 khi ông tiết lộ kịch bản chiến tranh hạt nhân của Trung Quốc để trả đũa lại một cuộc tấn công của Hoa Kỳ.[59] Một điều thích hợp là có một đề tài ở trong cuộc hội nghị là thế cân bằng, vũ khí hạt nhân trong tương lai và viễn tượng của một cuộc kiểm soát vũ khí. Một sĩ quan phe diều hâu khác là thiếu tướng Peng Guangqian [Bành Quang Khiêm], tác giả của cuốn sách giáo khoa cổ điển ai cũng biết *Science of Strategy*, sẽ nói về làm sao để đánh giá thế cân bằng về thế lực. Các giáo sư luật của Trung Quốc sẽ phác họa những vụ đòi quyền của Bắc Kinh tại biển Nam Hải.

Người lái xe của tôi đến nơi đúng giờ và tôi phân phát những bản diễn văn của tôi cho hội nghị bằng tiếng Anh và tiếng Trung Quốc, trên đó có đóng dấu rõ ràng "Để phổ biến với sự chấp thuận của Văn phòng của Bộ trưởng Quốc phòng." Bài diễn văn đó nhằm mục đích tạo ra những phản ứng trong hai ngày hội nghị, một chiến thuật mà tôi đã dùng trước đây tại ba hội nghị quân sự Trung Quốc. Thành ngữ cho chiến thuật đó là "tung gạch hứng ngọc."[BR] Hội nghị này là một cơ hội hiếm có để có được những quan điểm có thẩm quyền về bằng cách nào mà chiến lược Marathon sẽ được diễn ra trong vòng 30 năm sắp tới. Một người đào tị Trung Quốc trước kia đã nói với tôi một cách bóng bẩy về chiến lược Marathon 100 năm, tức là sự chiến thắng theo như thời Chiến quốc là một ván *cờ vây* trường kỳ có nhiều giai đoạn. Trong thời Chiến quốc, phải qua 7 triều đại của các nhà vua mới thắng thế để trở thành bá quyền tối cao.[60] Trung bình một ván cờ vây gồm có 300 nước đi và được chia thành khai cuộc, trung cuộc và tàn cuộc. Người đào tị nói rằng vào năm 2014 các lãnh tụ Trung Quốc tin rằng họ vẫn còn ở trung cuộc, là thời gian Trung Quốc qua mặt Hoa Kỳ về GDP nhưng vẫn chưa mạnh hơn Hoa Kỳ về thế lực quốc gia.

Chuyến đi của tôi tới Bắc Kinh là theo lệnh của Washington bởi vì tôi đã được giao cho nhiệm vụ tìm hiểu xem chính quyền Hoa Kỳ nên chuẩn bị những gì, nếu cần, để đối phó với chiến lược Marathon của Trung Quốc vượt qua Hoa

---

BR. "Phao chuyên dẫn ngọc". Kế số 17: có nghĩa là "ném gạch đi, đưa ngọc quí về". Đưa một miếng nhỏ, giá trị thấp ra để dụ đối thủ nhằm đạt cái lợi lớn hơn. Thành ngữ Việt nam có câu, "thả con săn sắt, bắt con cá rô"- *Tam Thập Lục Kế* [ND] facebook_9625840

376   CUỘC ĐUA MARATHON 100 NĂM

Kỳ. Các chuyên gia trong quân đội, trong chính quyền và các viện nghiên cứu của Trung Quốc nhận định ra sao về diễn tiến của chiến lược Marathon? Những buổi nói chuyện của tôi trong 2 ngày sau đó nhằm trả lời các câu hỏi này.

Tôi đã sai lầm khi nhận định là chính sách 'Thao quang dưỡng hối' sẽ kéo dài cho tới 2049. Tôi lý luận là chỉ lúc đó Trung Quốc mới nắm quyền lãnh đạo thế giới, tấn công trận cuối cùng, và thực hiện kế hoạch thống trị toàn cầu. Tôi không dự kiến được là sẽ có những phương thức tiến từng giai đoạn khi cán cân lực lượng càng ngày càng nghiêng theo chiều hướng suy tàn của Hoa Kỳ. Do đó tôi nhận thấy rằng một kịch bản mới đã xuất hiện: Trung Quốc sẽ càng ngày càng trở nên hung hăng khi cán cân lực lượng, càng ngày càng gia tăng ưu thế của Trung Quốc so với Hoa Kỳ, theo nhận định của Trung Quốc.

Một lý do nữa tại sao tôi đã chậm thấy sự gia tốc này là vì tôi tưởng Trung Quốc nói có một chiến lược lớn đã được ấn định để làm cho đối phương cảm thấy yên tâm. Tôi tưởng các nhà học giả và các viên chức Trung Quốc nhấn mạnh rằng họ dự định sẽ áp dụng chiến lược kiên nhẫn ít ra là trong 20 năm nữa. Nhiều học giả Hoa Kỳ sau khi đến Bắc Kinh trở về, đã nói với tôi là Trung Quốc không nghĩ rằng cán cân lực lượng sẽ thuận lợi cho họ trong vòng mấy chục năm nữa. Trung Quốc đã tích cực nuôi dưỡng nhận định đó. Bắt đầu từ giữa năm 2009 các think tank của đảng Cộng sản Trung Quốc và của Viện Nghiên cứu Quan hệ Quốc tế Trung Quốc đã tổ chức một loạt hội nghị nội bộ để tranh luận về những hậu quả có thể có đối với Trung Quốc khi Hoa Kỳ tương đối yếu đi. Như Alastair Iain Johnston của đại học Harvard đã viết về những hội nghị này, "Các tiếng nói ôn hòa hơn– những người tin rằng chưa có một sự chuyển biến lớn về thế lực ... đều có vẻ yếu thế trong những cuộc tranh luận này. Nói một cách khác, câu hỏi Hoa Kỳ đã yếu thế chưa và yếu thế tới mức nào vẫn chưa được trả lời" vào lúc này. "Hơn nữa", ông ta nói, "không có chứng cớ cho thấy là nhóm làm quyết định then chốt về chính sách ngoại giao trong thời kỳ này đã chấp nhận nhận định là đã có một sự chuyển biến lớn trong vấn đề phân phối thế lực đã xảy ra hay là đã cho Trung Quốc những cơ hội mới để đẩy mạnh những mục đích mong muốn của họ."[61]

Nhưng, một vài lãnh tụ Trung Quốc đã kết luận rằng Trung Quốc đã tiến nhanh hơn dự định của chiến lược Marathon 100 năm. Các nhà học giả và các viên chức tình báo bắt đầu nói Trung Quốc bây giờ ít ra đã đi nhanh hơn lịch trình 10 năm hay có thể tới 20 năm.[62] Các nhà lãnh tụ Trung Quốc tranh luận là có nên đổi chiến thuật không, tức là chạy rút vào giai đoạn chót.

Tuy nhiên các hành động của Trung Quốc đã được cân nhắc để không đi quá giới hạn thận trọng, để phe bá quyền không cảm thấy bị đe dọa về những mục tiêu chiến lược lớn hơn của Trung Quốc. Mỗi một giai đoạn này tạo thành một "thành công" về chính sách ngoại giao cho Trung Quốc; và trong mỗi một giai đoạn đó những hành động gây hấn của Trung Quốc đã mang lại những lợi ích đáng kể về chính trị. Và mặc dù Hoa Kỳ và những nước láng giềng của Trung Quốc đã than phiền nhưng nói chung Trung Quốc đã không bị thiệt hại gì do những hành động của phe đối lập.

Mỗi một giai đoạn này là kết quả của việc Trung Quốc đã áp dụng một trong chín yếu tố của chiến lược Marathon 100 năm như đã phác họa trong chương 2.

1. Khiến cho [đối phương] tự mãn, tự đại để tránh làm cho đối phương lo ngại.

2. Thao túng các cố vấn của đối phương.

3. Ẩn nhẫn - trong hàng chục năm hay có thể lâu hơn - để có thể dành được thắng lợi

4. Ăn cắp những ý tưởng và kỹ thuật của đối phương để dùng vào mục đích chiến lược.

5. Sức mạnh về quân sự không phải là một yếu tố then chốt để chiến thắng trong một cuộc đua tranh dài hạn.

6. Nhận định rằng bá quyền có thể có những hành động cực đoan liều lĩnh để duy trì tư thế thống trị.

7. Không bao giờ bỏ qua cái thế.

8. Thiết lập và sử dụng những thước đo để đo lường tình trạng hiện tại của mình so với những đối thủ tiềm tàng khác.

9. Luôn luôn cảnh giác để tránh bị bao vây hay bị lừa dối bởi kẻ khác.

Nhìn về tương lai, Hoa Kỳ cần phải dự đoán là sẽ có một giai đoạn mới Trung Quốc trở nên hung hăng hơn. Trung Quốc sẽ đưa ra những đòi hỏi về ngoại giao mà ngày nay không có thể thực hiện được hay là không có thể tưởng tượng được – nhưng, lúc đó các nước sẽ chịu nhường trước áp lực của Trung Quốc. Trung Quốc có thể theo đuổi không phải bằng những chiến thắng về quân sự nhưng bằng cách tạo ra những tình huống theo đó các nước láng giềng cảm thấy là nên nhượng bộ cho Trung Quốc thì an toàn hơn, bởi vì lúc bấy giờ Bắc Kinh sẽ có khả năng gia tăng gây ra những hình phạt về tài chính cho các nước láng giềng đó. Chẳng hạn Trung Quốc có thể đòi Ấn Độ phải đóng cửa văn phòng chính phủ lưu vong của Dalai Lama tại Dharamsala. Trung Quốc có thể gây áp lực – hay bắt buộc – Ấn Độ, Liên minh Âu Châu và Hoa Kỳ phải ngưng ủng hộ tài chính cho những người lưu vong Tây Tạng – sự hỗ trợ đã được cung cấp từ năm 1959. Bắc Kinh có thể áp lực Washington ngưng bán vũ khí cho Đài Loan – đây đã là vấn đề từ lâu đã làm cho Trung Quốc khó chịu nhất, và sẽ không chấp nhận khi Trung Quốc đã trở nên táo bạo hơn. Một vấn đề khác mà Trung Quốc vẫn phàn nàn từ lâu là những tuyên bố chủ quyền đất đai ở trong các nước láng giềng là nơi có những tài nguyên thiên nhiên đáng giá.

Có thể Trung Quốc sẽ áp lực Hoa Kỳ để bác bỏ những

thành phần liên quan đến quân sự trong những hiệp ước về an ninh với các nước láng giềng của Trung Quốc. Từ những năm 1990, Bắc Kinh đã gay gắt lên án những hiệp định này và những việc Hoa Kỳ bán vũ khí trong khuôn khổ các hiệp định đó, và gọi những hành động ấy là "những tàn tích của chiến tranh lạnh."[63] Một Trung Quốc bá quyền rất có thể sẽ không chỉ kết án những hoạt động này. Một khi Trung Quốc đã mạnh hơn và hiếu chiến hơn thì những tiếng nói chống đối chính sách gây hấn của Trung Quốc như tiếng nói của Shinzo Abe và Benigno Aquino sẽ càng ngày càng lớn hơn và tỏ vẻ lo âu nhiều hơn. Rất tiếc là Hoa Kỳ đã không ý thức nhiều về sự thử thách này và dù sao Hoa Kỳ cũng không muốn trực diện nó.

CHÚ THÍCH CHƯƠNG 10

1. Đọc thêm về thiết kế của trạm không gian Trung Quốc, xem Leonard David, "China's First Space Station Module Readies for Liftoff," SPACE.com, July 24, 2011, có tại http://www.space.com/12411-china-space-station-tiangong-readied-launch.html.

2. Joan Johnson-Freese, "China's Antisatellite Program: They're Learning," China-US Focus, July 12, 2013, có tại http://www.chinausfocus.com/peace-security/chinas-antl-satellite-program-theyrelearning/.

3. Năm 2011, MGM thay đổi nội dung của cuốn phim Red Dawn, trong đó mô tả quân đội Trung Quốc xâm lăng để bảo vệ các đầu tư Trung Quốc tại Hoa Kỳ. MGM bỏ các đoạn nói về bá vương Trung Quốc hùng mạnh và dùng kỹ thuật số thay thế bằng quân đội Bắc Hàn. Xem Ben Fritz and John Horn, "Reel China: Hollywood Tries to Stay on China's Good Side," Los Angeles Times, March 16, 2011, có tại http://articles.latimes.com/2011/mar/16/entertainment/la-et-china-red-dawn-20110316.

4. Jonathan Watts, "Copenhagen Summit: China's Quiet Satisfaction at Tough Tactics and Goalless Draw," Guardian, December 20, 2009, có tại http://www.theguardian.com/environment/2009/dec/20/copenhagen-climate-summit-china-reaction.

5. Tobias Rapp, Christian Schwägerl, and Gerald Traufetter, "The Copenhagen Protocol: How China and India Sabotaged the UN Climate Summit," Der Spiegel, May 5, 2010, có tại http://www.spiegel.de/international/world/the-copenhagen-protocol-how-china-and-india-sabotagedthe-un-climate-summit-a-692861.html.

6. John Pomfret, "Many Goals Remain Unmet in 5 Nations' Climate Deal," New York Times, December 18, 2009, có tại http://www.nytimes.com/2009/12/19/science/earth/19climate.html?pagewanted=all&_r=0.

7. John Pomfret, "U.S. Sells Weapons to Taiwan, Angering China," Washington Post, January 30, 2010, có tại http://www.washingtonpost.com/wpdyn/content/article/2010/01/30/AR2010013000508.html.

8. Mark Landler, "No New F-16s for Taiwan, but U.S. to Upgrade Fleet," New York Times, September 18, 2011, có tại http://www.nytimes.com/2011/09/19/world/asia/us-decides-against-selling-f-16s-totaiwan.html. Thêm tài liệu viết về Hoa Kỳ bán vũ khí cho Đài Loan vào khoảng thời gian này, xem Helene Cooper, "U.S. Arms for Taiwan Send Beijing a Message," New York Times, February 1, 2010; Helene Cooper, "U.S.Approval of Taiwan Arms Sales Angers China," New York Times, January 30, 2010; and Keith Bradsher, "U.S. Deal with Taiwan Has China Retaliating," New York Times, January 31, 2010.

9. Shirley A. Kan, "U.S.-China Military Contacts: Issues for Congress," Congressional Research Service, November 20, 2013, 4, có tại https://www.fas.org/sgp/crs/natsec/RL32496.pdf.

10. Đọc thêm về việc Trung Quốc đã dùng một số các tiêu chuẩn rộng đánh giá một cách toàn diện thế lực của một quốc gia, xem Huang Shoufeng, Zhonghe Guoli Lun [On Comprehensive National Power] (Beijing: Zhongguo shehui kexue chubanshe, 1992); Yan Xuetong and Huang Yuxing, "The Hegemonic Thinking in Zhanguo Ce and Its Intellectual Enlightenment," Quarterly Journal of International Politics [Guoji Zhengzhi Kexue] 16, no. 4 (2008); Wang Songfen, ed., Shijie Zhuyao Zonghe Guoli Bijiao Yanjiu [Comparative Studies of the Comprehensive National Power of the World's Major Nations] (Changsha: Hunan chubanshe, 1996); Zhu Liangyin and

Meng Renzhong, "Deng Xiaoping Zonghe Guoli Sixiang Yanjiu" ["A Study of Deng Xiaoping's Comprehensive National Power Thought"], in Li Lin and Zhao Qinxuan, eds., Xin Shiqi Junshi Jingji Lilun Yanjiu [Studies of New Period Military Economic Theory] (Beijing: Junshi kexue chubanshe, 1995); Eric S. Edelman, "Understanding America's Contested Primacy," Center for Strategic and Budgetary Assessments, October 21, 2010; Hu Angang and Men Hongua. "The Rising of Modern China: Comprehensive National Power and Grand Strategy," có tại http://www.irchina.org/en/pdf/hag.pdf; and Lei Xiaoxun, "Yellow Book Ranks China 7th in Overall Strength," China Daily Online, December 25, 2009.Đọc thêm thảo luận về đánh giá thế lực của một quốc gia tại Jeffrey Hart, "Three Approaches to the Measurement of Power in International Relations," International Organizations 30, no. 2; and Ashley J. Tellis, Janice Bially, Christopher Layne, and Melissa McPherson, Measuring National Power in the Postindustrial Age (Santa Monica, CA: RAND, 2000).

11. Gregory Chin and Wang Yong, "Debating the International Currency System: What's in a Speech?," China Security 6, no. 1 (2010): 3–20.

12. David C. Gompert and Phillip C. Saunders, The Paradox of Power: Sino-American Strategic Restraint in an Age of Vulnerability (Washington, DC: National Defense University, 2012).

13. Ibid., 21.

14. Ibid., Executive Summary, xxiii.

15. Đọc thêm thảo luận về tại sao về bản chất đo lường thế lực của một quốc gia là một điều khó làm tại Robert A. Dahl, "The Concept of Power," Behavioral Scientist 2, no. 3; David A. Baldwin, "Power Analysis and World Politics: New Trends versus Old Tendencies," World Politics 31, no. 2; and Joseph S. Nye Jr., "The Changing Nature of World Power," Political Science Quarterly 105, no. 2 (Summer 1990): 177–92.

16. Andrew W. Marshall, "A Program to Improve Analytic Methods Related to Strategic Forces," Policy Sciences 15 (November 1982): 47–50, 48, cited in Pillsbury, China Debates the Future Security Environment, 359.

17. Dẫn chứng trong Michael Pillsbury, China's Progress in Technological Competitiveness: The Need for a New Assessment (Washington, DC: Report Prepared for the U.S.-China Economic and Security Review Commission, April 21, 2005), 5–6, có tại http://www.uscc.gov/sites/default/files/4.21-22.05pillsbury.pdf.

18. Michael Beckley, "China's Century: Why America's Edge Will Endure," International Security 36, no. 3 (Winter 2011/12): 41–78.

19. Ibid., 44.

20. Đọc thêm về sự cân bằng lực lượng tại Edward Vose Gulick, Europe's Classical Balanceof Power: A Case History of the Theory and Practice of One of the Great Concepts of European Statecraft (New York: W. W. Norton, 1955); and Brian Healy and Arthur Stein, "The Balance of Power in International History: Theory and Reality," Journal of Conflict Resolution 17, no. 1 (March 1973).

21. Đọc thêm về bằng cách nào mà nhận định sai lầm có thể đưa tới chiến tranh tại For more on how misperception can lead to war, see Jack S. Levy, "Misperception and the Causes of War: Theoretical Linkages and Analytical Problems," World Politics 36, no. 1 (October 1983): 76–99; và Stephen Van Evera, Causes of War: Power and the Roots of Conflict (Ithaca, NY: Cornell University Press, 1999).

22. Edward Wong, "China Hedges over Whether South China Sea Is a 'Core Interest' Worth War," *New York Times*, March 30, 2011, có tại ttp://www.nytimes.com/2011/03/31/world/asia/31beijing.html?_r=0. See also Harry Kazianis, "Senkaku/Diaoyu Islands: A 'Core Interest' of China," Diplomat, April 29, 2013, có tại http://thediplomat.com/2013/04/senkakudiaoyu-islands-a-core-interest-of-china/.

23. Tessa Jamandre, "China Fired at Filipino Fishermen in Jackson Atoll," *VERA Files, ABS-CBN News*, June 3, 2011, có tại http://www.abs-cbnnews.com/-depth/06/02/11/china-fired-filipino-fishermenjackson- atoll; Huy Duong, "The Philippines and Vietnam at the Crossroad," *Manila Times*, June 8, 2011; "Vietnam Says Chinese Boat Harassed Survey Ship; China Disputes," *Bloomberg News*, June 9, 2011, có tại http://www.businessweek.com/news/2011-06-09/vietnam-says-chinese-boatharassed-survey-ship-china-disputes.html; and "Vietnam Accuses Chinese Troops of Attack on Fishermen," *Voice of America*, July 14, 2011, có tại http://blogs.voanews.com/breakingnews/2011/07/14/vietnam-accuses-chinese-troops-of-attack-on-fishermen/.

24. Keith Bradsher, "Philippine Leader Sounds Alarm on China," *New York Times*, February 4, 2014, có tại http://www.nytimes.com/2014/02/05/world/asia/philippine-leader-urges-international-helpin-resisting-chinas-sea-claims.html.

25. "China Decries U.S. Comments on South China Sea as 'Not Constructive,'" Reuters, February 8, 2014, có tại http://www.reuters.com/article/2014/02/09/us-china-southchinaseaidUSBREA1801O20140209.

26. See Martin Fackler, "Japan Retreats with Release of Chinese Boat Captain," *New York Times*, September 24, 2010; and Martin Fackler and Ian Johnson, "Arrest in Disputed Seas Riles China and Japan," *New York Times*, September 19, 2010.

27. Wenran Jiang, "New Twists over Old Disputes in China-Japan Relations," Jamestown Foundation, *China Brief* 10, no. 20 (October 8, 2010), có tại http://www.freerepublic.com/focus/news/2604249/posts.

28. See Malcolm Foster, "6 Chinese Ships Near Islands in Dispute with Japan," Associated Press, September 14, 2012, có tại http://bigstory.ap.org/article/6-chinese-ships-near-islands-disputejapan; and Austin Ramzy, "Tensions with Japan Increase as China Sends Patrol Boats to Disputed Islands," *Time*, September 14, 2012, có tại http://world.time.com/2012/09/14/tensions-withjapan-increase-as-china-sends-patrol-boats-to-disputed-islands/.

29. Mu Xuequan, "Chinese Surveillance Ships Start Patrol Around Diaoyu Islands," *Xinhua*, September 14, 2012, có tại http://news.xinhuanet.com/english/china/2012-09/14/c_131849375.htm.

30. Martin Fackler, "Chinese Patrol Ships Pressuring Japan over Islands," *New York Times*, November 2, 2012, có tại http://www.nytimes.com/2012/11/03/world/asia/china-keeps-up-pressure-on-japanover-disputed-islands-with-patrols.html?pagewanted=all&_r=0.

31. See Jane Perlez, "China Accuses Japan of Stealing After Purchase of Group of Disputed Islands," *New York Times*, September 11, 2012, có tại http://www.nytimes.com/2012/09/12/world/asia/chinaaccuses-japan-of-stealing-disputed-islands.html?_r=0.

32. Ian Johnson and Thom Shanker, "Beijing Mixes Messages over Anti-Japan Protests," *New York Times*, September 16, 2012, có tại http://www.nytimes.com/2012/09/17/world/asia/anti-japaneseprotests-over-disputed-islands-contin-

ue-in-china.html?_r=0.

33. "Anti-Japan Protests Spread Across China," *Financial Times*, September 18, 2012, có tại http://www.ft.com/intl/cms/s/0/85f4f7a2-0138-11e2-99d3-00144feabdc0. html#axzz2t8p2UTpy. See also Ian Johnson, "China and Japan Bristle over Disputed Chain of Islands," *New York Times*, September 8, 2010.

34. Hou Qiang, "Announcement of the Aircraft Identification Rules for the East China Sea Air Defense Identification Zone of the PRC," *Xinhua*, November 23, 2011, có tại http://news.xinhuanet.com/english/china/2013-11/23/c_132911634.htm.

35. "China Refutes Japan's Protest at ADIZ over East China Sea," *Xinhua*, November 25, 2013, có tại http://news.xinhuanet.com/english/china/2013-11/25/c_132917199.htm.

36. "Echoing the Guns of August," Economist, January 23, 2014, có tại http://www.economist.com/blogs/banyan/2014/01/china-japan-and-first-world-war.

37. Odd Arne Westad, "In Asia, Ill Will Runs Deep," *New York Times*, January 6, 2013, có tại http://www.nytimes.com/2013/01/07/opinion/why-china-and-japan-cant-get-along.html?_r=0.

38. Ibid.

39. Zheng Wang, "China and Japan REALLY Don't Like Each Other," *Diplomat*, August 26, 2013, available at http://thediplomat.com/2013/08/china-and-japan-really-dont-like-each-other/. The 2013 survey is available at http://www.genron-npo.net/english/index.php?option=com_content&view=article&id=59:the-9th-japan-china-public-opinion-poll&catid=2:research&Itemid=4.

40. Michael Pillsbury, "A Japanese Card?",*Foreign Policy* 33 (Winter 1978–79): 3–30.

41. Liu Jiangyong, ed., *Kua shiji de riben—Zhengzhi, jingji, waijiao xin qushi* [*Japan across the century— new political, economic, and foreign relations trends*] (Beijing: Shishi chubanshe, 1995). The editor of this major collection is the CICIR [China Institutes of Contemporary International Relations] director for Japan studies. See also Chen Shao, "Zhanhou Riben zonghe guoli de fazhan ji pinggu" ["An assessment of Japan's postwar comprehensive national power development"], *Taipingyang xuebao* [*Pacific Journal*] 3 (December 1995): 96–101. Chen is on the staff of IWEP at CASS, 16.

42. See Huan Xiang, "Sino-US Relations over the Past Year," *Liaowang* (January 11, 1988), in FBIS-CHI, January 15, 1988, cited in Pillsbury, *China Debates the Future Security Environment*, 114, n. 16.

43. Liu Jiangyong, "Distorting History Will Misguide Japan," *Contemporary International Relations* 5, no. 9 (September 1995): 1–11, cited in Pillsbury, *China Debates the Future Security Environment*, 122.

44. Liang Ming, "A New Trend That Merits Vigilance," no. 2 in series, "Experts Comment on the Strengthening of the Japanese-U.S. Military Alliance," *Jiefangjun bao* [*Liberation Army Daily*], June 5, 1999, 125, in FBIS-CHI-1999-0616, June 17, 1999.

45. Cited in Pillsbury, *China Debates the Future Security Environment*, 135.

46. Cited in ibid., 131.

17. Lu Guangye, "Going Against the Tide of History, Threatening World Peace," no. 3 in series, "Experts Comment on the Strengthening of the Japanese-U.S. Mil-

itary Alliance," *Jiefangjun bao [Liberation Army Daily]*, June 6, 1999, 4, in FBIS-CHI-1999-0617, June 18, 1999. See also Zhang Jinfang, "Serious Threats to China's Security," no. 1 in series, "Experts Comment on the Strengthening of the Japanese-U.S. Military Alliance," *Jiefangjun bao [Liberation Army Daily]*, June 4, 1999, 4, in FBISCHI- 1999-0616, June 17, 1999; and Liang Ming, "A New Trend That Merits Vigilance."

48. Lu Zhongwei, "On China-U.S.-Japan Trilateral Relations—a Comment on Their Recent Exchanges ofTop-Level Visits," *Contemporary International Relations* 7, no. 12 (December 1997): 3, 5, 7, cited in Pillsbury, *China Debates the Future Security Environment*, 128, n. 52.

49. Yang Bojiang, "The Trans-Century Tendencies of Japan," *Contemporary International Relations* 8, no. 8 (August 1998): 17; Gao Heng, "Dongbei Ya de anquan geju ji weilai qushi" ("Northeast Asia's Security Structure and Future Trends"), *21 Shiji (The 21st Century)*, no. 6 (1995): 35–36. For an extensive study on the Japanese Constitution and efforts to revise it, see Song Zhangjun, *Riben guo xianfa yanjiu [Studies on Japan's Constitution]* (Beijing: Shishi chubanshe, 1997), cited in Pillsbury, *China Debates the Future Security Environment*, 126, n. 48.

50. Xu Zhixian, "Xin shiqi Riben waijiao zhanlue de tiaozheng" ("Readjustment of Japan's foreign policy in the new era"), *Xiandai guoji guanxi (Contemporary International Relations)* 74, no. 12 (December 1995): 13. "Japan may fall short of its desire to become the permanent member of the UN Security Council for lack of the necessary support from China.... [I]f by any chance the development of Japan- China economic relations cannot be rationalized, Japan will lose its geoeconomic superiority." Xu Zhixian, Zhang Minqian, and Hong Jianjun, "On the Foreign Strategy and Trends in the China Policy of the United States, Western Europe, and Japan at the Turn of the Century," *Contemporary International Relations* 8, no. 3 (March 1998): 16; Shen Qurong, "Postwar Asia Pacific—Historical Lessons and Common Efforts for a Bright Future," *Contemporary International Relations* 5, no. 11 (November 1995): 5, 7, cited in Pillsbury, *China Debates the Future Security Environment*, 129, n. 54.

51. See Nicholas D. Kristof, "China, Reassessing Its Strategy, Views Japan Warily," *New York Times*, October 23, 1993.

52. Xu Weidi, "Post–Cold War Naval Security Environment," *World Military Trends* (Beijing: National Defense University, 1996).

53. Li Jiensong, "Continued Naval Developments in Nations on China's Periphery" (in Chinese), *Bingqi zhishi [Ordinance Knowledge]* (May 12, 1997): 17-20.

54. Ding Bangquan, "Adjustments and Trends in Japan's Military Strategy," *World Military Trends* (Beijing: Academy of Military Science, n.d.).

55. Wang Jisi, "China's Search for a Grand Strategy."

56. Parris Chang, "Beijing Copes with a Weakened Ma Administration: Increased Demands, and a Search for Alternatives," Jamestown Foundation, China Brief 14, no. 2 (2014), có tại http://www.jamestown.org/programs/chinabrief/single/?tx_ttnews%5Btt_news%5D=41869&tx_ttnews%5BbackPid%5D=25&cHash=-ce2455e039c0219fbcd4804a30a87105#.Uxcw_-mPLVJ.

57. Cited ibid.

58. Nói tóm lại, như Parris Chang, một thành viên của đảng Dân chủ Tiến bộ Đài loan,

ghi nhận, " Chiến lược của Bắc kinh đối với Đài loan dưới thời chủ tịchTập Cận Bình và người tiền nhiệm của ông là Hồ Cẩm Đào đã có những kết quả tích cực. Đường lối này không những tránh được sự đụng độ quân sự có thể xẩy ra với Hoa Kỳ, mà lại còn được Washington hưởng ứng.... Các công cụ kinh tế của Bắc kinh ... đã nâng cao mức độ hội nhập kinh tế của Đài loan với Trung Quốc và đồng thời cũng gia tăng khả năng khống chế của Cộng hòa Nhân dân Trung Quốc đối với nền kinh tế và xã hội Đài Loan, và giữ Đài Loan trong quỹ đạo của Trung Hoa lục địa " Ibid. Phương thức hành động của Trung Quốc trong quan hệ với Đài Loan thể hiện quan niệm là sức mạnh quân sự không phải là yếu tố thiết yếu để thắng lợi trong một cuộc tranh đua trường kỳ. Nó cũng chứng tỏ một nỗ lực thành công của Trung Quốc lôi kéo các đối tượng khác theo mình.

59. Christian Gomez, "Communist China's Cold War," New American, December 3, 2012, có tạihttp://www.thenewamerican.com/world-news/asia/item/13796-communist-chinas-cold-war/13796-communist-chinas-cold-war?tmpl=component&print=1&start=3.

60. Sự chiến thắng của Tần [Thủy Hoàng] được diễn ra giữa 7 vương quốc [trong thời gian 236 TCN – 221 TCN] và không phải do tiền định. SeeVictoria Hui, War and State Formation in Ancient China and Early Modern Europe (Cambridge, UK:- Cambridge University Press, 2005). In Yan Xuetong, "Pre-Qin Philosophy and China's Rise Today," inYan Xuetong, Ancient Chinese Thought, Modern Chinese Power, Daniel A. Bell and Sun Zhe, eds.,trans. Edmund Ryden (Princeton, NJ: Princeton University Press, 2011), 204, Yan argued, "FromChina's point of view, we can draw on the experience of success or failure of rising powers from pre-Qin thought." Yan also writes on page 220, "Even though research into pre-Qin interstate politicalphilosophy has attracted attention among scholars within China, it has not yet attracted the notice ofinternational colleagues." Yan Xuetong and Huang Yuxing, "Hegemony in the Stratagems of theWarring States," in Yan Xuetong, Ancient Chinese Thought, Modern Chinese Power, 122–23.Additional studies include Gerald Chan, "The Origin of the Interstate System: The Warring States inAncient China," Issues and Studies 35, no. 1 (1999): 147–66; Shih-tsai Chen, "The Equality of Statesin Ancient China," American Journal of International Law 35, no. 4 (1941): 641–50; Victoria Hui,"Toward a Dynamic Theory of International Politics: Insights from Comparing the Ancient Chineseand Early Modern European Systems," International Organization 58, no. 1 (2004): 175–205; andRichard Walker, The Multistate System of Ancient China (Westport, CT: Greenwood Press, 1953).

61. Alastair Iain Johnston, "How New and Assertive Is China's New Assertiveness?," InternationalSecurity 37, no. 4 (Spring 2013): 7–48.

62. For background, see Yuan Peng, "Shifts in International System, China's Strategic Options," XiandaiGuoji Guanxi [Contemporary International Relations], November 30, 2009, cited in Bonnie Glaser, "AShifting Balance: Chinese Assessments of U.S. Power," Capacity and Resolve: Foreign Assessments ofU.S. Power (Washington, DC: CSIS, 2011).

63. "China FM: Japan-U.S. Security Treaty a 'Relic,'" CCTV English, September 5, 2012, có tại http://english.cntv.cn/program/china24/20120905/101987.shtml.

Chương 11
HOA KỲ LÀ MỘT CHIẾN QUỐC

Rút củi đáy nồi[BS]
- *Tam thập lục kế*

Trong cuộc đua có thể thắng dễ dàng nếu mình chỉ là người duy nhất biết là cuộc đua đã bắt đầu. Trung Quốc đang trên đường để thay thế Hoa Kỳ như là một thế lực bá quyền trên thế giới, và do đó tạo ra một thế giới khác. Tuy nhiên không phải nhất thiết sẽ là như vậy. Cộng Hoà Nhân Dân Trung Hoa có thể là một sự thử thách chiến lược đáng nể và xuất sắc mà Hoa Kỳ phải đối phó nhưng, Trung Quốc không phải là một nước duy nhất.

Trước đây không lâu, Hoa Kỳ đã đánh lui sự đe dọa của một cường quốc khác cũng có ý định chế ngự thế giới. Hoa Kỳ đã thắng cuộc chiến tranh lạnh bằng một số chương trình và chiến thuật với sự ủng hộ của cả hai đảng. Một phương thức như vậy cũng có thể được hình thành để làm cốt lõi cho một chiến lược nhằm đánh bại hay ít ra kìm hãm những tham vọng lớn của Trung Quốc. Lẽ dĩ nhiên một ý tưởng để làm như vậy là các nhà làm chính sách phải nhận ra những thành công của

---

BS: Phủ để trừu tân - Rút củi đáy nồi, đánh tiêu hao hậu cần để làm quân địch dần phải thua
https://vi.wikipedia.org/wiki/Ba_m%C6%B0%C6%A1i_s%C3%A1u_k%E1%BA%BF

Trung Quốc bằng cách áp dụng luôn sự khôn ngoan và những chiến lược của họ. Một vài bài học lịch sử về thuật trị nước cổ xưa của Trung Quốc có thể áp dụng rất đúng cho những nước yếu muốn chống lại nước mạnh nhưng các bài học đó cũng giúp hiểu thêm về văn hoá chiến lược của Trung Quốc để áp dụng cho những tương quan giữa các quốc gia một cách rộng hơn. Không cần phải là một người Đức mới áp dụng các tư tưởng của Clausewitz trên chiến trường. Cũng trong một tinh thần như vậy Hoa Kỳ có thể thích nghi một vài khái niệm của Trung Quốc rút ra từ thời Chiến quốc để thắng Trung Quốc trên ván cờ mà Trung Quốc đã tự đặt ra.

GIAI ĐOẠN 1—NHẬN ĐỊNH VẤN ĐỀ

Nước Trung Quốc mà các lãnh tụ tại Bắc Kinh muốn cho chúng ta thấy không phải là một nước Trung Quốc thật. Các nhà lãnh đạo chính trị và dư luận của Hoa Kỳ cần phải phân biệt giữa cái "thông điệp" mà Trung Quốc muốn chúng ta nhận với hiện trạng ở dưới những thông điệp đó. Tôn tử và Khổng tử đều đồng ý là cần phải phân biệt giữa hiện tượng và hiện thực. Mặc dầu Tôn Tử là một trong những nhân vật lớn chủ trương dùng âm mưu nhưng ông cũng cảnh báo là cần phải thận trọng để khỏi bị lọt vào âm mưu của một đối phương khôn ngoan. Khổng Tử chủ trương điều quan trọng nhất là phải có chính danh và chính danh là nền tảng của một chiến lược đúng. Nói một cách giản dị, phải biết đối phương muốn ta nhìn họ như thế nào; đừng có nhìn hiện tượng và chấp nhận đó là hiện thực.

Chúng ta đã ngờ nghệch chấp nhận những câu chuyện về các trở ngại để phát triển của Trung Quốc để rồi sau đó mới biết là nền kinh tế của Trung Quốc đã lớn gấp ba của Hoa Kỳ chỉ trong thời gian từ 1997 tới 2007,[1] và cũng là một điều ngờ nghệch mà chúng ta chấp nhận sự bảo đảm nhắc đi nhắc lại của Bắc Kinh là họ sẽ ủng hộ tự do mậu dịch và sẽ thi hành những biện pháp chống lại sự lấy cắp các tài sản tri thức và chấm dứt các hành động lũng đoạn tiền tệ. Cũng là điều ngờ nghệch để nghe Trung Quốc nói nhiều lần là Trung Quốc muốn có sự hợp tác với Hoa Kỳ trong khi đó lại không biết những điều mà chính quyền Trung Quốc cho phép và khuyến khích để nói xấu Hoa Kỳ, và cũng là một điều ngờ nghệch khi chúng ta tin lời hứa của Trung Quốc chống lại Bắc Triều Tiên và Iran nhưng rồi về sau mới biết được là cả hai chế độ này đều được Bắc Kinh duy trì và ủng hộ.

Nếu Hoa Kỳ tiếp tục cuộc thi Marathon thì sự suy nghĩ của Hoa Kỳ về Trung Quốc phải thay đổi rất nhiều. Điều này có nghĩa là nhận ra rằng Trung Quốc là một đối thủ cạnh tranh chứ không phải là một nước yếu kém cần phải nâng đỡ. Điều đó cũng có nghĩa là phải tìm hiểu xem các nhà lãnh đạo Trung Quốc suy nghĩ như thế nào bằng cách nghiên cứu thế, nghiên cứu thời đại Chiến quốc và những chiến lược để lật đổ các thế lực bá quyền. Điều đó cũng có nghĩa là phải nhận ra Trung Quốc đã làm như thế nào để chuyển những ý tưởng đó thành hành động. Chúng ta sẽ cần phải xét lại một danh sách rất dài về các chính sách và các chiến lược.

GIAI ĐOẠN 2: PHẢI THEO DÕI CÁC CHƯƠNG TRÌNH VIỆN TRỢ

Mỗi năm một khoản nhỏ là tiền đóng thuế của dân chúng đã được chi tiêu vào việc giúp cho Trung Quốc phục hưng. Phần lớn những viện trợ này đã ít được phổ biến và dân chúng cũng như giới báo chí không để ý tới chính sách cố ý làm như vậy.

Trong một buổi điều trần trước Quốc hội năm 2005, một viên chức thuộc bộ Ngoại giao đã tiết lộ rất nhiều cách Hoa Kỳ giúp Trung Quốc mà dân chúng không được biết. Ông ta thảo luận những trường hợp nhiều chuyên gia của bộ Lao Động đã được chính quyền Hoa Kỳ gửi sang Trung Quốc để giúp họ gia tăng năng suất. Ông ta nói về những sự trợ giúp mà Bộ Ngân

Sách và cơ quan Kiểm Soát Tiền Tệ đã giúp Trung Quốc cải thiện những thể thức của ngân hàng. Ông ta phác họa những sự trợ giúp của cơ quan Hàng không Dân sự Liên bang giúp các nhà sản xuất máy bay của Trung Quốc. Và ông ta liệt kê những hình thức mà những cơ quan khác của Hoa Kỳ đã giúp cho hàng trăm chương trình viện trợ về khoa học tại Trung Quốc.

Sau buổi điều trần, nhà ngoại giao đó đã nói riêng với tôi. Biết là tôi đã từng làm việc trong quan hệ Trung Quốc và Hoa Kỳ và biết tôi là nhân viên của Quốc hội, ông ta hỏi "Ông có biết làm cách nào để không phải điều trần mỗi năm không?". Tôi hỏi tại sao ông ta lại muốn không có những điều trần như vậy thì ông ta nói, "Càng báo cáo cho Quốc hội thì Quốc hội càng biết rõ hơn và các nhà phê bình chống Trung Quốc tại Quốc hội sẽ tìm cách chấm dứt các viện trợ đó. Cắt viện trợ như vậy sẽ đẩy lùi quan hệ của chúng ta với Trung Quốc 30 năm."

Cho tới nay vẫn chưa có báo cáo chi tiết về tất cả những hoạt động do chính phủ tài trợ để giúp Trung Quốc. Không những Hoa Kỳ đã viện trợ cho đối thủ chính của Hoa Kỳ mà Hoa Kỳ lại còn không theo dõi chặt chẽ đã chi tiêu cho sự giúp đỡ đó bao nhiêu.

Muốn cạnh tranh trong cuộc đua Marathon, Quốc hội cần phải đưa ra quyết định là mỗi năm các cơ quan và các bộ phải báo cáo về những sự viện trợ cho Trung Quốc. Nếu những chương trình đó được xác nhận và phổ biến thì sẽ có ba điều lợi sau đây. Thứ nhất: những người Hoa Kỳ muốn tìm một phương pháp thận trọng hơn và hoài nghi hơn trong các quan hệ của Hoa Kỳ và Trung Quốc sẽ có được những thông tin để phản biện lại đa số của các giới kinh điển, các nhà phân tích và các nhà lãnh đạo trong chính phủ đang chủ trương gia tăng viện trợ và ủng hộ cho Bắc Kinh. Thứ hai: nhận định những lãnh vực lớn trong đó Hoa Kỳ đang giúp Trung Quốc sẽ khiến cho các nhà làm chính sách có một ý niệm rõ hơn là có những đòn bẩy nào có thể dùng để ảnh hưởng tới những hành động của Trung Quốc. Thứ ba, người Hoa Kỳ có thể dùng bảng liệt kê các chương trình viện trợ để đáp lại lời kết tội Hoa Kỳ trong các sách giáo khoa lịch sử của Trung Quốc (mà chúng ta đã bàn tới ở chương 5), nói rằng các tổng thống Hoa Kỳ từ John Tyler đã tìm cách để kiềm chế và làm hại Trung Quốc.

GIAI ĐOẠN 3: ĐO LƯỜNG KHẢ NĂNG CẠNH TRANH

Nhiều chuyện trong thời Chiến quốc có nói tới việc đo lường cẩn thận cân bằng thế lực trước khi lựa chọn chiến lược. Đó là một nguyên tắc kinh doanh cổ điển của Hoa Kỳ "What you measure improves - Có đo mới tiến." Bài học rất giản dị nhưng sâu sắc: không thể nào tiến lên được trừ khi biết cần tiến về mặt nào. Không thể nào từ phía sau chạy lên vượt địch thủ trừ khi biết là mình đã bị tụt lại phía sau vì lý do nào. Mỗi năm Trung Quốc đều có một phân tích hàng năm về khả năng cạnh tranh của Trung Quốc đối với Hoa Kỳ. Tại sao Hoa Kỳ không làm như vậy?

Tổ chức phi lợi nhuận Hội đồng về Cạnh tranh, thành lập năm 1986, đã tìm cách củng cố khả năng cạnh tranh toàn cầu về kinh tế của Hoa Kỳ. Hội đồng này gồm các tổng giám đốc điều hành, các viện trưởng đại học, lãnh tụ của các nghiệp đoàn lao động quốc gia và các viện nghiên cứu có uy tín. Những tài liệu phát hành của Hội đồng cho thấy rõ là Hoa Kỳ sẽ lùi lại như thế nào trong khả năng cạnh tranh trong ngành chế xuất cho đến năm 2017; trong khi đó thì Trung Quốc vẫn ở hàng đầu, do những yếu tố như mức đầu tư cao của Bắc Kinh cho các ngành chế xuất và ngành công nghiệp.[2]

Chính phủ Hoa Kỳ cũng phải làm công tác đo lường tương tự như vậy— nhưng chính xác hơn— về trình độ cạnh tranh của Hoa Kỳ. Toà Bạch Ốc cần phải cung cấp cho Quốc hội báo cáo thường niên bao gồm các chiều hướng và dự báo về các hoạt động của Hoa Kỳ và thứ bậc của Hoa Kỳ so với các đối tượng cạnh tranh của mình. Nhiều bộ trong chính quyền Hoa Kỳ, kể cả giới tình báo, phải tham gia vào công việc này. Không cần phải nghiên cứu mức độ cạnh tranh với tất cả mọi nước, chỉ cần chú ý tới 10 nước đứng đầu— bắt đầu bằng Trung Quốc.

GIAI ĐOẠN 4 - ĐẶT RA MỘT CHIẾN LƯỢC CẠNH TRANH

Chiến Quốc Sách thường mô tả cách các lãnh tụ đã cạnh tranh với nhau bằng cách thực hiện những cải cách khiến cho thế lực của họ phát triển nhanh hơn thế lực của đối thủ. Điểm cần ghi nhận là phải có cái nhìn cởi mở đủ để nhận ra và hành động khi sách lược cần phải thay đổi và sau đó áp dụng những kỹ thuật mới để đạt được những kết quả mong muốn.

Kent Hughes, giám đốc của Chương trình về Mỹ và nền Kinh tế Thế giới tại Woodrow Wilson Center và là nguyên chủ tịch của Hội đồng Cạnh tranh đã so sánh sự thách thức của việc Trung Quốc phục hưng về kỹ thuật với vụ Liên Xô phóng vệ tinh Sputnik vào năm 1957. Ông nói là việc phóng vệ tinh đó là một sự thách thức cho ưu thế của Hoa Kỳ về kỹ thuật và quân sự nhưng, nó cũng thúc đẩy Hoa Kỳ đầu tư vào các ngành khoa học kỹ thuật và các công cuộc sáng kiến trong các lãnh vực tư. Sự phục hưng của Trung Quốc chưa thúc đẩy một sự đáp ứng mạnh như vậy. Ông Hughes đã đề nghị một số chính sách có vẻ hứa hẹn để giữ cho Hoa Kỳ ở trong thế cạnh tranh. Các đề nghị này bao gồm sự cộng tác giữa lãnh vực tư và lãnh vực công của Hoa Kỳ để gia tăng khả năng cạnh tranh; cải tổ hệ thống tiền tệ và thuế khoá; sáng kiến kỹ thuật, tạo ra một nền văn hoá tiếp tục học hỏi suốt đời[3] và gia tăng các công trình nghiên cứu và phát triển dân sự.[4] Cũng như vậy Raph Gomory của đại học New York, trước kia là phó chủ tịch tại IBM, cũng đề nghị phải đáp ứng lại "chương trình khổng lồ của Trung Quốc trợ cấp cho ngành năng lượng và kỹ thuật, thêm vào đó là cho vay với lãi suất thấp hay không có lãi suất" bằng cách phát động một công cuộc phục hưng "ngành chế xuất thực sự tại Hoa Kỳ."[5] Patrick Mulloy của China Commission cũng đưa ra chi tiết về nhu cầu cần phải có một chiến lược cạnh tranh toàn quốc bởi vì "tình trạng tổng quát hiện tại là một sự đe dọa lâu dài cho tư thế dẫn đầu về kinh tế của Hoa Kỳ và ngay cả cho sự an ninh của Hoa Kỳ."[6]

Các nhà phân tích về chính sách của chính phủ là Robert Atkinson và Stephen Ezell cũng đề nghị một chương trình bao gồm nhiều cơ quan để cải tiến khả năng cạnh tranh của Hoa Kỳ nhưng họ sợ rằng chương trình đó sẽ bị trở ngại hay bị hủy bỏ bởi những quan điểm chính trị có tính cách đảng phái. Họ cảnh báo giới chính trị bảo thủ là "phe hữu hầu như quá nhạy cảm đến những điều được coi là sự suy yếu tương đối trong vai trò lãnh đạo thế giới của Hoa Kỳ về lực lượng quân sự nhưng, có điều lạ là họ lại không để ý đến những hậu quả của sự suy yếu về vị thế kinh tế sẽ có ảnh hưởng như thế nào tới vấn đề an ninh và đặc biệt là khả năng quốc phòng." Còn đối với phe khuynh tả thì Atkinson và Ezell nhắc nhở, "Nếu Hoa Kỳ bị thua trong cuộc chạy đua và mất những ưu thế sáng kiến trên toàn cầu thì những người trong phe khuynh tả cần phải nhận rằng sứ mạng đẩy mạnh công bằng xã hội của họ sẽ không thể nào thành công được."[7]

GIAI ĐOẠN 5: TÌM RA NHỮNG LẬP TRƯỜNG CHUNG TRONG NƯỚC.

Các nhà lãnh đạo thời Chiến quốc thường giữ cho liên minh của họ được chặt chẽ và xây dựng những sự liên minh luôn luôn thay đổi để đoàn kết nhằm một mục đích chung. Chia rẽ là nguy hiểm. Có nhiều người—trong hay ngoài chính phủ— chủ trương cải tổ chính sách của Hoa Kỳ đối với Trung Quốc, nhưng họ đã phân tán thành những phe phái và không coi nhau là những đồng minh. Từ ít ra là năm 1995 các học giả tại Bắc Kinh đã vui mừng nói cho tôi biết về những câu chuyện về những người Hoa Kỳ chỉ trích chính sách của Hoa Kỳ đối với Trung Quốc đã bị phân tán về các quan điểm chính trị đến nỗi họ không thể nào cộng tác với nhau được.

Đã đến lúc phải tạo ra sự hợp tác trong số những người muốn tìm sự thay đổi tại Trung Quốc. Cần phải thành lập một liên minh rộng lớn tại Hoa Kỳ với một sứ mạng duy nhất là tạo ra sự thay đổi đối với Trung Quốc và thay đổi cách thức nguy hại và lỗi thời để khuyến khích sự cải cách tại Bắc Kinh. Điều này có nghĩa là những người Mỹ ủng hộ Dalai Lama cũng phải liên kết với các chuyên gia quốc phòng của Mỹ chủ trương phải gia tăng chi tiêu cho chương trình AirSea Battle [chiến tranh trên không và trên biển] của Lầu Năm Góc. Điều này có nghĩa là những người bênh vực cho nhân quyền phải cộng tác với giới doanh nghiệp Hoa Kỳ để đòi hỏi sự bảo vệ cho các sở hữu trí tuệ. Điều này có nghĩa là những nhóm chống phá thai và đang đòi Trung Quốc phải thay đổi "chính sách một con" cũng phải tìm những quan điểm chung cùng với giới các tổ chức tranh đấu cho dân chủ do Quốc hội lập ra.

GIAI ĐOẠN 6: XÂY DỰNG MỘT LIÊN MINH HÀNG DỌC GỒM CÁC QUỐC GIA

Có lý do tại sao Trung Quốc đã mở rộng những đòi hỏi chủ quyền ở miền biển phía Nam Trung Quốc, uy hiếp các tàu đánh cá Phillipines, cắt đứt những dây cáp của các tàu nghiên cứu về động đất của Việt Nam và mới đây còn tạo ra vùng nhận dạng phòng không ADIZ trong vùng biển phía đông của Trung Quốc. Trung Quốc muốn bảo đảm có được các nguồn tài nguyên phong phú trong vùng đó và hy vọng là sẽ uy hiếp các nước láng giềng để các nước này sợ, không dám hợp nhau chống lại các tham vọng đó.

Dù chúng ta có chơi cờ vây hay không chúng ta cũng

biết rằng nếu bị bao vây bởi một nhóm các phe đối lập là một điều nguy hiểm. Lẽ dĩ nhiên Trung Quốc sợ là các nước láng giềng của Trung Quốc sẽ hợp thành một liên minh như vậy. Và đó là điều Hoa Kỳ cần phải khuyến khích đối với các nước như Mông Cổ, Đại Hàn, Nhật và Phillipines. Ngay cả sự đe doạ của một liên minh như vậy— qua một phong trào tiến tới việc thành lập liên minh— cũng khiến cho Bắc Kinh phải ngừng lại và làm giảm bớt chính sách hiếu chiến của họ. Trung Quốc đã biết bằng cách nào Hoa Kỳ và các đồng minh của Hoa Kỳ đã kìm hãm Liên Xô. Khi Hoa Kỳ gia tăng viện trợ và tạo những điều kiện hợp tác trong các nước láng giềng của Trung Quốc thì phe diều hâu của Trung Quốc sẽ bị chịu lỗi khi Trung Quốc cảm thấy đã bị cô lập và đơn độc ở trong vùng.

GIAI ĐOẠN 7— CHE CHỞ CÁC NHÂN VẬT BẤT ĐỒNG CHÍNH KIẾN

Nhiều chiến sĩ tiền phương trong cuộc Chiến tranh Lạnh là các nhân vật bất đồng chính kiến tại Liên Xô và Đông Âu. Họ đã không chịu đầu hàng trong một trận chiến bất tận để chống kiểm duyệt, tuyên truyền, khủng bố tôn giáo và nô lệ kinh tế. Các vị tổng nguyên soái của họ là những người như Václav Harvel, Lech Walesa và Alexandr Solzhenitsyn. Với lòng dũng cảm và hăng say và nguyên tắc, họ đã lật đổ Liên Xô và phá vỡ bức Màn Sắt. Nhưng họ đã không tranh đấu đơn độc. Các tổng thống từ Truman, Reagan cũng cổ võ cho chính nghĩa của họ. Khi họ bị cầm tù, các tổng thống Hoa Kỳ đòi phải thả họ ra. Khi họ cần tiền, Hoa Kỳ gửi tiền cho họ. Khi họ cần một diễn đàn để tự do phát biểu những điều chế độ ngăn cấm Hoa Kỳ đã cho họ dùng máy in và những chương trình để phổ biến những cuộc đấu tranh và niềm tin của họ tới hàng triệu người qua đài phát thanh Âu Châu Tự do.

Ngày nay Trung Quốc đã gia tăng khủng bố các người theo Phật giáo tại Tây tạng và các người Uighurs theo Hồi giáo. Tại Tây Tạng nhà cầm quyền đã áp dụng giới nghiêm, bắt bớ những người phản đối, giết những người dân lành và biến vùng đó thành một "địa ngục trần gian"[8], theo lời của Dalai Lama. Tại Tân Cương, internet và điện thoại thường bị cắt đứt và tỉ số người dân tộc Hán tại Tây Tạng và Tân Cương đã gia tăng rất nhiều qua những cuộc di dân do nhà nước chủ trương.[9]

    Trung Quốc cũng khủng bố những người theo đạo Thiên Chúa. Tại Trung Quốc những người ngoại quốc thường phải xuất trình hộ chiếu trước khi được cho phép vào dự lễ tại các nhà thờ. Tại sao? Bởi vì Trung Quốc được cai trị bằng một đảng Cộng sản vô thần và chính quyền của họ không cho các công dân Trung Quốc được tới thờ phụng tại các nhà thờ không dưới quyền kiểm soát của nhà nước. Nhiều chuyên gia ước lượng rằng có khoảng từ 60 đến 100 triệu người theo đạo Thiên Chúa tại Trung Quốc và con số đó vẫn còn gia tăng.[10] Bob Fu người khai sáng và là chủ tịch của tổ chức China Aid đang tìm cách trang bị cho dân Trung Quốc để bảo vệ tín ngưỡng và tự do của họ. Mục đích của tổ chức là đòi hỏi cải cách về luật pháp, tài trợ cho những "nhà thờ tại gia" tại Trung Quốc và giúp đỡ các người theo đạo Thiên Chúa bị cầm tù. Ông tố cáo những sự tàn bạo phát xuất từ chính sách một gia đình một con và hỗ trợ những người hoạt động bảo vệ nhân quyền tại Trung Quốc. Mới đây ông Fu đã giúp nhà hoạt động khiếm thị Chen Guangcheng [Trần Quang Thành], thoát khỏi vụ cầm tù tại nhà ở Trung Quốc và đưa ông ta tới Hoa Kỳ an toàn.[11]

    Yang Jianli [Dương Kiến Lợi], một người bất đồng chính kiến Trung Quốc đã sống sót sau cuộc tàn sát tại Quảng Trường Thiên An Môn năm 1989, đã tranh đấu suốt trong 25 năm để đòi Trung Quốc phải áp dụng thể thức quy trách nhiệm trong chính quyền. Ông ta sáng lập Initiatives for China, là một tổ chức tìm cách nối kết các nhóm ủng hộ dân chủ trong Trung Quốc với các nhà tranh đấu về nhân quyền trên thế giới.[12] Vì hoạt động này ông đã bị Trung Quốc cầm tù 5 năm và chỉ được thả ra sau khi cả hai viện Quốc hội của Hoa Kỳ đã đồng thanh biểu quyết, Liên Hiệp Quốc đã ra một quyết nghị, và các nhóm phi lợi nhuận đã vận động đòi ông ta phải được trả tự do. Việc trả tự do cho ông ta cho thấy rằng sự hỗ trợ từ bên ngoài cho tất cả các người bất đồng chính kiến có thể có những ảnh hưởng lớn. Chúng ta hãy tưởng tượng ảnh hưởng đó sẽ có hiệu quả như thế nào đối với các người bất đồng chính kiến khác nếu chính quyền Hoa Kỳ ủng hộ họ giống như những cuộc vận động để trả tự do cho ông Dương.

Cũng như dân biểu Nancy Pelosi đã luôn luôn ủng hộ Dalai Lama, tổng thống George W. Bush cũng ủng hộ các nỗ lực của ông Fu để gia tăng tự do tôn giáo tại Trung Quốc. Điều đáng tiếc là ông Fu nói rằng tổng thống Obama đã không đáp lại lời yêu cầu xin giúp đỡ của ông.[13] Tổng thống Obama đã không gắn liền những thành tích của Trung Quốc về nhân quyền với các vấn đề mà Bắc Kinh mong muốn, chẳng hạn như các quan hệ về ngoại thương. Chính quyền của Obama cũng không bao gồm cả vấn đề nhân quyền trong cuộc Đối thoại Chiến lược và Kinh tế Trung-Mỹ [BT] mà tổng thống Obama cùng chủ tịch Hồ Cẩm Đào đã loan báo vào tháng 4/2009.

GIAI ĐOẠN 8: ĐỨNG LÊN CHỐNG LẠI NHỮNG HÀNH ĐỘNG CẠNH TRANH CHỐNG MỸ

Trung Quốc không chỉ là một nguồn của những hành động gián điệp trên mạng chống lại Hoa Kỳ mà Trung Quốc là một nguồn chính của các hành động đó. Theo một vài sự ước tính, hơn 90% của các vụ gián điệp trên mạng chống Hoa Kỳ xuất phát từ Trung Quốc.[14] Các hackers của Trung Quốc thường xâm nhập mạng lưới của các giới kinh doanh và chính quyền Hoa Kỳ. Một danh sách rút ngắn về nạn nhân của các sự xâm nhập đó

BT. Trung Mỹ Chiến Lược Kinh Tế Đối Thoại - https://en.wikipedia.org/wiki/U.S.%E2%80%93China_Strategic_and_Economic_Dialogue

là các hãng như Google, Booz Allen Hamilton, AT&T, Phòng Thương mại Hoa Kỳ, Visa, MasterCard, bộ Quốc phòng, bộ Ngoại giao, bộ Nội an và bộ Năng lượng. Hacking là hành động then chốt trong một chiến dịch kéo dài hàng chục năm của Trung Quốc để lấy cắp các kỹ thuật mà Trung Quốc không phát minh được và lấy cắp các sở hữu trí tuệ mà Trung Quốc không tạo ra được. Một báo cáo của Ủy ban về sự Lấy cắp các Sở hữu trí tuệ của Hoa Kỳ dưới sự hướng dẫn của nguyên giám đốc cơ quan tình báo quốc gia Dennis Blair và nguyên đại sứ Mỹ tại Trung Quốc Jon Huntman cho thấy rằng việc lấy cắp các sở hữu trí tuệ của Hoa Kỳ có thể làm cho nền kinh tế Hoa Kỳ tổn thất hơn $300 tỷ mỗi năm.[15]

Dân biểu Frank Wolf của Virginia đã luôn luôn tranh đấu để bảo vệ các tích sản kỹ thuật của Hoa Kỳ chống sự lấy cắp của Trung Quốc và để cải thiện tình trạng nhân quyền ở đó. Nhận thấy rằng Trung Quốc đã lợi dụng sự cởi mở và sự sẵn sàng chia sẻ thông tin, ông đã giúp thành lập một số biện pháp tối thiểu để bảo vệ những tích sản đó. Wolf đã đưa vào trong ngân sách của liên bang năm 2011, một điều khoản cấm NASA và Văn phòng Chính sách về Khoa học và kỹ thuật của Nhà Trắng tham gia vào bất cứ hoạt động hợp tác nào về khoa học với Trung Quốc trong năm đó.[16]

Tuy nhiên, Wolf chỉ hoạt động đơn độc trong nỗ lực kìm hãm khả năng của Trung Quốc muốn tiếp cận với kiến thức kỹ thuật của Hoa Kỳ. Ông Wolf đã không thể nào vận động để thông qua một dự luật tương tự như vậy vào năm 2011. Do sự thành công của "điều khoản Wolf" không cho phép các nhà báo Trung Quốc được tham dự vào cuộc phóng phi thuyền *Endeavor* của Mỹ, Wolf và các người khác đã vận động bảo vệ nhân quyền tại Trung Quốc qua Ủy ban Nhân quyền Tom Lantos và vì vậy mà chính ông ta đã trở thành nạn nhân của những cuộc tấn công trên mạng xuất phát từ Trung Quốc.[17]

Sự quan tâm rất tích cực của Wolf về nạn lấy cắp kỹ

thuật nhạy cảm và các bí mật quân sự cũng như các sở hữu trí tuệ là một điều rất cần thiết. Nhưng ông đã tuyên bố về hưu không làm việc tại Quốc hội nữa từ năm 2014. Nếu Hoa Kỳ muốn hy vọng có thể cạnh tranh được với Trung Quốc trong cuộc Marathon 100 năm thì Hoa Kỳ phải khởi động lại những đề nghị của Wolf và mở rộng những đề nghị đó.

GIAI ĐOẠN 9–NHẬN DIỆN VÀ KHIẾN CHO NHỮNG KẺ GÂY Ô NHIỄM CẢM THẤY HỔ THẸN

Trong khi Hoa Kỳ và Âu Châu đang cùng nhau giảm các khí thải gây nóng 60 triệu tấn mỗi năm thì Trung Quốc lại gia tăng mức độ gây ra khí thải gây nóng tới 500 triệu tấn mỗi năm. Có lẽ biểu hiệu mạnh nhất của những vấn đề môi trường của Trung Quốc, ít ra cho tới hiện tại, đã xảy ra vào tháng 1/2013, khi có một đại nạn ô nhiễm bao phủ Bắc Kinh và các thành phố khác tại Trung Quốc và mức ô nhiễm đã lớn gấp 40 lần mức an toàn do Tổ chức Y tế Quốc tế WHO ấn định. Nhưng, ngay chính cuộc đại nạn ô nhiễm đó cũng không khiến cho Trung Quốc thay đổi luận điệu về môi trường. Bắc Kinh từ chối tôn trọng các thỏa hiệp quốc tế mà có thể bắt buộc Trung Quốc phải đặt ưu tiên thực hiện chính sách duy trì sự phát triển bền vững với tinh thần trách nhiệm về môi trường.

Một trong những phương thức hiệu nghiệm hơn để bảo vệ môi trường đối với Trung Quốc đã được thực hiện khi đại sứ Huntsman cho phép sứ quán Hoa Kỳ tại Bắc Kinh phổ biến trên mạng tweet mức độ ô nhiễm tại Bắc Kinh.[18] Cũng như vậy Ma Jun [Mã Quân], giám đốc viện các Vấn đề Môi trường và Công Cộng, một tổ chức đứng hàng đầu trong việc theo dõi vấn đề môi trường tại Trung Quốc đã thu thập và phổ biến trên mạng các bản đồ về ô nhiễm nước, không khí và các chất phế thải tại Trung Quốc.[19]

Nhưng duy trì ý thức rõ rệt hơn về vấn đề này có thể là

những điều tốt nhất mà chúng ta có thể làm được không? Hoa Kỳ cần phải đòi hỏi Trung Quốc hành động một cách có trách nhiệm về vấn đề môi trường và nhấn mạnh Trung Quốc phải làm như vậy dù rằng biện pháp này có nghĩa là chúng ta phải có những đòn bẩy mạnh hơn là các chính quyền trước đã thi hành. Nếu không thì Trung Quốc sẽ có lợi thế cạnh tranh kinh tế—trong khi Washington kìm hãm các giới doanh nghiệp Hoa Kỳ để bảo đảm môi trường thì Trung Quốc lại cứ tiếp tục xuất khẩu các sản phẩm của họ và xuất khẩu ô nhiễm với một tốc độ chóng mặt.

GIAI ĐOẠN 10–PHANH PHUI NẠN THAM NHŨNG VÀ KIỂM DUYỆT

Một trong những mối lo sợ lớn nhất của chính quyền Trung Quốc là tự do báo chí. Chính quyền Trung Quốc biết rằng ánh sáng là yếu tố khử trùng bài trừ tệ đoan và chính quyền Trung Quốc rất lo sợ điều dân chúng sẽ làm nếu họ biết tất cả sự thật về nạn tham nhũng, sự tàn bạo và luận điệu gian dối về Hoa Kỳ cùng các đồng minh của Hoa Kỳ. Tuy nhiên, vẫn không thể nào hiểu được tại sao Hoa Kỳ không hành động nhiều hơn để chống lại kiểm duyệt và các chiến dịch tuyên truyền chống nhân dân Trung Quốc.

Những cơ quan truyền tin lớn ở Trung Quốc đều là của chính quyền. Do đó tố cáo những vụ tham nhũng thường là do các phóng viên ngoại quốc tại Trung Quốc. Giới báo chí Tây Phương phần lớn đã đứng lên chấp nhận sự thử thách đó và phanh phui những vụ ăn hối lộ, làm khó dễ các viên chức chống tham nhũng, quản lý tồi tệ hại các xí nghiệp quốc doanh, gian lận thuế, những vụ tai tiếng về tình dục, làm khó dễ các công ty ngoại quốc, hối lộ, v.v... Chẳng hạn, chỉ trong vòng có vài tháng vào năm 2013 nhà báo Andrew Jacobs đã viết về sự bắt giữ trái phép một nhà báo Trung Quốc vì tội "gây rối và cãi lộn"[20] và vụ tàn sát những người Tây Tạng không có vũ khí tại tỉnh Tứ Xuyên.²¹ Cũng như vậy, David Barboza, phóng viên của báo *New York Times* tại Thượng Hải đã viết một bài báo vào tháng 10/2012 về việc gia đình của nguyên thủ tướng Ôn Gia Bảo đã có một gia tài $2,7 tỷ gồm các tài sản có được bằng một cách đáng nghi ngờ.²²

Nhưng chính quyền tại Bắc Kinh đã dùng đủ mọi công cụ để cấm các thông tin như vậy được phổ biến trong dân Trung Quốc. Năm 2012, chính quyền Trung Quốc đã chặn đứng tin tức của Bloomberg News sau khi tờ báo này đã đăng một bài về tài sản của gia đình Tập Cận Bình.²³ Sự thỏa thuận ngầm trong khi làm việc với Trung Quốc hình như thế này: bạn có thể viết về những sự phát triển vượt bực của Trung Quốc nhưng, khi bạn bắt đầu chỉ trích đảng Cộng sản hay những viên chức cao cấp của đảng Cộng sản thì bạn sẽ bị đuổi ra khỏi nước ngay lập tức.

Các nhà lãnh đạo Trung Quốc cũng làm áp lực đối với các công ty kỹ thuật Hoa Kỳ và bắt họ phải kiểm duyệt những trang mạng của họ tại Trung Quốc. Các công ty cung cấp dịch vụ internet và mạng xã hội muốn hoạt động tại Trung Quốc phải đối phó với một thực tế phũ phàng: hoặc cộng tác với sự kiểm duyệt của chính quyền hay bị chính quyền ngăn cấm không cho các trang mạng của họ tiếp cận với thị trường Trung Quốc.

Đối với Jimmy Wales, người sáng lập ra Wikipedia, thì sự lựa chọn này dễ dàng. Wikipedia đã từ chối không tuân theo yêu cầu của chính quyền Trung Quốc để giới hạn thông tin.²⁴ Cái được gọi là "Bức trường thành chống lửa của Trung Quốc" đã chặn Wikipedia trong nhiều trường hợp.²⁵ Ông Wales nói rằng Wikipedia "chủ trương tự do thông tin và đối với chúng tôi nhân nhượng sẽ đưa ra một tín hiệu sai lầm là ở trên hành tinh này không còn ai dám nói: 'Tôi nói cho các ông biết chúng tôi không chịu thua đâu.'"²⁶

Tại sao chính phủ Hoa Kỳ không ủng hộ Wikipedia trong

cuộc tranh đấu này? Chính phủ Hoa Kỳ cần phải áp lực chính quyền Trung Quốc để họ đừng có ăn hiếp các công ty Mỹ như Wikipedia, Yahoo, Facebook và các công ty truyền thông khác. Chính phủ Hoa Kỳ cũng phải gia tăng nỗ lực để tiếp cận với nhân dân Trung Quốc—bằng tiếng Phổ thông— qua đài phát thanh Á Châu Tự Do. Trong thời gian Chiến tranh Lạnh, đài phát thanh Âu Châu Tự Do là một ốc đảo cho các nhân vật bất đồng chính kiến chống Cộng trong một sa mạc kiểm soát và tuyên truyền của Liên Xô. Không có lý do tại sao đài Á Châu Tự Do lại không thể phục vụ một mục đích tương tự như vậy trong cuộc đua Marathon 100 năm, nhưng ngân khoản của đài phát thanh này cần phải được gia tăng ít ra gấp 3 lần.

GIAI ĐOẠN 11- ỦNG HỘ CÁC NHÀ CẢI CÁCH DÂN CHỦ

Phần lớn chiến lược của Hoa Kỳ trong thời kỳ Chiến tranh Lạnh không thích hợp—ít ra là chưa thích hợp. Hô hào áp dụng Chiến tranh Lạnh sẽ lại bị mắc mưu của phe diều hâu tại Trung Quốc, là phe đang cố khuếch đại những sự đe dọa của Hoa Kỳ. Hiện nay không có một cuộc phấn đấu về ý thức hệ toàn cầu; không có nhu cầu phải tạo ra một liên minh chống Trung Quốc giống như liên minh NATO để kìm hãm sự bành trướng của đế quốc. Nhưng có một bài học từ thời kỳ Chiến tranh Lạnh mà Hoa Kỳ cần phải để ý tới là khởi động lại sự hỗ trợ cho các nhóm dân chủ và xã hội dân sự ở trong Trung Quốc. Mối quan tâm của Trung Quốc khi họ nói về cuộc Chiến tranh Lạnh mới[27] là Hoa Kỳ sẽ làm sống lại những chương trình ở trong thời kỳ Chiến tranh Lạnh phá Liên Xô từ bên trong, bằng cách dùng sức mạnh của tư tưởng. Phần lớn phe diều hâu của Trung Quốc tin rằng kế hoạch để xâm nhập Trung Quốc bằng tư tưởng dân chủ đã bắt đầu được tiến hành như đã được tiến hành chống lại Liên Xô vào năm 1947. Ít ra có hai cuốn sách Trung Quốc đã nói là cơ quan CIA đang dẫn đầu chiến dịch này.[28]

Nguyên bộ trưởng Quốc phòng Robert Gates ghi nhận rằng Thoả hiệp Helsinki năm 1975 đã là một yếu tố thúc đẩy và tăng cường cho các nhóm chủ trương dân chủ trong Liên Xô và giữ một "vai trò then chốt trong thắng lợi của cuộc Chiến tranh Lạnh."[29] Quan điểm của ông hình như cũng được phe diều hâu của Trung Quốc chia sẻ và phe diều hâu thường viết về mối lo sợ của họ là Hoa Kỳ đã tiến hành một chương trình để ảnh hưởng các nhà lãnh đạo dân sự tương lai của Trung Quốc có khuynh hướng nghiêng về chế độ dân chủ bầu cử đa đảng – và thị trường tự do.[30] Vào tháng 10/2013, phe diều hâu của Trung Quốc đã tiết lộ một mối lo sợ nữa là Hoa Kỳ đang tìm cách ủng hộ một nhân vật Trung Quốc giống như Gorbachev là nhân vật sẽ chấm dứt chế độ cai trị độc đảng. Mối nghi ngờ của phe diều hâu đối với chính các lãnh tụ của họ đã được tỏ ra trong luận điệu của một cuốn video dài 90 phút được phát hành vào tháng 10/2013 với tựa là *Silent Contest [Cuộc Đấu Tranh Thầm Lặng]*.[31] Phe diều hâu sợ là các lãnh tụ dân sự của họ dễ bị ảnh hưởng bởi các nhà lãnh đạo Tây Phương và muốn có một chế độ cai trị đa đảng và tiến dần đến dân chủ

Trong một cuộc phỏng vấn trên mạng, thiếu tướng Luo Yuan [La Viên] đã mô tả một chương trình của CIA theo dõi các báo chí quân sự Trung Quốc, sau đó nêu rõ những người trong phe diều hâu và đưa tên những người này cho các viên chức lãnh tụ dân sự cao cấp của Trung Quốc; các lãnh tụ này đã giáng chức hay trừng phạt những sĩ quan diều hâu này. Tướng La còn đưa ra ba thí dụ và nói sự kiện đó đã được thực hiện vào lúc nào và ông còn dẫn chứng tên của tôi và nói là tôi đã tỏ vẻ vui mừng khi thấy như vậy. Tôi không bận tâm gì tới vấn đề ông ấy nói tên tôi, nhưng thật ra không có một chương trình nào như thế.[32]

Thực tế là không có một nỗ lực phối hợp nào của Hoa Kỳ hay của Tây Phương để khuynh đảo sự cai trị của đảng Cộng sản Trung Quốc. Chi tiêu hàng năm cho các chương trình để ủng hộ dân chủ tại Trung Quốc dưới $50 triệu.[33] Trong khi chính quyền Hoa Kỳ cũng có một số chương trình hỗ trợ yếu kém cho các chương trình dân sự xã hội, nhưng đó không phải là những nghiệp vụ kín của CIA và hãy còn quá nhỏ so với nhu cầu. Ít ra có 6 chương trình như vậy bắt đầu từ cuộc Chiến tranh Lạnh và được thực hiện bởi các tổ chức Hoa Kỳ với tài trợ của chính phủ trong đó có AFL- CIO, Phòng Thương mại và cả hai đảng chính tại Hoa Kỳ. Các tổ chức này tài trợ cho một số lớn các tổ chức Trung Quốc ở bên trong Trung Quốc cũng như các nhóm lưu vong.[34]

Bộ Ngoại giao cần phải tài trợ thêm các dự án để phát huy thể thức cai trị bằng luật pháp và tổ chức xã hội dân sự tại Trung Quốc, bao gồm cả các nỗ lực hỗ trợ về luật pháp và kỹ thuật, cải tổ luật hình, cải thiện cách phán quyết theo luật pháp, huấn luyện các viên chức dân cử ở trong làng và hỗ trợ cho quyền độc lập của các thẩm phán.[35] Sẽ cần có thêm tiền để hỗ trợ cho các phái đoàn quan sát bầu cử và trợ giúp kỹ thuật trong việc soạn thảo các quy định bầu cử tại địa phương và cải thiện sự giám sát các ngân sách và các quyết định của chính quyền. Chúng ta cũng cần có những dự án để gia tăng khả năng của các tổ chức độc lập, phi chính phủ.[36]

Cùng với các chương trình ủng hộ dân chủ, Hoa Kỳ phải chuyên tâm chú ý tới các cải cách về thị trường tự do, thay vì cho rằng Trung Quốc nhất định sẽ tiến tới cởi mở về kinh tế. Thí dụ quỹ của Quốc hội qua chương trình National Endowment for Democracy và Center for International Private Enterprise đã giúp đỡ tổ chức Unirule Institute Economics[37] có văn phòng tại Bắc Kinh, tổ chức này đã chủ trương thành lập những hiệp ước song phương về đầu tư.[38] Những việc này sẽ làm giảm bớt các ưu thế của các xí nghiệp quốc doanh, bao gồm cả các "công ty quán quân." Những thể lệ ngược đãi lao động của Trung Quốc cũng đã được chú ý tới qua các tổ chức phi chính phủ tại Trung Quốc và qua các nỗ lực do Hoa Kỳ tài trợ.[39]

Chính quyền Hoa Kỳ không phải lúc nào cũng đã ở tư thế thụ động hoặc không biết gì về những cuộc tranh luận nội bộ của Trung Quốc. Trong những năm 1980, bộ trưởng ngoại giao George Schultz đòi hỏi Trung Quốc phải tuân theo những quy định quốc tế chống lại việc phổ biến vũ khí hạt nhân.[40] Hoa Kỳ đã giúp xây dựng các tổ chức và huấn luyện các cá nhân trong Trung Quốc để làm đảo ngược việc Bắc Kinh không chịu tham dự hiệp ước không phổ biến vũ khí hạt nhân (Nuclear non-Proliferation Treaty, NPT).[41] Nghị sĩ Joseph Biden đã mô tả Trung Quốc như là một quốc gia "đang nhanh chóng trở thành một con voi điên ở trong cộng đồng các quốc gia trên thế giới"[42] và kêu gọi cần phải ngưng chính sách chấp nhận cho Trung Quốc được hưởng quy chế tối huệ quốc trừ phi Trung Quốc đổi những chính sách và những hoạt động đối với việc không phổ biến vũ khí hạt nhân. Các chương trình trao đổi của Hoa Kỳ cũng nối kết các tổ chức phi chính phủ như của MacArthur Foundation và Ford Foundation[43] để đưa ra những chương trình tài trợ giúp nâng cao khả năng trong các giới hoạt động về kiểm soát vũ khí tại Trung Quốc.[44] Áp lực từ bên ngoài và tài trợ đã giúp lập thành một hệ thống kiểm soát xuất khẩu đầu tiên tại Trung Quốc để theo dõi và ngăn ngừa các công ty xuất khẩu những kỹ thuật bị cấm xuất khẩu.[45]

Tuy nhiên, mới đây Hoa Kỳ đã thụt lùi trở lại về tình thế thụ động. Tập Cận Bình đã khơi động một cuộc tranh luận khá hứa hẹn về vấn đề chấp hành Hiến pháp Trung Quốc khi ông ta nói "làm cách nào để nhốt quyền lực vào trong chuồng." Bảy mươi hai nhân vật trong giới đại học đã ký một kiến nghị được đưa ra bởi giáo sư luật Zhang Qianfan [Dương Thiên Phàm]. Giáo sư Dương cho thấy rằng Hiến pháp Trung Quốc quy định là "không có một tổ chức hay một cá nhân nào có đặc quyền hành động trái với Hiến pháp và luật pháp." Thi hành câu đó sẽ giới hạn chặt chẽ vai trò độc tài hiện tại của đảng Cộng sản. Cuộc tranh luận đã tiếp diễn khi chủ tịch Tập nói trong dịp kỷ niệm lần thứ 30 của Hiến pháp là "Hiến pháp phải là một vũ khí pháp lý để nhân dân bảo vệ quyền của họ"[46] Kêu gọi cần có sự tách biệt giữa đảng và nhà nước cùng cải cách thị trường sâu rộng hơn, báo *New York Times* đã viết vào ngày 3/2/2013 là "một vài diễn văn mới đây của ông Tập, trong đó có bài diễn văn ông Tập nhấn mạnh nhu cầu cần phải chấp hành hiến pháp đã tạo nên những hy vọng trong số những người muốn có sự thay đổi."[47] Đây là loại tin tức mà phe diều hâu ở Bắc Kinh rất lo sợ. Để đạt được mục đích đó Hoa Kỳ phải là người tham dự vào chứ không phải chỉ là khách bàng quan.

GIAI ĐOẠN 12 – THEO DÕI VÀ ẢNH HƯỞNG CÁC CUỘC TRANH LUẬN GIỮA PHE DIỀU HÂU VÀ PHE CẢI CÁCH TẠI TRUNG QUỐC

Ngày nay trong khi Trung Quốc theo đuổi chiến lược Chiến tranh Lạnh riêng của họ chống Hoa Kỳ thì Trung Quốc cũng theo dõi rất kỹ các phe phái khác nhau tại Washington, DC– phe ủng hộ Bắc Kinh, phe hoài nghi, phe có thể thao túng và phe đã nhận ra chiến lược Marathon. Trước kia Hoa Kỳ cũng có những thành tích rất tốt trong các công việc này. Trong Chiến tranh Lạnh, Hoa Kỳ đã đầu tư thời gian, kỹ thuật và nhân viên để phân biệt các hoạt động của những thành viên trong bộ Chính trị Liên Xô để nhận ra ai là người chủ trương một quan hệ hoà hợp hơn với Hoa Kỳ và ai là người coi Hoa Kỳ là đối thủ nguy hiểm cần phải vượt qua. Tuy nhiên, khác hẳn với những hoạt động của chúng ta chống lại Liên Xô, hiện nay Hoa Kỳ đang thụt lùi khi đối phó với Trung Quốc. Điều then chốt là Hoa Kỳ cần phải tìm hiểu về các phe phái khác nhau trong những cuộc tranh luận nội bộ nhạy cảm tại Trung Quốc. Tuy chiến lược Marathon đang tiến mạnh nhưng, chính quyền của Trung Quốc không suy nghĩ như một khối đá tảng bất phân chia. Lẽ dĩ nhiên phe cứng rắn là đa số nhưng ở bên lề cũng còn có những người thực tâm cổ võ cho cải cách và tự do hoá muốn Trung Quốc sẽ tiến tới một một mô hình giống như

Hoa Kỳ. Phe ôn hoà này hiện đã có, và cần phải được nhận rõ và ủng hộ. Vấn đề là giới tình báo Hoa Kỳ đã không đầu tư tài lực để xác định ai là người muốn cải cách thực sự và ai trong số những người lãnh đạo Trung Quốc đang giả bộ tuyên bố chủ trương cải cách. Điều này là một thử thách rất lớn về tình báo.[48]

Sự thử thách này vẫn có. Từ 1980, trong thời tổng thống Carter, Michel Oksenberg đã mời tôi tham dự buổi họp của các nhân viên của Hội đồng An ninh Quốc gia để thảo luận về một tờ trình mật mà ông đã soạn thảo cho Zbigniew Brzezinski — cố vấn an ninh quốc gia — cảnh báo là tình báo của chúng ta về Trung Quốc đã thiếu sót đến nỗi "chúng ta rất có thể sẽ bị thất bại nặng nề như chúng ta đã thất bại tại Iran"[49] khi vua Iran bị truất phế vào năm 1979. Những năm sau đó đã có một vài tiến bộ nhưng không nhiều lắm. Trong cuộc điều trần trước quốc hội năm 1996 James Lilley nguyên là đại sứ Hoa Kỳ tại Trung Quốc và là một viên chức lão thành đã làm việc 27 năm tại CIA, đã ghi nhận tầm mức lớn lao của sự thử thách: "Chúng ta biết là Trung Quốc có một câu mà họ đã học được của Tôn Tử từ 2.500 năm trước đây: Khi có thể thì giả vờ là không có thể[BU]. Ngân sách của họ, các thứ mà họ đã được Liên Xô cho và những chuyển nhượng kỹ thuật, cũng như dự toán về quyền lực của họ; tất cả những điều đó chúng ta không được biết. Chỉ có một cách duy nhất là bằng những phương tiện kín đáo và kỹ thuật. Nhưng, như ta vẫn biết phải cần tới con người mới tạo ra sự khác biệt thiết yếu."[50] Như đã nói trước đây, vào tháng 8/2001, mười hai năm sau vụ tàn sát tại quảng trường Thiên An Môn, Lilley đã nói tại một ủy ban quốc hội là điều ân hận lớn nhất của ông là mãi 10 năm sau ông ta mới biết được những tài liệu nội bộ của Trung Quốc, tiết lộ là Trung Quốc đã

BU. Binh giả quỹ đạo dã, cố năng nhi kì chi bất năng dụng nhi kì chi bất dụng cận nhi kì chi viễn, viễn nhi kì chi cận (Dùng binh đánh giặc là hành động dối trá. Thông thường, nếu có thể tấn công thì giả như không thể tấn công, muốn đánh như giả như không muốn đánh, muốn hành động ở gần nhưng giả như muốn hành động ở xa, muốn hành động ở xa nhưng lại giả như muốn hành động ở gần) *Binh pháp Tôn Tử*, Thiên thứ nhất [ND]
https://vi.wikiquote.org/wiki/T%C3%B4n_V%C5%A9

tiến gần đến dân chủ như thế nào và những cuộc biểu tình đó đã gần như lật đổ được chính quyền Cộng sản. Nếu lúc đó đã biết được, ông nguyên đại sứ nói, thì chúng ta đã khuyên tổng thống George H. W. Bush phải mạnh dạn can thiệp để ủng hộ cho phe cải cách, thay vì đã bị các giới lãnh đạo Bắc Kinh đánh lừa và đứng về phe của họ.[51]

***

Phe diều hâu và phe cải cách tại Trung Quốc có những nhận định rất khác nhau về ý định của Hoa Kỳ đối với các nước láng giềng của Trung Quốc. Phe diều hâu nhìn từng hành động của Hoa Kỳ như là một nước đi trong ván cờ vây nhằm mục đích bao vây và hoá giải sự đe dọa của Trung Quốc. Trong những năm gần đây không có một hành động nào được coi là quan trọng hơn cuộc thăm Myanmar vào tháng 11/2012 của tổng thống Obama và cuộc viếng thăm đáp lễ của các lãnh tụ Myanmar tới Hoa Kỳ vào mùa Xuân sau đó. Thực vậy Myanmar đã trở nên một yếu tố then chốt trong cuộc cạnh tranh giữa Hoa Kỳ và Trung Quốc tại Á Châu. Như báo *New York Times* đã viết một thời gian trước đó trong năm 2012, "với Hoa Kỳ xác định vị trí của mình ở Á châu và Trung Quốc mạnh dạn hơn biểu dương sức mạnh về quân sự và kinh tế của mình dưới một hình thức chưa từng có, thì cả hai bên đều đang thực hiện bất cứ những cái gì có thể để chiếm được sự ủng hộ của Myanmar, là một nước đang phấn đấu về kinh tế và ở một vị trí chiến lược."[52]

Năm 2013, tôi đã có dịp thăm sứ quán Hoa Kỳ tại Rangoon để gặp ông bạn của tôi là Derek Mitchell lúc đó mới được bổ nhiệm làm đại sứ Hoa Kỳ tại Myanmar, đó là một sự bổ nhiệm đầu tiên trong hơn 20 năm.[53] Mitchell và tôi đã cùng làm việc tại bộ Quốc phòng năm 1996 khi ông ta soạn thảo tài liệu đầu tiên và duy nhất cho bộ Quốc phòng "Duyệt xét Chiến lược ở Đông Á." Mới gần đây Mitchell là một trong các nhà làm kế hoạch chiến lược đã tạo ra trục xoay về Á Châu dưới thời tổng thống Obama. Ông ta đã rời Lầu Năm Góc và tự nguyện làm đại sứ tại Myanmar là một điểm nóng về địa lý chính trị; và tại đây ông đã quan tâm đặc biệt tới vấn đề cổ võ cho nhân quyền.

Trong cuộc gặp gỡ với vị đại sứ mới, tôi tìm hiểu quan điểm của ông ta về sự chia rẽ trong bộ chính trị của Trung Quốc. Trong khi các thành phần diều hâu hơn coi sự liên kết giữa Hoa Kỳ và Myanmar là một mối đe dọa rõ ràng và cấp bách, Mitchell và tôi đồng ý rằng các phe cải cách tại Trung Quốc có khuynh hướng cảm thấy thoải mái về việc bang giao giữa Hoa Kỳ và Myanmar, nhận thấy cả hai bên đều có lợi ích chung trong công cuộc phát triển kinh tế của Myanar. Chẳng hạn Trung Quốc muốn có một Myanmar ổn định để Trung Quốc đầu tư về năng lượng, cụ thể là xây một số những đập trên sông Irrawaddy. Quan điểm này trái ngược với quan điểm của phe diều hâu cho rằng Hoa Kỳ đang chơi một ván cờ vây — đó là quan điểm mà chính quyền Hoa Kỳ cần phải nhận rõ và tìm hiểu thêm.

Tôi cũng tò mò muốn biết xem các nhà lãnh đạo Myanmar nhận định gì về chiến lược dài hạn của Trung Quốc. Họ có coi Trung Quốc như là một nước muốn tiến tới chế độ tư bản và muốn thực hiện một cuộc phục hưng hòa bình trong cộng đồng thế giới không, như nhiều người ở Tây Phương đã nhận xét?

Mitchell nói là các nhà trí thức Myanmar đang phân tích các quan điểm của Lý Quang Diệu — cựu thủ tướng Singapore — lúc đó đã 89 tuổi và là một trong những lãnh tụ Á Châu được kính nể nhất. Ông Lý Quang Diệu được coi như là cha đẻ của phép mầu Singapore, đã được Tây Phương khen ngợi. Richard Nixon có lần đã so sánh ông với Churchill, Disraeli và Gladstone.[BV] - 54 Bill Clinton cũng như George H. W. Bush ở trong số những người ca ngợi ông là một lãnh tụ có tầm nhìn viễn kiến

---
BV. Ba vị thủ tướng nổi tiếng trong lịch sử nước Anh: Sir Winston Churchill (1874–1965), Benjamin Disraeli (1804–1881), William Ewart Gladstone (1809–1898) [ND]

ưu việt. Tuy nhiên có điều lạ là có nhiều người ở Tây Phương đã không muốn để ý tới nhận định của ông về Trung Quốc.

Một viên chức Myanmar cho tôi xem một cuốn sách mới về quan điểm của ông Lý Quang Diệu có bày bán tại khách sạn Strand Hotel là khách sạn 5 sao tại Rangoon – xây dựng theo kiểu Victoria từ thời đế quốc Anh và hiện nay là di tích của sự suy tàn của một đế quốc Tây Phương.

Hai giáo sư Harvard, Graham Allison và Robert Blackwill[55], hai người biên tập cuốn sách, đã viết: "Sự phục hưng của Trung Quốc là một vấn đề mà ông Lý Quang Diệu chắc chắn đã biết rõ nhiều hơn bất cứ một nhà quan sát hay một nhà phân tích nào bên ngoài. Chính tôi cũng đọc sơ qua cuốn sách và thấy rằng ông Lý Quang Diệu đã hiểu rõ ràng chiến lược dài hạn của Trung Quốc, là một quốc gia mà ông đã quan sát rất kỹ trong hàng chục năm, trước khi đa số những người Tây Phương đã để ý tới.

Ông Lý Quang Diệu đã nói trắng ra là Trung Quốc có ý định là một siêu cường trên thế giới và muốn rằng Trung Quốc phải được công nhận như vậy chứ không phải là một thành viên danh dự của phương Tây. Ông Lý Quang Diệu nói tiếp, ở tâm điểm của sự suy nghĩ của người Trung Quốc thì cái thế giới trước khi có sự xâm chiếm thuộc địa, bóc lột cùng sự nhục nhã, thì Bắc Kinh đã rất thành công trong việc khôn khéo khai thác những khát vọng của dân Trung Quốc – khác hẳn với quan điểm của họ sau vụ Thiên An Môn năm 1989. Ông ta nói rằng: "Nếu quý vị nghĩ rằng sẽ có một cuộc cách mạng tại Trung Quốc để tiến tới dân chủ thì đó là một điều sai lầm. Người Trung Quốc muốn phục hưng Trung Quốc." Trong một cuộc phỏng vấn về cuốn sách đó có câu hỏi là Trung Quốc sẽ làm thế nào để trở nên một quốc gia số 1, ông Lý Quang Diệu trả lời, "Ưu thế lớn của họ không phải là ảnh hưởng quân sự mà là ảnh hưởng kinh tế... Ảnh hưởng đó sẽ chỉ càng ngày càng lớn và vượt qua khỏi những khả năng của Hoa Kỳ."[56]

Ông Lý Quang Diệu hình như xác nhận những yếu tố then chốt trong chiến lược Marathon, tuy ông tin là thời hạn để Trung Quốc trở nên siêu cường toàn cầu hãy còn phải mấy chục năm nữa. Ông nhận xét, "Giới lãnh đạo Trung Quốc đã nghĩ ra rằng nếu họ chỉ tiếp tục tuyên bố phục hưng hòa bình và chỉ thi đua cạnh tranh để đứng lên hàng đầu về kinh tế và kỹ thuật thì họ sẽ không bị thất bại. Nếu họ trực tiếp thách thức một siêu cường mạnh hơn về kỹ thuật như Hoa Kỳ thì họ sẽ làm hỏng kế hoạch phục hưng hòa bình của họ. Trung Quốc đang theo cách thức đã được phác họa trong một loạt phim truyền hình tại Trung Quốc có tựa là "Da Guo Jue Qi" [Đại quốc Quật khởi] do Đảng sản xuất. Tôi tin rằng các nhà lãnh đạo Trung Quốc đã hiểu nếu họ muốn thi đua với Hoa Kỳ về vũ trang thì họ sẽ thua. Họ sẽ bị khánh kiệt. Vì vậy nên tránh tình trạng đó, hãy tiếp tục nhũn nhặn, tươi cười trong 40 cho tới 50 năm nữa."[57]

Ông nói như vậy thì tôi cũng không thể nói hay hơn được. Ít ra là tôi đã có một đồng minh.

Mặc dầu Lý Quang Diệu đã được cả hai đảng và toàn thể thế giới ca tụng nhưng những sự tiên đoán khiến cho đáng suy nghĩ của ông về Trung Quốc đã gặp phải sự chống đối của các nhà chuyên gia về Trung Quốc tại Tây phương. Một nguyên nhân cho phản ứng đó là vì các nhà phê bình đã có những tư tưởng hão huyền và những giả định sai lầm: thứ nhất là Trung Quốc sẽ có thể sụp đổ hay trở thành một nền dân chủ theo kiểu Tây phương; thứ hai là Trung Quốc đã cố gắng hết sức để hành động một cách nhún nhường và không có khoa trương những triển vọng phát triển của họ; thứ ba là có quá nhiều sự báo động sai về sự đe dọa trong ngắn hạn của Trung Quốc. Cũng giống như Lý Quang Diệu, tôi đã bàn đến vấn đề Trung Quốc sẽ mạnh như thế nào vào năm 2049. Tôi tập trung vào một điểm dài hạn như vậy có nghĩa là có nhiều thì giờ để chúng ta theo đuổi 12 biện pháp mà tôi đã đưa ra.

Thường thì những bàn luận về Trung Quốc hoặc nói về những báo động giật gân về sự kiện Trung Quốc sẽ thống lãnh toàn cầu về kinh tế và quân sự — cả hai điều đó đều không thể có được trong tương lai gần. Nhà khoa học chính trị Harvard là Joseph Nye đã cảnh báo rất đúng, "Điều nguy hiểm lớn nhất là chúng ta đánh giá Trung Quốc quá đáng và Trung Quốc đánh giá mình quá đáng. Hiện tại Trung Quốc chưa thể gần được như Hoa Kỳ. Do đó nói phóng đại về Trung Quốc để tạo ra sự lo sợ tại Hoa Kỳ và gây ra sự kiêu căng tại Trung Quốc là một mối nguy lớn nhất mà chúng ta đang trực diện."[58]

Một Trung Quốc kiêu căng, hiếu chiến, gây sự với các nước láng giềng sẽ giúp tạo ra một liên minh của những nước trong hoàn cảnh tương tự ở trong vùng và sẽ có lợi cho Hoa Kỳ trong dài hạn. Napoléon Bonaparte đã nói một câu nổi tiếng, "Đừng bao giờ can ngăn địch thủ khi nó đang làm một điều sai lầm." Tuy nhiên đó không phải là một lập luận để chúng ta không làm gì cả.

Cạnh tranh với Bắc Kinh trong dài hạn có nghĩa là chúng ta phải tỉnh táo nhìn thấy những tham vọng của Trung Quốc, phê bình những hành động của Trung Quốc khi nó vượt quá giới hạn của những tiêu chuẩn đã được quốc tế công nhận. Tôi chủ trương làm như vậy bằng cách mượn những khái niệm của thời Chiến quốc, nghĩa là chúng ta phải coi trọng cái chất lượng và nét độc đáo của sự suy nghĩ chiến lược của Trung Quốc. Không thể chối cãi được là 12 giai đoạn mà tôi đã mô tả trong chương này sẽ làm cho Trung Quốc không vừa lòng. Các bạn đồng nghiệp của tôi vẫn thường phê bình là không nên chỉ trích quốc gia muốn gây sự như Trung Quốc. Nhưng lập trường đó đã quên mất lời cảnh cáo của Aristotle rằng "Phê bình là một điều mà chúng ta có thể tránh được rất dễ bằng cách không làm gì, không nói gì và không là cái gì cả".

Chiến lược của Bắc Kinh để thay thế Hoa Kỳ trong vai trò một cường quốc về địa dư chính trị đòi hỏi phải có thiện chí và sự giúp đỡ của Hoa Kỳ. Hoa Kỳ phải hành động như nước Anh đã làm trong thời kỳ Hoa Kỳ đang dần dần nổi lên làm lu mờ cả đế quốc Anh. Đó là lý do tại sao Trung Quốc đã cố gắng hết sức để ảnh hưởng tới những nhận định của Hoa Kỳ đối với Trung Quốc. Lưu Minh Phúc trong cuốn *Giấc Mộng Trung Quốc* chủ trương là Trung Quốc phải tạo ra sự nhận xét của Hoa Kỳ đối với Trung Quốc. Ông ta nói rằng Trung Quốc phải tạo ra hình ảnh Hoa Kỳ "không phải là con quỷ sa tăng mà là một thiên thần". Phương pháp của ông cũng giống như một quyển sách của bốn tác giả diều hâu với tựa *là Tân Chiến Quốc Thời đại*.[59] Các tác giả diều hâu này và các phe diều hâu Trung Quốc khác khẳng định là những năm sắp tới sẽ không phải là thời kỳ chiến tranh hay chinh phục đất đai mà là một cuộc đấu tranh về kinh tế, sự cân bằng về ngoại thương, về tiền tệ, về tài nguyên và về liên minh địa lý chính trị.

Ít ra là có ba cái bẫy trí tuệ mà chúng ta sẽ rơi vào, khiến cho chúng ta không nhìn thấy cái bản chất thực của vấn đề. Cái bẫy thứ nhất là e sợ quá sớm về sự đe dọa của Trung Quốc. Trung Quốc sẽ không sắp sửa "cai trị thế giới" như Martin Jacques đã xác định trong cuốn sách năm 2012 của ông.[60] Trung Quốc chưa có tiến bộ gì trong việc thiết lập một hệ thống căn cứ quân sự toàn cầu giống như cách bố trí lực lượng của Hoa Kỳ. Đồng tiền của Trung Quốc chưa ở trong tư thế để sẵn sàng thay thế đồng đô la như là một tiền dự trữ trên thế giới.[61] Như David Shambaugh của đại học George Washington đã lập luận, Trung Quốc mới chỉ là một "cường quốc có một phần thôi."[62] Trong kế hoạch chiến lược[63] Lầu Năm Góc đã tiến hành một sự đáp ứng lớn đối với Trung Quốc khiến cho có người phê bình đã viết những bài báo với tựa như "Ai đã cho phép chuẩn bị gây chiến với Trung Quốc."[64]

Cái bẫy thứ hai cho những người phê bình Trung Quốc là nhận lầm cái chiến lược của Trung Quốc thay thế Hoa Kỳ. Mặc dù chiến lược này bí mật, nhưng chúng ta cũng có đủ chứng cớ để biết rằng nó không mật. Không có một học giả nghiêm túc nào của Trung Quốc lại chủ trương hình thức chinh phục như kiểu Hitler hoặc Stalin hay Tojo.[BW] Không có một tác giả diều hâu nào nêu ra chiến lược bành trướng lãnh thổ hay chế ngự toàn cầu về ý thức hệ. Thay vào đó, phe diều hâu hình như rất say mê với những cuốn sách về sự quật khởi của Hoa Kỳ thành một cường quốc như cuốn *First Great Triumph: How Five Americans Made Their Country a World Power* của đại sứ Warren Zimmerman.[65] Như chúng ta đã thấy, Trường Đảng của Trung Quốc dạy rằng sự giao thương và các chính sách công nghiệp của Hoa Kỳ đã khiến cho Hoa Kỳ vượt qua nước Anh và nước Đức. Và tác phẩm cổ điển của phe diều hâu *On Grand Strategy* cũng khen ngợi sự ranh mãnh của Hoa Kỳ trong việc khai thác Thế chiến II để đẩy Âu Châu sang một bên và thành lập một trật tự thế giới hiện tại năm 1945.[66]

Các bài học từ thời Chiến quốc rất thích hợp với những bài học mà phe diều hâu của Trung Quốc đã học được do sự quật khởi của Hoa Kỳ. Thêm vào nhiều cuốn sách về sự quật khởi của Hoa Kỳ mà tôi đã mô tả trong chương 8, Trường Đảng tại Bắc Kinh còn dùng ít ra là 3 cuốn sách để cho thấy rõ bằng cách nào mà thế lực đang lên đã êm thắm và thành công thuyết phục thế lực bá quyền cũ chịu nhường: đó là cuốn *The Eclipse of Great Britain* của Ann Orde, *The Weary Titan* của Aaron Friedberg và cuốn *Recasting the Imperial Far East* của Lanxin Xiang.[67] Một học giả nổi tiếng tại Trung Quốc còn xác định những thời điểm quyết định trong lịch sử ngoại giao của Hoa Kỳ từ 1880 đến 1914 cho thấy làm cách nào Hoa Kỳ đã xoa dịu và trấn an nước Anh để rồi thay thế nước Anh trong vai trò thế lực lãnh đạo thế giới. Ông ta thán phục chiến lược của Hoa Kỳ đã rất khôn khéo và cố ý đẩy nhẹ một cách bất ngờ nước Anh mệt mỏi vì chiến tranh ra khỏi vai trò lãnh đạo thế giới.[68]

BW. Tōjō Hideki (Đông Điều Anh Cơ) là một đại tướng của Lục quân Đế quốc Nhật Bản và là thủ tướng thứ 40 của Nhật Bản trong suốt phần lớn thời gian của Chiến tranh thế giới II, từ 18 tháng 10 năm 1941 đến 22 tháng 7 năm 1944. - https://vi.wikipedia.org/wiki/T%C5%8Dj%C5%8D_Hideki

Những lời đầy thán phục của Trung Quốc đối với chiến lược của Hoa Kỳ thường được mô tả theo những quan điểm chiến lược của Trung Quốc như nói rằng Hoa Kỳ đang khai thác *thế*, dùng *vô vi* và mượn lực của kẻ khác. Trung Quốc gán những quan niệm đó cho Hoa Kỳ và, theo cái nhìn của Trung Quốc, Hoa Kỳ cũng đang theo đuổi một chiến lược Marathon riêng của mình.

Chiến lược của Trung Quốc vừa được dựa trên những thành công trong lịch sử của Tây phương và vừa do sự nghiên cứu kỹ về sự thịnh suy của các đế quốc trong lịch sử Trung Quốc. Chiến lược của Trung Quốc không có một bản đồ đường đi nhất định, một lịch trình hay một khuôn khổ cứng rắn. Lúc nào nó cũng sẵn sàng để chớp thời cơ— một cách bất ngờ nếu cần.

Cái bẫy trí tuệ thứ ba chỉ thích hợp cho các viên chức chính quyền của Hoa Kỳ. Dân chúng Hoa Kỳ không biết được tầm mức của những sự hợp tác kín giữa Washington và Bắc Kinh trong 40 năm vừa qua. Có một lịch sử rất dài trong đó Trung Quốc đã ủng hộ những hoạt động kín của Hoa Kỳ, và sự kiện này đã thuyết phục nhiều viên chức Hoa Kỳ coi Trung Quốc như là một đối tác trong hiện tại cũng như trong tương lai. Lịch sử của sự hợp tác kín đó của chúng ta đã tạo ra một định kiến cho nhiều nhà làm chính sách Hoa Kỳ khiến cho họ có một thái độ thuận lợi đối với phe diều hâu của Trung Quốc là những người đã giữ trách nhiệm thực hiện những chương trình bí mật này.

Bước đầu tiên, nhận rằng có một cuộc đua Marathon, có lẽ là công việc làm khó nhất nhưng, đó cũng là một việc quan trọng. Hoa Kỳ có thể không nhìn thấy vấn đề và có thể không muốn trực diện đối đầu với kịch bản dài hạn của Trung Quốc là không những Trung Quốc sẽ qua mặt chúng ta nhưng có thể lớn gấp đôi hay gấp ba nền kinh tế hiện tại của chúng ta vào năm 2049. Nếu như vậy thì vào lúc đó Trung Quốc sẽ thắng bởi vì cuộc đua này không có đối thủ.

CHÚ THÍCH CHƯƠNG 11

1. Paul Hopper, *Understanding Development* (Cambridge, UK: Polity Press, 2012), 208.

2. Deloitte Touche Tohmatsu Limited and the Council on Competitiveness, "2013 Global Manufacturing Competitiveness Index," November 29, 2012, có tại http://www.deloitte.com/assets/Dcom-UnitedStates/Local%20Assets/Documents/us_pip_GMCI_11292012.pdf.

3. Kent Hughes, *Building the Next American Century: The Past and Future of American Economic Competitiveness* (Washington, DC: Woodrow Wilson Center Press, 2005).

4. David R. Francis, "U.S. Still Leads the Pack; Only Japan Closes Gap," *Christian Science Monitor*, January 11, 1993, có tại http://www.csmonitor.com/1993/0111/11071.html.

5. Ralph Gomory, "It Takes More Than Economics 101 to Compete with China," *Huffington Post*, October 24, 2013, có tại http://www.huffingtonpost.com/ralph-gomory/economic-competitionchina_b_4144822.html

6. "U.S.-China Commissioner Expresses Concern over Whether Multinationals Are Good for the United States," Manufacturing News 13, no. 21 (November 30, 2006): 8, có tạihttp://www.manufacturingnews.com/subscribers/users_orig.cgi?mfgnews_username=mbg&flag=read_article&id_title=1&id_article=3344&id_issue=207&id_sub-=459&id

7. Robert D. Atkinson and Stephen J. Ezell, *Innovation Economics: The Race for Global Advantage* (New Haven: Yale University Press, 2012), 364.

8. Edward Wong, "Dalai Lama Says China Has Turned Tibet into a 'Hell on Earth,'" *New York Times*, March 10, 2009, có tại http://www.nytimes.com/2009/03/11/world/asia/11tibet.html?ref=dalailama&_r=0.

9. Rebiya Kadeer, "China's Second Tibet," *Wall Street Journal*, July 2, 2012, có tại http://online.wsj.com/news/articles/SB10001424052702303561504577496930351770466?-mod=rss_opinion_main&mg=reno64-wsj&url=http%3A%2F%2Fonline.wsj.com%-2Farticle%2FSB10001424052702303561504577496930351770466

10. Chẳng hạn, vào tháng 9 năm 2011 Tim Gardam viết, "Không thể nói ngày nay có bao nhiêu người theo đạo Ki-Tô tại Trung Quốc, nhưng không ai có thể chối cãi là con số gia tăng vượt bực. Chính quyền [Trung Quốc] nói là 25 triệu [sic], 18 triệu theo Thanh giáo và 8 triệu theo đạo Gia tô. Các ước lượng độc lập đều cho là con số quá thấp. Ước lượng thận trọng cho là con số khoảng 60 triệu" Tim Gardam, "Christians in China: Is theCountry in Spiritual Crisis?," BBC News, September 11, 2011, có tạihttp://www.bbc.co.uk/news/magazine-14838749. See also Donata Hardenberg, "Christianity: China'sBest Bet?," Al Jazeera, July 1, 2011, có tại http://www.aljazeera.com/programmes/101east/2011/06/2011629646319175.html, viết,"Theo China Aid, một tổ chức nhân quyền tại Hoa Kỳ, con số người theo đạo Ki-Tô tại Trung Quốc đã gia tăng 100 lần từ khi Cộng hòa Nhân dân Trung Hoa được thành lập. Ước lượng hiện tại là từ 80 tới 130 triệu tín đồ mộ đạo, trong đó bao gồm các tín đồ thờ phụng tại gia."

For more on Chen, see Jane Perlez and Sharon LaFraniere, "Blind Chinese Dissident Leaves U.S. Embassy for Medical Treatment," *New York Times*, May 2, 2012, có tạihttp://www.nytimes.com/2012/05/03/world/asia/chen-guangcheng-leaves-us-embassy-in-beijingchina.

11. html?pagewanted=all&_r=0.

12. Ông Dương cũng chủ trương con đường tới dân chủ tại Trung Quốc là khơi dậy "sức mạnh đoàn kết của người dân" trong các công dân Trung Quốc.

13. Mary Kissel, "Bob Fu: The Pastor of China's Underground Railroad," *Wall Street Journal*, June 1, 2012, có tại http://online.wsj.com/news/articles/SB100014240527 02303640104577438562289689498?mg=reno64-wsj&url=http%3A%2F%2Fonline. wsj.com%2Farticle%2FSB10001424052702303640104577438562289689498

14. David E. Sanger, "U.S. Blames China's Military Directly for Cyberattacks," *New York Times*, May 6, 2013, có tạihttp://www.nytimes.com/2013/05/07/world/asia/ us-accuses-chinas-military-incyberattacks.html?pagewanted=all&_r=1&.

15. *IP Commission Report*, Executive Summary, 2.

16. Jeffrey Mervis, "Spending Bill Prohibits U.S.-China Collaborations," *Science Magazine*, April 22, 2011, có tạihttp://news.sciencemag.org/technology/2011/04/spending-bill-prohibits-u.s.-chinacollaborations.

17. "Cybersecurity," Office of Congressman Frank Wolf (accessed February 15, 2014), có tạihttp://wolf.house.gov/cybersecurity#.UwIUYOmPJMs.

18. William Pesek, "Chinese Should Beg Gary Locke to Stay on as U.S. Ambassador," *Seattle Times*, November 27, 2013, có tạihttp://seattletimes.com/html/opinion/2022349457_williampesekcolumngarylocke28xml.html.

19. See the Institute of Public and Environmental Affairs website at http://www.ipe. org.cn/en/pollution/.

20. Andrew Jacobs, "Chinese Journalist Is Released on Bail," *New York Times*, July 8, 2013, có tạihttp://www.nytimes.com/2013/07/09/world/asia/chinese-journalist-is-released-on-bail.html.

21. Andrew Jacobs, "Chinese Police Said to Fire on Tibetans," *New York Times*, July 9, 2013, có tạihttp://www.nytimes.com/2013/07/10/world/asia/tension-flares-as-tibetans-celebrate-dalai-lamasbirthday.html.For another prominent instance of China shutting down a website to stifle debate, see"China Closes Unirule Web Site," *Radio Free Asia*, May 1, 2012, có tạihttp://www.rfa.org/english/news/china/web-05012012142510.html.

22. David Barboza, "Billions in Hidden Riches for Family of Chinese Leader," *New York Times*, October26, 2012, có tạihttp://www.nytimes.com/2012/10/26/business/ global/family-of-wen-jiabaoholds-a-hidden-fortune-in-china.html?ref=davidbarboza&gwh=75CDA070439118F7215E6E3CE22A8E5B&gwt=pay.

23. Palash Ghosh, "China Blocks Bloomberg Web Site After Story Details Xi Jinping's Family's Vast Wealth," *International Business Times*, June 29, 2012, có tạihttp:// www.ibtimes.com/chinablocks-bloomberg-website-after-story-details-xi-jinpings-familys-vast-wealth-704969.

24. Riva Gold, "Wikipedia Cofounder Refuses to Comply with China's Censorship," *Wall Street Journal*, August 9, 2013, có tạihttp://blogs.wsj.com/digits/2013/08/09/ wikipedia-co-founder-refuses-tocomply-with-chinas-censorhip/.

25. Shawn Healy, "The Great Firewall of China," *Social Education* 71, no. 3 (April 2007): 158–62.

26. David Smith and Jo Revill, "Wikipedia Defies China's Censors," *Guardian*, September 9, 2006, có tạihttp://www.theguardian.com/technology/2006/sep/10/news.china.

27. See, for example, Ye Xiaowen, "Common Interests Prevent 'Cold War' Between China and U.S.,"*People's Daily Overseas Edition*, December 26, 2011, có tạihttp://english.peopledaily.com.cn/90780/91342/7688092.html. See also Geoff Dyer, "U.S. v China: IsThis the New Cold War?," *Financial Times*, February 20, 2014, có tại http://www.ft.com/intl/cms/s/2/78920b2e-99ba-11e3-91cd-00144feab7de.html#axzz30CHWru3D; andAmbassador Cui Tiankai, "China's Policy Toward the Asia-Pacific," speech at Harvard University,April 25, 2014, distributed by the Chinese embassy, Washington, DC.

28. For a general discussion of this subject, see Michael Pillsbury, "The Sixteen Fears: China's Strategic Psychology," *Survival: Global Politics and Strategy* 54, no. 5 (October/November 2012): 149–82.

29. Robert M. Gates, Understanding the New U.S. Defense Policy through the Speeches of Robert M.Gates, Secretary of Defense, December 18, 2006–February 10, 2008, Department of Defense(Rockville, MD: Arc Manor, 2008), 143.

30. The theme of Chinese resistance to foreign influences is discussed in detail in Jonathan Spence, ToChange China: Western Advisers in China (New York: Penguin, 1969), and Anne-Marie Brady,Making the Foreign Serve China: Managing Foreigners in the People's Republic (Lanham, MD:Rowman & Littlefield Publishers, 2003).

31. Carlson, "China's Military Produces a Bizarre, Anti-American Conspiracy Film (VIDEO)."

32. Miles Yu, "Inside China: PLA Hawks Decry Sellout by Leaders," *Washington Times*, June 20, 2012,có tạihttp://www.washingtontimes.com/news/2012/jun/20/inside-china-pla-hawks-decry-selloutby-leaders/?page=all.

33. Menges, *China: The Gathering Threat*.

34. Most U.S.-funded programs in China aim to promote the rule of law and civil society using specialallocations from the Department of State's Human Rights and Democracy Fund. Thomas Lum, "U.S.-Funded Assistance Programs in China," Congressional Research Service, April 24, 2009, có tạihttp://www.au.af.mil/au/awc/awcgate/crs/rs22663.pdf.

35. The EU's assistance efforts in China, especially in the area of legal development, have reportedly beenmore robustly funded than similar American efforts. Thomas Lum, "U.S. Assistance Programs in China," Congressional Research Service, May 9, 2013, có tạihttp://www.fas.org/sgp/crs/row/RS22663.pdf.

36. Swaine, *America's Challenge*, 283–88

37. http://english.unirule.org.cn/.

38. Robert Zoellick đã nhận xét —và tôi đồng ý—là bất cứ hiệp ước đầu tư tương lai "có chất lượng cao" giữa Hoa Kỳ và Trung Quốc cần phải hội đủ các điều kiện sau đây: đối xử công bằng giữa các công ty ngoại quốc và trong nước, cấm đối xử không công bằng đối với đầu tư ngoại quốc, cấm áp dụng các biện pháp làm lệch

lạc sự giao thương, có thể chuyển vốn vào và ra ngoài nước ngay, có một hệ thống trọng tài quốc tế để giải quyết các tranh chấp. Robert Zoellick, "International Treaties Can Once Again Help China Advance,"*Financial Times*, March 10, 2014, có tại http://www.ft.com/intl/cms/s/0/b8b391ec-a634-11e3-8a2a-00144feab7de.html#axzz2xeDmlUqa. Chấp hành các điều kiện đó sẽ giảm bớt các ưu thế của các xí nghiệp quốc doanh, kể cả các xí nghiệp gọi là quán quân quốc gia. Đây chỉ là một trong các lý do khiến các nhà lãnh đạo Trung Quốc có lẽ sẽ không chấp thuận ngay.

39. Một tạp chí khác do NED tài trợ là*China Labor Bulletin*. Một tổ chức phichính phủ thành lập tại Hong Kong năm1994, *China Labor Bulletin*đã phát triển từ một nhóm nhỏ nghiên cứu và theo dõi thành một tổ chức tích cự hoạt động nhằm bảo vệ và phát huy quyền công nhân tại Trung Quốc . Xem http://www.clb.org.hk/en/content/who-we-are.

40. Evan S. Medeiros, *Reluctant Restraint: The Evolution of China's Nonproliferation Policies and Practices*, 1980–2004 (Palo Alto, CA: Stanford University Press, 2007), 40. Medeiros viết" Chiến lược của Hoa Kỳ ...là minh thị và công khai gắn liền tiến triển về thỏa hiệp ngăn chặn sự phổ biến võ khí hạt nhân với việc Trung Quốc chấp thuận các sự kiểm soát võ khí hạt nhân. Chiến lược này đã có hiệu quả tức thời, tuy giới hạn, đối với các chính sách và hành động của Trung Quốc."

41. Ibid.

42. Question for the Record Submitted to Mary Ann Casey by Senator Biden, June 25, 1971, unclassified,in "The Algerian Nuclear Problem, 1991: Controversy over the Es Salam Nuclear Reactor," NationalSecurity Archive, edited by William Burr, posted September 10, 2007, Document 17b, có tạihttp://www2.gwu.edu/~nsarchiv/nukevault/ebb228/Algeria-17b.pdf.

43. The Ford Foundation–không có tài trợ của chính phủ Hoa Kỳ–cấp viện trợ trị giá $220triệu cho các chương trình tại Trung Quốc trong thời gian 1988–2006. Ford Foundation tại Trung Quốc đã hỗ trợ cho các chương trình quản lý của chính quyền, dân chủ, xã hội dân sự, tiếp theo là các dự án y tế, giáo dục, và hoạt động văn hóa và phát triển kinh tế, môi trường. Ford Foundation có chương trình tài trợ$275 triệu cho các hoạt động phát huy xã hội dân sự, chính quyền minh bạch, hữu hiệu và có tinh thần trách nhiệm, cải cách hệ thống tư pháp dân sự và hình sự ;tiếp cận dễ dàng hơn với giáo dục trung học và đại học, quyền của cộng đồng đối với tài nguyên thiên nhiên, giáo dục trong lãnh vực giới tính và y tế sinh sản. Xem "Results That Change Lives," Ford Foundation 2012 Annual Report, có tạihttp://www.fordfoundation.org/pdfs/library/AR12-complete.pdf.

44. Thêm các tài liệu về phổ biến võ khí của Trung Quốc, xem Shirley A. Kan, "China andProliferation of Weapons of Mass Destruction and Missiles: Policy Issues" (Washington, DC:Congressional Research Service, January 3, 2014), có tạihttp://www.fas.org/sgp/crs/nuke/RL31555.pdf. See also John R. Bolton, U.S. Under Secretary of State,"Coordinating Allied Approaches to China," speech, Tokyo American Center and Japan Institute forInternational Affairs, Tokyo, February 7, 2005, có tại www.Tokyo.USembassy.gov/E/P/TP-20050207 67.html.

45. Robert L. Suettinger, "United States and China: Tough Engagement," in Richard Haass and Megan L.O'Sullivan, eds., *Honey and Vinegar: Incentives, Sanctions, and Foreign Policy* (Washington, DC:Brookings Institution Press, 2000), 41.

46. Edward Wong and Jonathan Ansfield, "Reformers Aim to Get China to Live Up to Own Constitution,"*New York Times*, February 3, 2013, có tại http://www.nytimes.

com/2013/02/04/world/asia/reformers-aim-to-get-china-to-live-up-to-ownconstitution. html?_r=0.

47. Ibid.

48. Năm 2000 Quốc hội có lập ra hai ủy ban quốc hội có vai trò làm định chế bảo vệ quyền lợi của Hoa Kỳ trong giao tiếp với Trung Quốc, đó là: Congressional-Executive Commission on China (CECC) và U.S.-China Economic and SecurityReview Commission (USCC). Chẳng hạn, báo cáo thường niên của USCC có tới 50 khuyến cáo trong đó có những khuyến cáo như thực hiện quan hệ giao thương công bằng với Trung Quốc, thi hành phán quyết của WTO, chấm dứt việc thao túng tiền tệ, giúp các hãng Hoa Kỳ hiểu rõ hơn về kiểm soát xuất khẩu, và hình thành chiến lược cạnh tranh của quốc gia. Muốn biết thêm các tranh luận củacác phe phái tại Trung Quốc, xin xem Jing Huang,Factionalism in Chinese Communist Politics (Cambridge, UK: Cambridge University Press, 2000); andVictor C. Shih, Factions and Finance in China: Elite Conflict and Inflation (Cambridge, UK:Cambridge University Press, 2008).

49. Oksenberg to Brzezinski, April 4, 1980, *Foreign Relations of the United States*, vol. 13, 1146–47,có tạihttp://static.history.state.gov/frus/frus1977-80v13/pdf/frus1977-80v13.pdf.

50. Hearing of the Commission on the Roles and Capabilities of the United States IntelligenceCommunity, Room SD-106, Dirksen Senate Office Building, Washington, DC, January 19, 1996,có tại http://www.fas.org/irp/commission/testlill.htm.

51. Đại sứ Lilley nhận định như vậy vào lúc 2/3 thời gian trong cuộc điều trần 3 tiếng đồng hồ, trong khi chất vấn tôi với tư cách là một nhân chứng tại China Security Review Commission. Cũng xem "SecurityIssues: Panelists Talked about the Ongoing Relationship between the U.S. and China, Focusing onChina's Perceptions of the U.S. Strategically, Regionally, and Militarily," C-SPAN, August 3, 2001,có tại http://www.c-span.org/video/?165505-1/security-issues.

52. Jane Perlez, "Myanmar Reforms Set U.S. and China in Race for Sway," *New York Times*, March 30,2012.

53. "Derek Mitchell Named Myanmar Ambassador by Obama Administration," Associated Press, May 17,2012.

554. See, e.g., Fareed Zakaria, "A Conversation with Lee Kuan Yew," *Foreign Affairs*, March/April 1994.

55. Graham Allison, Robert D. Blackwill, and Ali Wyne, *Lee Kuan Yew: The Grand Master's Insights onChina, the United States, and the World* (Cambridge, MA: MIT Press, 2013), xxvii.

56. Ibid., xxvii, 3, 14, 15–16.

57. Ibid., 4 57. Ibid., 4.

58. Quoted in Shambaugh, *China Goes Global*, 248.

59. Wang Jiang, Li Xiaoning, Qiao Liang, Wang Xiangsui, *Xin Zhanguo Shidai* [*The New Warring StatesEra*] (Beijing: Xinhua chubanshe, 2003).

60. Martin Jacques, *When China Rules the World: The End of the Western World and the Birth of a NewGlobal Order*, 2nd ed. (New York: Penguin Books, 2012).

61. Ansuya Harjani, "Yuan to Supersede Dollar as Top Reserve Currency: Survey,"

CNBC, February 26,2014, có tại http://www.cnbc.com/id/101450365.

62. Shambaugh, *China Goes Global.*

63. The literature on this subject has grown. For the authoritative view, see the Department of Defense's"Background Briefing on Air-Sea Battle by Defense Officials from the Pentagon," November 9, 2011,có tại http://www.defense.gov/transcripts/transcript.aspx?transcriptid=4923. See also thescholarly debates: Sean Mirski, "Stranglehold: The Context, Conduct and Consequences of anAmerican Naval Blockade of China," *Journal of Strategic Studios* 36, no. 3 (June 2013): 385–421;Terence K. Kelly, Anthony Atler, Todd Nichols, and Lloyd Thrall, *Employing Land-Based Anti-shipMissiles in the Western Pacific* (Santa Monica, CA: RAND Corporation, 2013); Marc Lanteigne,"China's Maritime Security and the 'Malacca Dilemma,'" *Asian Security* 4, no. 2 (2008): 141–61;Douglas C. Peifer, "China, the German Analogy and the New AirSea Operational Concept," *Orbis* 55,no. 1 (Winter 2011): 114–31; Robert Potter, "The Importance of the Straits of Malacca," *e-International Relations*, September 7, 2012, có tại http://www.e-ir.info/2012/09/07/theimportance-of-the-straits-of-malacca/; Jason Glab, "Blockading China: A Guide," War on the Rocks,October 1, 2013, có tại http://warontherocks.com/2013/10/blockading-china-a-guide; Aaron L.Friedberg, *Beyond Air-Sea Battle: The Debate over U.S. Military Strategy in Asia* (London:International Institute for Strategic Studies, 2014); Elbridge Colby, "Don't Sweat AirSea Battle,"*National Interest*, July 31, 2013, có tại http://nationalinterest.org/commentary/dont-sweat-airseabattle-8804; Joshua Rovner, "Three Paths to Nuclear Escalation with China," *National Interest*, July 19,2012, có tại http://nationalinterest.org/blog/the-skeptics/three-paths-nuclear-escalation-china-7216; Raoul Heinrichs, "America's Dangerous Battle Plan," *Diplomat*, August 17, 2011, có tạihttp://thediplomat.com/2011/08/17/americas-dangerous-battle-plan; Christopher Ford, "'Air/SeaBattle,' Escalation, and U.S. Strategy in the Pacific," *PJ Media*, January 6, 2013, có tại http://pjmedia.com/blog/airsea-battle-escalation-and-u-s-strategy-in-the-Pacific.

64. Amitai Etzioni, "Who Authorized Preparations for War with China?," *Yale Journal of InternationalAffairs* (Summer 2013): 37–51.

65. Warren Zimmerman, *First Great Triumph: How Five Americans Made Their Country a World Power*(New York: Farrar, Straus and Giroux, 2002).

66. Wu Chunqiu, *On Grand Strategy* (Beijing: Current Affairs Press, 2000).

67. Anne Orde, *The Eclipse of Great Britain: United States and British Imperial Decline, 1895–1956*(Basingstoke, UK: Palgrave Macmillan, 1996); Aaron L. Friedberg, *The Weary Titan: Britain and theExperience of Relative Decline, 1006–1905* (Princeton, NJ: Princeton University Press, 1988); andLanxin Xiang, *Recasting the Imperial Far East: Britain and America in China, 1945–1950* (Armonk,NY: M.E. Sharpe, 1995).

68. Feng Yongping, "The Peaceful Transition of Power from the UK to the U.S.," *Chinese Journal ofInternational Politics* 1, no. 1 (2006): 83–108.

LỜI BẠT CHO ẤN BẢN IN BÌA MỀM

Đầu mùa hạ năm 2015 tôi và hiền nội đã tổ chức một buổi họp mặt tại tư gia ở Georgetown để tiếp đãi một vị khách danh dự, đó là ông Lưu Minh Phúc nguyên là một đại tá trong Quân Đội Nhân Dân, tác giả quyển sách bán chạy nhất *Giấc Mộng Trung Quốc*, phác họa những yếu tố của cuộc chạy đua "marathon" của Bắc Kinh chống lại Tây Phương và sự mâu thuẫn sẽ xảy ra đối với Hoa Kỳ. Chính ở trong cuốn sách của ông Lưu mà lần đầu tiên tôi đã thấy cụm từ "Cuộc Chạy Đua Marathon 100 Năm" khi nói về chiến lược dài hạn của Bắc Kinh để khiến Trung Quốc nhảy vọt từ một nước ở tư thế của thế giới thứ ba sang một nước có uy tín trên quốc tế.

Ông Lưu đã viết trong phần mở đầu của cuốn sách là cuộc đua tranh hiện nay đang diễn ra giữa Trung Quốc và Hoa Kỳ là "một trận đấu lớn nhất để tranh dành quyền lực thế giới trong lịch sử của nhân loại." Sau đó ông đại tá cũng nói với báo *New York Times* là trước kia Trung Quốc được coi như là con sư tử ngủ ở phương Đông, nhưng bây giờ chúng tôi đã thức dậy và Tập Cận Bình là con sư tử đầu đàn, sẵn sàng chiến đấu bất cứ lúc nào. Ông ta nói, "Lửa đang bùng lên khắp châu Á và bất cứ chỗ nào cũng có thể là một chiến trường trong tương lai."[1]

Ông đại tá, một người tính tình vui vẻ và rất năng động, mà tôi đã biết khoảng mười năm từ khi tôi bắt đầu tiếp xúc với các giới lãnh đạo trong quân sự và tình báo của Trung Quốc. Ông đại tá muốn có một diễn đàn để mừng sự xuất bản quyển sách của ông bằng tiếng Anh và tôi rất vui lòng làm vừa lòng ông. Vì vậy, trong một phòng đầy những nhà báo Hoa Kỳ và các chuyên gia về quốc phòng và ngoại giao— tất cả chúng tôi đều là đại diện của "thế lực bá quyền thế giới"—đại tá Lưu trình bầy các quan điểm của ông về sự quật khởi của Trung Quốc trong sách của ông ta mà ông gọi là "thời kỳ sau Hoa Kỳ." Tôi xin đưa ra một thí dụ trong những đề nghị của ông. Ông cho rằng Trung Quốc cần theo gương Chủ thuyết Monroe khi Hoa Kỳ đưa ra quy định là các cường quốc ở Âu Châu không được nhúng tay vào châu Mỹ La Tinh. Nhưng Trung Quốc sẽ áp dụng quan niệm này đối với tất cả các thế lực ngoại quốc và cho tất cả châu Á.

Lý do chúng tôi muốn mở một tiệc khoản đãi ông đại tá Lưu rất giản dị. Tôi muốn các khách của tôi từ cơ quan CIA và Lầu Năm Góc gặp một trong những "diều hâu" của Trung Quốc và hiểu quan điểm của ông ta—mà tại Hoa Kỳ quan điểm đó thường bị coi là một quan điểm chỉ ở bên lề. Nhưng thực sự quan điểm đó là một phần chính của luồng tư tưởng tại Trung Quốc. Có nhiều chứng cớ xác nhận cho quan điểm này. Một chứng cớ là bản tiếng Anh của cuốn sách của đại tá Lưu được phát hành bởi một nhà xuất bản danh tiếng tại Mỹ và, theo báo *New York Times*, nhà xuất bản này đã được thành lập bởi "một người trước kia là nhân viên của phòng tuyên truyền của thành phố Bắc Kinh."[2] Một bài đăng trong báo *Times* viết về thân thế của đại tá Lưu vào tháng 10 đã có tít lớn "Đại tá Trung Quốc thuộc phe cứng rắn đã có những quan điểm đi vào nguồn chính."[3] Tôi cũng cho phép đài Tiếng Nói Hoa Kỳ–phóng viên của họ cũng ở trong tiệc khoản đãi–phổ biến về Trung Quốc những nhận định của ông Lưu; và chương trình phát thanh đó của đài tiếng nói Hoa Kỳ đã không bị phá, y như là lời kêu gọi Trung Quốc vượt qua Hoa Kỳ của ông Lưu đã được chấp thuận. Như tôi đã nói trong sách này, các viên chức tình báo và an ninh quốc gia Hoa Kỳ từ lâu vẫn bị khuất phục bởi cái tư tưởng hão huyền về chiến lược của Trung Quốc và không để ý tới những chứng cớ hiển nhiên về những sự thách thức cố ý của Trung Quốc đối với Tây Phương. Không để ý tới sự thắng thế của phe diều hâu tại Trung Quốc có thể là một sự thất bại về tình báo lớn nhất trong lịch sử của chúng ta. Nếu các nhà lãnh đạo của chúng ta không muốn tin vào lời tôi thì họ chỉ cần đọc những điều đó trong những trang báo của tờ *New York Times*. Mãi cho tới bây giờ, sau 40 năm ngủ quên, chúng ta mới bắt đầu tỉnh dậy và biết tới sách lược chi tiết và cố ý của Trung Quốc để qua mặt chúng ta vào năm 2049. Chúng ta mong rằng điều này không đến nỗi quá trễ.

Thực vậy trong những tháng từ khi cuốn sách này được xuất bản, chính quyền Trung Quốc đã có thêm những chứng cớ để chứng tỏ là *Chiến lược Marathon 100 năm* của Trung Quốc muốn sắp xếp lại đẳng cấp trên thế giới, đặt Trung Quốc vào một nước đứng hàng đầu để chống lại và làm suy yếu thế lực và ảnh hưởng của Hoa Kỳ. Các hành động của Trung Quốc và những tài liệu mới phát hành đã khiến cho người ta nghi ngờ rất nhiều về những điều mà nhiều nhà học giả và các nhà làm chính sách Hoa Kỳ nhắc đi nhắc lại là Bắc Kinh không có một chiến lược dài hạn và chỉ muốn có sự phục hưng "hòa bình" trên đài danh vọng của các quốc gia dân chủ và theo thị trường tự do.

NỚI RỘNG TẦM ẢNH HƯỞNG QUÂN SỰ CỦA TRUNG QUỐC TRÊN THẾ GIỚI

Vào ngày 05 tháng 11 năm 2015 một người đeo kính với nét mặt nghiêm trọng đã lên chiến hạm USS Theodore Roosevelt là chiến hạm chỉ huy của một hạm đội tấn công của Hải Quân qua biển Nam Hải. Đứng trên sàn tàu rộng lớn bằng thép của hàng không mẫu hạm — nhìn về phía những dàn radar của Trung Quốc và đứng trong tầm tấn công của các loại hỏa tiễn chống các cuộc tấn công từ hải phận và không phận được bố trí dọc theo bờ biển phía Nam Trung Quốc— Ashton Carter, bộ trưởng Quốc Phòng của Hoa Kỳ, đã nhìn các máy bay chiến đấu của Hải Quân phóng lên trên trời trong một cuộc tập trận rõ ràng là một cuộc phô trương lực lượng công khai của lực lượng quân sự Hoa Kỳ.

Thực vậy Carter không cần che giấu về thông điệp của ông hay đối tượng của thông điệp đó. Dẫn chứng sự căng thẳng ngày càng gia tăng ở trong vùng "do Trung Quốc gây ra",- Carter đã cho Bắc Kinh nhìn thấy sự phô trương công khai về quyết tâm của Hoa Kỳ. Đứng cạnh ông Carter là bộ trưởng quốc phòng của Malaysia, một trong những nước láng giềng đang cảm thấy khó chịu về hành động hiếu chiến của Trung Quốc. Trong phần nhận định của ông, Carter có lẽ cũng nói chưa đủ mạnh, khi tuyên bố là, "Có rất nhiều điều quan tâm về hành động của Trung Quốc tại đây."[4] Đáng tiếc là chỉ trong vài ngày sau đó Malaysia đã mời hải quân của Trung Quốc tới hải cảng chính của họ là Kota Kinabalu và nói rằng họ không đứng về phe nào giữa Trung Quốc và Hoa Kỳ. Nhiều lãnh tụ chính trị Á châu cũng tìm cách đi nước đôi và có vẻ e ngại là Hoa Kỳ hãy còn có ý muốn tiếp tục chính sách ve vãn Trung Quốc trong 40 năm qua.

Vào những tháng từ khi *Chiến Lược Marathon 100 năm* được phổ biến, Cộng Hòa Nhân Dân Trung Quốc đã tiến hành một chiến dịch chưa từng có để quân sự hóa các hòn đảo ở vùng biển Nam Hải và đã hung hăng tuyên bố chủ quyền đất đai bằng cách nạo vét lập nên những hòn đảo mới, nói rằng các hòn đảo đó là lãnh thổ của Trung Quốc và xây dựng các sân bay, hải cảng và trại đóng quân ở trên những quần đảo đó để yểm trợ cho sự hiện diện của quân đội Trung Quốc. Trong nhiều năm người ta tưởng tham vọng của Trung Quốc chỉ tập trung vào tiến triển kinh tế. Hành động của bộ trưởng Quốc phòng Carter là một biểu hiệu mới nhất cho thấy những ảo tưởng của Tây Phương kéo dài hàng mấy chục năm đã tan vỡ.

Mục đích chính của việc Quân đội Giải Phóng Nhân Dân "lấy lại" các hòn đảo tại Nam Hải là vì các đảo đó ở những vị trí chiến lược chống lại các nước láng giềng trong đó có các đồng minh của Hoa Kỳ như Nam Hàn, Đài Loan, Philippines và Nhật. Những cảng ở trong các đảo nhân tạo đó sẽ giúp cho Hải Quân Trung Quốc và Lực lượng Hải Cảnh Trung Quốc có thể hiện diện suốt ngày đêm tại Nam Hải mà không cần phải trở về cảng ở đất liền. Sân bay trên đảo Fiery Cross Reef [Chữ Thập] có thể nhận hầu hết bất cứ loại máy bay nào của Trung Quốc trong đó có loại máy bay vận tải nặng và các máy bay chiến đấu. Vì Hải Quân Trung Quốc chưa có một hàng không mẫu hạm hoàn toàn hoạt động và chỉ có khả năng giới hạn về tiếp nhiên liệu ở trên không nên các hòn đảo san hô sẽ giúp cho quân đội Trung Quốc đặt căn cứ của máy bay chiến đấu xa bờ biển Trung Quốc và thường trực ở đó. Và những cơ sở hệ thống truyền tin bằng radar và vệ tinh mới trên các hòn đảo này sẽ nâng cao rất nhiều sự hiện diện trên mặt biển của Trung Quốc ở trong vùng Nam Hải.[5]

Sự bành trướng này chưa thấy có dấu hiệu chậm lại. Trung Quốc đã đặt ưu tiên cho Hải Quân trong những kế hoạch canh tân hóa về quân sự. Với một điều mà trước kia được coi là điên rồ trong giới quân sự Trung Quốc, một tài liệu nghiên cứu về quốc phòng được chính quyền Trung Quốc phát hành với tựa đề: "Sách lược quân sự của Trung Quốc" nói cách suy nghĩ cổ điển coi đất liền quan trọng hơn mặt biển cần phải được loại bỏ."[6] Trung quốc "dự định mở rộng tầm kiểm soát quân sự trên toàn cầu để bảo đảm các quyền lợi kinh tế, đồng thời cung biện hộ cho việc đòi chủ quyền trên mặt biển chống lại những 'hành động gây hấn' của các láng giềng và hành động của Hoa Kỳ 'xen vào nội bộ'."[7]

Patrick Cronin, một chuyên gia về chính sách Á Châu tại Center for a New American Security nói rằng tài liệu đó của Trung Cộng được coi là một "dự thảo để thực hiện một chính sách bá quyền địa phương như một đoạn phim quay chậm."[8]

CHINH PHỤC KHÔNG GIAN

Như độc giả cuốn sách này đã biết, một chương trình của Trung Quốc gọi là "Võ khí Sát Thủ" đã tập trung vào các kỹ thuật để khai thác các nhược điểm quân sự của Hoa Kỳ. Một phần của kỹ thuật mới này có thể nhắm tới việc chinh phục một biên cương mới, đó là không gian. Một báo cáo của United States-China Economic and Security Review Commission [Ủy ban Duyệt xét về Kinh tế và An ninh giữa Trung quốc và Hoa Kỳ] đã nói rằng Trung quốc đang phát triển những võ khí chống các vệ tinh đi trên cùng một quỹ đạo. "Các hệ thống này gồm có một vệ tinh có trang bị bằng một võ khí như là một bộ phận nổ, một bộ phận gây các mảnh vụn, và các võ khí động năng laser, võ khí tần số radio, các máy phá làn sóng hay các cánh tay của robot." Báo cáo đã đưa ra chi tiết như vậy. Một tài liệu phân tích của tờ *Washington Times* về báo cáo đó còn giải thích thêm, "các võ khí bay trên cùng một quỹ đạo ở trong không gian sẽ tới gần các vệ tinh mục tiêu và sau đó sẽ phóng ra võ khí để làm cho vệ tinh bị tê liệt hay bị phá hủy. Các võ khí đó cũng có thể đụng vào các vệ tinh hay bắt lấy các vệ tinh bằng những cánh tay robot."[9]

Theo tờ *Times*, Ủy ban cũng thấy rằng Trung Quốc đã sẵn sàng có hai loại hỏa tiễn được dùng để bắn rơi các vệ tinh.

Hai loại hỏa tiễn trực tiếp phóng lên có thể hạ các vệ tinh ở các quỹ đạo cao và thấp đang được phát triển, đó là SC19 và DN2. Các cuộc thử nghiệm các võ khí chống vệ tinh đã được thực hiện mới gần đây nhất là năm ngoái. Hỏa tiễn trong quỹ độ cao DN2 có thể phá vỡ các vệ tinh Global Postioning Satellites [Vệ tinh Định vị Toàn cầu] của Hoa Kỳ, nhưng hình như có vẻ thích hợp hơn để phá vỡ các vệ tinh tình báo, thăm dò và canh chừng của Hoa Kỳ. Hỏa tiễn DN2 có thể được triển khai trong vòng 5 tới 10 năm nữa.[10]

Kỹ thuật chống lại vệ tinh của Trung Quốc lẽ dĩ nhiên có tiềm năng có thể thành một mối nguy hại cấp thời đối với hệ thống truyền thông của Hoa Kỳ.

SỨC MẠNH NGÀY CÀNG GIA TĂNG VỀ KINH TẾ CỦA TRUNG QUỐC

Mặc dầu càng ngày càng có những luận điệu có vẻ có hy vọng tại Hoa Kỳ là nền kinh tế của Trung Quốc đang đi chậm lại hay có thể bị sụp đổ. Nhưng nền kinh tế của Trung Quốc vẫn còn gia tăng ba tới bốn lần nhanh hơn nền kinh tế của chúng ta. Năm 2015, tăng suất phát triển của Hoa Kỳ còn có 2% so với gần 7% của Trung Quốc.[11] Điều này khiến cho người ta tiếp tục suy luận là khi nào thì Trung Quốc sẽ qua mặt được Hoa Kỳ. Đó là vấn đề "khi nào" chứ không phải là "có hay không."

Về một vài khía cạnh, Trung Quốc đã qua mặt chúng ta về xuất khẩu, về tiền tiết kiệm của các gia đình và về con số các tỷ phú, như nhà kinh tế học được giải Nobel là Joseph Stiglitz đã viết trong báo *Vanity Fair*. "Với tiết kiệm và đầu tư lên tới gần 50% của GDP thì Trung Quốc lại lo sợ là có tiết kiệm quá nhiều còn Hoa Kỳ thì lại lo là tiết kiệm quá ít."[12] Trong một vài lãnh vực như lãnh vực chế biến, Trung Quốc qua mặt chúng ta mới gần đây. Nhưng với 200 người Trung Quốc là tỷ phú – đã được công nhận từ năm 2014 tới 2015 – (theo sự theo dõi của báo cáo về những người giầu ở Trung Quốc) hiện tại Trung Quốc có 596 tỷ phú so với 537 tỷ phú tại Hoa Kỳ.[13]

Cũng như vậy, các công ty của Trung Quốc đã chen lấn

vào danh sách 500 công ty lớn của báo *Fortune*. Năm 2000, không có một công ty Trung Quốc nào ở trong danh sách đó, tới năm 2015 thì đã có 98 công ty. Theo báo *Fortune*,"Điều này khiến Trung Quốc đã đứng vào địa vị thứ nhì chỉ sau Hoa Kỳ, có 128 công ty."[14] Hệ thống các "công ty quán quân quốc gia" đã mô tả trong cuốn sách này, đã thành công bởi vì 12 trong số các công ty Trung Quốc ở trong danh sách đó đều là công ty quốc doanh. Những công ty này bao gồm những ngân hàng và công ty dầu khí lớn nhất trên thế giới.[15]

Vào tháng 10 năm 2015, tiền của Trung Quốc – đồng Nhân Dân Tệ – đã qua mặt đồng Yen của Nhật Bản, và trở thành đơn vị đứng thứ tư trong số các loại tiền tệ được dùng để thanh toán toàn cầu. Tiền của Trung Quốc bây giờ chỉ đứng sau đồng Đô la, đồng Euro và đồng Pound của Anh.[16] Và đến cuối tháng 11, International Monetary Fund [Quỹ Tiền tệ Quốc tế] đã quyết định cho Nhân Dân tệ vào trong số những tiền tệ được dự trữ, đó là một phiếu tín nhiệm cho viễn tượng dài hạn đối với Trung Quốc.

Trái ngược hẳn với dự đoán của giới truyền thông Tây Phương về viễn tượng đen tối của nền kinh tế Trung Quốc, các nhà kinh tế nổi tiếng của Trung Quốc dự đoán là nền kinh tế sẽ phát triển giống như IMF đã dự đoán. Một trong những nhà kinh tế Trung Quốc nổi tiếng là Justin Yifu Lin [Lâm Nghị Phu][BX] đã nói vào tháng Giêng năm 2015 là nền kinh tế Trung Quốc sẽ duy trì tăng suất từ 7 cho tới 7.5 % của GDP trong vòng 10 tới 15 năm nữa.[17] Lin cũng dự đoán tới năm 2030 lợi tức đầu người của Trung Quốc có thể bằng 50% của lợi tức đầu người của Mỹ, và nền kinh tế Trung Quốc sẽ lớn gấp đôi nền kinh tế của Hoa Kỳ.[18] Dự đoán của ông Lin rất đáng tin cậy bởi vì ông ta trước kia đã là kinh tế gia chính của Ngân Hàng Thế

BX Lâm Nghị Phu hay Justin Yifu Lin (sinh 15 tháng 10, 1952 tại Nghi Lan, Đài Loan) là một kinh tế gia Trung Quốc và Nhà kinh tế trưởng và Phó Tổng giám đốc của Ngân hàng Thế giới. Phu đào thoát sang Trung Quốc đại lục năm 1979 khi 26 tuổi. https://vi.wikipedia.org/wiki/L%C3%A2m_Ngh%E1%BB%8B_Phu

Giới và đã có bằng tiến sĩ tại phân khoa kinh tế thuộc trường phái bảo thủ của Đại Học Chicago. Các con số ước lượng mới đây cho thấy Hoa Kỳ sẽ mất ưu thế là nền kinh tế đứng đầu thế giới trừ phi có một nỗ lực rất lớn để có thể cạnh tranh mạnh hơn nữa.[19]

Theo Robert Atkinson của tờ *Christian Science Monitor*: Trung Quốc đang đầu tư hàng chục tỷ đô la để tăng cường hệ thống sản xuất nội địa, và có thể thay thế hàng nhập khẩu của Hoa Kỳ trong những ngành công nghiệp then chốt như sản phẩm bán dẫn và các software [chặn đứng sự tiếp cận] với các mạng của Hoa Kỳ, các applications và các digital content platforms, bắt buộc phải tiết lộ sở hữu trí tuệ, kỹ thuật và source code [mật mã gốc]; dùng luật chống độc quyền là một võ khí để bắt buộc các công ty Hoa Kỳ phải nhượng bộ, và cũng có thể áp lực các xí nghiệp Trung Quốc không được dùng các dụng cụ trang bị và các software làm tại Mỹ. Hơn thế nữa Trung Quốc đang dùng một loạt các biện pháp trọng thương để cung cấp những ưu thế một cách bất công bằng cho các nhà sản xuất Trung Quốc– từ những việc thao túng tiền tệ và tiêu chuẩn cho tới những đặc quyền cho các xí nghiệp quốc doanh.[20]

Ngược lại khả năng cạnh tranh của Hoa Kỳ đã suy giảm. Theo phòng Census Bureau các doanh nghiệp Hoa Kỳ bây giờ đã thất bại nhiều hơn là được mới lập ra, lần đầu tiên từ khi các dữ kiện này bắt đầu đo lường tình trạng này từ năm 1980. Trong khi đó Global Innovation Index 2014 [Chỉ số Sáng kiến Toàn cầu năm 2014] cho thấy những sáng kiến của Hoa Kỳ về hệ thống kinh tế đã xuống hàng thứ 6, trong khi đó chỉ số cho những doanh nghiệp bắt đầu khởi sự lại xuống tới hàng thứ 39.

Mặt khác, tình trạng đối với các sáng kiến của Trung Quốc cũng không có gì sáng sủa hơn. Như Stiglitz báo cáo, Trung Quốc "hãy còn theo sau Hoa Kỳ trong số những môn bài sáng kiến đã được cấp nhưng họ càng ngày càng tiến gần lên."[21] Trung Quốc muốn chế ngự về sản xuất các kỹ thuật tiên tiến như sản xuất máy bay, chất bán dẫn, dược liệu và sản xuất các sản phẩm. Cuối cùng các nhà làm chính sách Trung Quốc đang giúp cho thị trường Trung Quốc độc lập hơn bằng cách cố gắng cung cấp những sản phẩm kỹ thuật cao do chính họ sản xuất. Trong khi đó họ hãy còn được hưởng sự tiếp cận không bị cản trở gì đối với thị trường quốc tế cho những hàng kỹ thuật xuất khẩu của họ. Tất cả những hoạt động này đã khiến cho Trung Quốc được liệt vào hạng đứng đầu trong Global Mercantilist Index [Chỉ số Trọng thương Toàn cầu.][22]

CUỘC HỌP THƯỢNG ĐỈNH GIỮA OBAMA VÀ TẬP CẬN BÌNH

Những sự thử thách để chơi một ván bài ngoại giao tế nhị với Trung Quốc được thấy rõ ràng trong cuộc họp thượng đỉnh giữa Tổng thống Obama và Chủ tịch Tập Cận Bình tại Washington, DC vào tháng 9, 2015. Điều rõ rệt và cụ thể nhất là ảnh hưởng rất lớn của phe diều hâu bảo thủ trong chính quyền Trung Quốc. Người ta nói rằng phe quân sự cứng rắn Trung Quốc, đã nhắc nhở Tập tránh thảo luận một số vấn đề với chính quyền Obama.[23] Những người mà tôi gọi là các "tướng học giả"– các sĩ quan quân sự trước kia, bây giờ đang làm việc ở trong các think tank đã được nhà nước chấp thuận. Các người đó khoe với tôi về những điều Tập Cận Bình sẽ làm trong cuộc họp thượng đỉnh.

Phe quân sự cứng rắn nói với tôi họ đã không thụ động để bộ Ngoại Giao Trung Quốc sắp xếp tất cả cho hội nghị thượng đỉnh. Thay vào đó họ đã khôn ngoan dùng những buổi họp hàng tuần với Tập trong một phòng toàn các tướng tá để thay đổi lại cuộc công du. Trong Quân đội Giải phóng Nhân Dân có một bộ phận chủ trương về chính sách ngoại giao ít được biết tới là Tổng Chánh Trị Bộ– gồm một nhóm những phe cứng rắn. Bộ phận này nhận định các cơ hội về chính sách và thường mâu thuẫn với các nhà trí thức suy nghĩ lơ mơ của bộ Ngoại Giao, giống như nhân viên ngoại giao điển hình mà chúng ta thấy ở khắp nơi.[24] Sau bốn năm lần họp, phe quân sự – không có sự tham dự của các nhà ngoại giao– đã đưa ra những khía cạnh quân sự của các diễn văn và các cuộc họp của chủ tịch Tập với Tổng thống Obama. Đề nghị đầu tiên mà Tập chấp thuận là không có một tướng cao cấp nào sẽ đi cùng với Tập tới Hoa Kỳ, và trong các cuộc đối thoại sẽ không bàn luận tới các vấn đề quân sự.[25] Sáu lãnh vực đặc biệt đã được loại khỏi các cuộc thảo luận với Tổng thống Obama.

1. Các cuộc tấn công trên mạng của Trung Quốc: Sẽ không có một thỏa hiệp nào được soạn thảo về sự an ninh trên mạng giữa Hoa Kỳ và Trung Quốc, và không có thảo luận nào với Bộ Tư Pháp của Hoa Kỳ về 3 sĩ quan của Quân Đội Nhân Dân đã bị truy tố trong vụ gián điệp tình báo năm 2014.

2. Không gian: Sẽ không thảo luận gì về các hoạt động của Quân Đội Giải Phóng Nhân Dân trong không gian. Không nói gì về các chương trình chống vệ tinh của Trung Quốc hay chương trình kiểm soát võ trang trên không gian.

3. Trao đổi quân sự: Trung Quốc sẽ tìm cách gia tăng những loại trao đổi về quân sự để Trung Quốc có cơ hội tìm hiểu những nhược điểm của hoạt động hành quân của Hoa Kỳ. Trong khi đó không cho Hoa Kỳ đến thăm những cơ sở nhạy cảm của Quân Đội Giải phóng Nhân Dân.

4. Kỹ thuật: Sẽ không có một sự giới hạn nào làm giảm những việc lấy trộm các kỹ thuật công nghiệp quốc phòng.

5. Đài Loan: Sẽ không thảo luận gì về giới hạn của việc tăng cường Quân đội Giải phóng Nhân dan chống lại Đài Loan.

6. Vùng biển phía Nam Trung Quốc: Trung Quốc sẽ không đồng ý thảo luận bất cứ một sự hạn chế nào về nạo vét hay xây cất các cơ sở quân sự ở trong vùng biển Nam Trung Quốc.

Phe cứng rắn còn đề nghị thêm với Tập Cận Bình rằng cần phải dùng cuộc viếng thăm Obama để tuyên bố và dùng những câu có tính cách thân mật theo kiểu Mỹ và cần nhắc tới những cuốn sách mà ông Tập ngưỡng mộ. Theo kịch bản đó, trong một diễn văn có tính cách hòa hoãn Tập đã nói: "Nhân dân Trung Quốc vẫn luôn luôn đánh giá cao khả năng kinh doanh và sáng tạo của dân Hoa Kỳ". Ông ta còn nói thêm: "Khi còn niên thiếu tôi đã đọc các *Federalist Papers* [Luận văn Liên bang] của Alexander Hamilton và *Common Sense* [Lẽ Thường[BY]] của Thomas Paine."

Chính quyền Obama đã tin tất cả những điều đó và còn cố gắng hết sức chỉ thảo luận những hành vi phạm pháp trên mạng ở trong lãnh vực tư và tránh trách móc Trung Quốc về những cuộc tấn công công khai do chính phủ chủ trương chống lại chính quyền Hoa Kỳ. Được giới báo chí hỏi trước khi có cuộc họp thượng đỉnh về thương lượng một thoả hiệp về an ninh mạng giữa với Trung Quốc, Dan Kritenbrink, giám đốc cao cấp về Á Châu Sự Vụ tại Hội Đồng An Ninh Quốc Gia đã trả lời: "Tôi lưỡng lự không muốn đặt những trông đợi rất cao về sự thỏa thuận trong những các vấn đề mà quí vị vừa mô tả. Đó là một vấn đề dài hạn. Còn lâu chúng ta mới tới đó."[26] Ông ta không nói rằng trong phái đoàn không có một nhà lãnh đạo quân sự hay một chuyên gia quân sự về mạng ở trong phái đoàn của Trung Quốc, do sự cố ý của Trung Quốc. Phe diều hâu của Trung Quốc có lẽ rất lấy làm thú vị khi thấy ngay khi đứng cạnh Tổng thống của Hoa Kỳ tại Nhà Trắng ông Tập đã mạnh dạn nhắc lại những tuyên bố đòi chủ quyền của tất cả vùng biển phía Nam Trung Quốc.

ĐỐI PHÓ VỚI SỰ THỬ THÁCH CỦA TRUNG QUỐC

Phần lớn các nhà học giả ngày nay đã bắt đầu chấp nhận thực tế là có một sự cạnh tranh dài hạn càng ngày càng gia tăng giữa Hoa Kỳ và Trung Quốc. Chẳng hạn Noah Feldman của Đại học Harvard University đã đưa ra danh từ "chiến tranh mát" để mô tả các quan hệ hiện tại của chúng ta với Trung Quốc. Trong khi chúng ta tìm cách để duy trì một ưu thế chiến lược, thì nhu cầu phải có một chính sách thống nhất để đáp ứng

---

BY. Bản dịch tiếng Việt có tại trang mạng https://icevn.org/vi/blog/le-thuong-common-sense-thomas-paine/ của Học Viện Công dân [ND]

với chiến lược kinh tế và quân sự của Trung Quốc càng ngày càng rõ ràng hơn nếu chúng ta vẫn giữ cho cuộc "chiến tranh mát" không trở nên lạnh hơn hay đáng ngại hơn là trở nên nóng hơn. Đó sẽ là một sự thử thách của tổng thống sắp tới của Hoa Kỳ, và của các người kế vị nữa. Họ sẽ là người ấn định những bước tiến của Hoa Kỳ trong khi chiến lược Marathon 100 năm vẫn tiếp tục.

Sự thách thức thực sự là cuộc tranh luận tạo ra bởi những người vẫn tiếp tục ôm lấy tư tưởng hão huyền là Trung Quốc không có một chiến lược nào cả, hay cùng lắm đó chỉ là một sự phục hưng tự nhiên từ tình trạng nghèo đói thường có trong lịch sử. Lập luận của tôi đã bị thách thức bởi quan điểm mạnh cho là Trung Quốc không hề có ý muốn hoặc có chiến lược, hoặc có khả năng thay thế Hoa Kỳ. Nhưng lập luận này sẽ càng ngày càng yếu thế trong những năm sắp tới. Nếu Trung Quốc đã phát triển một cách ngẫu nhiên không có chiến lược nào thì tại sao tài liệu mới về quốc phòng của Trung Quốc lại nói về vấn đề bảo vệ những quyền lợi quốc tế của Trung Quốc? Tại sao các nhà kinh tế nổi tiếng của Trung Quốc lại dự đoán là nền kinh tế của Trung Quốc sẽ lớn gấp đôi, gấp ba nền kinh tế Hoa Kỳ? Tại sao chính quyền Trung Quốc phổ biến những kế hoạch cải tổ cơ cấu vùng mà nhiều người đã gọi là kế hoạch "Châu Á cho người Á Châu"? Và tại sao chủ tịch Tập Cận Bình đã đích thân tuyên bố vào ngày 1 tháng tư năm 2015 một chiến lược rộng lớn mệnh danh là "Một vòng Đai, Một con Đường" để thống nhất và điều hòa các hoạt động ngoại thương của một nửa nền kinh tế của khắp thế giới mà không nói gì tới Hoa Kỳ?[27]

Sau hết, tại sao 35 sĩ quan của Trung Quốc lại xuất bản một cuốn sách ít người biết tới có tựa đề là *Khoa Học Chiến Lược* chủ trương một mạng lưới toàn cầu gồm các cơ sở quân sự của Trung Quốc.

Đối với tôi, tất cả những đề nghị mới này không cho thấy Trung Quốc là một quốc gia không có một sách lược.

CHÚ THÍCH LỜI BẠT

1. Edward Wong. "Chinese Colonel's Hard-Line Views Seep into the Mainstream," *New York Times*, October 2 có tại https://www.nytimes.com/2015/10/03/world/asia/chinese-colonels-hard-line-views-seep-into-the-mainstream.html

2. Ibid.

3. Ibid.

4. Robert Burns, "Pentagon Chief takes Jab at China with Aircraft Carrier Stop." *Navy Times* November 5, 2015" có tại https://www.navytimes.com/news/your-navy/2015/11/05/pentagon-chief-takes-jab-at-china-with-aircraft-carrier-stop/

5. Ian Storey, "China's Terraforming in the Spratlys: A Game Changer in. South China Sea?—Analysis," *Eurasia Review;* June 26, 2015, có tại http://www.eurasiareview.com/2606201 5 -chinas -terraforming-in -the -spratlys -a-game -changer-in-south-china-sea-analysis/.

6. Felix K. Chang "Strategic Intentions: China's Military Strategy White Paper," *Geopoliticus The FPRIBlog, Foreign Policy Research Institute*, May 2015, có tại http llwww fpri org/geopoliticus/2015/05/strategic-intentions-chinas-military -strategy-white-paper.

7. Simon Denyer,: "Chinese Military Sets Course to Expand Global Reach as 'National Interests' Grow," *Washington Post*, May 26, 2015, có tại https:// www.washiñgtonpost.com/world/asia_pacific/chinese-military-sets-course-to -expand-global-reach-as -national-interests -grow/2015/05/261 395fff14 -3fbi -.4056-aedO;-264ffcbbcdb4_story.htrnl

8. Ibid.

9. Bill Gertz, "New Details of Chinese Space Weapons Revealed," *Washington Times*, October 14, 2015, có tại http://www.washingtontimes.com/news/2015/oct /14/inside-the-ring-details-of-chinese-space-weapons-r/

10. Ibid.

11. Jeffry.Bartash, "Third-Quarter GDP Tracking Below 2%, Complicating Fed Decision," *MarketWatch*, September 23, 2015, có tại http// www market watch corn/story/bumpy-us - economy-hits -more -turbulence-201 5-09-23, Kevin Yao, China Third-Quarter GDP Growth Seen at Five-Year Low of 7.3 Percent, 'More Stimulus Expected," *Reuters*, October 10, 2014, có tại http //www reuters com/article!2014/l0/10/us-china-economy-gdp-idUSKCNO HZOGE20141010

12. Joseph E. Stiglitz, "The Chinese Century," *Vanity Fair*, December 31, 2014, có tại http l/wwwvanityfair com/news/2015/01 /china-worlds-largest- economy

13. Charles Riley, "China Now Has More Billionaires Than U.S.," CNN Money, October 15, 2015: có tại http://money.cnn.com/2015/10/15/investing/'"china -us-billionaires/

14. Scott Cendrowski, "China's Global 500 Companies Are Bigger Than Ever—and Mostly State-Owned," *Fortune*, July 22, 2015, có tại http://fortune.com /201 5/07/22/china-global-500 -government-owned/.

15. Ibid.

16. Gabriel Wildau, "Renminbi Overtakes Japanese Yen as Global Payments Currency," *Financial Times*, October 6, 2015, có tại http://ww.w.ft.com/intl/C+ms /s/O/ bb54b4fO-6bf2-1 1e5 -aca9-d87542bf8673.html#axzz3oyfwmfkr.

17. National Committee on United States-China Relations, "Justin Yifu Lin China's Mid- and Long-term Economic Growth Prospects after the Third Plenum," January '7, 2015, có tại https://www.nctiscr.org/content!video-justin-yifu-lin -chinas-mid-añd-long-term-economic-growth-prospects-after-third-plenum.

18. Ibid.

19. "China's Economy Will Be Larger Than U S by 2028," *The Globalist*, September 27, 2015, có tại http l/www theglobahst corn/china-economy-larger -united-states/#, Akshat Koushal, "Crisis Unlikely to Affect Chma's Economic Power: Arvind Subramaniân," *Business Standard*, August 31, 2015, có tại http llwww business-standard corn/article/economy-policy/crisis-unlikely-to -affect-china-s-economic-power-arvind-subramanian-i 15090100026_i html, Tham Tuck Seng, PricewaterhouseCoopers, China Desk, có tạihttp /lwww pwc.com/sg/en/gervices/china-desk html

20. Robert Atkinson, "Stop China's Plan to Weaken American-.Innovation," *Christian Science Monitor*, April 1,2015, có tạihttp llwww csmonitor corn/Technology /Breakthroughs –Voices/2015/0401/Stop - China-s-plan-to-weaken-American -innovation.

21. Stiglitz, "Chinese Century"

22. Ibid

23. Michael Pillsbury. "How China's Generals Already Gamed Xi's Meeting with Obama," *Defense One*, September. 24, 2015, có tại http //www defenseone.com/ ideas/2015/09/how-chinas-generals-àlready-gamed-xis-rneeting-obama /121904

24. Ibid.

25. Ibid.

26. Ibid

27. Wendell Minnick, -China's 'One Belt, One Road' Strategy" *Defense News*, April 12, 2015, có tại http //www defensenews com/story/defense/2015/04/l i/taiwan -china-one-belt-one-road-strategy/25353561

CUỘC ĐUA MARATHON 100 NĂM 437

Mục lục

- Giới thiệu sách — 5
- Sơ lược về tác giả: Michael Pillsbury — 11
- Tóm lược nội dung cuốn sách — 15
- Lời nói đầu - *Ý nghĩ viển vông* — 25
- Chú thích – Chương dẫn nhập — 49
- Chương 1 - *Giấc mộng Trung Quốc* — 53
- Chú thích chương 1 — 72
- Chương 2 - *Thời Chiến quốc* — 77
- Chú thích chương 2 — 105
- Chương 3 - *Chỉ có Trung Quốc mới có thể đến với Nixon* — 111
- Chú thích chương 3 — 149
- Chương 4 - *Ông White và bà Green* — 157
- Chú thích chương 4 — 183
- Chương 5 - *Hoa Kỳ, con quỷ Satan khổng lồ* — 187
- Chú thích chương 5 — 209
- Chương 6 - *Cảnh sát thông điệp Trung Quốc* — 211
- Chú thích chương 6 — 237
- Chương 7 - *Sát thủ giản* — 243
- Chú thích chương 7 — 274
- Chương 8 - *Tấn hài kịch tư bản* — 283
- Chú thích chương 8 — 314
- Chương 9 - *Một trật tự thế giới mới của Trung Quốc năm 2049* — 321
- Chú thích chương 9 — 349
- Chương 10 - *Tiếng súng báo động* — 357
- Chú thích chương 10 — 381
- Chương 11 - *Hoa Kỳ là một chiến quốc* — 387
- Chú thích chương 11 — 416
- Lời bạt cho ấn bản in bìa mềm — 423
- Chú thích lời bạt — 436

Liên lạc Dịch giả
sach@viet-hung.org
Trần Lương Ngọc

Liên lạc Nhà xuất bản
Nhân Ảnh
han.le3359@gmail.com
(408) 722 5626

Tri Quyền? Tuệ Ly
Ly Quyền? tuệ Giác